सांगाती

...स्मरणझुला एका जिप्सीचा

सदानंद कदम

मेहता
पब्लिशिंग
हाऊस

Saangati I Sadanand Kadam

सांगाती । सदानंद कदम । व्यक्तिचित्रण

Please contact us at **Mehta Publishing House,** Pune 411030.
Email : production@mehtapublishinghouse.com
Website : www.mehtapublishinghouse.com

प्रकाशक
सुनील अनिल मेहता,
मेहता पब्लिशिंग हाऊस,
१९४१, सदाशिव पेठ,
माडीवाले कॉलनी,
पुणे – ४११०३०

मुखपृष्ठ, आतील चित्रे आणि मांडणी
फाल्गुन ग्राफिक्स

प्रथमावृत्ती
नोव्हेंबर, २०२१

author@mehtapublishinghouse.com

P Book ISBN 9789392482120
E Book ISBN 9789392482212
E Books available on :
play.google.com/store/books
www.amazon.in
https://books.apple.com

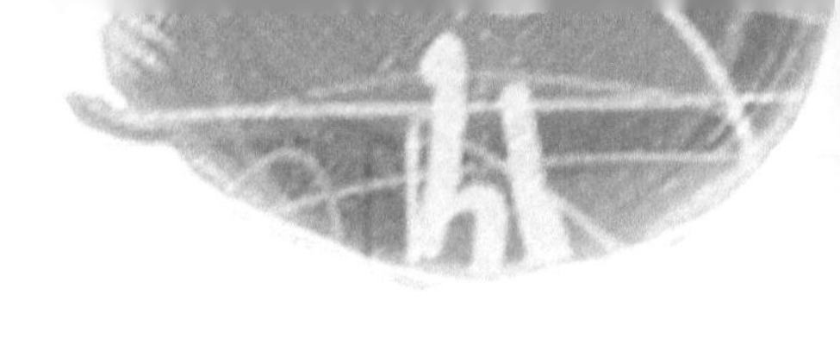

नंदा
शिवराज
श्रीकृष्ण
आणि
आराधना यांना
हे माझे 'सांगाती'...

- ***सदानंद***

मनोगत

आपलं आजचं आयुष्य हे केवळ आपलं नसतं. ते घडविण्यात अनेक महानुभावांचा हातभार लागलेला असतो. आई-वडिलांपासून ते शिक्षक आणि समाजापर्यंत. समज आल्यानंतर आपल्या वाटचालीत सहभागी होतात, ते इथले प्रतिभावंत आणि सामाजिक क्षेत्रांत काम करणारे जाणते. आजचे 'आपण' म्हणजे या सर्वांची देण. आपल्या जडणघडणीत जसे 'सगे' असतात, तसेच 'सोयरे'ही. माझ्या आयुष्यात आलेल्या अशा सोयऱ्यांनी मला जे काही दिलं ते मांडण्याचा हा प्रयत्न. त्यांनी जे काही दिलं त्यातलं थोडंच आत उतरलं असलं, तरी तेवढ्यानंही माझ्या जगण्याला अर्थ आला. आजवरची सगळी वाटचाल आनंदाची झाली. यात सगळ्यात जास्त वाटा होता आणि आहे, तो ग्रंथांचा. वाचनाचं वेड लागलं ते सहावी-सातवीत असतांना. सांगली जिल्हा नगर वाचनालय आणि वि. स. खांडेकर वाचनालय यांनी माझं ते वेड अगदी जिवापाड जोपासलं. वय वाढत गेलं तसं अनेक ग्रंथ आयुष्यातच नव्हे तर घरातच राहायला आले. आता मी पुस्तकांच्या घरातच वावरत असतो.

पुस्तकं घरात यावीत म्हणून अनेक उद्योग केले. अगदी लेथ मशीनवर काम करण्यापासून ते सांगलीत कोंबड्या खरेदी करून त्या जयसिंगपुरात नेऊन विकण्यापर्यंत. शिलाई वर्ग चालविण्यापासून मग पुढे शिक्षकाची नोकरी करण्यापर्यंत. हाती पैसा येऊ लागला आणि त्यातून पुस्तकं घरात यायला लागली. विषयांचं बंधन कधीच नव्हतं मला. या आकाशाखाली असतील ते सगळे विषय जाणून घ्यायची उत्सुकता. आज अशा सगळ्या विषयांवरची सहा-सात हजार पुस्तकं मला माझ्या घरात माझी सोबत करत असतात. त्यांची संख्या वाढतेच आहे, माझी समज वाढली की नाही हा प्रश्न मात्र कायम आहे. जसं वाचण्याचं वेड लागलं, तसंच भटकण्याचं. त्यातही बोट धरायला मिळालं ते दुर्गसम्राट गोपाल नीलकण्ठ दांडेकर आणि निनादराव बेडेकर यांचं. आणखी काय हवं? राज्यभरातले गडकोट अनेकदा भटकून झाले. अनेकांच्या आयुष्यात त्यांना नेऊन सोडलं. राजगड-रायगड आजवर २५७ वेळा झाले. जन्माला आल्याचं सार्थक झाल्याची भावना. मग जे पाहिलं ते इतरांना सांगायची उर्मी आली. त्याला कारणीभूत ठरले शिवशाहीर श्रीमंत बाबासाहेब पुरंदरे.

ही सगळी वाट दाखवली ती पुस्तकांनी. मग ती लिहिणारी माणसं कशी आहेत? कशी दिसतात? कशी बोलतात? हे जाणून घेण्याची उत्सुकता वाढीस लागली. त्यांच्याशी पत्रव्यवहार सुरू झाला. त्यांना ऐकण्यासाठी कुठंही आणि कधीही भटकू लागलो. त्यांची बोलणं ध्वनिमुद्रित करून घेऊ लागलो. त्या ध्वनिमुद्रिकांचीही संख्या आता दोन-अडीच हजारांवर गेलेली. अनेक लेखक केवळ पत्रांमधूनच नाही तर

प्रत्यक्षात आयुष्यात आले. घरचेच झाले. वपुंपासून ते सुहास शिरवळकरपर्यंत अनेकांशी मैत्र जुळलं. 'मृत्युंजय'कार शिवाजीराव सावंतांपासून इतिहास संशोधक डॉ. जयसिंगराव पवार यांच्यापर्यंतच्या अनेक वडीलधाऱ्या माणसांनी आजवर इथपर्यंत आणलं. 'पद्मश्री' पद्मजा फेणाणी-जोगळेकर सारखी 'दीदी' आता सतत सोबतीला असते. प्राचार्य शिवाजीराव भोसलेंपासून सगळ्या वक्त्यांनी आधीच मला आपलंस केलेलं. त्यांच्या अनेक ध्वनिफिती आजही मला काही ना काही शिकवत असतात. मला वाटेवर आणण्याचा प्रयत्न करत असतात. दिशा दाखवत असतात.

या माणसांनी दाखवलेल्या रस्त्यावरून चालताना देशाचा इतिहास जाणून घेण्याची ओढ लागली. मिळेल ते वाचून काढलं. 'समग्र नेताजी'ते शिशिरकुमार बोस यांच्याकडून मागवले. सुभाषचंद्र बोस नजरकैदेतून निसटले, तेव्हा त्यांना देशाबाहेर नेऊन सोडणारे हे त्यांचे पुतणे. मग हयात असलेल्या क्रांतिकारकांना भेटण्याचं ठरवलं. क्रांतिवीर नागनाथअण्णा, क्रांतिअग्रणी गणपतराव लाड यांच्यापासून सगळ्यांना अनेकदा भेटलो. त्यांना ध्वनिचित्रफितीवर उतरवून घेतलं. हे सुरू असतानाच 'रुद्रवाणी'च्या जीवनराव किर्लोस्करांनी 'आझाद हिंद'च्या कर्नल लक्ष्मी सेहगल यांना आयुष्यात आणून सोडलं. मग कानपूर गाठलं. त्यांच्या सहवासात राहिलो. बेचाळीसच्या चळवळीत भूमिगत रेडीओ केंद्र चालविणाऱ्या उषा महेतांशी बोलता आलं. अटलबिहारी वाजपेयी या 'जननायका'च्या स्मरणशक्तीचा अनुभव घेता आला. प्राथमिक शिक्षक म्हणून काम करणाऱ्या माझ्यासारख्या माणसाचं आयुष्य या सगळ्यांमुळं समृद्ध झालं.

या सगळ्यांचं ऋण व्यक्त करतानाच मी यांच्या सहवासात घालवलेले क्षण माझ्या मित्रांना ऐकवत होतो. तेव्हा मित्र म्हणायचे, 'तुमचं भाग्य म्हणून तुम्हाला ही माणसं जवळून अनुभवता आली. आम्हाला तुम्ही त्यांच्या आठवणी सांगता. या लिहून काढल्या तर त्या इतरांनाही समजतील. तेव्हा हे सारं लिहाच. आठवणींच्या त्या झुल्यावर एकटेच झुलत बसू नका. तो आनंद इतरांनाही मिळू द्या'. काहींनी तर तगादाच लावला. यात सगळ्यात पुढे होते ते शिक्षक मित्र चंद्रकांत पाटील (सांगली) आणि चंद्रकांत निकाडे (कोल्हापूर). त्याला साथ बाबुराव शिंदे (सातारा) आणि धोंडिराम पाटील (सांगली) या पत्रकार मित्रांची. पण इतर कामांच्या व्यापामुळं ते मागं पडत होतं. तेव्हा त्यांनी एक मार्ग सांगितला. रोज एक माणूस समाज माध्यमावर लिहायचा आणि तो मजकूर मित्रांना पाठवायचा. लोकांना तो कितपत आवडतो हे पाहून मग पुढे ठरवू असं दोघांचं मत पडलं. तो उद्योग १५ मे, २०२१ पासून सलग ४७ दिवस केला. मजकुरासोबत त्या व्यक्तींची छायाचित्रं आणि पत्रंही टाकू लागलो. त्याला उदंड प्रतिसाद मिळाला.

अटलबिहारी वाजपेयींवरील लेखाला तर राज्यभरातून प्रतिक्रिया आल्याच पण बाहेरूनही. रायपूर, जबलपूर, बेंगळूरू आणि थेट दिल्लीमधूनही. वाजपेयींची लोकप्रियता अजूनही किती टिकून आहे याचा तो पुरावा होता. त्यांच्यासोबत सर्व परदेश दौऱ्यात सहभागी असलेले दिल्लीचे श्रीराम जोशी तर आता मित्रच झाले आहेत. असाच प्रतिसाद शंतनुराव किर्लोस्कर, गोपाल नीलकंठ दाण्डेकर आणि बाबासाहेब पुरंदरे यांच्यावरील लेखांना आला. जीवनराव किर्लोस्कर तर घराघरांत गेले. अशोकजी परांजपे आणि राजा गोसावी नव्यानं समजले. अर्थातच ही सगळी किमया होती ती त्या त्या व्यक्तींच्या ठिकाणी असलेल्या 'जिंदादिल माणसां'ची. या मान्यवरांच्या आत टिकून असलेल्या 'माणसा'ला दिलेली ती मनापासूनची दाद होती. माझं काम फक्त

त्यांच्यामधलं ते 'माणूस'पण शब्दांत मांडण्याचं. तेवढंच मी केलं. अगदी मनापासून.

अर्थातच माझी ही मांडणी म्हणजे त्या त्या व्यक्तीचं संपूर्ण चित्र नव्हे याची मला जाणीव आहे. या माणसांचा मला आलेला अनुभव, माझ्या वाट्याला आलेली ती माणसं मी शब्दांत मांडली. इतरांचा अनुभव वेगळाही असू शकेल. मला ही माणसं कशी दिसली आणि यांच्या सहवासानं मला नेमकं काय दिलं हे मांडण्याचा मी प्रयत्न केला. ही सगळी माणसं मोठी आहेतच. ती सांगायला माझ्यासारख्याची काय गरज? या सगळ्या मोठ्या माणसांत दडलेला, सामान्यांना सहसा न दिसणारा 'माणूस' शोधण्याचा मी प्रयत्न केला. मला स्वारस्य होतं ते तो 'माणूस' शोधण्यात. त्यांच्याविषयी उठणाऱ्या किंवा उठवल्या गेलेल्या बाजारगप्पांत मला कसलाही रस नव्हता. माझ्या हाती लागलेला तो अस्सल माणूस शब्दांत उतरवण्याची धडपड म्हणजे हे लेखन. माझ्या स्मरणांच्या, आठवणींच्या त्या झुल्यावर आजही मी झुलत असतो. या माझ्या 'सोयऱ्यां'चं बोट धरून वाटचाल करत असतो. माझी वाटचाल आनंदाची का झाली, त्याला कोण कोण कारणीभूत ठरलं हे सांगण्याचा हा प्रयत्न.

परमेश्वर आहे की नाही ते मला माहीत नाही; पण ही माणसं होती आणि आहेत. चालू लागल्यापासून या सगळ्यांनी आपलं बोट माझ्या हाती दिलं आहे, मला सांभाळून आणलं आहे. आजही ती सारी माणसं माझ्यासोबत असतात. सतत. माझ्या हातून काही विपरीत घडू लागलं की मला जाणीवही न देता ती मला सावरत असतात. अगदी लिहिताना ऱ्हस्व शब्द दीर्घ होऊ लागला की नजरेच्या कोपऱ्यात उभ्या असलेल्या शांताबाई दटावत असतात. गडावर भटकताना गोनीदा आणि निनादराव वाट दाखवत असतात. त्या क्षणी तुकोबा आठवत राहतात. 'जेथे जातो तेथे तू माझा सांगाती, चालविसी हाती धरुनिया'. यात ज्यांच्याविषयी लिहिलंय ते सारेच महानुभाव माझे 'सांगाती' होते आणि आजही आहेत. त्यांच्यामुळंच आजवरची पायपीट ही आनंदयात्रा झाली. हे अवघे जन माझे सोयरे-सखे झाले, आता तुकोबा म्हणतात त्याप्रमाणे मी त्यांच्यासवे खेळतो आहे. माझ्या आयुष्यात 'त्यांच्या' असण्याचं सुख अनुभवतो आहे.

माझा हा प्रयत्न आपल्यापुढे आणला आहे तो 'मेहता पब्लिशिंग हाऊस' या प्रतिष्ठित प्रकाशन संस्थेनं. हे 'सांगाती' आपल्या हातात येताहेत ते त्या संस्थेच्या योजना यादव यांच्यामुळं. मी त्या दोघांचाही मनापासून आभारी आहे. या 'सांगाती'ला देखणं केलंय ते प्रख्यात चित्रकार चंद्रमोहन कुलकर्णी यांनी. त्यांचाही मी मनापासून आभारी आहे. ही लेखमाला चालू असताना अनेकांनी पुस्तक कधी येणार याची सातत्यानं विचारणा केली. त्यांच्या अशा टोचणीमुळंच 'सांगाती' आता तुमच्या भेटीला येत आहे, याची मला जाणीव आहे. अशी टोचणी लावणाऱ्या सगळ्यांचे आभार. हे सगळे 'सांगाती' कागदावर उतरत असताना लक्ष ठेवून होते ते नंदा, शिवराज, श्रीकृष्ण कदम आणि दीपा बोरकर-माने. हे सगळे घरचेच. तरीही त्यांचे मनापासून आभार.

– सदानंद कदम,

सांगली.

अनुक्रम

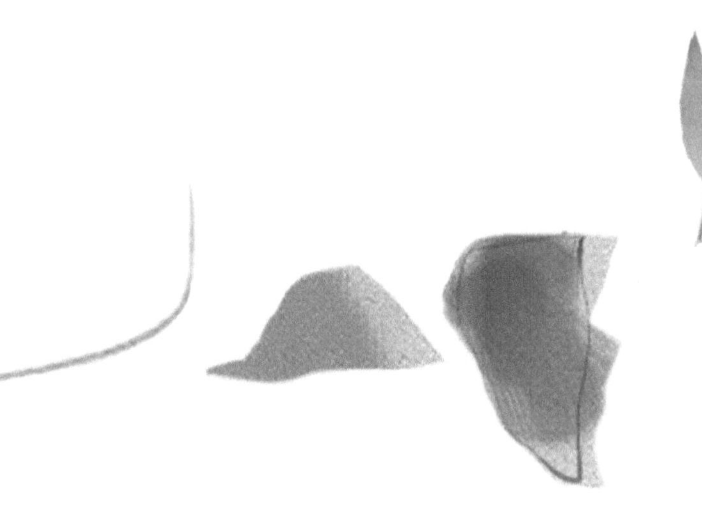

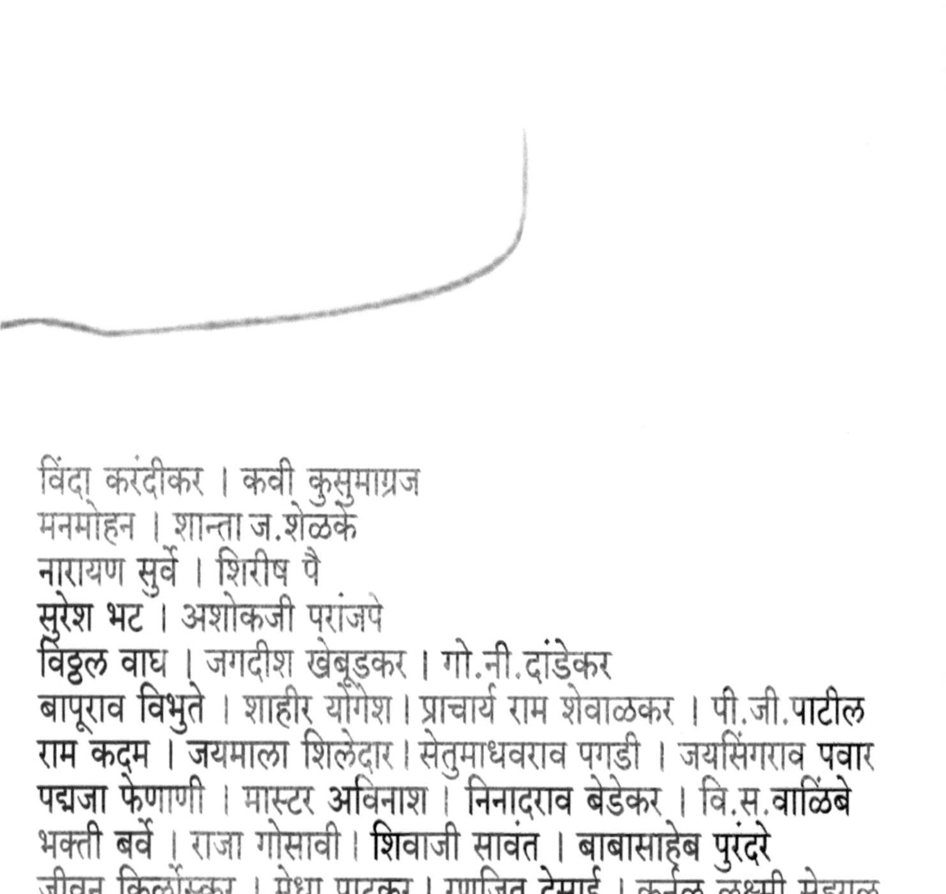

विंदा करंदीकर । कवी कुसुमाग्रज
मनमोहन । शान्ता ज.शेळके
नारायण सुर्वे । शिरीष पै
सुरेश भट । अशोकजी परांजपे
विठ्ठल वाघ । जगदीश खेबूडकर । गो.नी.दांडेकर
बापूराव विभुते । शाहीर योगेश । प्राचार्य राम शेवाळकर । पी.जी.पाटील
राम कदम । जयमाला शिलेदार । सेतुमाधवराव पगडी । जयसिंगराव पवार
पद्मजा फेणाणी । मास्टर अविनाश । निनादराव बेडेकर । वि.स.वाळिंबे
भक्ती बर्वे । राजा गोसावी । शिवाजी सावंत । बाबासाहेब पुरंदरे
जीवन किर्लोस्कर । मेधा पाटकर । रणजित देसाई । कर्नल लक्ष्मी सेहगल
सिंधुताई सपकाळ । प्रकाश आमटे । उषा महेता । नागनाथअण्णा नायकवडी
व.पु.काळे । रवींद्र पिंगे । जी.डी.बापू लाड । शंतनुराव किर्लोस्कर । ग.प्र.प्रधान
श्रीनिवास कुलकर्णी । तारा भवाळकर । अटल बिहारी वाजपेयी । किरण बेदी
सुहास शिरवळकर । शिवाजीराव भोसले । टी.एन.शेषन । विश्वास पाटील

लख्ख माणूस

१९९२ च्या नोव्हेंबरात दोन दिवसाचं 'राष्ट्रीय मराठी साहित्य संमेलन' भरणार होतं. सांगली नगरपालिकेच्या वतीनं. साहेबसिंग धिल्लाँ नावाच्या उत्साही उपनगराध्यक्षांनी मला मदतीला घेतलेलं. वि. स. खांडेकर वाचनालयाच्या ग्रंथपालांना जोडून दिलेलं. लेखकांना परिपत्रकाच्या स्वरुपातली पत्रं पालिकेकडून गेली. पण 'तमाशातले झिलकरी बोलवावेत तसं लेखक कवींना बोलावल्याचं' मृत्युंजयकारांना काही रुचलं नाही. ते आले नाहीत. त्यांचाच कित्ता अनेकांनी गिरवला. कसे येणार? विजया मेहता, विजय तेंडुलकर, अशोकजी परांजपे अशी दिग्गज मंडळी फक्त परिपत्रकावर येतील हे कसं शक्य आहे? पालिकेच्या नाट्यगृहात संपन्न होणारं ते संमेलन. फक्त

नाव 'राष्ट्रीय मराठी साहित्य संमेलन' असं दिलं म्हणून थोडंच राष्ट्रीय होणार होतं? तरीही एका शीख माणसाला हे सुचावं हेच मला विशेष वाटत होतं. म्हणूनच आलेल्यांपैकी एकासोबत राहण्याचं काम मी स्वत:हून अंगावर घेतलेलं. कारण ते माझे आवडते कवी होते. त्यांच्या काही कवितांनी मला वेड लावलं होतं. मला उत्सुकता होती कवीला भेटण्याची. त्यांना आणायला मी बस स्टँडवर गेलो. मुंबईहून ते रात्रीच निघालेले. त्या सकाळी त्यांना पहिल्यांदाच पाहिलं. तारीख होती २७ नोव्हेंबर, १९९२ आणि तो कवी होता विंदा करंदीकर!

जाड्याभरड्या खादीचा नेहरू शर्ट आणि पायजमा. हातात एक छोटी बॅग आणि खांद्याला शबनम. डोईवर विरळ होत चाललेले केस. जाड फ्रेमचा चश्मा. खिशाला पेन आणि खिसा कागदांनी भरलेला. हे त्यांचं पहिलं दर्शन. नेहरू शर्ट आणि शबनम हे दोघांतलं साम्य पाहून त्यांच्याविषयीचा आदरयुक्त दुरावा कुठच्या कुठं पळून गेला. एक दीड किलोमीटर चालत आम्ही नगरपालिकेच्या 'अतिथी गृहा'त आलो. येणाऱ्या सगळ्या पाहुण्यांची सोय तिथंच करण्यात आली होती. त्यांना त्यांच्या खोलीत सोडून मी घराकडे. घर जवळच्याच एका गल्लीत. संमेलन दुसऱ्या दिवशी सुरू होणार होतं. कवी म्हणाले, 'आज गावातून भटकून येऊ चालत.' गणपती देऊळ, माई घाट असं फिरून पुन्हा मुक्कामाच्या ठिकाणी. मग दिवसभर विश्रांती असं त्यांचं नियोजन. त्याप्रमाणं सगळं झालं. दिवसभर मी त्यांना सांगली दाखवली. काही काळ ते कृष्णेच्या काठावर निवांत बसले. तिथंच त्यांनी माझी चौकशी केली. मी शिक्षक आहे हे समजताच आपणही कधीकाळी शिक्षक होतो हे सांगत त्यांनी त्या वेळच्या काही गमतीही सांगितल्या मला. मग गणपती मंदिरात जाऊन पुन्हा 'अतिथी गृहा'वर. तिथं आल्यावर मी त्यांना विचारलंच, "तुम्ही देव, धर्म न मानणारे. मी ईश्वर मानत नाही असं तुम्ही अनेक ठिकाणी सांगितलं आहे. तरीही आज मंदिरात कसे आलात? तुम्ही मंदिरात जाऊ या म्हणालात तेव्हापासून हा प्रश्न माझ्या डोक्यात." ते हसले. म्हणाले, "मी मंदिरात आलो ते दर्शनासाठी नाही. मला मंदिराची रचना पाहायची होती. बांधणी पाहायची होती."

मंदिरातून 'अतिथी गृहा'कडे येताना मी त्यांना वि. स. खांडेकरांचं जन्मघर आणि 'राजकवी साधुदासां'चं घर दाखवलं. साधुदासांचं घर पाहताच ते रस्त्यावरच थबकले. त्या घराकडे निरखून पाहत त्यांनी दोन्ही हात जोडले. भर रस्त्यात. साधुदासांच्या घराला नमस्कार करणारे विंदा. हे त्यांच्यातल्या 'माणसा'चं आणखी एक दर्शन. मी त्यांना त्याबद्दल विचारलं. मंदिरात गणपतीला नमस्कार न करणारे विंदा... त्यांनी त्या घराकडे पाहून का हात जोडले असावेत? माझ्या मनातला प्रश्न. ते म्हणाले, "या माणसानं मला खूप दिलंय. माणसाला असतो तो कौतुकाचा हव्यास. पण माझा तो हव्यास झाडावरून एखादं फळ गळावं तसा गळून पडला.

त्याला कारण ठरले साधुदास. हा नमस्कार त्यासाठी. त्यांना स्मरून.'' मी त्यांना त्याबद्दल विचारलं तर म्हणाले, ''ती घटना 'अमृतानुभावा'च्या प्रस्तावनेत लिहिलीय मी.'' मी म्हणालो, ''माझ्याकडे ते पुस्तक नाही. तुम्ही सांगा ना.'' विंदा सांगू लागले. ''साधुदासांना मी जवळून पाहिलेलं. ते शाळेत आलेले. ते शीघ्रकवी. त्यांनी आम्हांला त्यांच्या काही कविता म्हणून दाखवलेल्या. मग मी त्यांच्यासमोर माझ्या काही कविता ठेवल्या. एका वकिलांच्या घरी मी त्या त्यांना वाचूनही दाखवल्या. तेव्हा तिथल्या मोलकरणीनंही त्या ऐकल्या होत्या. नंतर तिनं मला रस्त्यात गाठलं आणि माझ्या कानशिलावर कौतुकाची बोटं मोडली. तेव्हा फुगलेली माझी छाती अजूनही तशीच आहे. त्यानंतर ती फुगवण्यासाठी मला कुठल्याही पंपाची गरजच भासली नाही. तो कैफ अजूनही आहे. त्या बाईनं मला कौतुकाच्या सगळ्या सोपस्कारातून मुक्त केलं. नंतर कुठल्याच पुरस्काराची मातब्बरी वाटली नाही मला.'' किती सहजपणानं सांगत होते विंदा. तसं जगता यायला हवं. त्यांच्या दर्शनानं भारावलेला मी आता त्यांच्या बोलण्याचा विचार करत होतो. त्यानं मला झपाटून टाकायला सुरुवात केली होती.

त्यांना 'अतिथी गृहा'वर सोडून मी घरी गेलो. रात्री परत येतो असं सांगून. रात्री तिथं गेलो तर वेगळंच संकट समोर उभं ठाकलेलं. अनपेक्षितरित्या. अचानक पाहुणे यावेत तसा अवकाळी पाऊस सुरू झालेला. गडगडाटासह. चौकाचौकात पाणी साठलेलं. आजच्यासारखंच. कवीराज पलंगावर पाय घेऊन बसलेले. संपूर्ण खोलीत फूटभर पाणी. वीज गायब. कुठून तरी मेणबत्ती मिळवली होती त्यांनी. सगळ्या खोल्यांत हीच स्थिती. यांना कुठं हलवावं कळत नव्हतं. एवढा मोठा कवी त्या पाणी साठलेल्या खोलीत कसा राहणार? त्यात पालिकेकडूनही कोणी चौकशीला आलं नव्हतं. अजून पाऊस सुरूच होता आणि सगळीकडे अंधार. कुणी येण्याची शक्यताही नव्हती. शेवटी त्यांना घरी न्यायचं ठरवलं. तसं त्यांना बोललो. घर एका खोलीचं, खूप लहान असल्याचंही सांगितलं. माझ्यापुढे कुठलं संकट ओढवलंय हे त्यांच्या लक्षात आलं. शांतपणे ते मला म्हणाले, ''काळजी करू नका आणि त्रासही घेऊ नका. इथंच राहू आपण. झोपायचंच तर आहे. पाय खाली नाही सोडले की झालं. फूटभर तर पाणी आहे. आणि या क्षणी पालिका तरी मला कुठं नेणार? सगळीकडे हीच अवस्था. त्यात अंधार.'' असं म्हणत ते आडवे झालेही. शेजारच्या पलंगावर मीही कलंडलो. काही वेळ बोलत राहिलो. झोपण्याचा खूप प्रयत्न केला. पण रात्रभर डासांनी झोपू दिलं नाही. पाऊस कमी झाला होता. कवींचा आवाज येईनासा झाला म्हणून मी पाहिलं. तर तक्रारीचा सूर न लावता विंदा शांतपणे झोपी गेले होते. त्यांच्यातला 'मोठा माणूस' पहिल्यांदा भेटला तो असा. दिवसभर त्यांच्यासोबत भटकताना दिसलेला तो 'माणूस' आत्ताही तसाच होता. कसलीही झूल त्यानं

पांघरलेली नव्हती. स्वच्छ नितळ मनाचा माणूस.

त्यापूर्वी ते मला कवितेतून भेटले होते. अनेकदा. अगदी शाळेपासून. त्यांच्या बालकवितांनी तर कधीकाळी वेड लावलेलं. 'एटू लोकांचा देश' मला फार आवडलेला. पुढे विंदा संपूर्ण समजले ते विजया राजाध्यक्षांनी घेतलेल्या त्यांच्या मुलाखतीमधून. 'संवाद' नावाच्या पुस्तकातली त्यांची ती मुलाखत जवळपास शंभर पानांची. 'चुकली दिशा तरीही हुकले न श्रेय सारे' असं म्हणणारा हा कवी. मराठीला तिसरं ज्ञानपीठ मिळवून देणारा. कोल्हापूर, कागल, तासगाव अशा ठिकाणी शिक्षक म्हणून त्यांनी काम केलेलं. त्यांचं शिक्षणही कोल्हापुरातच झालेलं. पण ते होते इंग्रजीचे प्राध्यापक. मराठीत काव्यवाचनाला प्रतिष्ठा मिळवून दिली ती त्यांनीच. सोबतीला होते मंगेश पाडगावकर आणि वसंत बापट. गझल लिहिल्या, तसं 'अमृतानुभव'ही दिलं त्यांनी आपल्याला. लहान लेकरांना पिशी मावशी दाखवली, तसाच एटू लोकांचा देशही. 'लिहिती बटा भालावरी, उर्दू लिपीतील अक्षरे... हा जन्म माझा संपला, ती वाचतांना शायरी' म्हणत तरुणाईला जवळ केलं आणि 'सब घोडे बारा टक्के' म्हणत मुर्दाड सत्ताधाऱ्यांवर आसूडही ओढले. स्त्रियांच्या दुःखाला वाचा फोडली. 'सर्वस्व तुजला वाहुनी माझ्या घरी मी पाहुणी' ही पद्मश्री पद्मजा फेणाणी यांनी म्हटलेली गझल त्याची साक्ष. आयुष्यभर तत्त्वाशी बांधिलकी जपली. विचारांशी प्रतारणा केली नाही की टिकलीएवढ्या पुरस्कारांसाठी राज्यकर्त्यांची भाटगिरी करत कळपात सामील झाले नाहीत. उलट जन्मभर मिळालेल्या सगळ्या पुरस्कारांची रक्कम सेवाभावी संस्थाना वाटून टाकली, त्याच कार्यक्रमात. सर्वांसमक्ष. 'देणाऱ्याने देत जावे' ही आपलीच ओळ सार्थ करत. फक्त समारंभात घोषणा करणारे नव्हते ते. हे त्यांच्यातल्या 'माणसा'चं दुसरं दर्शन. निःसंग माणूसपण. निर्मोही.

विंदांना 'साहित्य अकादमी' मिळालं तेव्हा अकादमीनं त्यांच्यावर माहितीपट काढला होता म्हणे. निवेदन किरण चित्रेंचं. त्यांनीच मला हे सांगितलेलं. मग मी तो माहितीपट मिळवण्याच्या खटपटीत. अखेर तो मी मिळवलाच. त्या माहितीपटात विंदांच्या 'माणूस'पणाचं आगळंच दर्शन. घरातली सगळी कामं करत असलेले विंदा दिसले मला त्यात. सगळी म्हणजे विजेची उपकरणं दुरुस्त करण्यापासून ते टेबल, खुर्ची दुरुस्त करण्यापर्यंत सगळी. 'अमृतानुभवा'वर भाष्य लिहिणाऱ्या विंदांच्या हातात करवत, रंधा पाहताना गंमत वाटत होती. तितकाच त्यांच्यातला 'माणूस' आत कुठंतरी भिडत चालला होता मला. तो माहितीपट पाहिला आणि सरळ त्यांना पत्रच लिहिलं. त्यात त्यांच्या बरोबरीनं काही मान्यवर लेखकांचा उल्लेख आणि वाढदिवसाचं निमित्त साधून शुभेच्छा. ७८व्या वर्षात पदार्पण केल्याबद्दल. ३० ऑगस्ट, १९९६ ला त्यांचं पोस्टकार्ड. पहिल्याच ओळीत त्यांनी माझी चूक दुरुस्त केलेली. आपण ७८व्या नसून ७९व्या वर्षात पदार्पण करत असल्याचं सांगत त्यांनी

लिहिलं होतं, 'तुम्ही ज्यांचा उल्लेख केलात, त्यांच्या जवळपासही माझी साहित्यनिष्ठा पोचू शकत नाही. त्यांनी त्यासाठी जी किंमत मोजली तशी किंमत मी मोजलेली नाही किंवा त्यांची तडफ व धडाडीही माझ्याजवळ नाही. मी फक्त एक शक्य तितका प्रामाणिक असा संसारी साहित्यिक आहे. मला त्या थोर लोकांच्या पंगतीला नेऊन बसवू नका'. हे त्यांच्यातल्या 'माणसा'चं तिसरं दर्शन. स्वत:च पैसे देऊन, त्यातलीच रक्कम स्वीकारत 'पुरस्कार मिळाला' अशी बतावणी करत गावभर फिरणाऱ्या भणंगांच्या मुखातून असे शब्द बाहेर पडतील? आयुष्यात एकदा तरी? त्यांना हा कवी कधी समजेल? विंदा मला असे समजत गेले. त्यांच्या कवितेतून आणि जगण्यामधूनही.

मग मी विंदांना पुन्हापुन्हा समजून घेत राहिलो. 'संवाद' होतंच, त्याच्या जोडीला मंगेश पाडगावकरांचं 'संहिता' आलं, तसे विंदा आत आत उतरत गेले. पद्मजा फेणाणींनी म्हटलेल्या विंदांच्या अनेक गझला सतत कानावर पडत होत्याच. त्यातलीच एक गझल माझी अत्यंत आवडती. 'सर्वस्व तुजला वाहुनी, माझ्या घरी मी पाहुणी'. आजवर कितीदा तरी ती ऐकलेली. 'तुमच्या हस्ताक्षरात ती हवी' असा हट्ट धरणारं पत्र मी विंदांना पाठवलं. आठ दिवसात त्यांनी ती पाठवलीसुद्धा. ज्ञानपीठ, कबीर, कोणार्क, जनस्थान यासारखे मानाचे अनेक पुरस्कार लाभलेला हा कवी. तरीही सामान्य वाचकाची इतक्या तत्परतेनं दखल घेणारा? इतक्या सहजपणे हट्ट पुरवून वर खुशाली विचारणारा? सगळंच कसं मुलखावेगळं. हे त्यांच्यातल्या 'माणसा'चं चौथं दर्शन. त्यांच्या 'अष्टदर्शना'नं मनात घर केलं होतंच. आता विंदाही त्या घरात आले. कायमचे. ती गझल पद्मजा फेणाणी यांचीही खूप आवडती. त्या तर माझ्या दीदीच. मग मी त्याची प्रत त्यांना पाठवली. त्याही जाम खूश. लगेच त्यांचंही पत्र.

विंदा मग असे सारखे दिसत राहिले. कवितांच्या पुस्तकांमधून. पद्मजादीदीच्या स्वरांमधून. 'नक्षत्रांचे देणे'मधलं त्यांचं निवेदन, कवितावाचन आणि त्यांच्यावरचं लेखन यातून ते उलगडत गेले. विशिष्ट विचारांशी असलेली त्यांची बांधिलकी आणि ते विचार कटाक्षानं आचरणात आणण्याचा त्यांचा आग्रह सतत काही ना काही शिकवत राहिला मला. फुटकळ प्रसिद्धीनं गगनावरी चढू पाहणारे आणि ते यांच्यामधला फरक दिसू लागला तसं मला आचार्य अत्रे आठवले. ते एकदा म्हणाले होते, 'खरे कवी आणि कथित कवी यांच्यात दोन बोटांचं अंतर असतं. खरे कवी स्वर्गात वावरत असतात तर नवकवींना स्वर्ग दोन बोटं उरलेला असतो'. विंदा वेगळे होतेच पण ते इतरांनाही आपल्या आचरणातून नवा आदर्श घालून देत होते. आपल्या मागून नेत होते. सांगत होते, 'तो चंद्र छाटो काहिही अन सूर्य काहिही भको, मातीच पायाखालती, नाते तिचे विसरू नको'. पायाखालच्या मातीची किंमत

सांगणारे विंदा स्वत:चीही किंमत ओळखण्यास सांगत होते. म्हणत होते, 'मोठ्यास मोठा मान तू, त्याहुन मोठे चिंतता, पण आपणाही फार छोटे, तू उगा मानू नको'. पायाखालच्या मातीशी इमान राखून राहण्याची शिकवण देणारा हा कवी. लौकिकाच्या शिखरावर असतानाही स्वत:मधलं माणूसपण जपलं होतं त्यांनी. आपल्यातला साधेपणा आजन्म जपणाऱ्या विंदांची कविता समोर आली की हे सगळंसगळं आठवत राहतं. त्यांच्यासोबत घालवलेल्या क्षणांची मग मी पुन्हापुन्हा अनुभूती घेतो. त्यांच्यामधलं कणभर तरी माझ्यात उतरावं म्हणून धडपडत राहतो. कधी जमतं तर कधी रिकाम्या हाताकडे नजर जाते. अजून खूप बाकी असल्याची जाणीव करून देत राहतात ते आणि मी पुन्हा विंदांच्या कवितेकडे वळतो. आजही. त्यांचे हात घेण्यासाठी!

९२च्या त्या संमेलनानंतर मी विंदांना पुन्हा कधी भेटलो नाही. तशी गरजही पडली नाही. त्या एका दिवसात त्यांनी मला जे दिलं होतं, ते मला आयुष्यभर पुरेल इतकं होतं. त्यांच्या कविता तर आजही मला भरभरून देत असतात. नंतर मी त्यांना पत्रं पाठवत राहिलो. उत्तरंही येत गेली. सुमाताईंच्या 'रास'मधूनही त्यांचं दर्शन घडलं. पण मला भेटलेले विंदा या सर्वांहून निराळे होते. त्यांच्यामधल्या लख्ख माणूसपणाच्या दर्शनानं मी उजळून निघालो होतो. माझ्या जगण्याला एक दिशा मिळाली होती. योग्य वेळी, योग्य माणसाकडून. पुरस्कार आणि फुटकळ प्रसिद्धी यापेक्षाही मोलाचं काहीतरी असतं हे मला दाखवून गेलेला हा माणूस. आता वाटचाल करताना सोबत असतात ते हे विंदा. क्वचितच पडणाऱ्या मोहातून मला सावरणारे. पायाखालच्या मातीची सतत आठवण देणारे.

तारीख १२ आणि १३ ऑगस्ट, १९८९. पहिली जागतिक मराठी परिषद संपन्न होणार होती. स्थळ होतं षण्मुखानंद सभागृह, मुंबई. काहीही करून मला त्या परिषदेला जायचं होतं. 'मीही तुमच्या सोबत येणार' असं मी जीवनराव किर्लोस्कर यांना कळवलेलं होतं. त्यांचं ठरलं आणि मी पुण्यातल्या त्यांच्या रास्ता पेठेतल्या कार्यालयात दाखल झालो. ते 'रुद्रवाणी'चे संपादक. त्यांना त्या परिषदेचं आमंत्रण आलेलं. किर्लोस्करांचं बोट धरून मी त्या मायानगरीत पाऊल ठेवलं. त्यापूर्वी त्या महानगरीला माझे पाय लागले नव्हते. ती पहिलीच वेळ. त्यामुळं जत्रेत हरवलेलं पोरगं जसं भिरभिरत्या नजरेनं सगळीकडे बघत असतं, तशी अवस्था झालेली. आयुष्यभर गावाबाहेरचा ओढाच पाहिलेल्या मुलाला समुद्राच्या किनाऱ्यावर नेऊन

लामणदिवा

उभं केल्यावर त्याला जसं वाटंल तसं मला झालेलं. डोळ्यांच्या बाहुल्या दिवसभर विस्फारलेल्याच. त्यांना काहीबाही दिसत होतं. नजर गुंतवून ठेवणारं, बघतच राहावं असं वाटणारं. सगळं रंगीबेरंगी. भिरभिरत्या नजरेनंच मी त्या सभागृहात पाय ठेवला. तुडुंब भरलेलं सभागृह. सगळीकडे दिव्यांचा लखलखाट. दिवसा असा लखलखाट बघायची सवय नव्हती तेव्हा. उदंड उत्साहात लगबगीनं वावरणारी माणसं. बघतच राहावीत अशी. नजर खिळवून ठेवणारी. छोट्या पडद्यावर अधूनमधून दिसणारी. आत्ताही डोळ्यांच्या बाहुल्यात जाऊन बसणारी. ही सगळी जमली होती पहिल्या जागतिक मराठी परिषदेसाठी. सगळ्यांच्याच नजरेत उत्सुकता. सहज जाणवणारी.

पहिली जागतिक मराठी परिषद. त्या सभागृहाच्या दारात स्वागताला उभी होती शिल्पकार गणपतराव म्हात्रे यांची 'सुभग सुंदरी.' तिला टाळून आत जाणं शक्यच नव्हतं. नजर खेचूनच घेत होती ती बाला. जागेवर जाऊन बसतो न बसतो तोच कानावर पडू लागलं 'महाराष्ट्र गीत'. बहुधा कार्यक्रम सुरू झाला असावा. मंगेशकर भावंडं गात होती 'महाराष्ट्र गीत, त्या सुरेल स्वरांनी भारलेल्या त्या वातावरणात एक वेगळीच नजाकत आणलेली. सगळं लक्ष आपल्याकडे खेचून घेतलेलं. नाहीतरी लतादीदी, कुसुमाग्रज आणि पुलं समोर दिसत असताना बाकी हलत्या सौंदर्य स्थळांकडे लक्ष जाणं शक्यच नव्हतं. त्या समारंभात कविराज पहिल्यांदाच नजरेला पडत होते. तसे ते लहानपणापासूनच आयुष्यात आलेले. त्यांच्या कित्येक कविता मला तोंडपाठ होत्या. 'विशाखा'नं कधीकाळी वेडच लावलेलं माझ्यासारख्या अनेकांना. वैजनाथ महाजनसर सतत म्हणायचे, 'सदा, लेका आमचा जन्मच 'विशाखा' नक्षत्रावर झालाय. आम्ही खूप भाग्यवान. तुमच्या नशिबी असं भाग्य नाही'. त्यांचं ते वाक्य कानावर पडलं की सात्त्विक हेवाच वाटायचा मला त्यांचा. त्यांचं म्हणणं खरंही होतं. विशाखाचं गारुड सगळ्या मराठी जगतावर होतं तेव्हा. आता ती 'विशाखा' ज्या हातातून कागदावर उतरली होती ते हात माझ्यासमोर होते. मला त्यांना स्पर्श करायचा होता. काहीही करून. मी जीवनरावांच्या मागं टुमणं लावलेलं. त्या गर्दीत तेच मला त्यांच्याजवळ घेऊन जाऊ शकत होते. त्या दोघांची चांगली ओळखही होती. त्यांनीही माझा हट्ट पुरवायचा ठरवलेलं, पण अक्षरनिष्ठांच्या त्या मांदियाळीत ते जमेल असं वाटत नव्हतं मला. पण अखेर ते 'किर्लोस्कर' होते. त्यांनी ते जमवलंच. त्याच्यासह मी कविराजांच्या समोर गेलो, तसं डोकं थेट पायावरच. खांद्याला स्पर्श करत त्यांनी मला उठवलं. कानावर शब्द पडले, 'श्रीराम'. ती संधी साधत मी त्या लिहित्या हातांना स्पर्श केला. अवघ्या देहातून एक सळसळती लहर. लख्खकन् चमकून गेलेली सळसळती वीज.

'गर्जा जयजयकार' अनेकदा ऐकली, तरी निनादरावांच्या आवेशपूर्ण आवाजात ऐकलेली 'निर्धार' मनात कायमचं घर करून राहिलेली. जोगीण, याचक, अखेर

कमाई... त्यांच्या कितीतरी कविता त्या क्षणी आठवत होत्या. 'प्रवासी पक्षी' मला संपूर्ण तोंडपाठ होतं तेव्हा. त्यांच्या कवितांचा हसरा नाचरा श्रावणच माझ्या तनामनावर बरसत होता. अवघ्या तीनचार मिनिटांची ती भेट, पण अशा अनेक आठवणी जाग्या करणारी. माझा आवडता कवी मला भेटला होता, दिसला होता. त्याच्या त्या हातांनी फुलवलेली अक्षरबाग मला कुठूनकुठून फिरवून आणत होती त्या क्षणी. त्या दिवशीच्या त्यांच्या भाषणानं मराठीची अवस्था नेमकी अधोरेखित झालेली. 'राजाभाषेची वस्त्रं ल्यालेली मराठी मंत्रालयाच्या दारात कशी फाटक्या जीर्ण कपड्यांत उभी आहे' हे किती स्पष्टपणे सांगितलं होतं त्यांनी आपल्या भाषणात. आता त्या वेळची एवढीच आठवण. कविराजांचा स्पर्श आणि ते मराठी जनांच्या डोळ्यांत अंजन घालणारं त्यांचं भाषण. पुण्याला परतताना याच दोन गोष्टी माझ्यासोबत होत्या. अखेरपर्यंत राहणाऱ्या. आणि कवीराजांचं हस्ताक्षर घेता आलं नाही ही चुटपूटही. रास्ता पेठेत येईपर्यंत मी आणि जीवनराव कुसुमाग्रजांच्या त्याच भाषणाची आवर्तनं करत होतो.

कुसुमाग्रजांना भेटायलाच हवं होतं. पण ते राहत होते नाशिकला. जायचा विचार सुरू होता. तेवढ्यात तेच मिरजेत येणार असल्याचं समजलं. मिरजेतल्या खरे वाचन मंदिरातील कार्यक्रमासाठी ते येणार होते म्हणे. पु.ल. देशपांडे यांनी दिलेल्या देणगीतून तिथं एक सभागृह बांधलं होतं. त्याच्या उद्घाटनासाठी. तिथं त्यांना गाठायचंच हे मी मनाशी पक्कं केलेलं. त्या दिवशी ते आलेही. त्यांच्यासोबत होते पुरुषोत्तम लक्ष्मण देशपांडे आणि तर्कतीर्थ लक्ष्मणशास्त्री जोशी. खरे वाचन मंदिरात वसंत व्याख्यानमाला चालायची. आजही चालते. ती ऐकायला जाण्याचं वेड. अनेक शिखरं जवळून पाहिली तिथं. अफाट ऐकलंही. त्यातली अनेक भाषणं काशीकर मंगल कार्यालयासमोरच्या अशोक तुळपुलेंकडून उतरवून आणली. आजही ती संग्रहात. आता ज्यांची व्याख्यानं संग्रही ठेवावीत असे वक्तेच मिळत नाहीत, यात संयोजकांची काय चूक? आज जिथं ही व्याख्यानं होतात, त्याच सभागृहात कुसुमाग्रज दुसऱ्यांदा दिसले मला. इथंही त्यांना काळजात साठवून घेतलं पण त्यांच्या हस्ताक्षरातली कविता घेता आली नाही ही चुटपूट लागून राहिलीच. मागच्या सारखीच. त्या दिवशीचं त्यांचं भाषण मात्र आजही ऐकतो मी.

मग मी नवा मार्ग शोधला. १९९१ मध्ये माझी बदली झाली आणि मी अंकलीच्या शाळेत आलो. पाचवी ते सातवीच्या वर्गाला. मुलंही जाणती. समज असलेली. पण सर्वसामान्य घरातली. मग एक नवा प्रयोग. पाठ्यपुस्तकांतील लेखक-कवींचे वाढदिवस साजरे करण्याचा. मी दर महिन्याला शंभरभर पोस्टकार्ड घेऊ लागलो. मुलांकडून लेखक-कवींना शुभेच्छापत्रं जाऊ लागली. मजकूर अर्थात माझाच असायचा, पण प्रत्येक कार्डावर निराळा. शिक्षक म्हणून माझंही स्वतंत्र पत्र.

पहिला मान अर्थातच कुसुमाग्रजांचा. चाळीस पत्रं गेली. माझ्या पत्रात मी लिहिलं, "तात्या, मी एक नवा प्रयोग करतोय. माझ्या वर्गातील मुलांची तुम्हाला पत्रं येतील आता. ही सगळी शेतकरी कुटुंबातील मुलं आहेत. साहित्याचा त्यांच्याशी कसलाच संबंध नाही. पण या निमित्तानं त्यांना साहित्याची ओढ लागेल. दोन ओळींचं असू दे, पण प्रत्येक मुलाला आपलं स्वतंत्र पत्र यावं. आपल्या सवडीनं." त्यानंतर पंधरा दिवस गेले. पुढचा संपूर्ण महिना तिथला पोस्टमन रोज एका मुलाच्या दारात जात होता. माझ्या त्या प्रयोगाला यश आलं होतं. त्या कविश्रेष्ठाची पत्रं त्या छोट्या गावात आली होती. इतिहासात पहिल्यांदाच. त्यापैकी काही मुलं-मुली आजही भेटतात मला. आता त्यांचा हात धरून त्यांची मुलंही असतात त्यांच्यासोबत. ती सांगत असतात, "सर, ते कार्ड आजही जपून ठेवलंय आम्ही. आयुष्यात मला आलेलं ते पहिलं पत्र तर होतंच. शिवाय कवी-लेखकाचंही पहिलंच पत्र. आता आम्हाला कुणाची पत्रंच येत नाहीत." कदाचित त्यामुळंच त्यांच्या नावानं आलेलं ते पाहिलं पत्र त्या मुलांनी जपून ठेवलं असावं. शिवाय ते होतं 'वि. वा. शिरवाडकर' अशी सही असलेलं.

मग तो दिवस उगवलाच. तारीख होती १७ फेब्रुवारी, १९९५. तीस वर्षांपूर्वी विश्वाच्या या पसाऱ्यात माझं पहिलं पाऊल पडलेलं. ठरवलं हा दिवस नाशिकलाच घालवायचा. त्या कविराजांच्या सहवासात. मग पत्र पाठवलं आणि उत्तराची वाटही न बघता सरळ गाडीत. कविराजांचा दिवस खूप उशिरा सुरू होतो, हे ऐकून माहीत असल्यानं मी 'शिवाई', शरणपूर रस्ता, नाशिक या पत्त्यावर. नाटककार वसंत कानेटकरसरांना भेटून मग दुपारनंतर कुसुमाग्रजांच्या दारात उभा राहायचं मनाशी पक्कं केलेलं. त्याप्रमाणं अगोदर 'नाट्यवसंताचं' दर्शन. त्यांच्याशी बोलताना मी का आलोय ते सांगितलं त्यांना. तर ते म्हणाले, "काही उपयोग होणार नाही. तुमची खेप वाया जाणार. तात्यांकडून हस्ताक्षरातील कविता मिळणं कठीण. तरीही तुमच्या प्रयत्नांना शुभेच्छा." काहीसा नाराज होतच दुपारी मी त्या घरातून बाहेर पडलो. आता पुढचं घर कविराजांचं. तिथं गेलो तर आधी झाली ती वसंत पाटील नावाच्या गृहस्थांची भेट, नंतर मी कविराजांच्या पुढ्यात. पुन्हा मागच्या वेळची आठवण. खांद्याला स्पर्श करत त्यांनी मला उठवलं. कानावर शब्द पडले, 'श्रीराम'. सात वाजलेले. तासभर मिळेल ही माझी अपेक्षा. बोलायचं तर होतंच, पण स्वाक्षरीसह कविता हवी होती त्यांची मला. त्यांनी माझी नीट चौकशी केली. काय करतो, इतर उद्योग? याची. जीवनरावांसोबत राहून पोटात कसं शिरायचं याचे धडे मी घेतलेलेच. मग ग्रंथसंग्रहापासून हस्ताक्षरसंग्रहापर्यंत आणि गडभ्रमंतीपासून आवाज गोळा करण्यापर्यंत सगळं सगळं बडबडत गेलो. न थांबता, न थकता. संधी सोडायची नव्हती. माझ्या शाळेतल्या मुलांना त्यांनी पाठवलेल्या पत्रांचीही आठवण करून दिली.

'तात्यांकडून हस्ताक्षरातील कविता मिळणं कठीण'. वसंत कानेटकरसरांचं वाक्य होतं हे. त्यामुळं आवाजाचा विषय न काढता मी कवितेचा हट्ट धरलेला. आठ वाजून गेलेले. मी म्हणालो, ''मला कविता दिलीत तर बरं होईल. रात्रीच्या गाडीनं मला परत जाता येईल. तेवढ्यासाठी मी सांगलीहून आलोय.'' तर ते म्हणाले, ''आता रात्री कुठं परत जाता? आजच्या दिवस थांबा. सकाळी उठून जा. जेवण झाल्यावर मग बघू कवितेचं'' ते शब्द कानावर पडले आणि मला नाचायचीच इच्छा झाली. ते त्या घरातलं माझं पहिलं आणि अखेरचंच जेवण. पहिल्याच भेटीतलं. कुठल्या जन्माची ही पुण्याई? जेवणानंतर मग पुन्हा गप्पा. अगदी मोकळेपणानं ते बोलत होते. मी हळूहळू मोकळा होत गेलो. बोलत असतानाच मला त्यांच्या हस्ताक्षरातली कविता मिळाली. ती देतानाही त्यांची चौकशी सुरूच होती. मी गडभ्रमंतीतले अनुभव, त्या भागातले मी पाहिलेले गडकोट असं काहीबाही सांगत होतो. जीवनरावांनी काढलेले आणि माझ्याकडे असलेले त्यांच्यावरचे विशेषांक... त्यातला एक अंक मी सोबत घेतलेला. त्याच्या मागच्या कव्हरवर त्यांचा एक फोटो होता. त्यांच्या एका बाजूला होते प्राचार्य शिवाजीराव भोसले आणि दुसऱ्या बाजूला जीवनराव किर्लोस्कर. त्या दोघांची सही मी अगोदरच घेतली होती. आता त्यांची वेळ. सही करताना ते कितीतरी वेळ त्या फोटोकडे पाहत होते. माझी बडबड सुरू होती. तो अंक, शिवाजीराव भोसले आणि जीवनरावांसोबत असलेली मैत्री... कुठून कुठंही जात होतो मी. भांबावल्यासारखी अवस्था. अचानक कानावर प्रश्न. ''इतके आवाज जमवलेत, माझ्या आवाजातलं काही मागितलं नाहीत?'' मी म्हणालो, ''मिरजेतलं खरे वाचन मंदिरातलं आपलं भाषण आहे संग्रही. एखादी कविता हवी होती, तुमच्या आवाजात, पण मागायचं धाडस होत नव्हतं.'' पुढचा प्रश्न. ''का?'' मग मी त्यांना कानेटकरसरांचं वाक्य सांगितलं. चाचरतच.

ते हसले. म्हणाले, ''एकदोन कविता म्हणतो. कुठल्या म्हणू ते सांगा तुम्ही.'' मी दोन कविता सांगितल्या आणि म्हणालो, ''कवितेविषयीही थोडं बोललात आधी तर बरं होईल.'' मी छोटा रेकॉर्डर आणि टीडीकेच्या कोऱ्या कॅसेट काढल्या. त्या दिवशी आकाशगंगेतले बहुतेक सारे ग्रह माझ्यावर प्रसन्न असावेत. माझ्या बाजूनं असावेत. त्यांनी कविता वाचायला सुरुवात केली. नशीब जोरावर असावं माझं. जवळपास पंचवीस-तीस कविता वाचूनच ते थांबले. अधूनमधून 'श्रीराम'. माझ्यासह आणखी दोन श्रोते. रात्रीचे दोन वाजून गेलेले. ती रात्रच मंतरलेली होती. माझ्या हाती घबाड लागलं होतं. झोपायला जाताना ते म्हणाले, ''सकाळी जाताना मला उठवू नका. तुमचं आवरलं की जा तुम्ही.'' मी पायावर डोकं ठेवलं. पुढचे सगळे तास मी चक्क उघड्या डोळ्यांनी झोपलो होतो. जे ऐकलं होतं त्याची रात्रभर उजळणी. सकाळी निघताना मी 'शिवाई'वर फोन केला. 'तुला कविता मिळणं कठीण'

म्हणणाऱ्या कानेटकरसरांना मला मिळालेल्या खजिन्याविषयी सांगितलं. ते अवाक झालेले. पुण्यात उतरून हे सगळं जीवनरावांच्या कानावर घातलं, तर त्याला दुसरा 'जीवन' घडत असल्याचा आनंद. हे सारं मग रवींद्र पिंगेंच्याही कानी घातलं. त्यांनी कुठंतरी त्याची नोंदही घेतली. जवळपास महिनाभर जो भेटेल त्याला मी त्या रात्रीबद्दल सांगत होतो. त्या रात्रीची धुंदी काही औरच होती.

पुढे कधीतरी कळलं की जब्बार पटेलांनी त्यांच्यावर एक माहितीपट काढलाय. तो यशवंतराव चव्हाण प्रतिष्ठानमध्ये मिळेल अशीही माहिती मिळालेली. स्वत:च्या खजिन्यातील त्या माहितीपटाची कमतरता मला छळत होती. मग तो आपल्याकडे हवाच म्हणून धडपड. अनेकांना गाठलं. अनेकांकडे विचारणा केली. सगळीकडे नन्नाचा पाढा. विद्यार्थी असलेल्या अभिजित बापटच्या मुंबई फेऱ्या सुरू असायच्या तेव्हा. तो नगरपालिका मुख्याधिकारी. त्याच्यावर हे काम सोपवलं. मग त्यानं गुरुजींसाठी त्याची खटपट सुरू केली. पठ्ठ्यानं आपल्या गुरुजींसाठी तो माहितीपट पैदा केलाच. त्याचं नाव 'प्रवासी पक्षी'. त्या माहितीपटातून उलगडत जातो कवी कुसुमाग्रजांचा समग्र जीवनपट. दोन भागांतला. गजानन रंगनाथ शिरवाडकर ते विष्णू वामन शिरवाडकर आणि विष्णू वामन ते कवी कुसुमाग्रज असा सगळा पट आपल्या डोळ्यांसमोर उभा राहतो. गजानन रंगनाथ हे त्यांचं मूळ नाव. दत्तक गेल्यानं ते झाले विष्णू वामन. यात नाटककार शिरवाडकर तर भेटतातच पण आदिवासी भागात त्यांनी उभं केलेलं कामही आपल्याला नव्यानं माहीत होतं. ते आदिवासी आणि कुसुमाग्रज यांच्यातील जिव्हाळपण जाणवत राहतं. कवीच्या काळजातला माणुसकीचा खळाळता झरा अनुभवायला मिळतो. अंत:करण भिजवत राहतो.

सामाजिक अन्याय आणि विषमतेवर घाव घालणारे कुसुमाग्रज कधीकाळी पत्रकार होते. दुसरं महायुद्ध सुरू झालं आणि 'पृथ्वी रक्तस्नानास निघाली' असा लेख लिहून ते त्या जगातून बाहेर पडले. कायमचे. पुढची सगळी वाटचाल जाणत्यांच्या समोरचीच. या कवीला एकदा तरी भेटायचं हे माझं स्वप्न होतं. ते सत्यात उतरलं तेव्हा माझ्यासमोर होता एक ऋषितुल्य माणूस. आमच्या पिढीसमोरचा, बहुतेक शेवटचाच. आताही अनेक कवी पण कुसुमाग्रज एकच. एकटेच. ज्यांच्या नावाचा तारा या नभांगणी आहे असा हा एकमेव कवी. या लखलखत्या ताऱ्याला मला स्पर्श करता आला, त्याच्याशी संवाद साधता आला हे केवढं संचित! 'कुसुमाग्रज' नावाचा हा लामणदिवा आता माझ्या मनात सतत तेवत असतो. माझी वाट उजळवून टाकतो. मनावर मळभ दाटून आलं की रस्ता दाखवत राहतो. साधेपणाची. सच्चेपणाची.

२१ डिसेंबर, १९९१. पुण्यातलं उद्यान प्रसाद कार्यालय. इथं मी वर्षांतून एकदा तरी यायचोच. जीवनराव किर्लोस्कर यांच्या 'रुद्रवाणी'चे अनेक कार्यक्रम तिथंच व्हायचे. बहुतेक वेळा त्या मासिकाचा वर्धापन दिनही तिथंच व्हायचा. तिथं नसला तर मग रास्ते वाड्यामधल्या राम मंदिराच्या मंदिरातल्या मोकळ्या जागेत. त्या काळात जीवनराव किर्लोस्करांनी एक राजकीय पक्ष काढलेला. त्याचं नाव 'हिंदू'. तो त्यांच्याशिवाय आणि त्यांना ओळखणाऱ्या काही लोकांशिवाय कुणालाच माहीत नव्हता. कधी माहीत होणारही नव्हता. कारण तो काही निवडणुका लढवणारा पक्ष नव्हताच. त्या पक्षात अध्यक्ष, सचिव आणखी काही पदं असतील तर त्या पदावर एकच माणूस होता. खुद्द जीवनराव किर्लोस्कर. या पक्षाची अधिवेशनंही व्हायची. शंभरभर लोक जमायचे. त्यात मीही एक. आताही तेच होतं. 'हिंदू' या राजकीय

पक्षाचं पाचवं अधिवेशन. तेही चक्क तीन दिवसांचं. ज्येष्ठ गायिका ज्योत्स्ना भोळे अध्यक्ष तर 'स्वरभास्कर' पंडित भीमसेन जोशी, गायक आणि संगीतकार सुधीर फडके, 'संगीत अलंकार' जयमाला शिलेदार, प्राचार्य शिवाजीराव भोसले, 'इतिहास भूषण' निनादराव बेडेकर, त्या वेळचे जहाल हिंदुत्ववादी मोहनदादा गोखले, 'किर्लोस्कर'चे प्रख्यात चित्रकार ग. ना. जाधव अशांची उपस्थिती. जीवनरावांचा मित्र म्हणून पुलंच्या 'नारायणा'ची भूमिका वठवायला गेलेला मी आणि अशोक चौगुले. गळ्यात कॅमेरा. या सगळ्या लोकांच्या प्रतिमा टिपणं आणि त्यांना कानात साठवणं हे माझं काम. आवडीचं. तिथंच मी त्यांना पहिल्यांदा पाहिलं. नाव गाव माहिती असायचं काही कारणच नव्हतं. मी त्यांना पहिल्यांदाच बघत होतो. माझी त्यांची ती पहिलीच भेट. कायमची लक्षात राहिलेली.

रास्ता पेठेतल्या रास्ते राम मंदिराच्या दारात मी उभा होतो. कुणाची तरी वाट पाहत. एवढ्यात एक रिक्षा दारात येऊन थांबली. त्यातून एक आजोबा उतरले. काठी टेकत. साधारण ऐंशी पार केलेला तो देह. पण चालण्यात ताठपणा जाणवत असलेला. काठीच्या आधारानं सावकाश आत जाऊ लागला. आतला कार्यक्रम कुठल्याही क्षणी सुरू होणार होता. लोक जमलेले होते. या आजोबांना मी हात दिला आणि त्यांना आत नेऊ लागलो. लांब हाताचा पांढरा शर्ट, त्यावर कोट आणि धोतर. त्यांचं वय आणि थरथरत चालणं जाणवलं मला. त्यांनी ताठपणाचा कितीही आव आणला असला तरी. माझा हात आपल्या हाती घट्ट धरत आजोबा व्यासपीठावर चढले. मी त्यांना आसनस्थ केलं खरं, पण ते कोण हे मात्र मला समजल नव्हतं. ते खुर्चीत बसले तसा कार्यक्रम सुरू झाला. म्हणजे जीवनराव बहुधा यांचीच वाट पाहत असावेत इतका वेळ. समारंभ सुरू झाला तो स्वागतगीतानं. कीर्ती आणि लता शिलेदारांनी स्वागतगीत म्हटलं. कीर्तीताई स्वत: हार्मोनियमवर. ते संपलं तसं जीवनराव किर्लोस्करांनी पाहुण्यांचं स्वागत सुरू केलं. तेव्हा कळलं की ते आजोबा म्हणजे गोपाळ नरहर नातू. अर्थात 'लोककवी' मनमोहन. ते नाव कानावर पडलं आणि मी शहारलो. त्यांनी धरलेला माझा हात पुन:पुन्हा पाहत राहिलो. जीवनरावांचं बोलणं आणि पुढची सारी भाषणं फक्त कानावरून जात राहिली. तिकडे माझं जराही लक्ष नव्हतं. लागणारही नव्हतं आता ते. माझ्या हाताला जणू पंख फुटले होते! देहाचं फुलपाखरू झालं होतं!

ते होते लोककवी मनमोहन. मीनाक्षी दादरकर हेही त्यांचंच एक टोपण नाव. मनमोहन या नावासारखंच. या कलंदर माणसाच्या अनेक कथा आजवर वाचलेल्या. जीवनरावांकडून ऐकलेल्या. पाच हजारावर मंगलाष्टकं आणि असंख्य कविता लिहिणारा हा माणूस होताच तसा. त्याच्या विक्षिप्तपणाचे किस्से वाऱ्यासोबत पसरत होते त्याच्या तरुणपणात. त्याच्या अनेक कविता रसिकांना लुभावत होत्या. त्याची

अनेक गीतं आकाशवाणीच्या सर्व केंद्रांवरून धुमाकूळ घालत होती तेव्हा. मीही त्यांची एक कविता अशीच आकाशवाणीवर ऐकलेली. गांधी पुण्यतिथीदिवशी. ज्येष्ठ भावगीत गायक गजाननराव वाटवे यांनी शिखरावर नेलेली त्यांची 'बापूजींची प्राणज्योती' त्या क्षणी माझ्या कानात रुंजी घालू लागलेली. शाळेत असताना ती कविता कवी असलेल्या अ. जि. हुपरे नावाच्या शिक्षकांनी आम्हाला समजावून दिलेली. अजूनही कानात असलेली. 'ती पाहा, ती पाहा, बापूजींची प्राणज्योती... तारकांच्या सुमनमाला देव त्यांना वाहती'. त्या काळात शाळेतल्या सगळ्यांनाच गांधीजी आवडायचे. त्यांच्या विषयीचा द्वेष अजून मनात पेरला गेला नव्हता कुणाच्याही. हे कर्तृत्व अलीकडच्या राज्यकर्त्यांचं. मग आम्ही हुपरे गुरुजींकडून त्यांच्या आणखी काही कविता ऐकल्या. 'वृंदावनातील तुळस जळाली' आठवतानाच त्या 'तुळशी'च्या मागे एकाकी जगत असलेला तो हळव्या मनाचा कवी त्या क्षणी साक्षात माझ्यासमोर बसला होता. त्याच एकटेपणात... अगदी एकाकी. त्या मांडवात इतकी गर्दी पण हा सगळ्यांत असूनही कुणातच नसलेला! जणू तो तिथं नव्हताच. सभोवतालच्या उत्सवी वातावरणात त्यांचं ते तसं बसणं चटका लावून जात होतं मला.

पुढचे तीन दिवस त्या कवीचा एकटेपणा दूर करण्यातच घालवले मी. सतत त्यांच्या आसपास घोटाळत राहिलो. त्यांना आधाराचा हात देत. त्यांना घरातून घेऊन येणं आणि सोडून येणं माझ्याकडेच घेतलं मी. आवडीचं काम, कवीचा सहवास. जाता-येता आणि दिवसभर अधूनमधून त्यांना काहीबाही ऐकवत राहिलो. त्यांचंच बरचसं ऐकत राहिलो. कळलं की 'लोककवी' ही पदवी त्यांनी स्वत:च स्वत:ला लावून घेतली होती. स्वत:च्या कवीपणाचा असा अभिमान बाळगणारा हा दुसरा कवी. पहिले अर्थातच 'पोएट बोरकर'. त्यांना मी कधीच पाहिलं नव्हतं. पण ते कुणाशीही बोलताना... अगदी फोनवरही म्हणायचे म्हणे, ''आय एम पोएट बोरकर स्पिकिंग.'' ऐकूनच किती भारी वाटायचं मला. हा दुसरा माणूस. स्वत: कवी असल्याचा अभिमान असा नसानसांत बाळगणारा. स्वातंत्र्यवीर विनायकराव सावरकर त्यांना म्हणे 'राष्ट्रभूषण' म्हणत होते. त्यांनीच सांगितलं मला ते. म्हणत असतीलही, कुणी सांगावं? त्या काळात साहित्यिक, कलावंत, विचारवंत यांच्या मताला किंमत देत असावेत लोक. सन्मानही देत असावेत. 'राजकवींना थोबाडाया, लोककवी मी पहिला झालो' हे त्यांचं स्वत:विषयीचं मत होतं! ती कविताही त्या दिवशी मला ऐकवली त्यांनी. मस्तीत आणि मिजाशीत जगणारा हा मनमोहन आपल्या लखलखीत प्रतिभेपुढे आणि अफाट कल्पनाशक्तीपुढे कुणाला मोजतच नव्हता. स्वत:च्या काव्यप्रतिभेचा त्याला जबर अभिमान होता. काहीसा गर्वही. त्याच्यासारखा तोच होता!

त्या दिवशीही त्यांच्या विक्षिप्तपणाचे अनेक किस्से ऐकले. अनेकांनी त्याची पारायणं केली. ज्योत्स्ना भोळे आणि सुधीरबाबूही त्यात मागे नव्हते. त्या दोघांनीही त्यांच्या अनेक गमती सांगितल्या. अनेक मोठ्या कवींच्या पंगतीला बसण्याची मनीषा बाळगणारा हा कवी अधेमधे चक्क उघड्या अंगानं पुण्यनगरीतल्या सदाशिवपेठी रस्त्यावर पतंग उडवीत उभा असायचा म्हणे! कधीकधी गणपतीची चित्रं रेखाटून ती विकण्याचाही उद्योग तो करायचा. (त्यांनी दिलेलं असलंच एक गणपतीचं रेखाटन आजही माझ्याकडे आहे) कवीपणाचा ताठा कायम असला, तरी परिस्थितीपुढे ते हतबल झाले असावेत. त्यांचं जगणं म्हणजे अवलियापणाचा मूर्तिमंत नमुनाच होता. सतत उत्सुकता वाढविणारा. कुतूहल जागविणारा. मस्तीत, मिजाशीत राहणारा हा प्रतिभावंत सगळ्याच प्रतिभावंतांसारखा सतत विवंचनेतच असायचा असंही कानावर आलं तेव्हा. म्हणजे तेव्हाही सरस्वती आणि लक्ष्मी स्वतंत्र उमेदवारांसारख्याच राहत होत्या तर! तशीच गत आजही. काळ उलटला तरीही. पण मनमोहन यांच्या चेहऱ्यावर यातलं काहीही जाणवत नव्हतं मला. तेव्हाही. आपल्या कविता ऐकवताना अजूनही ती मिजास मला दिसत होती.

'शव हे कवीचे जाळू नका हो, जन्मभरी तो जळतच होता, फुलेही त्यावर उधळू नका हो, जन्मभरी तो फुलतच होता' असं लिहिणाऱ्या मनमोहनांची ती भेट माझ्या आयुष्याला फुलवत गेली. मग मी त्यांना वाचून काढलं. गजाननराव वाटवे, बबनराव नावडीकर यांनी मला त्यांची गाणी ऐकवली. दरम्यान छत्रपती संभाजी महाराजांवरील त्यांची कादंबरीही वाचनात आली. 'संभवामि युगेयुगे'. इतरही कादंबऱ्या हाती लागल्या. तेव्हापासून ते माझ्याकडेच वसतीला आले. त्यांच्याशी माझा एकट्याचा संवाद सुरू झाला. आजही कधीकधी तो सुरू असतो. आम्ही दोघेच एकमेकांशी बोलत असतो. मी त्यांच्या कविता गुणगुणत असतो अधूनमधून आजही. बाहेर कुठं बोलावं तर पहिला प्रश्न कानावर येतो, 'हे मनमोहन कोण? त्यांना आणि कधी वेळ मिळाला कविता करायला? अर्थतज्ज्ञ असूनही कविता करतात का ते? नवलच!' महाविद्यालयातल्या मराठीच्या अध्यापकांकडून असं ऐकलं की माझा हात कपाळावर जातो. मी मौनात जातो. हल्ली बहुतेक वेळा असंच करावं लागतं. कारण भोवतालच्या गोतावळ्यात असे महानुभाव बहुसंख्य. अल्पसंख्याकांना मौनच सोयीचं. कुठल्याही काळात.

कोल्हापुरातल्या माणगावचा हा कवी तसा खूप मानी होता आणि बंडखोरही. परिस्थितीनं गांजला तरी ताठमानेनं जगला तो. कुणा भुरट्याची भाटगिरी केली नाही त्यांनी. त्याची हलाखीची परिस्थिती जाणून मदत करायला आलेल्या आणि साहित्याची जाण असलेल्या जाणत्या राजकारण्यानं पुढे केलेला हात दूर सारला त्यानं. हा जाणता राजकारणी त्याचा महाविद्यालयीन काळातला वर्गमित्र होता तरीही. त्याला

तो म्हणाला होता, 'राजकीय पुढाऱ्यांची कीर्ती, मुळीच मजला मत्सर नाही, आज हुमायून बाबरपेक्षा, गालीब हृदये वेधित राही'. या मानी प्रतिभावंतानं मित्राचा देकारही नाकारला होता. तेसुद्धा खिशात दमडी नसताना. आपल्या प्रतिभेची धुंदी त्याला रग्गड होती. तिचा त्यांना गर्व होता. आज प्रत्येक नेत्यावर कवनं खरडत फिरणाऱ्या आणि त्यांच्या मागं त्यांचा गहिवर काढणाऱ्या शब्दांच्या ईश्वरांना मनमोहन कुठून माहीत असणार? माहीत झाले तरी त्यांना ते पचतील? मग त्यांच्या स्वप्नांचं काय? त्यांची स्वप्नंच निराळी. मनमोहनांचं जग निराळं! हाताशी आलेलं वैभव झुगारून देणाऱ्या कविराज भूषणाचा वारसा सांगणारे मनमोहन. आत्मसन्मानापुढे सगळं फिकं होतं त्यांच्यासाठी. नेहमीच.

मनमोहन हेच मुळी मराठी कवितेला पडलेलं एक विलोभनीय स्वप्न होतं. त्यांच्या अनेक कविता त्या दिवशी त्यांच्या कापऱ्या आवाजात ऐकल्या. प्रतिभेची नक्षत्रफुलं आयुष्यभर उधळत राहिलेला हा कवी जेव्हा म्हणू लागला, 'मोहाच्या मध्यरात्री मदिरेहुनी मादक तू', तेव्हा कितीतरी चांदण्या माझ्या डोळ्यांसमोरून लखखकन चमकून गेल्या. वाऱ्यावर उधळणारे त्यांचे मोकळे केस माझ्या पापण्यांना भिडू लागले आणि काळजात चांदरात फुलून आली. आजही एखादी मुक्तकुंतलांगना नजरेस पडली की पुन्हा हाच माणूस मला आठवतो. त्याची तीच कविता मला आठवते. मोहाच्या मध्यरात्री मादिरेहून मादक तू... ती रात्र मग त्या लुकलुकत्या चांदण्यांकडे बघतच घालवावी लागते मला. रात्रभर जागून पहाटे बाहेर पडावं तर तशीच कुणी मोकळ्या केसांची पृथुनितंबा नजरेला पडते आणि त्या सुगात्रेकडे पाहत असताना पुन्हा मनमोहनच कानाशी लागतात. 'कसा गं बाई झाला, कुणी गं बाई केला, राधे तुझा सैल अंबाडा!' त्यांच्या या गाण्यावर आपल्या गजाननराव वाटव्यांनी आकाशवाणी गाजवली होती कधीकाळी!

आजच्या राधेला अंबाडा म्हणजे काय हेच जिथं सांगावं लागतं तिथं मनमोहन आठवणार तरी कसे? 'जेव्हा पदराला ढळत्या, पदराला तू दिलास झटका, लांब सडक तिपेडी, तुला वेणीचा मारला फटका' असं म्हणणाऱ्या या कवीनं 'कुणी रक्ताने लिहिली कविता, कुणी शाईने लिहिली कविता, लवचीक घेऊनी करी लव्हाळ, मी पाण्यावर लिहिली कविता' असंही सांगून टाकलेलं. चंद्रसूर्यावर अधिकार गाजविणारे आजचे कवी. पण यांचं पाणी निराळंच होतं. कोल्हापूरच्या मातीतला रांगडेपणा त्यांच्या रक्तातच होता. हा कवी 'चंद्र-सूर्याच्या झांजा' वाजवायचा. आपल्या खमिसाला त्याचीच बटणं लावायचा. तसं सगळ्यांना ऐकवायचाही. त्यांनाच भेटण्यासाठी यानं १९९१ मध्ये इथला मुक्काम हलवला. तो त्यांच्या जगात गेला. मागे उरल्या त्यांच्या तरलस्पर्शी कविता आणि या अशा काही आठवणी... स्वत:च्या मस्तीत जगायला शिकवून गेलेल्या माणसाच्या. 'उद्याचा

कालिदास अनवाणी पायाने फिरत असेल, तर अब्रू त्याची नव्हे, राजा भोजाची जाते' असं ठणकावून सांगणारा हा कलंदर. यानंच शिकवलं मला स्वत:च्या मस्तीत जगायला. कशीही परिस्थिती आली तरी हार न मानायला. कुणापुढे, कधीही हात न पसरायला आणि आपल्या नाड्या कुणाच्याही हातात न द्यायला. जगायचं तर स्वत:साठी, स्वत:च्या मस्तीत. मस्त आनंदात आणि एक आनंदयात्री बनून ही त्याचीच तर शिकवण. मनमोहन तसे जगलेही. मी फक्त प्रयत्न करतोय. अजूनही.

घराला लागूनच गणपती मंदिर. जाग यायची ती भूपाळ्यांनीच. आरत्या आणि भक्तीगीतं उठवायलाच यायची. कुमारांचं 'मलयगिरीचा...' आणि 'ऋणानुबंधाच्या...' पहिल्यांदा कानावर पडलं ते अशाच रम्य वातावरणात. पहाटेपहाटे. कुमारांचा भक्त व्हायला तेवढं पुरेस होतं मला. इथंच 'गणराज रंगी नाचतो' ऐकायला मिळायचं. नंतर गणेशोत्सवाच्या मांडवात. पुढच्या आयुष्यात कुमारांना जसं भेटता आलं, तसं 'गणराजा'च्या कवयित्रीलाही. वय वाढत गेलं तसं ही कवयित्री 'गीतकार' म्हणून सतत भेटत राहिली. बडबडगीतांतून, शाळेतल्या कवितांमधून. तारुण्याच्या उंबरठ्यावर आणि आता संध्याछाया नजरेच्या टप्प्यात येऊ लागल्यावरही. या सगळ्या पर्वात तिचेच शब्द सोबतीला असतात. जगणं सुसह्य करत असतात. बालपणापासून धरलेलं बोट न सोडणारी ती एकमेव. तिला भेटायची उत्सुकता कधीपासूनची. ती

शब्दव्रती

भेटलीही मला. तिला प्रत्यक्षातही ऐकता आलं. 'माझ्या असण्याची मला शब्द देती ग्वाही, शब्दांहून वेगळी मी, नाही, नाही, नाही' असं लिहून जाणारी 'ती' होती 'उपेक्षितांचे अंतरंग' लिहिणाऱ्या माटे मास्तरांची लाडकी विद्यार्थिनी. शांता जनार्दन शेळके! शब्दव्रती!

या 'शब्दव्रती'ला जाणून घेता आलं ते सांगली जिल्हा नगर वाचनालयात झालेल्या मुलाखतीमधून. तारीख होती १२ नोव्हेंबर, १९९१. तिच्या कवितांनी अगोदरच वेड लावलेलं. त्यात त्या गात होत्या लताबाई आणि आशाताई. वेडं व्हायला आणखी काय हवं असतं? सहज सोपे शब्द, लोकगीतांचा अभ्यास आणि हाताशी असलेलं संस्कृतातलं धन या बळावर शांताबाई कवितेतून आणि गाण्यांमधून चांदणं शिंपत राहायच्या. त्या चांदण्याच्या मंद, शांत प्रकाशात मी न्हाऊन निघायचो. ती अनुभूती चिरंतन. आजही कायम. त्यांना ऐकलं आणि मग नेहमीचा उद्योग. पत्र पाठवण्याचा. चार-सहा दिवसात पोस्टकार्ड आलंच. दोन गोष्टींमुळं ते आवडलं. एक म्हणजे अक्षर आणि दुसरं ते पत्र शाईनं लिहिलेलं. शाई पेन वापरणारी माणसं मला खूप आवडतात. आजही. ते पत्र मी वाचत गेलो आणि आपण शिक्षक असल्याची खंत वाटत गेली. दोन वर्षं झालेली शिक्षक म्हणून. माझ्या लेखनातल्या चुकांचा खरपूस समाचारच घेतला होता बाईंनी. तेव्हापासून पेन उघडलं की पी. जी. सरांच्या जोडीनं बाई आठवतात. पी. जी. सरांनीही असेच कान टोचलेले. ते तर कर्मवीरांचे शिष्य आणि एका विद्यापीठाचे कुलगुरू होते. या होत्या माटे मास्तरांच्या शांताबाई. आत्ताही हातात छडी घेऊन उभ्या असलेल्या दिसतात त्या मला. त्याच पत्रात एक वाक्य. 'मी जन्मजात मास्तर'. त्या तीन शब्दांमधून ओसांडून वाहणारा त्यांचा 'मास्तर' असल्याचा अभिमान जाणवला मला. आपल्यालाही हा अभिमान बाळगता यायला हवा, या ध्येयानं पछाडलं ते तेव्हापासून.

'शुद्धलेखनाच्या चुका खटकल्या' हे त्यांचं वाक्य आजही नजरेसमोर. लिहिताना तर सततच. मग ते एखादं पत्र असो वा मजकूर. तो लिहीत असताना मला एका कोपऱ्यात शांताबाई उभ्या असलेल्या दिसतात. आजही. लिहिलेला मजकूर तीनतीनदा वाचतो मी. तरीही एखादी चूक राहून जाते. नंतर लक्षात येते. तशी ती आली की 'दुरुस्तीसह' असं टाकून ती मान्य करण्यात मला कसलीही लाज वाटत नाही. 'लेखनाकडे नको, भावनांकडे लक्ष द्या' असं म्हणत नाही कारण अजूनही चुका झाल्या की लाज वाटते मला. माणसं येत नसताना पाठ करकरून इंग्रजी शब्द लिहितात, स्पेलिंग चुकू नये म्हणून काळजी घेतात पण तेवढी काळजी मराठी लिहिताना घेत नाहीत. शिक्षण क्षेत्रात काम करणारी माणसंही चुकीचं मराठी लिहिणं सोडत नाहीत. तेवढा कोडगेपणा माझ्यात नाही आला अजून. या महानुभावांनी मातृभाषेच्या बाबतीतच नाही तर सर्वच भाषांबाबत इतकी सजगता दाखवली, तर

साऱ्याच शब्दांना जन्माचं सार्थक झाल्याची अनुभूती येईल. स्वत:च्या चुकांचं लटकं समर्थन करायची वेळ येणार नाही. शांताबाईंच्या त्या एका पत्रानं असं कितीकिती शिकवलं मला. सजग केलं.

मुलाखतीच्या दरम्यान मी बाईंचे काही फोटो काढलेले. निळी साडी. तिला सोनेरी काठ आणि सोनेरी आडव्या रेघा. गोरापान चेहरा आणि त्यावर दिलखुलास हास्य. मोठ्या फ्रेमचा चष्मा आणि लक्ष वेधून घेणारी गोल गरगरीत टिकली. लालभडक. चारच दिवसांनी रवींद्र पिंगे व्याख्यानासाठी आलेले. माझ्या घरीच उतरलेले. मी शांताबाईंचे ते फोटो मोठे करून घेतलेले. पुन्हा भेटल्या की त्यावर त्यांची सही घेण्यासाठी. मोठ्या आकारातले बाईंचे ते फोटो पाहून पिंगे एकदम खूश. ते पुण्याला जाणारच होते. फोटोची एक प्रत मी त्यांच्याकडे दिली. बाईंना देण्यासाठी. पंधरा दिवसांनी कार्ड. बाईंना फोटो आवडलेला. 'फार वरच्या दर्जाची कला तुमच्या हातात आली आहे' हे त्यांचं वाक्य पिंग्यांनी मला कळवलेलं. आंतरराष्ट्रीय फोटो स्पर्धेत छायाचित्रांना बक्षिसं लाभल्यावर छायाचित्रकारांच्या आलेल्या प्रतिक्रिया मी दैनिकांमधून वाचलेल्या. त्यांना झालेला आनंद त्या दिवशी अनुभवला मी. शांताबाईंच्या त्या एका वाक्यानं मला गळ्यात कॅमेरा अडकवण्याचं बळ दिलेलं.

शांताबाईंची कोळीगीतं सतत कानावर. खूप आवडायची मला ती. कितीदा ऐकली असतील त्याचा हिशोब नाही. आता ती अनुभवायची ठरवली आम्ही. आम्ही म्हणजे मी आणि अशोक चौगुले. गुरू खिलारेकडून घेतलेला फिलीप्सचा टेप 'एआर १५५' आणि एम. एटी. हाताशी होतीच. ध्वनीफिती सोबत घेऊन आम्ही कोकण गाठलं. तेव्हा अजून सी.डींचा फंडा सुरू झाला नव्हता. कॅसेट आणि टेप हीच आयुधं होती तेव्हा. ती सोबत घेऊन आम्ही कोकण दौरा करायचो तेव्हा. जाताना शाहू स्मारकच्या पुढे, शेवटचं वळण वळून पुलाला लागताना एक किराणा दुकान. पूर्वेला तोंड करून. तिथं चार सेलची खरेदी. मग पुढची वाट. अंबा घाट सुरू होतो तिथल्या कठ्ठ्यावर दरीत पाय सोडून शांताबाईंची गाणी ऐकणं हा प्रवासाचा पहिला टप्पा. तर भाट्याच्या सुरूच्या बनात दुसरा टप्पा. तिथं वाळलेल्या सुरूच्या काड्या ढीग गोळा करायचो. त्याचा ढीग करून उशाला घेत वाळूत अंग टाकायचं, समुद्राकडे पाय करून ताणून द्यायची सवय. मग दिवसभर उशाशी टेप लावून शांताबाईंची कोळीगीतं ऐकणं. अगदी सूर्यास्तापर्यंत. सूर्यास्ताला अंधार दाटू लागला की वाळूतून खेकडे वर यायचे. तिथं झोपणं मुश्कील व्हायचं. मगच आम्ही उठायचो. दिवसभर हृदयनाथ आणि लताबाई आम्हाला ती कोळीगीतं म्हणून दाखवायचे. कसलेही आढेवेढे न घेता. दिवसभर ते दोघे आमच्यासाठीच गात असायचे. 'या गो दरियाचा दरियाचा दरियाचा दरारा मोठा'. समुद्राची गाज ऐकत

या ओळी काळजात साठवण्यासारखं सुख नाही. अवघा कोळीवाडा नजरेत उतरायचा. आमच्या आजूबाजूला अगदी दूरवर चिटपाखरू नसायचं. पण नजरेच्या बाहुल्यांसमोर कोळीवाड्यातल्या कोळणी फेर धरायच्या. भुलायला व्हायचं. नादखुळा अनुभव. त्या दहा वर्षात असं सुख अमाप लुटलं. दर सहा महिन्यांनी. हे सारं शांताबाईंनाही ऐकवलं. ऐकूनच त्यांनी हात जोडलेले!

शांताबाई मग सतत भेटत राहिल्या. त्यांच्या गीतांमधून. पत्रांमधून. एकदा रवींद्र पिंगेंनीही त्यांच्या आठवणी जागवल्या. 'कथासूर्य' श्री. दा. पानवलकरांच्या दारावरून जात असताना. श्री. दा.चा आणि शांताबाईंचा 'दोस्ताना' त्यांनी अगदी रंगवून सांगितलेला. मुळात पिंगे हा गप्पिष्ट माणूस. त्यात सांगण्यासारखा ऐवज खूपच. अनेक गोष्टी नव्यानं समजल्या तेव्हा. दरम्यान पुन्हा दोन दिवसांसाठी त्या सांगलीत आलेल्या. मुक्काम कापड पेठेतल्या घारपुरे वाड्यात आणि व्याख्यानं जिल्हा नगर वाचनालयात. तारीख ५ व ६ ऑगस्ट, १९९५. 'पुस्तकांचं जग' आणि 'माझ्या कवितेची जन्मकथा' यावर त्या बोलल्या. इथंच रोहिणी तुकदेवांनी त्यांना बोलतं केलेलं. त्यांच्याकडून अनेक गोष्टी काढून घेतलेल्या. बाईंनी आपल्या कविताही वाचल्या. त्यांची 'दुबईत गेलेली मांजरी' आणि 'आजीची पैठणी' आजअखेर नजरेसमोर. किती खळखळून हसत होत्या त्या ती बालगीतं म्हणताना! स्थूलतेकडे झुकलेल्या त्या, सत्तरी ओलांडलेल्या. पण एक अवखळ मुलगी बागडताना दिसली मला तेव्हा त्यांच्यात. 'आजीची पैठणी' ऐकवताना त्या भावूक झालेल्या. डोळ्यांवरचा चष्मा काढून पुसण्याचं निमित्त करून पापण्यांना पदरही लावला त्यांनी. एका वेगळ्याच जगात गेल्या होत्या त्या.

हीच सत्तरी ओलांडलेली मुलगी मग पुढे संमेलनाध्यक्ष झाली. आळंदीच्या साहित्य संमेलनात दिसली. त्यांच्या प्रेमापोटी लताबाईंनी उद्घाटक पद स्वीकारलेलं. तुफान गर्दी. कवी प्रमोदजी कुलकर्णींना घेऊन मी मांडवात. त्यांच्या शारीरिक दुर्बलतेमुळं त्यांना वावरणं कठीण. पण पठ्ठ्या लताबाईंवरील प्रेमापोटी तिथं आलेला. मंगेशकर म्हणजे जणू बाईंचे आप्तच. बाईंच्या शब्दांना जगभर पोहोचवलं या भावंडांनी. शब्दांचा नेमका अर्थ रसिकांच्या काळजापर्यंत पोहोचवला. बाईंनीही त्यांचं हे नातं आणि ऋण अनेक ठिकाणी आपुलकीनं नोंदवलेलं. शांताबाईंना तिथंही भेटता आलं. बाजूच्या ग्रंथ प्रदर्शनात तर त्या होत्याच. दहा-बारा कादंबऱ्या, आठ-दहा कथासंग्रह, तितकेच ललित लेखसंग्रह, अनुवाद, वैचारिक निबंध... जवळपास सत्तरऐंशी पुस्तकं आणि शेकडो कविता... गीतं. किती लिहून ठेवलंय बाईंनी! त्यांनी दिलेले कितीतरी नवे शब्द आज मराठीचे झालेत. मराठी इतकंच संस्कृतवर त्यांचं प्रभुत्व. पुण्यातल्या घरी त्यांना तीनदा भेटता आलं. बाई संस्कृत श्लोक गुणगुणत असलेल्या दिसल्या. प्रत्येक वेळी.

शांताबाईंचं वाचन अफाट. आर्ष महाकाव्यापासून आधुनिक कवितेपर्यंत. ज्ञानेश्वरीचं शब्दभांडारही त्यांच्या जिभेवर. सुरुवातीच्या दिवसात त्यांनी पत्रकारिताही केलेली. तीसुद्धा आचार्य अत्र्यांच्या 'नवयुग'मध्ये. काही काळ त्या त्यांच्या स्वीय साहाय्यकही. सहजसोपं लिहिणं ही अत्रेंची देणगी असं त्यांनी जाहीरपणे सांगितलेलं. 'शांते, आपला पेपर जसा मंत्री वाचतो तसाच रस्त्यावरचा हमालही. त्यालाही पेपरातली भाषा समजायला हवी. तुझं संस्कृतप्रचुर मराठी त्याला काय ढेकळं कळणार?' हे अत्रे साहेबांचे शब्द. या सगळ्यांचा उपयोग त्यांना झाला तो गीत लेखनासाठी. त्यांनी आपल्याला सगळ्या प्रकारची गीतं तर दिलीच पण 'रेशमाच्या रेघांनी' आणि 'चांदणं टिपूर, हलतो वारा की डुलतो वारा' सारख्या नाचऱ्या लावण्याही दिल्या. शांताबाई या मराठीतल्या पहिल्या स्त्री लावणीकार. नाजूक, मुलायम शब्दकळा लाभलेल्या. म्हणूनच त्यांच्या अनेक कवितांची गीतं झालेली. त्या गीतांनी नभोवाणीची सगळी केंद्रं जागती ठेवलेली. आजही दिवसातला बराच काळ शांताबाई आकाशवाणीवरच असतात. आपल्या कानाशी त्यांचेच शब्द रुणझुणत असतात.

एखादी कविता, गीत गाजलं तरी आजचा एखादा कवी त्या अर्ध्या हळकुंडावर पिवळाधम्मक होतो. जन्मभरासाठी. कुणाचे तरी पाय धरून आपल्या कविता कुठं कुठं लावून घेतो. चार चांगल्या कवितात यांची खपून जाते. सोळा इंची छाती फुगवून सर्वदूर फिरण्याचा मार्ग मोकळा होतो. अशा कवींना शांताबाईंनी चांगलंच झापलं होतं. त्या दिवशी दिवसभर कवी संमेलन होतं. शांताबाई बोलणार होत्या शेवटी. कवींना वाटलं त्या दिवसभर कविता ऐकत बसतील. पण त्यांनी सुरुवात करून दिली. दोनचार कविता ऐकल्या आणि त्या निघून गेल्या. थेट समारोपालाच आल्या. एक कवी म्हणालाच, 'आपण दिवसभर आमच्या कविता ऐकल्या असतात तर आनंद झाला असता. आमच्या सगळ्याच कविता काही वाईट नव्हत्या. एखादी तरी तुम्हाला आवडली असती.' बाई म्हणाल्या, 'एखादी चांगली कविता ऐकण्यासाठी हजारभर रद्दड कविता ऐकण्याइतकी सहनशक्ती आता नाही राहिली माझ्याकडे'. त्यांचा रोख होता तो प्रसिद्धीमागं धावणाऱ्या कवी मंडळींकडे. त्या दिवशी कविता कशी लिहायला हवी याचंही मार्गदर्शन केलं त्यांनी.

शेकडो कवितांची गीतं रसिकांच्या ओठी असूनही या बाई अतिशय निरहंकारी, निगर्वी. ती गीतंही 'प्रभू कुंज'मध्ये बांधलेली आणि लता-आशानं म्हटलेली! पण बाई जशा होत्या तशाच. त्यांचा आपल्या शब्दांवर दांडगा विश्वास. म्हणूनच त्या लिहून गेल्या, 'असेन मी नसेन मी, तरी असेल गीत हे, फुलाफुलात येथल्या उद्या हसेल गीत हे!' त्यांच्या गीतांनी 'गीतकारा'ला प्रतिष्ठा मिळवून दिली. गीतकार हा मुळात उत्तम कवी असतो हे समीक्षकांना मान्य करायला लावलं. बाईंच्या लेखणीतून उतरलेली गीतं ऐकता आली हे मराठी मुलखाचं भाग्यच. शांताबाईंचा लोभसपणा

आणि माया अनुभवायला मिळणं हे नशीबच. त्यांच्या काही कविता त्यांच्याच हस्ताक्षरात घेता आल्या मला. लता-आशाच्या आवाजात त्या सोबतीला होत्याच. आता त्यांची पत्रंही सोबत करत असतात. माझ्या शब्दलेखनाकडे बारकाईनं लक्ष देत असतात. पण त्या जितक्या अभिमानानं मला म्हणाल्या होत्या, 'मी जन्मजात मास्तर', तसं म्हणण्याची अजून माझी प्राज्ञा नाही. अजूनही काही चुका घडतात हातून. कारणं काहीही असोत पण झाल्या चुकांची लाज वाटते अजूनही. म्हणूनच तीनतीनदा चुका कबूल करायला जराही कमीपणा वाटत नाही. 'लिहिण्यातल्या चुका बघू नका, माझ्या भावना समजून घ्या' असं म्हणावसं वाटत नाही. यापुढेही हे वाक्य लिहिण्याबोलण्यातून बाहेर पडणार नाही हे नक्की. लक्ष ठेवायला शांताबाईंचं पत्र आहेच. १९९१ मधलं. लौकिकार्थानं त्यांचं माझं कुठलंही नातं नसलं, तरी एखाद्या जाणत्या पालकासारखं लक्ष ठेवून असतात त्या माझ्या लिहिण्यावर. आजही. म्हणूनच हातून काही बरं लिहून होतं.

सुर्व्या नारायण

१५ वर्षं झाली त्या घटनेला. मुंबईतल्या चिंचपोकळीतला एक निर्मनुष्य रस्ता. पहाटेची वेळ. चौकातल्या कचरा कुंडीमधून रडण्याचा आवाज येत असलेला. लहान मुलाचा. नुकतंच फटफटू लागलेलं. रस्त्यावरून कामगारांची ये जा सुरू झालेली. सगळ्यांना एकच घाई. गिरणीत कामावर जाण्याची. कुणाच्याच कानावर तो आवाज पडत नव्हता. शेवटी एकाचं तिकडे लक्ष गेलंच. त्याची पावलं थबकली. आवाजाच्या दिशेनं गेली. पाहतात तर कापडात गुंडाळलेला एक जीव. ते मूल त्यांनी घरी

आणलं. त्यांनाही मूलबाळ नव्हतं. त्यांनी ते सांभाळलं. आपलंच समजून. जीव लावून. त्याला चौथीपर्यंतचं शिक्षण दिलं. या जगात वावरायला आणि जगायला एक नाव दिलं. तेच नाव घेऊन ते पोर जगाच्या विद्यापीठात शिकायला गेलं. सटरफटर लिहू लागलं. कुठं प्रचाराच्या घोषणा, कुठं जाहिराती. असं करताकरता चळवळीत गेलं. तिथं लागणाऱ्या घोषणा लिहण्यात रमून गेलं. रात्रभर शिडी घेऊन दोस्तांसोबत त्या घोषणा भिंतीवर डकवू लागलं. हे सारं करतानाच कविता त्याच्या आयुष्यात आली. तिनं त्याला झपाटून टाकलं आणि मग त्याचं जगणंच बदललं. प्रस्थापितांविरुद्ध बंड करणारी त्याची ती कविता त्याला कुठच्या कुठं घेऊन गेली. सूर्य प्रकाशासारखी साऱ्या जगभर विखुरली. त्या पोरक्या जिवाला मान, सन्मान सगळंसगळं मिळवून दिलं तिनं. आणि तो झाला मराठी कवितेचा 'सुर्व्या नारायण!' ही नारायण गंगाराम सुर्वे यांची कथा. त्यांच्याच तोंडून ऐकलेली. अनेकदा.

१५ जून, १९८९. जतला होतो मी तेव्हा. डफळापूरला जिल्हा परिषदेच्या शाळेत शिक्षक आणि मुक्कामाला जत. आमच्या खोलीशेजारीच श्रीपाद जोशी राहायचे. त्यांचं 'चिंता आणि चिंतन' मी दैनिक अग्रदूतमधून वाचायचो. ते तिथल्या हायस्कूलचे मुख्याध्यापक. त्यांची ओळख करून घेतलेली. रोज संध्याकाळी सहानंतर बैठक त्यांच्याच कार्यालयात. टेबलावर चिरमुरे-शेंगदाणे पसरलेले आणि सरांचा ज्ञानयज्ञ सुरू. हे रोजचंच. त्यांनी जतला एक व्याख्यानमाला चालवलेली. त्या दिवशी कवी नारायण सुर्वे तिथं आलेले. व्याख्यान देण्यासाठी. कविराजांना ऐकायला तुफान गर्दी झालेली. त्या गर्दीत मीही. व्याख्यानमाला आणि तुफान गर्दी हे आज न पटणारं समीकरण. पण जतसारखी शहरं आजही त्याला अपवाद. जोशी आणि पोतनीस या दोन गुरुजनांनी लावलेली ही सवय. शहराला वैभव मिळवून देणारी. नांगरे नावाच्या शिक्षकाची प्रस्तावना संपली आणि सुर्वे उभे राहिले. चटकन नजरेत भरली ती त्यांची उंची आणि डोळ्यावरचा जाड फ्रेमचा चष्मा. त्या चष्म्यातून रोखून पाहत ते आपली कथा सांगू लागले. आपल्या आयुष्याची चित्तरकथा. साऱ्या सभागृहाला खिळवून ठेवणारी. श्रोत्यांना अंतर्मुख करणारी. आपल्या आयुष्याचा आणि कवितेचा सारा प्रवास सुर्वेनी त्या दिवशी उलगडून सांगितला. भावनावश झालेल्या श्रोत्यांच्या मनात कायमचं घर केलं त्यांनी. शिक्षक झाल्यानंतर पहिल्यांदाच ऐकलेला हा कवी कायमचा माझा झाला. माझ्या आयुष्यातला तो दिवस नारायण गंगाराम सुर्वेचा!

सुर्वे असे आधी माझ्या काळजात वसतीला आले नंतर पुस्तकाच्या कपाटात. त्यांचे कविता संग्रह आणि त्यांच्या कवितांवर लिहिलेली पुस्तकं कपाटात जागा अडवून बसली. त्यातल्या सगळ्या कविता फेर धरून भोवताली नाचू लागल्या. मी त्या समजून घेण्याचा प्रयत्न करू लागलो. अशातच वाळव्यात 'कष्टकरी कामकरी

संमेलन' भरलं. जानेवारी १९९६. संयोजक होते क्रांतिवीर नागनाथअण्णा नायकवडी. तेव्हा मी त्यांच्या संपर्कात आलेलो. भारावून गेलेलो. त्यांचा आदेश आणि सुर्वेना भेटायची ओढ मला तिकडे घेऊन गेली. सुर्वे अगोदरच आलेले. त्यांचा मुक्काम तिथल्या वसतीगृहात. रात्र जागवायला मला तेवढं कारण पुरेसं होतं. सुर्वे अंगावर मोठेपणाची झूल घेऊन कधीच वावरत नव्हते. त्यामुळं ती उतरविण्याचा प्रश्नच नव्हता. आसपास दहाबारा मुलं. काही वसतीगृहातली तर काही संमेलनाला आलेली. सुर्वे बोलत होते, आम्हाला आपल्या कविता ऐकवत होते. अगदी गाऊन. आवाजही चांगला होता त्यांचा. त्यांचं बोलणं काळजात साठविणाऱ्यांपैकी मी एक. ही त्यांची दुसरी भेट. त्या रात्री पहिल्या भेटीची आठवण काढत मी गप्पा सुरू केल्या. सुर्वेही खुलत गेले. उत्तररात्री कधीतरी ती गजबज थांबली. पहाटे लवकर उठायचं होतं. नागनाथअण्णा राहत होते त्या वसतीगृहात. त्यांचा दरारा सगळीकडे जाणवत होता.

सकाळी मी पुन्हा कवींच्या पुढ्यात उभा. दिवसभर सोबत करायचं ठरवून. माझ्या गळ्यात शबनम अडकवलेली. ती पाहून ते हसले. आपल्याही खांद्याला शबनम अडकवत म्हणाले, "चल रे, जरा पाय मोकळे करून येऊ. इथं सिगारेट ओढायचीही चोरी. अण्णांचा दरारा!" असं म्हणून ते हसले आणि आम्ही बाहेर पडलो. माझ्या गळ्यातल्या त्या शबनमनं मला आणखी जवळ नेलं होतं त्यांच्या. पंचवीस वर्षापूर्वीचं वाळवा. गावात एकही हॉटेल दिसत नव्हतं. नव्हतंच ते तर दिसणार कुठून? आता गाव बदललंय. रस्ते मात्र तसेच. कधीही न बदलण्याची शपथ घेतलेले. एक पानपट्टी दिसली तसं सुर्वेंची पावलं तिकडे वळली. त्यांनी सिगारेट घेतली. बाजूला एक तेवता दिवा ठेवलेला. त्यावर पेटवली. झुरके मारत कवी माझ्याशी बोलू लागले, "डायबेटीस असल्यानं काहीतरी खायला हवं होतं रे आत्ता. तिथं चार घास वेळेवर मिळतील याचा नेम नाही." गावात साधं बाकड्यांचंही खोकं दिसत नव्हतं. यांना कुठं न्यावं हे मला समजत नव्हतं. त्यांच्या बोलण्यावर व्यक्त न होता मी चालत होतो. ते अस्वस्थ. मी विचारात. अचानक मला आठवलं, आपला एक मित्र इथं राहतो. पण मला त्याचं घर माहीत नव्हतं. तशात तो अण्णांचा कार्यकर्ता. म्हणजे घरी सापडण्याची शक्यता कमीच. तरीही मी त्याचं नाव विचारत फिरू लागलो. तो शिक्षक. गावभर त्याचे विद्यार्थी. एकानं लगेच आम्हाला त्याच्या घरी नेऊन सोडलं. अपेक्षेप्रमाणं तो घरी नव्हताच. तो गेला होता संमेलनाच्या मांडवात. त्याची मंडळीही तिथं जे काही सुरू होतं ते ऐकायला गेलेली. घरात फक्त तिसरीतली मुलगी. मी तिला वडलांचा मित्र असल्याचं सांगितलं. वाळव्यातलीच ती पोरगी. अण्णांच्या सहकाऱ्याचीच नात. भीतीचा लवलेशही चेहऱ्यावर नव्हता तिच्या. दोन खोल्यांचं घर. सुर्वे पलंगावर बसले आणि मी स्वयंपाकघरात. पोह्याचा डबा कुठं आहे हे विचारत तिला मिरच्या, कांदा द्यायला सांगितलं. पोहे भिजवत माझं

काम सुरू. सुर्वे आ वासून पाहत असलेले. ती मुलगी आईला बोलवायला मांडवात पळाली. मी पोहे सुर्वेंच्या हातात दिले आणि मुलगी आईसह दारात आली. मग तिच्या आईनं चहा करून दिला. कुणी नसताना घरात घुसून मी केलेली ही उठाठेव सुर्वेंना माझ्या आयुष्याशी कायमचं बांधून गेली. ती मुलगी आता मोठी झालीय. डॉ. वर्षा सदाशिव खोत. सुर्वेंनी तिच्या हाती चॉकलेट ठेवलेलं. ती आठवण आजही तिचं तोंड गोड करत असते.

आजही ती सकाळ आणि पलंगावर बसून पोहे खाणारे सुर्वे मला दिसतात. तिथंच त्यांच्या हाती मी एक कागद दिला. माझी आवडती कविता लिहायला सांगितली. बॉलपेनमधून निळी अक्षरं त्या कोऱ्या कागदावर उतरू लागली. अक्षरं कुठली, ते त्यांचं जगणंच होतं. ती कविता पहिल्यांदा जेव्हा वाचली, तेव्हापासून तिनं काळजात घर केलेलं. थोड्याफार फरकानं तसं जगतही होतो मी. म्हणून जास्त भावलेली.

आकाशाच्या मुद्रेवर अवलंबून राहिलो नाही
उगीच कुणाला सलाम ठोकणे जमलेच नाही
पैगंबर खूप भेटलेत हेही काही खोटे नाही
स्वत:लाही उगीचच हात जोडताना पाहिले नाही
वावरलो हरेकांत, हरेकांना दिसू आलोच नाही
आम्ही असे कसे, असा सवाल स्वत:लाही केला नाही
कळप करून ब्रह्मांडात हंबरत हिंडलो नाही
स्वत:लाच रचीत गेलो, ही सवय गेलीच नाही

कविता लिहून झाली आणि कवीनं आपली नाममुद्रा उठवली. 'नारायण सुर्वे. २१ जानेवारी, १९९६. वाळवा'. कागद हाती आला. १९९८ मध्ये 'पद्मश्री' मिळाल्यानंतर सुर्वेंना काय वाटलं असेल हे मी त्या क्षणी अनुभवत होतो. 'आकाशाच्या मुद्रेवर अवलंबून राहिलो नाही, उगीच कुणाला सलाम ठोकणे जमलेच नाही.' आजही तो कागद मला 'कळप करून ब्रह्मांडात न हिंडण्याची' शिकवण देत असतो.

सांगलीत आले की सुर्व्यांना भेटायचंच हे मग ठरूनच गेलं. एका व्याख्यानासाठी ते आलेले. नव्या सहस्रकातलं ते पहिलंच वर्ष. दिवसभर भटकलो त्यांच्यासोबत. माझ्या एम. एटी.वरून. व्याख्यान झालं. दुसऱ्या दिवशी सकाळी ते रिकामे होते. "अरे सकाळी कुठंही फिरू. तू लवकर ये!" हे त्यांचं वाक्य. मग मी त्यांना बायकोच्या शाळेत न्यायचं ठरवलं. तिला, तिच्या वरिष्ठांना न कळवता. ती

शाळेलाच गेली होती. एम. एटी.च्या मागच्या सीटवर कवीराजांना बसवून मी शाळेत. त्या छोट्या गाडीवरही कवी ऐटीत बसलेले. राजा असतो तर पालखीतनंच नेलं असतं मी. राहूनराहून मला तसं वाटत होतं. मी ते त्यांना बोलून दाखवलं तर हे खळखळून हसले. विश्रामबागच्या वारणाली वसाहतीत शाळा. माडीवर दोनतीन वर्ग. सुर्व्यांना असं अचानक आलेलं पाहून तिथले शिक्षक गोंधळलेले. मग मी आठवी नववीची मुलं एका वर्गात घेतली आणि सुर्वेंनी त्या वर्गाचा ताबा घेतला. नाही तरी कधीकाळी ते शाळेत मास्तर होतेच. सुर्वेंनी कविता म्हणायला सुरुवात केली तसं त्यांच्या कवितांवर पोरांनी ताल धरला. पोरं रंगून गेली. शिक्षक अचंबित. कवींनी त्यांच्यापेक्षा सुंदर पद्धतीनं कविता शिकवलेल्या. सुर्वेंचं बोलणं संपलं. मुलं भारावून गेलेली. मुख्याध्यापक गडबडलेल्या. मानधन किती द्यायचं? हा त्यांच्यापुढचा प्रश्न. कारण कार्यक्रम अचानक झालेला. संस्थेला यातलं काहीच माहीत नव्हतं. बाईंच्या चेहऱ्यावर तेही एक दडपण. कवींना विचारलं तर ते म्हणाले, ''कसलं मानधन? अरे आपण स्वत:हून आलोय. आपल्या आनंदासाठी. द्यायचंय असेल तर एक नारळ द्यायला सांग त्यांना.'' मग त्या श्रीफळासह आम्ही घराकडे परतलो. माझ्या मनातली त्यांची जागा जास्तच पक्की झालेली. तो नारळ मला देऊन सुर्वे मुंबईकडे. त्या क्षणी ते मला साहित्य संमेलनाध्यक्षापेक्षा मोठे वाटत होते. ते मोठे होतेच. माणूस म्हणूनही.

आजच्या स्वयंघोषित कवी-लेखकांना असं वागणं जमेल? घसघशीत मानधन ठरल्याशिवाय पाऊलही पुढे न टाकणारे, सुर्वेंना समजून घेतील? स्वत:च्या आनंदासाठी तरी ते असं करतील? माझ्या डोक्यात असे अनेक प्रश्न. आजही मी सुर्वेंना जाणून घेण्याच्या प्रयत्नात. नव्या माणसांच्या आगमनाची चाहूल देणारा हा कवी. चार कविता संग्रहातल्या त्याच्या १४५ कविता. त्यातून पसरलेलं त्यांचं आयुष्य. त्या कविता मला सुर्वे समजावून देत असतात. कधी ते हाती लागतात तर कधी चिमटीतून अलगद निसटून जातात. ओढ आणि जिज्ञासा कायम राहते. अशात माझ्या हाती लागला एक माहितीपट. 'खयाल ट्रस्ट'नं काढलेला. त्या माहितीपटातून किशोर कदम सुर्वेंचं आयुष्य मला समजावून सांगत असतात. स्वत: नारायण गंगाराम सुर्वेही दर्शन देतात त्यामधून. तेव्हा पुन्हा माझ्या पुढ्यात तेच सुर्वे उभे राहतात. तसेच. हातात सिगारेट आणि खांद्यावर शबनम असलेले. मला म्हणतात, ''चल रे. जरा पाय मोकळे करून येऊ.'' आणि सगळा दिवस सुर्वेंचा होतो!

ती आयुष्यभर लेखनाचं व्रत घेतलेली. तिच्या घरातूनच वाङ्मयाचे संस्कार. लहानपणापासून तिनं केवळ साहित्यचर्चाच ऐकलेली. त्याच विश्वातील माणसं पाहिलेली. ती दुसरं काही होऊच शकली नसती, हेच तिचं स्वत:चं स्वत:बद्दलचं वाक्य. 'घरचे वाङ्मयीन संस्कारच असे झपाटून टाकणारे होते की, लेखक होण्यापलीकडे दुसरा काही मार्ग किंवा पर्यायच नव्हता. नियतीने जणू ओढत, खेचत फरपटत मला लेखनाच्या दिशेला नेले.' ही त्या कवयित्री असलेल्या लेखिकेची वाक्यं. तिनंच लिहून ठेवलेली. ती वाचताना तिचे पपा आणि त्यांची 'प्रचंड' कारकीर्द नजरेसमोर उभी राहिली. ते तर होते माझे सगळ्यांत आवडते लेखक. माझ्या आयुष्यावर सगळ्यांत मोठा प्रभाव टाकणारे. घराच्या भिंती या पुस्तकांच्या कपाटांच्या असाव्यात असं कधीकाळचं माझं स्वप्न. पैशानं माझ्या हातांशी मैत्री करायला सुरुवात केली, तसं पुस्तकं घरात यायला सुरुवात झाली.

आता कपाटं खचाखच भरलेली असली तरी पहिली खरेदी ‘कऱ्हेच्या पाण्या’चीच! ते पाच खंड ही माझ्या खजिन्याची सुरुवात. शुभंकर.

कवयित्री, संपादक, लेखिका असलेल्या तिनं मराठी मातीत ‘हायकू’ हा काव्यप्रकार रुजवला. तीन ओळीतल्या त्या आशयघन कवितांनी रसिकांना झपाटून टाकलं. ती होती आचार्य प्रल्हाद केशव अत्रे यांची कन्या. शिरीष व्यंकटेश पै. कधीतरी शाळेत त्यांची कविता आणि ‘माझे पपा’ हा धडा वाचलेला. ‘रुद्रवाणी’च्या कार्यक्रमांना जाऊ लागलो तसं त्यांचं नाव पुन्हा कानावर पडू लागलं. अधूनमधून जीवनराव किर्लोस्कर त्यांच्याकडे जायचे. परत आले की काहीबाही सांगत असायचे. सतत. मग मी त्याच्या मागं लागलो. ‘मला शिरीषताईंना भेटवा’ म्हणून. ‘तू पत्र लिही’ हे त्यांचं उत्तर. आजवर त्यांनी कुणाचीच थेट भेट घडविली नव्हती. ‘आधी पत्र लिही, तू संपर्क साध. त्यांचं उत्तर आलं की मग भेट.’ आताही तसंच झालं आणि मी पत्र लिहिलं. ती तारीख होती १५ ऑगस्ट, १९९५. उत्तर येईपर्यंत त्यांचं ‘टिप फुले टिप गं’ हे पुस्तक वाचून काढलं. ‘हायकू’ आणि ‘ऋतुचित्र’ हे काव्यसंग्रह आधीच वाचून झाले होते. आता प्रतीक्षा होती त्यांच्या पत्राची.

२७ ऑगस्टला त्यांनी लिहिलेलं पत्र ३० ऑगस्टला मिळालं. मग मी थांबणार थोडंच? पत्रं पाठवण्याचा उद्योग सुरू झाला. त्यांचं काही वाचायचा अवकाश माझं पत्र जायचंच. कधी उत्तर यायचं, कधी नाही. मग मी त्यांना भेटायचं ठरवलं. जीवनराव असताना कसली चिंता? मला त्यांचं हस्ताक्षर तर हवंच होतं, शिवाय आचार्य अत्रेंचंही. त्यांचा तर आवाजही मला हवा होता. ‘कऱ्हेचं पाणी’ कितीदा वाचलेलं. त्यातले किस्से आणि घटना सांगून अनेकांच्या घरात जागा मिळवलेली. कायमची. चारचौघात ‘अत्रे’ सांगून हवा निर्माण करायची सवय लागलेली. संपूर्ण अत्रे पाठ. मीच कशाला आजही अनेक जण अत्रे आणि पुलं एवढ्या भांडवलावर उभं आयुष्य काढत असतात. असलेलं नसलेलं काहीही या दोघांच्या नावावर खपवत असतात. अजून किती वर्षं ही दोन माणसं अनेकांच्या ‘असण्याचा’ आधार होतील, सांगता येत नाही. माझा तर ते आधार होतेच. तेच भांडवल होतं तेव्हा माझ्याकडे. तेवढंच.

‘मराठा’ या घरच्याच दैनिकामधून पत्रकारितेची सुरुवात करणाऱ्या त्या चक्क वकील होत्या. कविता तर करायच्याच, पण नाटकंही लिहायच्या. ‘मराठा’ दैनिकाच्या आणि ‘नवयुग’ या साप्ताहिकाच्या संपादक म्हणूनही एक काळ त्यांनी गाजवलेला. कधीकाळी आचार्य अत्रे यांनी भगवान रजनीशांवर टीकेची झोड उठवलेली. पण त्यांचीच कन्या असलेल्या शिरीषताई पुढे त्याच भगवान रजनीशांच्या तत्त्वज्ञानानं प्रभावित झाल्या. रजनीशभक्त झाल्या. हा काळाचा महिमा तसाच रजनीशांच्या तत्त्वज्ञानाचाही. आपण समजून न घेतलेल्या अनेक माणसांमधला हा एक माणूस.

'झेन' तत्त्वज्ञानातून निर्माण झालेल्या अध्यात्माच्या ओढीनं त्यांना रजनीशांपर्यंत नेऊन सोडलं. पुढचा सगळा काळ रजनीशभक्तीचा. याच काळात माझी त्यांची पहिली भेट झाली. जीवनराव अर्थातच सोबत. तरीही त्यांच्या घराची पायरी चढताना पाय कापत होते. अत्रे या नावाचा दराराच तसा होता. ती तर त्यांचीच कन्या होती. तशीच असणार हा माझा तर्क होता.

जीवनरावांनी मला एक छायाचित्रं दिलेलं. शिरीषताईंची सही असलेलं. त्यालाही चार वर्षं झाली होती. ते होतं त्यांच्या पपांचं. माझ्या आवडत्या लेखकाचं. त्यावर शिरीषताईंनी टाकलेली तारीख होती १७ डिसेंबर, १९८९. तेव्हापासून त्यांना भेटायचं ठरवलेलं. पण पहिलं पत्र पाठवायलाच मी सहा वर्षं लावलेली. आता मी त्यांना भेटत होतो मे १९९६ मध्ये. दरवर्षी वीस जूनला 'रुद्रवाणी'चा वर्धापन दिन असायचा. दोनतीन दिवस भरगच्च कार्यक्रम. सगळं उद्यान प्रसाद कार्यालयात. त्याचं निमंत्रण द्यायला आणि शिरीषताईंच्या हस्ताक्षरातील संदेश आणायला जीवनराव जाणारच होते. त्यांनी मला सोबत घेतलेलं. तीन वर्षांचा हट्ट पुरवलेला. शिरीषताईंचं आणि आचार्य अत्रे यांचं हस्ताक्षर, अत्रे साहेबांचा आवाज हे माझं लक्ष्य. अखेर तो दिवस उजाडला. मी आणि जीवनराव किर्लोस्कर एका सकाळी सकाळी शिरीषताईंच्या पुढ्यात. त्या काहीतरी लिहिण्यात मग्न.

त्यांना भेटण्यापूर्वी मनात एक प्रतिमा तयार झालेली. घणाघाती वक्ते आणि सगळ्यांना पुरून उरलेल्या 'प्रचंड' अत्रे साहेबांची कन्या होती ती. त्यांचा वाङ्मयीन आणि संपादकीय वारसा चालविणारी. मनावर खूप दडपण. पण त्यांना पाहिलं आणि आपला अंदाज चुकल्याची जाणीव झाली. शांत, प्रसन्न चेहऱ्याची सौजन्यमूर्तीच मला समोर दिसत होती. अत्यंत ऋजू व्यक्तिमत्त्व. साधेपणा कसा असतो, असावा हे त्याच्याकडे पाहिलं की कळत होतं. आता त्यांच्या साधेपणाचंही दडपण माझ्यावर येत चाललेलं. पण त्यांनी बोलायला सुरुवात केली आणि मी मोकळा झालो. बासरीतून सूर बाहेर पडावेत तसं बोलणं. माझ्याबद्दल जीवनरावांनी त्यांना सांगितलेलंच. मीही पत्रं पाठवलेली. त्या सगळ्याची आठवण काढत त्या बोलत होत्या. एखाद्या नववधूनं अलगद पावलं टाकत घरात प्रवेश करावा, तसं त्यांचे शब्द अलवारपणे माझ्या काळजात उतरत होते. त्या ध्यानधारणेत मन:शांती अनुभवत असतीलही, मी ती त्याक्षणी अनुभवत होतो. काळजात कुठं तरी सुखद कळ जाणवत होती. हवीहवीशी.

त्या दिवशी त्यांनी माझ्याहाती अत्रे साहेबांचं हस्ताक्षर ठेवलं. ते वाचून मी उडालोच. त्यांच्या 'शिव-समर्थ' नाटकाच्या संहितेमधली ती काही पानं होती. अर्थातच त्याच्या छायाप्रती दिल्या मला त्यांनी. त्याच्या वरच्या पानावर अत्रे साहेबांची सहीही होतीच. पण मी त्यातला मजकूर वाचून उडालो ते वेगळ्याच

कारणानं. सह्याद्री आणि शिवाजीराजांमधल्या काल्पनिक संवादाची ती काही पानं. खुद्द अत्रे साहेबांच्या हस्ताक्षरातली, सहीसह असलेली. पण मला ती कुठंतरी वाचल्याचं... ऐकल्याचं जाणवू लागलं. ते शब्द माझ्या कानात ऐकू येऊ लागले होते. शेवटी आठवलंच. एका मान्यवर प्रतिभावंतानं शिवाजीराजांचं अलौकिकत्व सांगणारं नाटक लिहिलेलं. भव्य, दिव्य. मी ते पाहिलं होतं. अनेकदा. त्यात हेच संवाद त्या लेखकानं स्वत:चे म्हणून वापरले होते. लोक त्या संवादावर टाळ्या वाजवत होते. हे सगळं ऐकून शिरीषताईंनी कपाळावर हात मारून घेतला. त्या एवढंच म्हणाल्या, ''आज पपा असते तर त्यांनी गेल्या दहा हजार वर्षांत झाली नसेल अशी फजिती केली असती यांची.'' मलाही कधी नव्हे एवढी साहेबांची उणीव जाणवत असलेली.

'गेल्या दहा हजार वर्षांत...' हे तर अत्रे साहेबांचे आवडते आणि खास शब्द. तेच शब्द मला आता त्यांच्या आवाजात हवे होते. त्यांची अनेक भाषणं 'कऱ्हेच्या पाण्या'तून हशां-टाळ्यांसह वाचलेली. काही पाठही होती मला. अनेकांकडून ऐकलेलं अत्रे साहेबांचं ते अमोघ वक्तृत्व मला आता प्रत्यक्षात ऐकायचं होतं. सगळा खटाटोप चालला होता तो त्यासाठीच. जीवनरावांचा आग्रह आणि माझं मागणं. त्या दिवशी शिरीषताईंनी माझ्या हातात साहेबांची चार भाषणं ठेवली! मला तर एकही पुरलं असतं. खुदा देता है तो छप्पर फाडके देता है। अशी माझी अवस्था झाली. त्या आनंदात मी त्यांचं हस्ताक्षर मागायचं विसरूनच गेलो होतो. जीवनरावांनी आठवण करून दिली. तसा मी कोरा कागद बाहेर काढला. त्यांच्या हाती दिला. तर शिरीषताईंनी विक्रम पै यांचं लेटर पॅड काढलं. मग मी माझी आवडती कविता त्यांना सांगितली आणि त्यांचे शब्द त्या कोऱ्या कागदावर उतरू लागले. लेखकाला किंवा कवीला असं लिहिताना बघून होणारा आनंद काय वर्णावा? आपल्या वाचकांना भरभरून आनंद वाटणारी ही माणसं निराळीच असतात. पारिजातकाचा सडा घालणारी. हेच शब्द तर त्या लिहीत होत्या.

हृदय अर्पण करतात, ती माणसं निराळीच असतात!
पूर असतो त्यांच्या स्वभावात
किनारा सोडतात तेव्हा नदीहून बेफाम होतात
कोसळतात खोल, तेव्हा किती उंच जातात!
जशी हसतात फुलं, पूर्ण उमलतात
उधळतात गंध, गळून पडतात
नियतीचा सहज स्वीकार हृदय देणारेच करतात!
अश्रूंच्या प्रत्येक थेंबातून त्यांची गाणी फुलतात

प्रीतीचे दिव्य किरण त्यांच्यातून नित्य पाझरतात
ज्यांची दारे बंद होतात, त्यांनाही आपले हृदय देतात!
हृदय अर्पण करतात, ती माणसं निराळीच असतात...

आजवरच्या आयुष्यात अशी खूप माणसं मला भेटत राहिली. 'टिप फुले टिप ग' हे तर शिरीषताईंचेच शब्द. अशा माणसांच्या सहवासात घालविलेले ते क्षण टिपता आले. त्या क्षणांनी आजवर खूपखूप शिकवलं. माझं जगणं समृद्ध केलं. आयुष्यात येणारा प्रत्येक माणूस आणि प्रत्येक क्षण सतत काही ना काही शिकवत असतोच. काय टिपायचं, काय सोडायचं हे ज्याचं त्यानं ठरवायचं असतं. माणसानं टिपकागदासारखं टिपत राहायचं असतं. शाई पेनचा वापर कमी झाला, तसे टिपकागदही दुकानातून गायब झाले. नव्या पिढीनं तर ते पाहिलेही नाहीत. त्या कागदांचं नावही त्यांनी ऐकलं नाही. म्हणून ती असले क्षण टिपत नसावी का? की त्यांना असं काही टिपायचं असतं हे शिकवलंच गेलं नाही? विचार तर करायलाच हवा. पण असं घडतं हे नाकारून कसं चालेल? हल्ली तर सर्व जण स्वयंघोषित सर्वज्ञ. पण अशी काही माणसं आयुष्यात आली की मग जगण्याचाच उत्सव होतो, हे सांगायलाचं हवं त्यांना कधीतरी. शिरीषताईंचं निमित्त.

ऐसपैस

ते आयुष्यात आले त्यांच्या तरल, मुलायम आणि प्रसंगी घाव घालणाऱ्या शब्दांमधून. दर्शन नंतर. त्यांच्या शब्दांना अनेकांनी आपला स्वर दिलेला. त्यांच्या कवितांची सुरेल गाणी केलेली. कळू लागल्यापासून ती कानावर पडत असलेली. माझं घर सांगली संस्थानच्या गणपती मंदिराशेजारी. अगदी लागूनच. तिथं रोज पहाटे पाच वाजता भूपाळ्या लागायच्या. आजही लागतात. सगळ्या पेठ भागाला त्या जागं करतात. मीही त्याच भूपाळ्या कानावर पडल्या की उठायचो. भक्तिसंगीत ऐकायचं ते वय नव्हतं. तरीही त्यातली दोन गाणी मला खूप आवडायची. आजही आवडतात. पंडित कुमार गंधर्व यांच्या आवाजातलं 'मलयगिरीचा चंदनगंधित धूप तुला वाहिला...' आणि 'चल ऊठ रे मुकुंदा, झाली पहाट झाली... बाहेर चांदण्याला

हलकेच जाग आली'. ती भूपाळी कानावर पडली की जणू ती आपल्यालाच उठवते आहे असं वाटायचं तेव्हा. ते कुणी लिहिलंय हे तेव्हा माहीत नव्हतं. पुढे समजलं की ती भूपाळी लिहिलीय सुरेश भट नावाच्या कवीनं. तेव्हा आकाशवाणीचं खूप अप्रूप वाटायचं. तिथली माणसं म्हणजे कुठल्या तरी वेगळ्याच ग्रहावरून आली असावीत असं वाटायचं. आकाशवाणी घरात सतत सुरू असायची. त्या छोट्या खोलीच्या चौकटीच्या आत एक अडीच-तीन इंच रुंदीची जाळीची पट्टी लावलेली असायची. या टोकापासून त्या टोकापर्यंत. ती पट्टी असल्याशिवाय रेडीओतल्या त्या माणसांचा आवाजच कानावर पडायचा नाही. त्या पट्टीला म्हणत 'एरियल'. तेव्हा रेडिओला परवाना लागायचा. त्याची वार्षिक फी होती आठ रुपये. ती सिटी पोस्टात जाऊन भरावी लागायची. आणि बचत पुस्तिकेसारख्या 'परवाना पुस्तिके'त तिथला शिक्का मारून आणावा लागायचा. ते काम मी आवडीनं करायचो. ते पुस्तक आजही जपून ठेवलंय. तर सांगायचा मुद्दा असा की त्या रेडिओमधली माणसं अधूनमधून या कवीचं नाव घ्यायची आणि एक गाणं लावायची. त्यांची सगळी गाणी ऐकली ती अशी आकाशवाणीवरच.

वय वाढत गेलं तसं या कवीनं काळजात घर केलं. 'मेंदीच्या पानांवर' हे त्यांचं गीत खूप आवडायचं तेव्हा. वपुंनी मला तेव्हा एक ध्वनिफीत दिली होती. मराठी भावगीताची. त्याचं निवेदन होतं वपुंचं. त्यात वपुंनी या गीताची एक नवीच ओळख करून दिलेली. नवाच अर्थ सांगितलेला. त्या तरुण वयात तो अर्थ ऐकला की हुळहुळायला व्हायचं. मग त्यांची तशी खूप गाणी ऐकली. मालवून टाक दीप, तरुण आहे रात्र अजुनी, केव्हा तरी पहाटे... वेड लावलं होतं या सुरेश भटांनी. कधीतरी या कवीला भेटायलाच हवं असं सारखं वाटायचं तेव्हा. अशातच जब्बार पटेल यांचे दोन चित्रपट पाहिले. 'सिंहासन' आणि 'उंबरठा'. दोन्हीकडे हा कवी भेटला. दोन्ही चित्रपटातली याची गाणी निराळीच होती. अर्थानं आणि बांधणीनंही. 'उष:काल होता होता' आणि 'सुन्यासुन्या मैफलीत माझ्या'. निळू फुले आणि स्मिता पाटील दोघांनी ही गाणी माझ्यासमोर ठेवलेली. कवीला भेटायची ओढ वाढीस लावलेली. त्या दिवसात 'मृत्युंजय'कारांचं पत्र आलं. सांगलीला येत असल्याचं. ते आले आणि त्यांच्या सोबत कोल्हापूरला जाताना कळलं की आम्ही ज्या पुस्तकाच्या प्रकाशनासाठी निघालो होतो, त्या समारंभात ते कवीही येणार होते. ते ऐकून जीव कसा हरखून गेला होता. अखेर ते मला दिसणार होते, त्यांच्याशी बोलता येणार होतं.

कोल्हापुरात त्यांचा एक शिष्य होता. गझल लिहिणारा. त्याच्याकडे त्यांची अनेक पत्रं होती. त्या पत्रांच्या संकलनाचं ते पुस्तक होतं. प्रकाशन होणार होतं

'मृत्युंजय'कारांच्या हस्ते. त्या समारंभासाठी कविराज येणार होते. त्या समारंभात मी पहिल्यांदाच पाहिलं त्यांना. ऐसपैस पसरलेला तो देह पाहून हा माणूस इतक्या तरलस्पर्शी कविता कशा लिहीत असेल? हाच प्रश्न माझ्या मनात आला होता. मृत्युंजयकार त्यांचे जिवाभावाचे मैतर. दोघांच्या दिलखुलास गप्पा चाललेल्या. माझी श्रवणभक्ती. दादांनी त्यांच्याशी माझी ओळख करून दिली. तो दिवस त्यांच्यासाठीच होता माझ्या आयुष्यात. त्या दिवशी मी त्यांच्या हस्ताक्षरात एक गझलही लिहून घेतली. 'रंगुनी रंगात साऱ्या रंग माझा वेगळा! गुंतुनी गुंत्यात साऱ्या पाय माझा मोकळा!' हा कवी होताही तसाच. या कलंदर माणसाच्या अनेक कहाण्या ऐकलेल्या. त्यांचाही अनुभव घेतला त्या दिवशी. मराठीतला हा श्रेष्ठ कवी. याची देहा याची डोळा अनुभवला. परत येताना दादांनी त्यांची अनेक रूपं, अनेक आठवणी सांगितल्या. सुरेश भट समजत गेले.

मग पुन्हा एकदा समग्र सुरेश भट वाचून काढले. मनसोक्त ऐकलेही. सुरेश भट यांनी जशा हळव्या कविता लिहिल्या, तशाच गझलाही. अनेकांना त्या वाटेवर ते घेऊन गेले. अगदी बोट धरून. रंग माझा वेगळा, एल्गार आणि झंझावात हे संग्रह घरी होतेच. त्यातला कवितांची, गझलांची पारायणं करत असतानाच शिरीष पै यांनी संपादित केलेलं एक पुस्तक हाती आलं. 'सुरेश भट यांची निवडक कविता'. शिरीषताईंनी लिहिलेल्या प्रस्तावनेतून भट अधिक आत उतरले. कायमचे स्मरणात राहिले. त्यांची अशीच आणखी भेट. स्मरणात राहिलेली. एरवी मात्र भट भेटत राहिले त्यांच्या शब्दाशब्दांतून. हे शब्द कधी मेंदीच्या पानावरचे तर कधी मलमली तारुण्य पांघरलेले. कधी मऱ्हाटीची महती सांगणारे तर कधी अनेकांच्या आयुष्याच्या मशाली पेटविणारे. तर कधी 'उजाडल्यावरी सखे निघून जा घराकडे' असं आर्जव करणारे! भटांच्या अशा कवितांनी किती तरी जणींना आमच्या स्वप्नात आणलं, डोळ्यांसमोर उभं केलं. कितीतरी जणींना काळजातलं स्थान दिलं. त्या कायम तिथंच राहिल्या, प्रत्यक्षात भेटल्या नाहीत ही गोष्ट खरी. पण ती खंत दूर करायला 'त्यांचा नकारही किती लाघवी होता' असं म्हणत समजूत घालायला पुन्हा सुरेश श्रीधर भटच आले होते. अशी कितीतरी स्वप्नं ते पुन्हापुन्हा मला दाखवत होते. कितीतरी जणींची!

मराठीत गझल रुजविणारा हा माणूस. गझलेला त्यानं प्रतिष्ठा मिळवून दिलीच, शिवाय अनेकांना कवीपण मिळवून दिलं. त्यांचं नाव आणि त्यांच्याशी असलेली पुसटशी ओळखही अनेकांच्या जगण्याचं साधन झाली. काही जण तर 'आम्ही भटांचे मानसपुत्र'ही म्हणवून घेऊ लागले. आजही घेत असतात. पण भटांच्या शब्दातील लावण्य आणि तरलता, मादकता आणि घणाघात त्यापैकी कुणाच्याही शब्दात उतरले नाही. भटांचं स्थान एकमेव होतं, ते अबाधित राहिलं आणि सध्याची

मंडळी पाहता ते कायमच राहील. आभाळातल्या त्या अढळ ध्रुवताऱ्यासारखं! गझलेच्या प्रांतातलं त्यांचं हे स्थान समजावून दिलं ते सुरेशचंद्र नाडकर्णी यांनी. सह्याद्री वाहिनीवर त्यांनी घेतलेली भटांची मुलाखत आजही मला ते समजावून देत असते. भटांची आठवण हृदयात कायमची जागती ठेवली आहे ती त्यांच्यावरच्या 'नक्षत्रांचे देणे' या ध्वनिचित्रफितींनी. त्यात भटांचं दर्शन आणि मनोगतही. ती चित्रफित किती वेळा ऐकली याची मोजदाद नाही. पण तरीही भटांच्या शब्दांची मोहिनी जराही कमी झालेली नाही. होणारही नाही.

भट गोकुळातल्या कृष्णात भेटले तेव्हा ते रंग खेळत होते. राधिकेला तिच्या घराकडे जपून जाण्याचा सल्ला देत होते. तो न ऐकताच हरीच्या स्वाधीन झालेल्याही काही कमी नव्हत्या. कधी त्या त्याच्या होत होत्या तर कधी त्याच्याकडून लुटल्या जात होत्या. म्हणत होत्या, 'आज पहाटे श्रीरंगाने मजला पुरते लुटले गं' मग हरपून बसणं आलंच की. भट तारुण्यात भेटले तेव्हा ते साऱ्या तनामनाला फुलवत होते. अनेकींची स्वप्नं मनात जागवत होते. आमच्या वतीनं तिला सांगत होते, 'मलमली तारुण्य माझे तू पहाटे पांघरावे, मोकळ्या केसांत माझ्या तू जिवाला गुंतवावे!' पण त्या कुठल्या ऐकतात आमचं. त्या सतत झुलवतच राहिल्या, फसवतच राहिल्या. आम्हाला केवळ त्यांनीच फसवलं असं नाही तर जगानंही फसवलं अनेकदा. तेव्हाही भट आमच्यासोबतच होते. ज्यांनी आम्हाला फसवलं त्यांच्यावर आपल्या शब्दांचे कोरडे ओढत आमच्या मनाला धीर देत होते, आपल्या शब्दांतून नवा आशावाद पेरत होते. सगळं तारुण्य व्यापलं होतं या कवीनं आमचं. आता उतरणीला लागलो तर तिथंही भट होतेच. आहेतच. ते जुन्या आठवणी पुन्हापुन्हा जाग्या करतात. म्हणतात, 'येताच कुणी फुलराणी मज मोहर फुटला होता... मी तेव्हा सळसळ केली, पण आता झडलो आहे!' आता ते माझ्या उतारवयात 'रिमझिमतो रातंदिन, स्मरणांचा अमृतघन' असं सांगत 'देखावे बघण्याचे वय निघून गेले, अशी जाणीवही करून देत आहेत. आयुष्याच्या सर्व टप्प्यांवर शब्दांची सोबत घेऊन असं भेटणारा भट हा एकमेव माणूस. तो जसा दिसायला ऐसपैस होता, तसाच ऐसपैस आमच्या आयुष्यावर पसरलेला आहे असं सतत जाणवत राहतं आता.

'माणसांच्या मध्यरात्री हिंडणारा सूर्य मी' असं म्हणणाऱ्या या कवीच्या खूप जवळ जाता आलं नाही ही खंत मात्र कायमच सोबत येणारी. अवघ्या दोन भेटी झालेल्या. पण या दोनच भेटीत त्यांच्यातला 'माणूस' उमगलेला. मग मी त्यांना पत्रं पाठवत राहिलो. कधी त्यांची उत्तरं आली कधी ती येतील अशी वाट पाहत राहिलो. पण ते तर सतत सोबतीला होते. आजही असतात. त्यांच्या शब्दाशब्दांतून. कधी स्वप्नं दाखवतात तर कधी स्वप्नातली दाखवतात. कधी धीर देतात, कधी सांत्वन करतात. आनंदात सोबत असतात तसे अडचणीतही. कधी पेटून उठवतात तर कधी

झुंजण्याचं बळ देतात. कधीकधी डोळ्यातल्या बाहुल्यांचा ओलावाही पुसतात. असा रंध्रारंध्रात भिनलेला दुसरा माणूस नाही. भाषेची सगळी रूपं आपल्या रक्तात खेळवत भट अगदी कलंदर आयुष्य जगले. त्यांच्या जगण्याच्याही दंतकथा केल्या लोकांनी; पण त्यांच्या शब्दांची बरोबरी करणं कुणालाही जमलं नाही आजवर. त्यांच्यासारखं जगून दाखवणं ही तर फार लांबची गोष्ट. कठीण काळातही आपल्यातल्या ताठ माणसाला जराही वाकू दिलं नाही त्यांनी. ना सत्तेपुढे, न ती राबवणाऱ्या महानुभावांपुढे. आपल्या पाठीत अजूनही कणा आहे हे ते सतत दाखवत राहिले. शब्दांतून आणि जगण्यातूनही. लोक त्यांच्याविषयी काहीही बकोत. त्यांनी कधीही त्याची पर्वा केली नाही. आपल्याच मस्तीत आणि आपल्याच धुंदीत जगता यायला हवं असं सगळ्यांनाच वाटत असतं. पण ते तसं कसं जगावं याचा वस्तुपाठ दाखवत भटांनी हे जग सोडलं. त्या जगण्याचे काही कवडसे माझ्याही आयुष्यावर पडले. भटांची आणि माझी नाळ जुळली. आता तर ते माझ्या सोबतीलाच असतात ... कधीही माझं बोट न सोडता! नसानसात भिनलेल्या या माणसाला स्मरताना हे असं सगळं आठवत राहतं. त्यांच्या देहाप्रमाणेच आडवंतिडवं धावत सुटलेल्या त्यांच्या अक्षरातली काही पत्रं आणि त्यांचा तो भरडा आवाज काहीबाही ऐकवत असतात आजही. जगण्याला काही अर्थ देत राहतात. जगणं सुसह्य करत राहतात. अशी माणसं पुन्हा कधी आणि कुठं भेटणार? भटांचं आयुष्यात येणं म्हणजे त्या चंद्राला हात लागण्यासारखंच. तो थोडाच हातात गवसणार? चांदण्यांची बरसात करून तो कधीचाच ढगाआड झालाय.

१४ मधली एक रम्य संध्याकाळ. पाच वाजलेले. मी सांगलीशेजारच्या हरीपुरात आलेलो. समोर कृष्णा-वारणेचा संगम. दूरवर कोथळी, उमळवाड दिसत होतं. अलीकडच्या काठावर मी. घाटावर नव्हे तर वाळूत. निवांत, पाय पसरून. हरिपूरच्या नदीकाठावर वाळूची पुळण होती असे ते दिवस. आजच्या हरीपूरकरांनाही ही दंतकथा वाटेल. इतरांची बातच सोडा. आम्ही आता पर्यावरण प्रेमी झालो आहोत, याचा आणखी काही पुरावा हवा? कधी काळी त्या पात्रातले पाण्याखालचे मासेही दिसायचे. आता घाण पाणी पचणार नाही म्हणून बहुतेक काळ मगरीही बाहेर येऊन पडलेल्या असतात. मळीचं पाणी पचवायला त्या थोड्याच 'सांगली'कर आहेत? आमची वाटचाल प्रगतीकडे... विकासाकडे. तिथल्या संस्थान काळातल्या देखण्या घडीव दगडी घाटाला खाली गाडून आता आम्ही त्यावरच सिमेंटचा धक्का उभारलाय. भेळ खात बसायला. आणखी किती विकास हवा? तर कधीकाळी असलेल्या हरिपूरच्या त्या वाळूत बसलेला मी आणि शेजारी मराठीतला एक

कैवल्याचं चांदणं

नामवंत कवी. मनसोक्त गप्पा मारत असलेला. सुख सुख म्हणतात ते हेच. लोक उगाच दुसरीकडे शोधत असतात त्याला! संथ वाहणाऱ्या कृष्णेला साक्ष ठेवून गीतांच्या जन्मकथा, त्याही कवि मुखातून ऐकणं अशी अनुभूती घ्या एकदा म्हणजे कळेल.

झब्बा, पायजमा आणि डोक्यावर फरची टोपी. ओठांवरून झुकलेल्या मिशा दाढीत मिसळून गेलेल्या. अंगात तोकडे जाकीट. तो कवी त्या गावचाच. गावच्या नामांकित वैद्याच्या घरातला. त्याचं लहानपण त्याच वाळूत उड्या मारण्यात गेलेलं. आता त्यानं गाव सोडून बरीच वर्षं झाली असली, तरी गावातली जुनी खोडं अजूनही ओळखत होती त्याला. त्याचा वाडा अजूनही गावात होता. आजही आहे. कविराज गावात आल्याचं समजल्यानं मी त्यांना भेटायला आलेलो. वाड्यावर जाऊन वर्दी दिली तर मला घेऊन त्यांनी थेट संगम गाठलेला. मग आम्ही दोघांनी त्या वाळूत बैठक मारलेली. सूर्य मावळतीकडे उतरत होता. नदी पात्रातल्या पाण्यावर त्याच्या किरणांचा सोनेरी वर्ख चढत होता. वाऱ्याची लहर आली की तांबूस-सोनेरी रंगाचं पाण्यातलं ते आकाश हळुवार डुलत होतं. नजर सारखी तिकडेच वळत होती. आमच्या गप्पांना रंग चढत होता. कवीही आता खुलला होता. मुळात त्याचा स्वभावच जिंदादिल. दिलखुलास बोलत होता तो. त्याच्या काही कवितांबद्दल, काही गाण्यांबद्दल. सुमन कल्याणपूरसोबत असलेल्या आपल्या जिव्हाळ्याबद्दल. कधी आपल्या सर्वोत्कृष्ट ठरलेल्या गीतांबद्दल. आपल्या कवितांची, गीतांची जन्मकहाणी सांगणारा तो कवी होता अशोकजी परांजपे. त्या क्षणी ते मला सांगत होते त्यांच्या एका गाजलेल्या गाण्याबद्दल आणि गाणं होतं 'नाविका रे, वारा वाहे रे, डौलानं हाक जरा आज नाव रे!' समोरच्या नदीपात्रात कोथळीकडून अलीकडे येणारी होडी. रोजच्यासारखीच, आजही! तिच्यात बसलेला हरीपूरचा बाबूराव आंबी.

हरीपूर-कोथळी पुलाचं काम सुरू झालं असलं, तरी अजूनही होडी सुरूच होती. लोकांची ये-जा त्यातूनच होत होती. कवी सांगत होता तो काळ तर खूप पूर्वीचा. तेव्हा तर तिला घेतल्याशिवाय पलीकडे जाताच यायचं नाही. पलीकडच्या गावातल्या आयाबाया अलीकडे कामाला आलेल्या असायच्या. दिवसभर राबून संध्याकाळी परत पलीकडे. आजही असंच सगळं सुरू असलेलं. या आयाबायांना जाताना त्यांना घर गाठण्याची घाई झालेली असायची. कडूसं पडण्याआधी उंबऱ्यात पाऊल पडायला हवं म्हणून त्यांची धांदल चाललेली असायची. त्या नावाड्याला घाई करायच्या. त्याला हे रोजचंच. त्याचं निवांत सुरू असायचं. त्यानं चंची काढलेली असायची. आयाबाया मग जास्तच त्याला बोलायच्या. म्हणायच्या, "ये नावाड्या, जरा हाक की नाव लवकर. वारं हाय तवर ने की आमास्नी पल्याड." "हे सारं चित्र नजरेत टिपणारा अशोक गणेश परांजपे नावाचा त्या वैद्य वाड्यातला मुलगा म्हणजेच मी." अशोकजी मला सांगत होते. नजरेतल्या त्या चित्राचंच पुढे त्यांनी

गाणं केलं आणि सुमन कल्याणपूरला घेऊन अशोक पत्की यांनी त्याचं सोनं केलं. सोनं 'सर्वोत्कृष्ट'च ठरणार यात नवल काय? ते वर्षं होतं १९७५. आजही ते गाणं कुठं वाजू लागलं की चालणारे पाय थबकतात. आयाबाया... अगदी शिकल्या सवरल्या तरुणीही मनानं माहेराला जातात. कुठंही असल्या तरी! माझं काय घेऊन बसलात? मी ते गाणं अनकेदा अनुभवलं त्याचं जागेवर बसून.

राज्य लोककला संचालनालयाचे पहिले संचालक म्हणून अशोकजी मुंबईत गेले आणि नंतर भटकतभटकत औरंगाबादेत जाऊन स्थिरावले. त्यापूर्वी त्यांनी गाव सोडलं होतंच. अधूनमधून यायचे ते. पण प्रसंगानंच. त्यांची गाणी कल्याणपूरकरांची सुमन सर्वदूर पोहोचवत होती. त्या गाण्यांप्रमाणंच अशोकजीही खेड्यापाड्यात, वाडीवस्तीवर भटकत होते. मौखिक परंपरेनं कानावर पडणारं लोकधन गोळा करण्यासाठी. अनेक लोककलावंतांच्या ध्वनिमुद्रणासाठी पायाला भिंगरीच लावली होती त्यांनी. तेव्हा ते इंडियन नॅशनल थिएटरचे सर्वेसर्वा होते. त्यांच्यामुळंच वाडीवस्तीवरल्या कलावंतांना विमान आतून बघता आलं. बुधगावच्या शाहीरसम्राटांचा... बापूराव विभुतेंचा डफ परदेशात कडाडला. त्यांच्यामुळंच अनेक लोककलावंतांना बरे दिवस दिसले. त्यांची कलाही जतन केली गेली. अशा कलावंतांठायी असणारं लोकधन जसं त्यांनी गाण्यांमधून आणलं, तसंच नाट्यरूपातूनही. जांभूळ आख्यान, खंडोबाचं लगीन, दशावतारी राजा, वासुदेव सांगाती ही त्याची काही उदाहरणं. 'आतून कीर्तन वरून तमाशा' तर विसरता न येण्यासारखाच!

अशोकजी पुन्हा भेटले ते १९९५च्या ऑगस्टमध्ये. तेही तीन दिवस. त्यांच्या गीतांचा एक कार्यक्रम विश्रामबागला होणार होता. सुरेश उर्फ एन. के. फडणीस त्यांची गाणी म्हणणार होते आणि मधूनमधून अशोकजींचं निवेदन. गप्पा आणि गाण्यांच्या जन्मकथा असं कार्यक्रमाचं स्वरूप होतं. फडणीस सर हे माझे अध्यापक महाविद्यालयातले आचार्य. आचार्य हाच शब्द त्यांना शोभण्यासारखा. स्वत:च्या आचरणातून संस्कार करतो तो आचार्य. हा शब्द इतरांना लावावा असं तेव्हाही वाटत नव्हतं आणि आजही वाटत नाही. त्यांचा आवाजही सुरेल. त्यांचे गीत रामायणाचे कार्यक्रम अनेक ठिकाणी व्हायचे तेव्हा. दर रविवारी मी त्यांच्या घरी असायचो. अशोकजी त्यांच्याकडेच उतरलेले. कार्यक्रमाआधी दोन दिवस आलेले. कार्यक्रमाची बांधणी करण्यासाठी. सरावासाठी. मला ती बातमी सरांनी सांगितलेली. अशी संधी कशी सोडणार? मग पुढचे तीन दिवस अशोकजींच्या सहवासात. २१ ते २३ ऑगस्ट, १९९५. त्यानंतरचा कुठलाच ऑगस्ट तितका 'हासरा नाचरा' झाला नाही! त्यांची अनेक गीतं मी त्यांच्या हस्ताक्षरात लिहून घेतली. काही माझ्या आवडीची तर काही त्यांच्या आवडीची ! नाविका रे, वाट इथे स्वप्नातील संपली जणू, ही माझ्या आवडीची गीतं मी लिहून मागितली तर त्यांनी आपल्या आवडीचं

'सहज तुला गुपित एक सांगते दुपारी' हेही लिहून दिलं. त्यानंतर त्यांच्या आवडीच्या गाण्यांचा एक कार्यक्रम सांगलीत झालेला. शांतीनिकेतन लोकविद्यापीठात. अशोकजींचं निवेदन असणार होतं आणि मुलाखतही होणार होती. अशोकजींच्या सन्मानार्थ हे सारं नियोजन होतं. अशोकजी बोललेही दिलखुलास आणि मनसोक्त. मुळातच गोष्टीवेल्हाळ माणूस होता तो. त्यात कवीमनाचा. लावण्या आणि लोकगीतं हा तर त्यांच्या अभ्यासाचा विषय. त्या मुलाखतीमधून त्यांनी इथल्या लोकसंस्कृतीचे अनेक पदर उलगडून दाखविले. अत्यंत चित्रदर्शी वर्णन. चित्रांशी त्यांची जवळीक होतीच. एके काळी दीनानाथ दलालांची चित्रं आणि अशोकजींच्या काव्यपंक्ती याशिवाय दिवाळी अंकांचं पानही हलत नव्हतं ते का उगाच? तो दिवसच अशोकजींचा होता!

'कळीदार कपूरी पान' सारखी कसदार लावणी लिहिणाऱ्या या कवीनं 'अवघे गरजे पंढरपूर' म्हणत मराठीच्या अंगणात नक्षत्रांचा सडाच घातला होता. त्याचा दरवळ अजूनही मराठी आसमंतात. 'केतकीच्या बनातला मोर' रसिकांच्या डोळ्यात सदैव नाचता ठेवला त्यांच्या शब्दांनी. त्याला आनंदाच्या डोहात न्हाऊ घातलं. एकदा तो माथेरानची टेकडी चढत होता. सोबत होत्या सुमन कल्याणपूर. यांच्या मागोमाग चालणाऱ्या. थंडीचे दिवस. पायाला स्पर्श करून जाणारे धुक्याचे धग. एका क्षणी ते धुकं दाट झालं आणि पायाखालची वाट दिसेनाशी झाली. सुमनताईंनी हाक दिली. कवींनी त्यांना हात दिला. दोघे चालत राहिले. कवीच्या मनात शब्दांनी फेर धरलेला. ते वेगळ्याच तंद्रीत. मनातले ते शब्द कागदावर उतरले आणि त्याचं एक सुंदर गीत झालं.

वाट इथे स्वप्नातील संपली जणू, थांबवितो धारांनी सावळा घनु, गं बाई
आजूबाजूच्या पानांनी वेढली ही निळाई
चिंतनात बैसली गं मंत्रमुग्ध राई
फुलुनिया आली गडे बावरी तनू, गं बाई....
दऱ्यातुनी आनंदला पाणओघ नाचरा
आसमंत भारितो गं गानसूर हासरा
माथ्यावरी दिसले गं इंद्राचे धनू, गं बाई...
वाट इथे स्वप्नातील संपली जणू, थांबवितो धारांनी सावळा घनु, गं बाई

आपल्या शब्दांचं असं इंद्रधनू रसिकांच्या आयुष्यावर धरणाऱ्या या कवीची आतली वेदना मात्र निराळीच होती. ती कधी कुणाला समजलीच नाही, त्यांनीही ती कधी सांगितली नाही. कवी स्वतः आतून सदैव अस्वस्थ असायचा. गर्दीत असूनही एकटा राहायचा. आपल्या अंतरीचं शल्य त्यानं कधीच कुणाला कळू दिलं नाही.

त्याच्या मनातल्या शब्दांनाही. ते जर त्यांना कळलं असतं तर एखादं वेगळंच गीत जन्माला आलं असतं. भैरवी रंगली असती. पण ते होणं नव्हतं. आपल्याच गीतातल्या शब्दांप्रमाणं हा चकोर कायम भुकेलाच होता असं आता वाटतं. २००९च्या ९ एप्रिलला या जिंदादिल माणसानं स्वत:चं आयुष्य संपवलं. आकाशवाणीवरून कानावर पडलेली ती बातमी खूप वेदना देऊन गेली. 'पाखरा जा, दूर देशी' असा निरोप आपल्याच देहाला देऊन हा कवी मुक्त झाला. कायमचा. अफाट पसरलेल्या गगनात विहरण्यासाठी. नक्की सांगतो, अशोकजी आजही त्या अवकाशात स्वच्छंदपणे विहरत असणार. त्याचे शब्द हवेच्या लहरींवर स्वार होऊन कानात शिरतात, तेव्हा कवीचं अस्तित्व जाणवत राहतं ते त्यामुळंच.

अशोकजी जसे अचानक भेटले तसे अचानक गेलेही. जराही चाहूल लागू दिली नाही त्यांनी. आकाशवाणीच्या पुणे केंद्रानं एका सकाळी हे सांगितलेलं. तरीही पुढे काही दिवस अशोकजी माझ्या मनात असे रेंगाळत राहिले. किती संवेदनशील आणि तरल मनाचा होता हा माणूस. गोष्ट रंगवून सांगण्याची भारी हौस त्याला. खिळवून ठेवायचा समोरच्याला. नजर बांधल्यागत. पण त्याच्या मनाचा ठाव कुणालाच लागला नाही. माणूस आनंदी असतो, सतत हसतमुख दिसतो. समोरच्यालाही हसवत ठेवतो. म्हणजे आतूनही तो तसा असतोच असं नसतं याची जाणीव करून दिली या कवीनं. आता कुणाचं मोकळं होणं सलू लागलं की मी त्याचा ठाव घेण्याचा प्रयत्न करतो. कधी तो सापडतो. बऱ्याचदा निसटतो. 'आतला' माणूस हाती लागणं तसं जरा कठीणच. त्याला छळणारी त्याची वेदना समजणं तर फारच कठीण. आपण तरी कुठं ती इतरांना सांगत असतो? मुखवट्याची गरज कधीकधी आपल्यालाही लागतेच की. अशोकजी सतत असा मुखवटा घेऊन वावरत होते का? फोटोतही दिसणाऱ्या त्यांच्या चेहऱ्यावरच्या त्या हसण्यामागं नक्की काय दडवलं होतं त्यांनी?

अशोकजींच्या आठवणीला पुन्हा उजाळा मिळाला तो वर्षापूर्वी. कोल्हापुरातील काही धडपडे शिक्षक खास गाडी करून सांगलीत आलेले. चांगले पन्नासभर. त्यांना सांगली जिल्ह्यातील प्रतिभावंतांची घरं बघायची होती. त्यांच्या जन्मघरांना भेटी द्यायच्या होत्या. त्या इमारतींतून जाणवणारा त्या प्रतिभावंतांचा स्पर्श अनुभवायचा होता. ऐन सुटीत, तेही स्वखर्चानं मुक्त भटकणारे असे काही वेडे लोक अजूनही आहेत. उद्याची आशा. सुरुवात होणार होती हरीपुरातून. पत्रकार जयसिंग कुंभार त्यांना हरीपुरातल्या हळदीच्या पेवांबद्दल सांगत होते. नाटककार देवळांच्या 'शारदे'बद्दल सांगत होते. देवलांचा तो पार, त्यांच्या वाड्याची जागा पाहून मग सगळी मंडळी अशोकजींच्या 'परांजपे वाड्या'समोर. तिथं त्यांच्या गीतांची, नाटकांची उजळणी. त्यांना 'नाविका रे'ची जन्मकहाणी सांगताना मला पुन्हा ९४ मधली ती संध्याकाळ आठवली आणि अचानक शेजारी अशोकजी उभे असल्याचा भास झाला. तारीख होती २ फेब्रुवारी, २०२०.

रंजना देशमुख माझी आवडती अभिनेत्री. अशोक सराफ आणि रंजना या जोडीचे अनेक चित्रपट मनात घर करून. त्यातलाच एक 'अरे संसार संसार' खूपदा पाहिलेला. त्यातल्या एका गाण्यातून ते मला पहिल्यांदा भेटले. ते गाणं आजवर अनेकदा ऐकलेलं. आताही ऐकतो, पण आता कवीच्याच आवाजात. 'काळ्या मातीत मातीत, तिफन चालते' हे ते गाणं आणि कवी विठ्ठल भिकाजी वाघ. वऱ्हाडी बोलीत कविता लिहिणारे. बोलीभाषेला सन्मान मिळवून देणारे. त्यांना भेटायचं ठरवलं ते तेव्हाच. पण कवी राहायचे तिकडे लांब... अकोल्याला. अकोल्यातलं 'हिंगनी' हे त्यांचं गाव. इकडे फारसे यायचेही नाहीत. भेट लांबत चाललेली. मनाशी अधिकाधिक पक्की होत चाललेली. स्वातंत्र्यसंग्रामातल्या अनेक वाघांची भेट घेतली होती, आता प्रतीक्षा या साहित्यविश्वातल्या वाघाची! तीही लवकरच

वऱ्हाडी वाघ

संपली. सांगलीत भरलेल्या साहित्य संमेलनाच्या निमित्तानं.

१९ ते २१ जानेवारी, २००८. सांगलीत अखिल भारतीय मराठी साहित्य संमेलन भरलेलं. अध्यक्ष सांगलीचे आणि उद्‌घाटक तत्कालीन राष्ट्रपती प्रतिभाताई पाटील. गावभर एकच उत्साह. संमेलनाच्या 'कृष्णाकाठची अक्षरलेणी' या स्मरणिकेचा एक संपादक म्हणून मी होतोच. त्या तीन दिवसांत कितीतरी प्रतिभावंतांची प्रकाशचित्रं काढली. एका मंडपातल्या कवीसंमेलनात हे दिसले. नवोदित कवींच्या कविता सुरू होत्या. हे कविराज समोरच्या मंडपात. सफारीत. शेजारच्या खुर्चीवर द. मा. मिरासदार. मी कवींना कधी पाहिलं नव्हतं. पण त्यांच्याकडे लक्ष गेलं ते त्यांच्या हातातल्या वहीमुळं. वहीच्या पानांवर ते रेखाटनं करत होते, लागोपाठ. एकाग्रचित्तानं. त्यांची छायाचित्रं घेत मी मिरासदारांजवळ गेलो. ते ओळखीचे. त्यांच्याशी बोलतबोलत यांच्या हातातली वही बघत होतो. माझ्या नजरेतले भाव ओळखून मिरासदार म्हणाले, "अरे, हे कवी विठ्ठल वाघ!" असं म्हणत त्यांनी त्यांची ओळख करून दिली. मी वाघांना पहिला दंडवत घातला तो तिथंच. मिरासदारांच्या साक्षीनं. मग पुढचे दोन दिवस मी त्या वाघाचं शेपूट धरूनच. संमेलनातल्या त्यांच्या कवितांचं ध्वनिमुद्रण आणि त्यांच्या विविध भावमुद्रा टिपणं. त्यांचं ते वऱ्हाडी भाषेतलं मोकळंढाकळं ऐकणं. हेच केलं दोन दिवस.

मिरजेला प्राथमिक शाळेतल्या मुलांचं साहित्य संमेलन भरवलेलं. पहिल्यांदाच. सूत्रसंचालनापासून सगळं मुलंच करणार होती. एकच पाहुणा बोलवलेला. तो म्हणजे विठ्ठल वाघ. ग्रंथदिंडीपासून सभागृहापर्यंत सगळीकडे फुगड्या घालत आणि फेर धरून नाचत कविराज सहभागी झालेले. वाघांना तसं नाचताना पाहून मुलं खूश झालेली. ६८ वर्षांचे वाघ एखाद्या नवयौवनेला लाजवेल अशी फुगडी घालत होते. शहरभर. तारीख होती २७ डिसेंबर, २०१३. पुढचे चार दिवस मी वाघांच्या सहवासात. चारच दिवसांनी म्हणजे एक जानेवारीला त्यांचा वाढदिवस. लक्षात ठेवून मी चार दिवस आधीच त्यांचा सत्कार केला. हजारभर मुलांसमोर. वाढदिवसाच्या शुभेच्छा, त्याही एका वाघाला देताना खूप आनंद झालेला. स्थळ होतं मिरजेचं बालगंधर्व नाट्यगृह. सफारीतल्या वाघाच्या चेहऱ्यावर हसू उमटलेलं. त्यानं चक्क मला मिठीत घेतलेलं. मुलांच्याही लक्षात हा 'वाघाचा वाढदिवस' राहणार होता. वाघानं चक्क केक कापला होता.

हजारभर मुलांच्यात रमलेले विठ्ठल वाघ. मुलांसमवेत मनमुराद नाचले देखील. कुठलाही बडेजाव न बाळगता. आपल्या मोठेपणाची कसलीही झूल न पांघरता. एखादी फुटकळ कविता छापून आली तरी हवेत चालणारे महाभाग हे सारं बघत होते. पण शिकले किती हा प्रश्न कायमच. लौकिकार्थानं मोठे असलेल्या त्या कवीनं प्रसिद्धीला डोक्यात चढू दिलं नव्हतं. तो जमिनीवरच होता. या वयातही. मुलांच्या

जेवणाची सोय एका पटांगणात केलेली. छत होतंच पण मांडी घालून जमिनीवर बसावं लागत होतं. मोकळ्या वावरात. वाघांना घेऊन मी जेवायला गेलो. त्यांच्यासाठी दोन खुर्च्या आणल्या. एक बसायला, एक ताट ठेवायला. माझी ती लगबग पाहून कवी म्हणाले, "अरे याची काय गरज? मी मातीतला माणूस. लेकरांसोबत खालीच बसू की." कुणाचंही न ऐकता त्यांनी जमिनीवर बैठक मारली आणि जेवणाचा आस्वाद घेतला. मसाले भात आणि जिलेबी हाणली. मठ्ठाही घेतला. पोटभरून. भात, जिलेबी आणि मठ्ठा घेणारा हा निराळाच वाघ त्या दिवशी मुलांनी पाहिला. टिकलीएवढं नाव झालं तरी लोकांना टेबल खुर्ची तर लागतेच शिवाय नळाचं पाणी पित नाहीत ते. वाघ मात्र अजूनही वावरातलेच होते. माणसांत होते. हेच त्या कवीचं मोठेपण होतं आणि आहे.

दोनच दिवसांनी एका मित्राघरी मैफल. पांढऱ्याधोट केसांचा वाघ बनियनवर ठाण मांडून बसलेला. शेजारी मी आणि मित्र. समोर तालुक्यातले काही शिक्षक. त्यात कथाकार विजय जाधवही कोपरा धरून बसलेले. वाघांचं गुरगुरणं सुरू झालेलं. डोळे मोठे करत कवितांवर कविता. कविता वाचतना त्यांचा आवाज मोठा होतो की डोळे याकडे माझं लक्ष लागून राहिलेलं. आवाज आणि डोळे यांची जणू स्पर्धाच लागलेली. माझं ध्वनिमुद्रण आणि छायाचित्रण सुरूच होतं. तासाभराची ती अनौपचारिक बैठक. पण वाघ खुललेले. एखाद्या संमेलनात असल्यासारखे. ते अकोल्याचे. समोरच्या मंडळीपैकी एक बहिणाबाई मूळची तिथली. आभार मानण्याचा हट्ट धरून बसलेली. तिला संपूर्ण बहिणाबाई, बोरकर पाठ होतेच. तिचं नावही दीपा बोरकर-माने. ती कविराजांचे आभार मानताना म्हणाली, "आज मला किती आनंद झालाय म्हणून सांगू. वाघ माझ्या माहेरचे." ते शब्द कानावर पडताच वाघ गुरगुरलाच. "साहजिकच आहे. माहेरचं कुत्रं दिसलं तरी बायकांना आनंद होतो. इथं तर साक्षात वाघ भेटलाय." वर खळखळून हसणं. त्यांच्या त्या दिलखुलास हसण्यानं जिंकलं सगळ्यांना. गुरगुरण्याइतकंच हसणंही डरकाळी फोडल्यासारखं.

वाघ मग भेटत राहिले. या भागात आले की मैफल जमवत राहिले. कळलं की ते अकोल्याच्या शिवाजी कला, वाणिज्य, विज्ञान महाविद्यालयाचे प्राचार्य होते. पुढे 'बालभारती'च्या पाठ्यपुस्तकांचे संपादक. त्यांच्या 'डेबू' या गाडगे महाराजांवरील कादंबरीवर चित्रपटही निघालेला. मी तो अनेकदा पाहिलेला. त्यातली भूमिका करण्यासाठी श्रीराम लागूंना आपण वऱ्हाडी बोली कशी शिकवली ते त्यांनी एका मुलाखतीतही सांगितलेलं. पण वाघांचं खरं आणि मोठं काम म्हणजे त्यांनी वऱ्हाडी बोलीला मिळवून दिलेला सन्मान. पंचवीस-तीस तालुक्यात भटकंती करून त्यांनी वऱ्हाडी बोलीतल्या म्हणी आणि शब्द गोळा केले. त्यांना चिरंतनत्व दिलं. पारंपरिक वऱ्हाडी म्हणींचा अभ्यास याच विषयावर संशोधन करून त्यांनी 'विद्यावाचस्पती'

मिळवलेली. ती बोली त्यांनी चित्रपटांच्या पटकथांमधून आणि आपल्या कवितांमधून लोकप्रिय केली. ती बोली त्यांच्या जगण्याचा भाग झाली होती. कविता वाचनाचे प्रयोग करत वाघांनी देशाच्या सीमाही ओलांडल्या. ग्रामीण महाराष्ट्राच्या घराघरांत वऱ्हाडी बोली पोहोचवली. 'वृषभ सूक्त' रचलं. हे त्यांचं काम कायमचं टिकून राहणारं. वाघांना अनेक सन्मान लाभले तरी संमेलनाचं अध्यक्षपद मात्र अजूनही हुलकावणी देतंय. शेतकऱ्यांची दु:खं कवितेतून मांडणारा हा वाघ मला जाम आवडला होता.

वाघांकडे अनेक कला. एका सकाळी त्यांनी बाळासाहेब शेटे यांच्या घरी बैठक मांडलेली. आम्हाला बांगड्यांचे तुकडे गोळा करून आणायला पाठवलेलं. चांगले पिशवीभर तुकडे हवे होते त्यांना. रंगीबेरंगी. काय करणार होते कुणास ठाऊक. तुकडे आणल्यानंतर त्यांनी बनियनवरच बैठक मारली आणि तुकडे निवडले. फेव्हिकॉल मागून घेतला. समोरच्या भिंतीवर पेन्सिलीनं मोराचं रेखाटन केलं आणि त्यात बांगड्यांचे तुकडे भरण्याचा उद्योग सुरू केला. तहानभूक विसरून. दिवसभर. मी फोटो काढत बसून. फोटो काढूनकाढून माझे हात दुखू लागले. वाघ दिवसभर भिंतीवर काचा डकवत राहिले. अखेर तो मोर त्या भिंतीवर अवतरला. तितकाच मनमोहक, जसा रानात हिंडत असतो. तुकडे कमी पडले म्हणून मग बांगड्या विकत आणल्या. नव्या. त्या त्यांनी एका पटकुरात घालून आपटूनआपटून फोडल्या. त्याचेही मी अनेक फोटो काढले. मी फोटो काढताना पाहून कवी म्हणाले, "पोत्यानं बांगड्या वाढविणारा मी पहिलाच कवी." 'बांगड्या वाढवणं' याचा वेगळाच संदर्भ आपल्या संस्कृतीत. त्यांच्यातला 'जाणता' माणूस असा अधूनमधून वर यायचा.

अशीच आणखी एक भेट. रामदास फुटाणे यांच्या 'जोतिबा क्रिएशन'नं त्यांच्या कविता वाचनाची ध्वनीचित्रफीत काढलेली. मी तर ती अनेकदा ऐकलीच पण माझ्या अनक्षर आईनंही. तिचं बालपण खेड्यातलं. शेतकऱ्याची मुलगी ती. तिला हा कवी जाम आवडलेला. आठवण आली की 'वाघ लाव' म्हणायची. म्हटलं हिला एकदा वाघाला भेटवूच. त्यांच्या एका सांगली भेटीत मी त्यांना कस्तुरबा वालचंद महाविद्यालयात घेऊन गेलेलो. दुचाकीवरून. तिथं मुलांसमोर कविता वाचन. 'तिफन' सुरू झाली आणि यांचा आवाज टिपेला गेला. मुलांनीही ठेका धरला आणि हॉल दणाणून गेला. आजूबाजूचे वर्ग रिकामे झाले. सगळी मुलं तिथं येवून दाटीवाटीनं जागा अडवून बसली. वाघ जास्तच गुरगुरू लागला. टाळ्यांच्या गजरात काव्यवाचन संपलं. प्राचार्यांनी दिलेलं पाकीट खिशात घालून वाघ बाहेर पडले. बाहेर आल्यावर पाकिटातलं तोकडे मानधन बघून हे उखडलेच. "डोंबाऱ्याचा खेळ केला तरी जास्त रक्कम हाती पडते!" हे त्यांचं वाक्य. हे सगळं घडलं होतं ते एका उचापतखोर स्वयंघोषित कवी वैद्यांमुळं. प्राचार्य त्याचे नातलग. त्यानं घेतलेली ही सुपारी. वर घरी

नेऊन एक प्लेट पोहे देऊन फोटोही काढून घेतले कवींसोबत. पुढे मिरवत राहण्यासाठी. वाघ इकडे खास वऱ्हाडी ऐवज देत होते त्याला.

कविराज थोडे शांत व्हावेत म्हणून मग मी त्यांना थोडं 'इकडेतिकडे' फिरवलं आणि घरी घेऊन गेलो. आईच्या पुढ्यात बसवलं. तिच्याशी बोलताना ते थोडे शांत झालेले. आई हरकून गेलेली. म्हणाली, "शिरा करते." मी तिला नको नको म्हणत होतो. कवींची 'बैठक' झाली होती नुकतीच. आईला ते कसं माहीत असणार? वाघांना शिरा चालणार नव्हता. पण कवी म्हणाले, "करू दे रे." तिनं कविराजांच्या हातावर शिऱ्याची प्लेट ठेवली तर यांनी दही आहे का विचारलं. आईनं दही देताच त्यांनी ते शिऱ्यावर घेत खायला सुरुवात केली. दही-शिरा खाणारा पहिलाच माणूस मी बघत होतो. त्यातही तो वाघ होता. आईही लक्ष ठेवून होती. पण नंतर कवी खुलले आणि त्यांनी आईला दोन-तीन कविताही म्हणून दाखवल्या. 'वऱ्हाडी म्हणी आणि लोकधर्म' हे त्यांचं पुस्तक माझ्याकडे होतंच. मी त्यावर स्वाक्षरी करा म्हटलं तर त्यांनी सवयीनुसार माझ्या नावाचं देखणं चित्र रेखाटलं. खाली गोलगोल सही केली विठ्ठल वाघ.

या म्हणी गोळा करण्याचं त्यांचं येड खूप जुनं. "हिंगन्यातल्या पंचफुलाबाईच्या वाड्यातली जात्याची घरघर लहानपणीच कानावर पडलेली. आयाबाया दळतादळता गात असायच्या. त्या शब्दसुरांच्या सरीत माझ्या मनाचं ढेकूळ विर्घळून जाई. मी ते शब्द टिपायचो. भावजई त्याची थट्टा करायची. म्हणायची 'हेई लिहून घेते काय कोणी? तुमचं काम अजाबच असते. आमी काय तं शिकलो अन उभ्यानंच मुतलो.' भावजईच्या तोंडून निघालेल्या त्या म्हणीनं मला पकडलं ते कायमचंच." वाघांचे हे शब्द. मग त्यांनी 'काव्ययात्रा'च काढली. डेबूजींच्या शेणगावापासून बहिणाबाईच्या जळगावापर्यंत. त्या भटकंतीत गोळा केलेलं धन म्हणजे या वऱ्हाडी म्हणी. अशी अविश्रांत पायपीट करून लोकधन गोळा करणारे आज किती आहेत? हे सारं लोकसंचित हा आपल्या संस्कृतीचा ठेवा आहे याची जाणच फार थोड्यांना. वाघांनी ही जाण ठेवली. तेच त्यांचं वेगळेपण ठरलं. त्यानंच त्यांना सातासमुद्रापार नेलं.

वाघ कविता लिहीत ते एकटाकी. ती बहुधा आधी त्यांच्या मनात तयार होत असावी. मग कागदावर उतरत असावी. एखादा शब्द, एखादी ओळच ते पुन्हा बदलायचे. कवीला असं कविता लिहितानही मला बघता आलं. घरात एकदा ते तक्क्याला टेकून बसलेले. हातात 'सुदर्शन'ची छोटी वही. गप्पा सुरू असतानाच मधूनच त्यांनी ती उघडली आणि लिहू लागले. माझी नजर तिकडेच. कागदावर ओळी उमटत गेल्या.

विठ्ठलानेही रडावे असा पाउस कोसळे
तुकोबाच्या पेढी जैसे पिकापाण्याचे दिवाळे
रखुमाच्या गळ्यातील तुटे तुळशीची माळ
तसे जोंधळ्याचे दाणे विखुरले रानोमाळ
हंडी फुटताना दही हरखून दिशा बसे
भिजलेल्या कपाशीचे जसे भेदरले ससे
किनाऱ्यांना झुगारून सैरभैर चंद्रभागा
उफाणल्या पाणियाचा तसा पाटातून दंगा
विठू जनाघरी जाता राही आग पाखडते
वीज दात ओठ खात ढगावर कडाडते
पाऊस हा आभाळाचे सारे पाप उतू गेले
पुण्य कुणबी तुक्याच्या घामातले वाया गेले...

मी पाहत होतोच. या कवितेतली फक्त शेवटची ओळ त्यांनी खोडून दुसरी लिहिली. बाकी सारी कविता अगदी एकहाती. एकटाकी. माझ्या समोर, माझ्या घरात जन्माला आलेली ती कविता. शेवटची ओळ दुरुस्त केल्यानं त्यांनी ती पुन्हा नव्या कागदावर लिहिली. मी पाहतच होतो. मी त्या कवितेची ती पहिली प्रत मागून घेतली. शेवटची ओळ खोडून पुन्हा नव्यानं लिहिलेली. आता हा ऐवज माझ्या संग्रही. अनमोल.

लेक अकोल्याला होती त्या काळात. नायब तहसीलदार पद सांभाळत. तिला शासकीय निवासस्थान मिळालेलं नव्हतं अजून. म्हणून मी कवींकडे विचारपूस केली. ते त्या गावचे म्हणून. तर कवी म्हणाले, "अरे आपल्याच घरची एक खोली रिकामी आहे. राहील इथं." मग २०१३ ते २०१५ ती कवींच्या घरात, त्यांच्या आसपासच राहिली. कवींनी एका वाक्यात माझं काम हलकं केलेलं. कवींच्या अशा कितीतरी आठवणी. त्यांच्यामधल्या 'माणसाची' साक्ष देणाऱ्या. अफाट लोकप्रियता लाभूनही त्यांच्यातलं माणूसपण टिकवून ठेवलं होतं त्यांनी. आजही ते तसंच टिकून. एखादी कविता कुठंतरी लावून घेतल्यावर अंतराळी चालणाऱ्या कवींनी तर हे शिकण्यासारखंच. वाघांनी ते शिकवलंय आपल्या वागण्यातून. आजही या वयात ते कुठल्याही संमेलनात असेच फेर धरून नाचतात. तरुणींना लाजवत तशाच फुगड्या घालतात. थोडेसे लाजतातही. पण त्यांच्यातला मोकळेपणा आजही तसाच. भाषाही मोकळीढाकळी आणि वागणंही. हा मोकळाढाकळा वाघ साहित्य संमेलनाध्यक्षांच्या खुर्चीत बसायला हवा. त्या खुर्चीतून एक तरी डरकाळी ऐकू यायलाच हवी. एकदा तरी.

कवी मध्यंतरी पुण्यात राहायला आलेले. अधूनमधून भेट व्हायची. पण आता

ते परत अकोल्याला गेले. आता भेटी तशा कमीच. पण अधूनमधून त्यांचं गुरगुरणं कानावर पडत राहतं. संमेलनाचा विषय सुरू झाला की त्यांच्या नावाची चर्चा होत राहते. आठवणी निघत राहतात. मग मी त्यांच्या वऱ्हाडी बोलीतल्या कविता लावतो. आवाज टिपेला गेला की वाघांना भेटल्याचा आनंद मिळतो. शेजारच्या घरात कधी गेलो की त्यांचा तो मोर नजरेस पडतो. वाघांची आठवण निघते. त्या मोरासारखेच नाचणारे, फुगडी घालणारे वाघ दिसू लागतात मला. किती मनापासून फुगडीत रमतात ते. आयाबायांना माहेरची आठवण देत. अगदी समरसून. तितक्याच समरसून कविता लिहितानाही मी त्यांना पाहिलं आणि त्या कविता सादर करतानाही. इतरांचं जगणं तर ते आनंदी करतातच. पण स्वतःच्या जगण्याचाही उत्सव साजरा करतात. सत्तरीतला त्यांचा तो अमाप उत्साह पाहून पटतं की म्हातारा झाला तरी तो शेवटी वाघच!

कोल्हापुरी साज

१९८२ चा जून महिना. शे. र. वि. गो. अध्यापक महाविद्यालयातला माझा पहिलाच दिवस. बसनं महाविद्यालयात जाण्याचाही पहिलाच दिवस. सांगली-मिरज रस्त्यावरचं हे महाविद्यालय. कृपामाई हॉस्पिटलच्या बरोबर समोर असलेलं. आम्ही सगळे विद्यार्थी त्या दोन वर्गांसमोरच्या मोकळ्या जागेत रेंगाळत होतो. अकरा वाजले आणि घंटा झाली. आम्ही सगळे रांगेत. त्याच मोकळ्या जागेत. डाव्या बाजूला एक हॉल दिसत होता. तर समोर सगळा प्राध्यापक वर्ग. अगदी एका ओळीत. त्यातलेच एक प्राचार्य. ते सामोरे आले आणि त्यांनी आपली ओळख करून दिली. मग इतर प्राध्यापकांची. प्राचार्य रा. वां. जोशी आता आमच्याशी बोलू लागले. त्यांचं ते उद्बोधन झालं आणि सगळ्यांना सावधानमध्ये उभे राहण्याच्या सूचना मिळाल्या. सगळे म्हणजे प्राध्यापकवर्गही. समोरच्या टेबलावर एक सूरपेटी ठेवलेली. एक प्राध्यापक ती वाजवू लागले. प्रार्थना म्हणू लागले. एकेक ओळ.

त्यांच्या मागं आम्हां छात्राध्यापकांसह सगळे प्राध्यापकही हात जोडून ती ओळ उचलू लागलो. महाविद्यालयाचं वेगळेपण असं पहिल्या दिवसापासून दिसू लागलं. त्या वेळी ती प्रार्थना पहिल्यांदाच ऐकली. एन. के. फडणीस नावाच्या सुरेल गळ्याच्या सरांकडून. मग पुढची दोन वर्षं हे रोजचंच. प्रार्थना संपली आणि मी नंतर ती गाणाऱ्या सरांना गाठून विचारलंच, "सर, ही प्रार्थना कुणी लिहिलीयं?" उत्तर आलं, "जगदीश खेबूडकरांनी." खेबूडकर! एखाद्या कवीचं असलं नाव पहिल्यांदाच ऐकलेलं आणि ती रचनाही. ज्ञानमंदिराचं महत्त्व सांगणारी ती प्रार्थना आजही मी गुणगुणत असतो. कधीही. पुन्हा ते दिवस डोळ्यांना दिसू लागतात.

'दान दिल्याने ज्ञान वाढते, त्या ज्ञानाचे मंदिर हे, सत्य शिवाहून सुंदर हे' हे शब्द लिहिणारे कवी जगदीश खेबूडकर. किती सुंदर आणि समर्पक शब्दांत वर्णन केलं होतं त्यांनी ज्ञानमंदिराचं. मी मग हे खेबूडकर कोण? काय करतात? कुठे असतात? याची चौकशी सुरू केली. समजलं की ते तर लावणी लिहिणारे, कोल्हापूरचे गीतकार. ते ऐकून वाटू लागलं की हे प्रार्थना लिहिणारे खेबूडकर वेगळे असावेत. कारण त्या काळात मी शंकर पाटलांच्या कथांचा भक्त होतो. त्यांच्या अनेक कथा तोंडपाठ होत्या मला. मग एका शंकर पाटलांचा माग काढून भेटलो तर कळलं की ते कथा लिहिणारे शंकर पाटील निराळेच आहेत. एकाच नावाचे दोन पाटील होते म्हणे. पुढे मी त्या दोघांनाही भेटलो. तसंच हे असावं असं मला वाटलं. कारण तमाशातल्या गिर्रेबाज लावण्या लिहिणारा माणूस अशी प्रार्थना कशी लिहील? इतकी भावपूर्ण आणि सोज्ज्वळ? ते कुणीतरी वेगळेच खेबूडकर असणार. त्या वयातला तो माझा भाबडा समज. मग मी ती प्रार्थना लिहिणाऱ्या 'त्या' खेबूडकरांचा शोध घेणं सोडून दिलं. आकाशवाणीवर 'पिंजरा' आणि इतर चित्रपटातल्या लावण्या ऐकत होतोच. त्यामुळं हा समज पक्का झाला. पुढची सहा वर्षं तसाच राहिला. ती प्रार्थना लिहिणारे खेबूडकर शोधायचेच, हे मात्र अधिक पक्कं होत गेलं मनात त्या काळात.

एकदा जीवनराव किर्लोस्करांसोबत कोल्हापूरला गेलो होतो. ते शिल्पकार रवींद्र मेस्त्री यांच्यावर 'रुद्रवाणी'चा अंक काढणार होते. त्यांना भेटायचं होतं. मुलाखत आणि त्यांचे काही फोटो घ्यायचे होते म्हणून. म्हणून मग त्यांच्या घरी. ते काम झालं आणि तिथून जीवनरावांनी मला एका घरी नेलं. समोर अगदीच किरकोळ देहयष्टीचा माणूस बसला होता. इन शर्ट केलेला. त्यावरचा चामड्याचा पट्टा उठून दिसत होता. ओठावर अगदीच बारीक कट असलेल्या मिशा. नावापुरत्याच. डोक्यावर काळेभोर केस. त्याचा पुढे काढलेला कोंबडा माझं लक्ष वेधून घेत होता. मी त्याच्याकडे पाहत बसलो होतो. दोघांचं बोलणं सुरू झालं. जीवनराव त्यांना 'नाना' असं संबोधत होते. चहा आला. तो घेतघेत ओळख करून देताना मला त्यांनी त्यांचं

नाव सांगितलं, "सदा, हे जगदीश खेबूडकर. प्रायव्हेट हायस्कुलात शिक्षक आहेत." मी चकितच. मी त्यांना म्हणालो, "अहो, मी गेली साताठ वर्षं एका जगदीश खेबूडकरांच्याच शोधात. एक आहेत म्हणे, पण ते लावणी लिहिणारे. मला प्रार्थना लिहिणारे हवेत. तुम्हाला माहिती आहेत का ते नाना?" ते म्हणाले, "कुठली प्रार्थना?" प्रार्थनेच्या ओळी मला पाठच. मी त्या म्हणू लागताच दोघेही खळखळून हसू लागले. खेबूडकर म्हणाले, "अरे, तो मीच. लावण्या लिहिणाराही आणि ही प्रार्थना लिहिणाराही." ते शब्द ऐकले आणि त्यांना दंडवतच घातला. ही खेबूडकरांची पहिली ओळख. थेट त्यांच्याच घरात. तेव्हापासूनच ते माझेही 'नाना' झाले.

गावाचं नाव लावणारा हा कवी. मूळ कोल्हापुरातल्या खेबवडे गावचा. वयाच्या सोळाव्या वर्षीच ते शब्दांच्या प्रेमात पडले. कविता लिहण्याचा नाद लागला तो तेव्हापासूनच. शब्दांशी खेळणं सुरू झालेलं. शब्दांनीही त्यांच्यावर कृपा केलेली. तिथून सुरू झालेला लेखन प्रवास साडेतीन हजार कविता आणि अडीचतीन हजार गीतं लिहूनच थांबला. यात अभंग-अंगाईगीतांपासून ते युगुलगीतं-लावणीपर्यंत सगळं आलं. ते सारं आपल्या कानावर रोजच पडत असतं. आकाशवाणीची कृपा. इतकं चौफेर गीतलेखन यापूर्वी फक्त एकाच माणसानं केलं होतं. गजानन दिगंबर माडगूळकर. त्यानंतर फक्त खेबूडकरच. साध्या सोप्या शब्दांत ठसकेबाज लावणी लिहिण्यात दोघांचाही हातखंडा. खेबूडकरांच्या सवाल-जबाबाला तोडच नसायची. आजही नाही. कृष्णधवल पडद्यावर जयश्रीबाईंच्या तोंडून त्यांच्या ठसकेबाज लावण्या ऐकताना जीव कसा मोहरून जायचा. आजही जातो. जयश्रीबाईंच्या अदा तर घायाळ करणाऱ्या. बरंच काही सुचवून जाणाऱ्या. रसिकांच्या काळजावर त्यांनी कधीचाच ताबा मिळवलेला. नको त्या वयात लावणीचा नाद लावला त्यांनी मला. पण त्या लावण्या लिहिणारा माणूस आपल्यासारखाच एक माध्यमिक शिक्षक आहे हे ऐकून लईच बरं वाटलं मला तेव्हा. जयश्रीबाईंइतकंच प्रेमात पडलो मी त्यांच्या.

मग कोल्हापूरला गेलो की नानांना भेटायचा रिवाजच होऊन बसला. अनेकदा गंगावेशीतला आमचा दोस्त चंद्रकांत जाधवही सोबत असायचा. तो रेकॉर्ड संग्राहक. हॉटेल चालवायचा. फक्त भजीच मिळायची तिथं. पण त्याच्या त्या 'गंगावेस टी स्टॉल'ला मंगेशकरांपासून गुलजारजींपर्यंत सगळ्यांचे पाय लागलेले. तो सोबत यायचा माझ्या. अशाच एका भेटीत मी नानांकडून ती प्रार्थना लिहून घेतली. त्यांच्याच लेटर पॅडवर. ती लिहून देतानाच नानांनी मला तिची जन्मकथाही सांगितली. मुळात ती प्रार्थना 'जोतिबाचा नवस' चित्रपटासाठी लिहिलेली. त्या चित्रपटात एका शाळेच्या बांधकामाच्या दृश्यावर चित्रित झालेली. मी सूर्यकांत मांडरेंचा तो चित्रपट पाहिला नव्हता तेव्हा. पण त्यांच्या तोंडून ते सारं ऐकताना मी आणि चंद्रकांत भारावलेलो. नानांची सांगण्याची रीतही भन्नाटच. नानांना म्हणालो, "नाना, तो

चित्रपट लोक विसरून जातील. पण जोपर्यंत इथल्या शाळांमधून प्रार्थना घेणं सुरू असेल, तोपर्यंत या प्रार्थनेला मरण नाही. जगदीश खेबूडकर हे नाव आणि ही प्रार्थना अजरामर आहे नाना.'' मी त्यांना असं म्हणालो खरं, पण ही प्रार्थना शाळेत रोज म्हणणाऱ्या माझ्या कितीतरी मित्रांना ती कुणी लिहिलीय हेच माहीत नसल्याचं बघून आज माझी मान झुकते. शरमेनं.

नानांच्या घरी अनेकदा गेलो. त्यांच्या शाळेतही त्यांना भेटलो. ते एकदा सांगलीत आलेले. आम्ही स्टेशन रोडवरून जात होतो. आजच्या 'विहार' हॉटेलमध्ये गेलेलो. गेलेलो म्हणजे नानांनीच तिथं मला मुद्दाम नेलेलं. पूर्वी ती जागा कुणा व्यासरावांची होती म्हणे. ''वर निवासी लॉज होता. अरे, मी इथं राहिलोय अनेकदा. 'अष्टविनायक' चित्रपटाची गाणी लिहिण्यासाठी.'' नाना मला सांगत होते. या चित्रपटात एक गाणं आहे. अष्टविनायकांचं वर्णन करणारं. पण 'हे चित्रदर्शी गाणं लिहिण्यावेळी त्या अष्टविनायकांपैकी एकही विनायक मी पाहिला नव्हता' असं जेव्हा ते म्हणाले, तेव्हा मी उडालोच. केवळ स्थळ माहिती देणारी पुस्तकं समोर ठेवून त्यांनी ते गाणं लिहिलं होतं म्हणे! सर्व मंदिरांच्या बांधणीची, गणपतींच्या मूर्तींची किती हुबेहूब वर्णनं आली आहेत त्यात. त्यांची सगळीच गाणी अशी चित्रदर्शी. कानावर पडताच त्या त्या चित्रपटातला प्रसंग डोळ्यांसमोर सरकत जातो आपल्या. ही कथा आपल्या कार्यक्रमातही सांगायचे ते. लोकांना त्यावर विश्वास बसत नाही आजही. पण मला ती त्यांच्या तोंडूनच आणि त्या जागेवरच ऐकायला मिळालेली. नाना असं लिहायचे की समोर तो प्रसंग उभा राहायचा. त्यांच्या शब्दाशब्दांमधून. आठवा बरं त्यांच्या घायाळ करणाऱ्या लावण्या. गडकऱ्यांच्या जयश्रीबाई दिसायलाच हव्यात समोर. घट्ट कासोटा घातलेल्या. नाकात नथ आणि पायात चाळ बांधलेल्या. अगोदर त्या दिसतात नजरेला. नानांचे शब्द कानावर पडतात.

खेबूडकरांच्या लावण्या म्हटलं की राम कदम आणि 'पिंजरा' आठवतोच. त्यासाठी त्यांनी शंभरावर लावण्या लिहिल्या होत्या म्हणे. शांतारामबापूंनी अकराच निवडल्या त्यातल्या. नानांचे शब्द, राम कदमांचं संगीत अजूनही धुमाकूळ घालतंय. या लेखनावेळच्या अनेक गमती ऐकल्या त्यांच्याकडून आणि राम कदम यांच्याकडूनही. चंद्रकांतनं त्या रेकॉर्डही करून ठेवल्यात. जीवनराव किर्लोस्करांच्या 'रुद्रवाणी'त नाना नेहमीच लिहीत. त्यांच्या अनेक कविता जीवनरावांनी नंतर मला दिलेल्या. पण त्या मला फारशा आवडल्या नाहीत, आवडत नाहीत. कारण मुक्तछंदातल्या कविता होत्या त्या. मला वाटायचं नानांनी नेहमी 'मीटर'मध्येच लिहावं. त्यांच्या चित्रपट गीतांसारखं. या कविता गुणगुणता यायला हव्यात. अर्थात हे माझं मत मी मनातच ठेवत होतो. ते कोल्हापुरात असले तरच भेटत. त्यांची एक नातलग होती अपर्णा कुलकर्णी नावाची. पत्रकार होती. 'तरुण भारत'मध्ये काम करायची. तिच्यासोबतही

मी अनेकदा नानांकडे गेलेलो. नानांची माया अनुभवायला मिळायची अशा वेळी. त्यांची 'अंगाई' असायची तेव्हा. 'अंगाई' चित्रपटातली गाणी गाजली आणि तिचा जन्म झाला म्हणून नानांनी तिचं नाव ठेवलेलं 'अंगाई'. नानांनी लिहिलेल्या 'अंगाई'नं अनेकांना बाळपणी शांत निजवलेलं. तीच मंडळी पुढे त्यांच्याच लावण्यांनी रात्ररात्रभर जागू लागली. नानांच्या शब्दांनी झोप उडवली कित्येकांची.

त्यांचे शब्द होतेच तसे. नानांच्या जवळपास वीस-पंचवीस कविता आत्ताही माझ्याकडे. त्यांच्याच हस्ताक्षरातल्या. त्यांच्याच लेटर पॅडवरच्या आणि लांबलचक स्वाक्षरी असलेल्या. शब्दांवर कमालीची हुकूमत होती या माणसाची. त्यांची सगळी गीतं याची साक्ष. अपार मायेनं ओथंबलेल्या शब्दांत ते अंगाईगीतं लिहायचे, तसेच भक्तिरसात न्हाऊन निघणारे अभंगही. मादक, मदमस्त लावण्यवतीला नजरेसमोर उभी करणाऱ्या, तरुणाईला घायाळ करणाऱ्या लावण्या लिहायचे तशीच चिमुरड्यांना आनंद देणारी बालगीतंही. नानांचं हे लेखन पाहताना जाणवत राहतं की, त्यांच्यातला 'शिक्षक' सतत जागा होता. तो या सगळ्यातून काही ना काही संदेश देत होता. चित्रपटांच्या मोहमयी दुनियेत वावरताना आणि अफाट लोकप्रियता मिळूनही नानांनी तो जिवापाड जपला होता. त्यांचं गाव 'हळदी'च्या जवळचं. या माणसांनं आपल्या शब्दांची हळद लावून मराठी चित्रसृष्टीला नवा साज दिला. तिला पिवळीधम्मक केली. अस्सल कोल्हापुरी साज. त्यांच्या 'चित्रगीता'तून तो ऐवज आजही आपल्या नजरेला खुणावत असतो. त्यांच्या सहवासात काही काळ घालवता आला हे केवढं भाग्य.

दहा वर्षांपूर्वी नाना गेले. ३ मे, २०११ या दिवशी. तरीही ते सतत आपल्यासोबत असतात. आकाशवाणीचा एकही दिवस त्यांच्या उल्लेखाशिवाय जात नाही. कधीही मराठी गाणी सुरू करा, खेबूडकरांचे शब्द तुमच्यामाझ्या कानांत शिरतातच. मग ती एखादी लावणी असो वा भावगीत. एखादी अंगाई असो वा अभंग. त्यांचे शब्द एका वेगळ्याच भावविश्वात घेऊन जातात तुम्हाला मला. त्यांच्याकडे पाहून मला शब्दसाधना कशी करायला हवी, हे शिकता आलं. शब्दांशी मैत्र साधता आलं. शब्दांशी खेळता आलं. कमी शब्दांत जास्त आशय मांडायला शिकलो तो गोपाल नीलकंठ दांडेकर आणि जगदीश खेबूडकरांमुळंच. आप्पांची वाक्यंही अशीच तीन-चार शब्दांचीच असायची. पण मला थेट शिवकाळात घेऊन जायची. खेबूडकरांच्या गीतातला एखादा शब्दही असाच वेगळ्याच भावविश्वात घेऊन जाणारा. अंगांग मोहरून सोडणारा. नजरेसमोर काहीतरी दाखवून जाणारा. वय विसरायला लावणारा. शिक्षकानं शब्दसाधना कशी करायला हवी हे न बोलता सांगून जाणारा. खेबूडकर होतेच तसे शब्दप्रभू. आजच्या कवींसारखं त्यांना शब्दांपुढे हात पसरावे लागत नव्हते. शब्द ज्यांच्यापुढे हात जोडून उभे असत असे गदिमा आणि शांताबाई यांप्रमाणे फक्त जगदीश खेबूडकरच. 'गीतकार' या शब्दाला प्रतिष्ठा मिळवून देणारे.

इतिहास वाचनाचं वेड लागलं ते साधारण सातवीत असताना. पटवर्धन हायस्कूलच्या पटांगणातली शिवशाहीर बाबासाहेब पुरंदरेंची व्याख्यानमाला ऐकून. साधारण १९७८च्या सुमारास झालेली ती व्याख्यानं. मग झपाटल्यासारखं मिळेल ते वाचायला सुरुवात. नगर वाचनालयाची कपाटं खचाखच भरलेली होतीच. जोडीला वि. स. खांडेकर वाचनालयही सुरू झालेलं. पर्वणीच. केवळ या वाचनामुळं माझ्या पायांना दुसऱ्या वाटा दिसल्या नाहीत. हळूहळू पुस्तकंही चालत घरात येऊ लागली. नाना उद्योग केले त्यासाठी. त्या काळात कथा कादंबऱ्यामधली पात्रं सभोवतीच भटकत असायची. बाबासाहेबांना ऐकलं आणि मराठ्यांच्या इतिहासातली सगळी पात्रं नजरेसमोर वावरायला लागली. अशाच

आणखी एका माणसामुळं इतिहासातल्या पानापानांतून दिसणारी ती सगळी माणसं, त्यांचे सुभेदार आणि मावळे सतत समोर दिसू लागले. त्यांच्यासारखाच हा माणूसही साधारण दररोज नजरेस पडायचा माझ्या. दोन-चार महिन्यांनी व्यासपीठावरही दिसायचा. एकदा का तो व्यासपीठावर आला की दुसरं कुणी दिसायचंच नाही मला. त्याचा आवेशच असायचा तसा. नजर खेचून घेणारा. मंत्रमुग्ध करणारा. तेव्हा त्याला पाहिलं की नरवीर तान्हाजीराव मालुसरे नाहीतर बाजीप्रभूच पुढ्यात अवतरल्याचा भास व्हायचा. वेड लावलेलं या पठ्ठ्यानं मला त्या वयात.

बलदंड देह आणि सदैव फेंदारलेल्या मिशा. नेहरू शर्टच्या बाह्या व्यासपीठावर असला की दंडापर्यंत दुमडलेल्या. एरवी मोकळ्याच असायच्या त्या. शुभ्र धोतर. खांद्यावर शबनम आणि हातात सदोदित संभाजी छाप बिडी. काळ्या जाड फ्रेमचा चष्मा. चालणं एखाद्या गडाच्या तटावरून रुबाबात चालल्यासारखं. वय साधारण पन्नाशीकडे धावत असावं. हा माणूस मला बहुतेक रोज दिसायचा ते टिळक चौकातल्या मुरलीधर कुलकर्णींच्या शिलाईच्या दुकानात. माझं घर जवळच. गणपती मंदिराच्या शेजारीच. मी सहावी-सातवीत. बाळ गंगाधर टिळकांच्या अर्ध पुतळ्याच्या साक्षीनं 'गणेश शाखा' भरायची तेव्हा. खेळायला मिळतं म्हणून मी तिथं जायचो. रोजच. पलीकडच्या दुकानात हा दिसायचा मला. त्याचं गडगडाटी हसणं शाखेत ऐकू यायचं आम्हाला. ते दुकानात आलेत याची खबर मिळायची ते ऐकून. एकदा तो मला मारुती रोडच्या मध्यावर असलेल्या (त्या वेळी) दावल मलिकाच्या उरसात दिसला. दर्ग्याच्या दारात भलं थोरलं चिंचेचं झाड होतं. त्याखाली फेटेवाले मानाजी गवळी बसायचे. खाऊची पानं विकत. पानांचा डाग घेऊन. तिथं उभारलेल्या व्यासपीठावर हा दिसला मला. नरवीर उमाजी नाईकांचा पोवाडा म्हणताना. पुढे तिथं दर वर्षी त्यांच्या तोंडून हाच पोवाडा ऐकला. तेव्हा कळलं की हा शाहीर आहे. 'शाहीरसम्राट' बापूराव विभूते बुधगावकर. तशा नावाची निळी मखमली पट्टीच त्यानं डाव्या खांद्यावरून उजव्या कमरेतून मागं नेलेली. सोनेरी अक्षरातली ती नावं वाचली आणि बापू शाहीर माझ्या आयुष्यात आले.

सांगलीत दर दोन-चार महिन्यांनी कुठं ना कुठं त्यांचा कार्यक्रम असायचाच. घराजवळचे ते मुरलीधर कुलकर्णी टेलर त्यांच्याच संचातले. शाहिरांच्या कार्यक्रमाची खबर लागली की रात्री आठच्या ठोक्यालाच पोतं घेऊन काकांसह मी घराबाहेर पडायचो. त्यांच्या स्टेजसमोर जाऊन रस्त्यावरच बैठक मारायचो. ते कधी येतात याची वाट पाहायचो. ते आले की पाचएक मिनिटं डफ घुमवायचे. तेव्हा त्यांच्या डाव्या हातातल्या तर्जनीतली रिंग सतत माझं लक्ष वेधून घ्यायची.

वीरश्रीचं चेतक असलेलं ते वाद्य ते असं काही वाजवायचे की सभोवती तुफानच उठायचं. 'ओम नमो नमो श्रीगणा, नमो श्रीगणा, कैलासपते शिवसुता गौरीनंदना' असं म्हणत गुरू शाहीर दीक्षितांना वंदन करायचे आणि त्यांचा कार्यक्रम सुरू व्हायचा. कधी नरवीर तान्हाजीराव मालुसरेंचा पोवाडा तर कधी वीर बाजीप्रभू देशपांडेंचा. कधी अफझलखान वधाचा तर कधी आग्र्याहून सुटका. अधूनमधून काही विनोदी गीतंही म्हणायचे. 'येगळं मला दिसतंया रे बाबा, येगळं मला दिसतंया' आणि 'आईकडे रुपाया मागतोय रं' ही त्यांची गाणी आजही कानात. त्यांचं आवाजावरचं प्रभुत्व तर काय वर्णावं? कधी करडा तर कधी उग्र होणारा त्यांचा आवाज प्रसंगी फूल व्हायचा. हळुवार व्हायचा. जिजाऊसाहेबांचे डोहाळे आणि शिवजन्माचा पाळणा ऐकताना त्याची प्रचिती यायची. संवादफेकीत तर अस्सल देशी बाज. सभ्यता न सोडणारा. पूर्वजांच्या पराक्रमाचे 'पवाड' गाणारा असा दुसरा शाहीर पुन्हा झाला नाही. आताही शाहीर आहेत, पण त्यातले बहुतेक शासकीय योजनांची महती गाणारे. पुरस्कारांच्या आणि सवलतींच्या मागे लागलेले. अपवाद एखाददुसराच. एखादाच. त्यांना मुजराच!

बापू शाहिरांनी इतिहासातली माणसं समोर उभी करत इतिहासाची गोडी लावली. 'डफाच्या कडकडाटातून माझी प्रतिभा उसळून उठते' असं सांगणाऱ्या या शाहिरानं अनेक पोवाडे रचले. त्या कागदांची पेटारं भरलेली त्यांच्या नातवानं परवाच दाखवली. तोही शाहीरच. प्रसाद. तिसऱ्या पिढीत उतरलेली ही कला. त्या घराण्यानं जिवापाड जपलेली. आजही. आज छोट्या पडद्यावर चमकणारे बहुतेक जण बापू शाहिरांचेच शिष्य. ते त्यांचेच पोवाडे गात असतात. त्यांच्या जवळपासही ते जात नाहीत ही गोष्ट वेगळी. बापू शाहिरांनी लिहिलेले शब्दही नीट उच्चारत नाहीत ते. थोडंफार बापू शाहिरांचं उचललं आहे त्यांनी. नाही असं नाही. पण शेवटी ती नक्कलच. गळ्यातल्या पट्ट्यावर 'शाहीरसम्राट' लिहून कुणी तसं होत नाही. 'शाहीरसम्राट' एकच... बापूराव विभूते. बापूरावांत संचारलेली वीरश्री वेगळीच असायची. 'आई, उदे गं अंबे उदं' म्हणत हाती दिवट्या पलिते घेत ते असे उसळायचे...आठवलं तरी अंग शहारतं. त्यांच्या त्या उसळण्यानं स्टेजही कराकरा वाजायचं तेव्हा. फक्त हालचालीतून वाजणारा संबळ आणि 'दार उघड, बये, दार उघड' म्हणत त्यांनी आई भवानीला घातलेलं साकडे... थेट शिवकाळात न्यायचं मला. महाराजांसमोर अफझल वधाचा पवाड गाणारा अगीनदासच दिसायचा त्या देहात. मिशा जास्तच फेंदारलेल्या दिसायच्या.

बापू शाहिरांना उदंड ऐकलं पण तसा संवाद फारसा झाला नाही. पण ते असतील तिथं जाणं कधी सोडलं नाही. अगदी खेड्यापाड्यात बत्तीच्या

उजेडातही पोवाडे म्हणणाऱ्या बापू शाहिरांनी जपानमध्येही आपला डफ घुमवला. ते डफवादन ही त्यांचीच निर्मिती. त्यांच्यापूर्वी शाहीरीत डफ असायचा पण तो फक्त ठेका धरण्यापुरताच. 'डफवादन' हा प्रकार सुरू केला तो बापू शाहिरांनीच. ते लिंगायत समाजाचे. त्या समाजात धार्मिक कार्यात एक वाद्य वापरलं जायचं. 'करंडोल' नावाचं. ते एक चर्मवाद्यच. दोन बाजू असलेलं. त्याच्या एका बाजूला म्हणतात 'करंडी' तर दुसऱ्या बाजूला म्हणतात 'डोल'. यातल्या 'करंडी'चे पारंपरिक बोल बापुरावांनी डफामध्ये उतरवले आणि डफवादनाची वेगळीच शैली तयार केली. खास शाहिरीसाठी. 'डोल'चा ठेका येण्यासाठी उजव्या बोटाच्या तर्जनीत 'रिंग' आणली. हाच शाहिरी डफ आपण आज ऐकत असतो. बापूशाहिरांचं हे योगदान विसरता न येण्यासारखं. हे खास शैलीतलं डफवादन जपानमध्ये घुमलं ते अशोकजी परांजपे यांच्यामुळं. अशोकजींनी तेव्हा मराठी मातीतल्या अनेक कलावंतांना परदेश वारी घडवलेली. तिकडून आल्यावर बापू शाहीर अनेक गमती सांगायचे तिथल्या. ऐकताना मजा यायची.

त्यांना ऐकतच माझ्यातली इतिहासाची समज वाढत गेली. एकदा गणपती पेठेतल्या आरवाडे वस्तीसमोर दुसऱ्या एका शाहिराला ऐकलं. त्यांच्या संचात साथीदार म्हणून बायका होत्या. कधी एकदा दुसरा दिवस उगवतो आणि बापू शाहिरांना मुरलीधरकाकाच्या दुकानात गाठतो असं झालेलं. साधारण रोजच पाचच्या दरम्यान यायचे ते. त्यांना गाठलं आणि विचारलंच. त्यांच्याजवळ त्या शाहिराबद्दल नाराजी व्यक्त केली. तर बापू शाहीर म्हणाले, ''पवाड गायचा तो पराक्रमाचा. बाईनं म्हटला म्हणून बिघडत नाही, पण साथीला त्यांना घेणं पटत नाही. पोवाड्याचा तमाशा होतो मग. पार विचका होतो त्याचा.'' त्या नव्या शाहिराचा तान्हाजीराव मालुसरेंचा पोवाडा मी ऐकलेला. त्यात तान्हाजीरावांची बायको त्यांना उलट सवाल करते, काहीतरी बोलते हे न पटलेलं. मी त्याबद्दल विचारत होतो तेव्हा ते डोळे बारीक करून ऐकत होते. चेहऱ्यावर मिश्कील हसू. माझं बोलणं संपलं तसं ते गडगडाट करत हसले. डोळे बारीक झालेले आणि मिशा जास्तच फेंदारलेल्या. ''अरे, त्याला त्याची बायको आठवली असंल. त्या काळात काय टाप हुती नवऱ्याला उलटून बोलण्याची? तशात त्यो तान्हाजीरावासारखा गडी. आडवातिडवा पसरलेला. एक कानाखाली वाजवली असती त्यानं. कडेलोटच झाला असता तिचा.'' चेहऱ्यावरची रेषही न हलविणारे मुरलीधर टेलर पहिल्यांदाच असं गदगदून हसताना दिसले त्या दिवशी मला. अंबुताई नावाची त्यांची बहीणही तडफेनं पोवाडा म्हणायची तेव्हा. आता काळ बदलला आणि परिस्थितीही. आता स्टेज दणाणून सोडणारे शाहिरी कार्यक्रम क्वचितच होतात. छोटा पडदा कितीही आकर्षक दिसला तरी त्याला चौकातल्या

पोवाड्याची सर येत नाही.

शाहिरी बापूरावांच्या पुढच्या पिढीतही उतरली. स्वत: बापू शाहिरांनी हजारावर पोवाडे लिहिले. बारा फटके आणि कैक अंगाईगीतं लिहिली. पाळणे रचले. आता असा ‘लिहिणारा’ शाहीर क्वचितच दिसतो. बापू शाहिरांनी लिहिलेल्या याच शिदोरीवर आजचे बरेच शाहीर फड गाजवताहेत. आज दिसतो तो शाहिरांचा पोषाखही बापू शाहिरांनीच रूढ केलेला. अस्सल खानदानी वाटणारी बाराबंदी बापू शाहिरांचीच. पोवाडा संपवितांना जलद गतीनं म्हणायची ‘मिळवणी’ आणि शेवटी स्वत:चा उल्लेख करतानाच आपल्या गावाचं नाव घ्यायची रीत सुरू केली तीसुद्धा बापू शाहीरांनीच. शिवाजी महाराजांचे पोवाडे गाताना, शत्रूला फाडताना त्या शत्रूचं धाडस आणि पराक्रमही आवर्जून सांगायचे ते. ‘पराक्रमाची नेहमी पूजाच बांधायची असते, मग तो पराक्रम शत्रूनं गाजवलेला का असेना’ हा संस्कार केला तो बापू शाहिरांनीच. विरोधकांच्या गुणांचही कौतुक करायला, त्यांच्या प्रयत्नांना आणि यशाला दाद द्यायला शिकवलं त्यांनी. आजच्या राज्यकर्त्यांनी बापू शाहिरांना एकदा तरी ऐकायला हवं होतं. संकटात सापडलेल्या मित्राच्या मदतीला कसं धावून जायला हवं हेही बापू शाहिरांनीच शिकवलं. काळूबाळू त्यांच्या गावाजवळचेच. शिवेला शीव असणाऱ्या कवलापूरचे. पोवाडे आणि तमाशा दोन्हीही शाहिरीचीचं रूपं. पोवाड्यांचा वीर रस तर तमाशाचा श्रृंगार रस. दोन्ही महाराष्ट्र शारदेच्या अंगावरील ठसठशीत जडावच. काळूबाळू अडचणीत आले तेव्हा बापू शाहिरांनी वगनाट्यंही लिहून दिली त्यांना. आपल्या लेखणीनं काळूबाळूंचा फड तब्बल सोळा वर्षं सावरून धरला. ‘ते माझं काम नाही’ असा शब्द न काढता. अडचणीत सापडलेल्या मित्राला मदत आणि सर्व कलांना सारखाच आणि तितकाच सन्मान देण्याची वृत्ती आजच्या कलाकारात अभावानंच दिसते, तेव्हा आठवतात ते बापू शाहीरच. हा माणूस सतत इतिहासात वावरत असला तरी त्याला वर्तमानाचंही भान तितकंच होतं.

शाहीर सम्राट बापूराव विभूते इतिहासाच्या पानावर आपली ठसठशीत नाममुद्रा उमटवून गेले. त्यालाही आता एक तप होऊन गेलं. पण त्यांनी रुजवलेली इतिहासाची आवड आणि पराक्रमाची कदर करण्याची वृत्ती सतत त्यांची आठवण देत असते. कधीकाळी वेड लावून गेलेला हा शाहीर. आता कुणाचाही पोवाडा कानावर पडला तरी कानात डफ घुमतो तो बापू शाहिरांचाच. ते पुन्हा नजरेसमोर येतात. ‘आई, उदे गं अंबे उदं’ म्हणत उसळ्या मारणारा तो फेंदारलेल्या मिशांचा बलदंड देह साक्षात शिवकाळ नजरेसमोर उभा करतो. आणि कुठंही असलो तरी तान्हाजीराव, येसाजीराव, बाजीप्रभू आणि मुरारबाजी माझ्याभोवती फेर धरू लागतात. डफ कडाडू लागतो. इतिहासातल्या त्या

रणवीरांसमोर आजही माथा झुकतो, त्याचं बरचंस श्रेय या बापू शाहिरांचंच! शिवाजीराजांच्या त्या सगळ्या सवंगड्यांना उराउरी भेटवून गेला हा माणूस. ते सगळे रणमर्द मी पाहिले त्या एकाच बलदंड देहात. ज्याला लोक म्हणायचे 'शाहीरसम्राट बापूराव विभूते.'

१९८९. छत्रपती संभाजी महाराजांची तीनशेवी पुण्यतिथी वढू बुद्रुकला आणि राज्यात सर्वत्र साजरी होणार होती. वर्षभर कार्यक्रम चालणार होते. डॉ. जयसिंगराव पवारांच्या 'छ. संभाजी स्मारक ग्रंथा'ची जुळणी सुरू होती. संगमेश्वरलाही एक कार्यक्रम होणार होता. त्याला गोव्याचे आणि महाराष्ट्राचे मुख्यमंत्रीही हजर राहणार होते. पुण्यातही बैठका सुरू होत्या. 'छत्रपती शंभूराजे ३००वा बलिदान दिन समिती' स्थापन झालेली. १२ फेब्रुवारी, १९८९ रोजी अशीच एक बैठक पुण्यात पार पडणार होती. अध्यक्षस्थानी असणार होत्या राजमाता सुमित्राराजे भोसले. मी समितीचा एक सदस्य. कदाचित चोवीस वर्षं वयाचा एकमेव सदस्य. निमंत्रक असणाऱ्या महापौर अंकुश काकडे यांचं बैठकीसाठी पत्र आलेलं. त्या बैठकीत मला ते पहिल्यांदा दिसले. त्यापूर्वी मी त्यांना पाहिलंही नव्हतं. फक्त नाव ऐकून होतो.

'मृत्युंजयकार' शिवाजी सावंत यांच्या बरोबर मी त्या बैठकीला गेलो होतो. त्यांनीच मला त्यांची ओळख करून दिली. एक 'शाहीर' म्हणून. ते होते शाहीर योगेश.

तसं काही लक्षात राहण्यासारखं व्यक्तिमत्त्व नव्हतं ते. म्हणजे त्यांचं नाव सोडून. अत्यंत किरकोळ देहयष्टी, त्यांच्या ओळखीला न शोभणारी. लालभडक चेहरा, धारदार नाक. झब्बा, सलवार. काखेत छोटी कातडी बॅग. ओठांवर बारीक तलवारकट मिशा. मृत्युंजयकार म्हणाले, "हे शाहीर." माझ्या मनात शाहीर म्हणजे एक वेगळंच बलदंड रूप होतं. शाहीरसम्राट बापूराव विभुते यांचं. लहानपणापासून मी त्यांना पाहिलेलं, ऐकलेलं. त्यामुळं शाहीर म्हटलं की तेच डोळ्यांसमोर उभे राहत. त्यामानानं हे शाहीर अगदीच किरकोळ दिसत होते. माळावर उभं केलं तर वावटळीनंही उडून जातील असे. त्यामुळं ते भिडले नाहीत मला. मी फारसं लक्ष दिलं नाही. 'मृत्युंजयकारां'नाही ते जाणवलं, खटकलं. दुपारी जेवण करताना पुन्हा आम्ही एकत्र. तेव्हा दादांनी त्यांचं नाव सांगितलं. नाव म्हणजे खरं नाव. ते कानावर पडताच मी ओशाळलो. त्यांची एक रचना तर शाळेपासून पाठ होती मला. तशी ती माझ्या वयाच्या सगळ्यांनाच पाठ होती. ती रचना मुखातून बाहेर पडली नाही असा मराठी माणूस या भूतलावर शोधूनही सापडणार नाही. मग पुढच्या सगळ्या बैठकीत मी त्यांच्या शेजारी बसू लागलो. त्यांना जाणून घेण्याचा प्रयत्न करू लागलो. आमची मैत्री जमली ती अशा बैठकीतच.

'छत्रपती शिवरायांचा त्रिवार जयजयकार... त्रिवार जयजयकार'. साधी, सोपी, सुटसुटीत रचना. तरीही जोशपूर्ण. पहिल्यांदा ही रचना कधी म्हटली ते आता आठवतही नाही. ही रचना त्यांचीच. ते होते शाहीर योगेश. भालजी पेंढारकरही 'योगेश' याच नावानं कविता, गीतं लिहित असत. पण हे होते शाहीर योगेश. त्या दिवसांत मग ते सतत भेटत राहिले. ते लांब तिकडे विमानतळाकडे कुठं तरी राहायचे. मला तिकडे जाणं लांब पडायचं. म्हणून मग त्यांनी एक नवंच ठिकाण ठरवलं भेटण्यासाठी. तिथं ते बहुधा रोज संध्याकाळी यायचेच. ते ठिकाण म्हणजे शाहीर किसनराव हिंगे यांची लाकडाची वखार. तिथं आम्ही भेटत राहिलो. छत्रपती संभाजी महाराजांवर ते काहीतरी लिहीत होते तेव्हा. सगळ्या गप्पांचा विषय तोच. मी तेव्हा बेंद्रे, कमल गोखले वाचलेले. 'छावा'कार तर घरातलेच. मोठ्या भावाची जागा घेतलेले. शिवाय 'संभाजी स्मारक ग्रंथा'साठी मी जे लेख गोळा करत होतो, ते पवारसरांकडे मी वाचतही होतो. छत्रपती संभाजीराजे हा एकच विषय डोक्यात असायचा. माझं वय लक्षात न घेता शाहीर योगेश आणि शाहीर हिंगे माझ्याशी चर्चा करायचे ते त्यामुळंच. मी इकडे वाचलेलं तिकडे सांगायचो. उगाचच मोठं झाल्यासारखं वाटायचं तेव्हा. फुकाचा भाव. आयजीच्या जिवावर बायजी उदार अशी गत.

दिवाकर नारायण भिष्णूरकर हे त्यांचं नाव. ते अमरावतीतल्या अंजनगाव सुर्जीचे. राष्ट्रसंत तुकडोजींच्या सहवासात बालपणीच आलेले. तुकडोजी महाराजांच्या ताफ्यात ते कुठलं तरी वाद्यही वाजवायचे म्हणे. त्यांच्यामुळंच शाहिरी कलेची आवड निर्माण झाल्याचं त्यांनीच मला सांगितलं होतं एकदा. राष्ट्रसंत बहुतेक वेळा हिंदीमधून कीर्तनं करत. त्यांची एकदोन कीर्तनं आहेत माझ्या संग्रही. राहुरी कारखान्यावर झालेली. त्यातही कानावर पडते ती हिंदीच. त्याचाही प्रभाव शाहिरांवर असावा. कारण योगेशांच्या ज्या रचनांनी लोकमान्यता मिळवली, त्या बहुतेक सगळ्या हिंदीच आहेत. छत्रपती संभाजी महाराजांवर ते जी रचना करत होते, तीही हिंदीमधूनच. त्यासाठी आवश्यक ते वाचन आणि शिवाजी सावंतासारख्या जाणत्यांच्या गाठीभेटी सुरू असायच्या. मी त्यांचं बोलणं ऐकण्यात धन्यता मानायचो. मलाही संभाजी महाराज उलगडत जायचे. सांगलीत परतलो की त्यांना पत्रं लिहायचो. तेही काय सुरू आहे, कुठंवर आलंय काम हे कळवायचे. मला शाहिरीमधलं काहीही कळत नसताना. त्यांच्या काही कामात मी सहभागी व्हावं असा त्यांचा आग्रह.

त्यांचा असाच एक कार्यक्रम म्हणजे शालेय मुलांसाठी शिवचरित्रावर आधारित प्रश्नावली. मी शिक्षक असल्यानं यात काम करावं असं त्यांचं म्हणणं. शिवचरित्राचं वाचन करून त्या वाचनावर आधारित प्रश्नपत्रिका सोडवून घ्यायचे ते. त्यातून निवडलेल्या मुलांना बक्षिसं देण्याची योजना होती त्यांची. मुलांनी हे सारं करायला हवं असं सांगताना त्यांच्यामधला स्वातंत्र्यसैनिक जागा व्हायचा. बेचाळीसच्या लढ्यात आणि गोवा-मुक्ती आंदोलनात भाग घेतला होता त्यांनी. देहयष्टी अगदी किरकोळ असली, तरी त्यांच्या आवाजात एक जरब होती. करडेपणा होता. डफावर थाप देऊन त्यांनी छत्रपती शिवरायांचा जयजयकार केला की अंगावर एक थरार उमटायचा. लोकांचं लक्ष मग फक्त आणि फक्त त्यांच्या आवाजाकडे, कथनाकडे असायचं. हा शाहीर फक्त 'ऐकत' राहावं असाच होता. त्यांची आपल्या शाहिरीवर अव्यभिचारी निष्ठा होती. सरकारी योजनांची भलावण करायला आपला आवाज वापरू दिला नाही त्यांनी. कधीच. शाहिरी हाच त्यांचा श्वास होता. आवाज हाच त्यांचा प्राण होता. पराक्रमाचा पवाड गाण्याची ऊर्मी अगदी आतून होती त्यांना. याच ऊर्मीतून त्यांनी 'महाराष्ट्र शाहिरी परिषदे'चं काम पाहिलं. शाहीर हिंगेंच्या साथीनं त्यांनीच उभारलेली ही परिषद.

'सिंदखेडराजा ते रायगड' अशी 'जिजाऊ पालखी' सुरू करणाऱ्या योगेशांचा खरा आवेश दिसला तो वढू बुद्रुकला. छत्रपती संभाजी महाराजांच्या तीनशेव्या पुण्यतिथीनिमित्त वर्षभर जे कार्यक्रम झाले, त्यातलाच हा एक. तारीख होती ४ सप्टेंबर, १९८९. मी 'मृत्युंजयकार' शिवाजीराव सावंत आणि 'शिवकथाकार' विजयराव देशमुख यांच्यासोबत होतो त्या कार्यक्रमात. राजमाता सुमित्राराजे भोसलेंची

उपस्थिती आणि समोर उसळत्या रक्ताची लाखभर तरुणाई. विजयराव देशमुखांच्या 'शंभू छत्रपती' या ग्रंथाचं प्रकाशन झालं. त्या ग्रंथावर मी राजमातांपासून सगळ्यांच्या सह्या घेत होतो आणि त्याच वेळी शाहीर योगेशांचा डफ कडाडू लागला. समोरच्या तरुणाईचं रक्त उसळू लागलं. शाहीर आज छत्रपती संभाजी महाराजांवरील रचना पहिल्यांदाच सादर करणार होते. समोर त्याच संभाजीराजांचे लाखभर मावळे. जोशपूर्ण वातावरण. योगेश गात होते,

देश धरमपर मिटनेवाला, शेर शिवाका छावा था।
महापराक्रमी परम प्रतापी, एकही शंभू राजा था।
तेज:पुंज तेजस्वी ऑखे, निकल गयी पर झुका नाही।
दृष्टी गयी पर राष्ट्रोन्नती का, दिव्य स्वप्न तो मिटा नही।
दोनो पैर कटे शंभू के, ध्येय मार्ग से हटा नही।
हाथ कटे तो क्या हुआ, सत्कर्म कभी छुटा नही।
जिव्हा कटी खून बहाया, धरम का सौदा किया नही।
शिवाजी का बेटा था वह, गलत राह पर चला नही।
वर्षं तीनसौ बीत गये अब, शंभू के बलिदान को।
कौन जीता कौन हारा? पूछ लो संसार को।
कोटी कोटी कंठो में तेरा, आज जयजयकार है।
अमर शंभू तू अमर हो गया, तेरी जयजयकार है।
मातृभूमी के चरण कमलपर, जीवन पुष्प चढाया था।
है दूजा दुनिया में कोई, जैसा शंभू राजा था?

शाहिरांच्या त्या रचनेनं इतिहास घडवला... पुन्हा एकदा. शाहीर योगेशांना दिगंत कीर्ती दिली या एकाच रचनेनं. त्यांची ती रचना त्यांच्याच जोशपूर्ण आवाजात ऐकण्याचं भाग्य लाभलं. तेही राजमाता सुमित्राराजे भोसले आणि 'छावा'कार शिवाजीराव सावंत यांच्या उपस्थितीत. लाखभर मावळ्यांच्या जयघोषात. सरसरून आलेल्या काट्यांनी अंग फुलून गेलं होतं माझं.

त्या दिवसांपासून शाहीर योगेश जिथं तिथं कानावर पडू लागले. लहानपणी पडत होते तसेच. फक्त आता त्यांचे शब्द बदलले होते. तेव्हा छत्रपती शिवरायांचा जयजयकार होता, आता शंभूराजांचा. ते पितापुत्र आपल्या कर्तृत्वानं जगभर पोहोचले, त्यांच्या हयातीतच. शाहीर योगेशांनी त्यांना तरुणांच्या नसानसांत भिनवलं. कायमसाठी. त्यांच्या सगळ्याच रचनांनी तरुणांच्या मनात देशप्रेमाची बिजं रोवली. मातृभूमीविषयीचा अभिमान सतत जागता ठेवला. 'बंबारी से खतम ना होगा खतरा आतंकवाद का,

नामोनिशान मिटाना होगा, अब पाकिस्तान का' ही त्यांचीच एक रचना. बदलत्या काळात चौकातले शाहिरी कार्यक्रम छोट्या पडद्यावर गेले, तशा अशा रचनाही कानावर पडणं कमी झालं. तिथं मागणी तसा पुरवठा. इतिहासात आजही असे अनेक वीर आहेत, ज्यांच्या पराक्रमांच्या गाथांना अजूनही शब्दस्पर्श नाही. ते रणमर्द आजही 'लिहिणाऱ्या' शाहिराच्या प्रतीक्षेत. पण आपले शाहीर गुंतून पडलेत ते सरकारी योजनांच्या जाहिरातीत.

शाहिरी परिषदेचा एक कार्यक्रम व्हायचा दर वर्षी. कदाचित आजही तो होत असेल. 'ही रात्र शाहिरांची.' सांगलीच्या टिळक चौकातल्या लोकमान्य टिळक स्मारक मंदिरात हा कार्यक्रम असायचा. रात्रभर चालायचा. घर जवळच असल्यानं त्या तमाम शाहिरांना ऐकत मीही ती रात्र जागवायचो. धाकटे दीक्षित शाहीर, शाहीर बापूराव विभुते यांच्यासह सगळे नामवंत शाहीर यायचे. योगेश तर परिषदेचे अध्यक्षच. मग एकदा त्यांना मी घरी नेलं. इतिहासाच्या पुस्तकांच्या गराड्यात तीनचार तास बसून होते ते. सोबतच्या डायरीत बखरी, पुस्तकांची नावं लिहून घेत. ''अरे ही पुस्तकं पुण्यात मंडळातही लोक नजरेस पडू देत नाहीत. तू प्राथमिक शिक्षक असून हे धन गोळा केलंस. निनाद तुला का जीव लावतो, ते आत्ता समजलं मला. काही झालं तरी हा नाद सोडू नकोस. तुला समृद्ध करेल तो.'' 'नाद' हा शब्द शाहिरांचा. अशा अनेकांनी दिलेल्या पाठबळानंच माझ्या घराच्या भिंती पुस्तकांच्या होत गेल्या. मग माझी ओळख करून देताना आकाशवाणीचे संजय पाटील सांगू लागले, ''हा सदा. माझा बालमित्र. याच्या घरात भांडी कमी, पुस्तकं जास्त. हात लावाल तिथं पुस्तकं.'' त्याचा छोटा सारंग तेव्हा घरी असायचा. माझ्याच मुलाचा वयाच्या. त्यानं तर माझं नावच ठेवलं होतं... 'पुस्तकवाले काका'. आजही मी घरी गेलो की तो त्याच्या बाबांना आवाज देतो, ''बाबा, पुस्तकवाले काका आलेत.''

शाहीर योगेश आता नाहीत. त्यांच्यासारखी अभ्यासू वृत्तीही आता नजरेस पडत नाही. आपली कलाकृती ही साधार, ससंदर्भ हवी यासाठीची योगेशांची धडपड आजही दिसते मला. संदर्भांचं वाचन आणि जाणत्यांशी चर्चा ही सगळ्याच क्षेत्रात आवश्यक. पण याचा धडा घालून दिला तो शाहीर योगेशांनी. 'देश धरम पर मिटनेवाला' या एका गीतासाठी बेंद्रे आणि कमल गोखलेंचा संभाजी संपूर्ण वाचून काढला होता या शाहिरांनं. जवळपास दीड हजार पानं. मग त्यावर चर्चा आणि मग लेखन. आपलं काम उत्तमच व्हायला हवं म्हणून ही सारी धडपड. आता एखाद्या गोष्टीचा अभ्यास करताना तेच आठवतात आणि आपलं काम चोखच व्हायला हवं अशी जाणीव होत राहते. सतत. हातून काही बरं घडत असेल, तर त्यात या शाहिराचाही वाटा आहेच. तो मान्यच करायला हवा. आता कुठंही शिवरायांचा

जयजयकार कानावर पडला, तर मला योगेशच आठवतात. ओठ गुणगुणू लागतात, ‘छत्रपती शिवरायांचा त्रिवार जयजयकार, त्रिवार जयजयकार!’ आणि शाहीर योगेश माझ्या डोळ्यांसमोर उभे राहतात. तसेच हसतमुख. काखेत छोटी कातडी बॅग धरलेले.

तसा त्यांचा माझा नावापलीकडे काहीच संबंध नव्हता आणि नाही. ते शेजारच्या गावचे, मिरजेचे... एवढाच संबंध. पण त्यांचं नाव मात्र मी रोजच ऐकत होतो. दैनिकांत, त्यातल्या मराठी सिनेमांच्या जाहिरातीत आणि सिनेमा थिएटरच्या पडद्यावरदेखील. जगदीश खेबूडकरांच्या तोंडून तर हे नाव सतत कानावर पडायचं. त्यांचं नाव घेतल्याशिवाय आकाशवाणीचा तर एक दिवसही जात नाही. आजही. या क्षणीही कुठल्या ना कुठल्या केंद्रावर त्यांची आठवण जागवली जात असेलच. अगदी खातरीनं. बरं हे नाव फक्त गानप्रेमी शिक्षितांच्याच ओठी असतं असं नाही तर एखादा रांगडा पटकेवाला आबाही त्यांचं नाव घेतो आणि घराघरांत असलेल्या आयाबायाही. अगदी खेड्यापाड्यातल्याही. त्यांचं नाव ज्याच्या कानावर पडलं नाही, ज्यानं ते ऐकलं नाही असा माणूस या मऱ्हाटी मुलखात शोधूनही सापडायचा नाही. हे मी पैजेवर सांगू शकतो. जिथं जिथं रांगडा मराठी माणूस, तिथं तिथं हे नाव

मराठमोळा बाज

पोहोचलेलं. त्या नावाच्या या माणसानं आपल्या कर्तृत्वानं ते तिथं पोहोचवलेलं.

या मऱ्हाटी मुलखाला शाहिरीचं याड अगदी कित्येक शतकांपासूनचं. घरटी एक तरी लढवय्या असण्याच्या काळापासूनचं. इथल्या रांगड्या माणसांनी रणमैदानावर पराक्रम गाजवले की त्यांचे 'पवाड' गायला शाहीर डफ हातात घ्यायचेच. छावणी सोडून मुक्कामी आलेल्या मर्दाचं मन रिझवण्यासाठी तेच शाहीर तुणतुणं हाती घेत तमाशाचा फडही उभा करायचे. पवाड आणि तमाशा ही दोन्ही शाहिरीचीच रूपं. एक वीरश्रीचं तर दुसरं शृंगाराचं. दोघांचाही हा वारसा पुढे नेणारे अनेक जण या भूमीत निपजले. त्यांच्या यशाच्या नौबती अगदी दरियापार घुमल्या. शाहीर सम्राट बापूराव विभूतेंचा डफ पार तिकडे जपानमध्येही कडकडून वाजला. इथल्या आयाबायाही कधी मागं नव्हत्या. त्यांच्या पायातल्या घुंगरांनी अनेकांना जायबंदी केलेलं. त्यांच्या दिलाचं पाखरू अल्लद हवेत उडतं ठेवलेलं. त्यांच्या फडात तर भल्याभल्यांनी हजेरी लावलेली. अगदी पेशव्यांनीदेखील. त्यांच्या काळात तर लावणीला बहर आलेला. पुण्यातली बावनखणी सतत जागती ठेवलेली. तीच लावण्यवती लावणी इथल्या वाडीवस्तीवर पोहचवणारा हा कलावंत. यानं दिलेल्या सुरावटीमुळं आजही अनेक फडांना तारलेलं. त्याच्या काळात तर हा माणूस असल्याशिवाय लावणीला चित्रपटात उभं राहायलाही जागा मिळत नव्हती. असा हा माणूस म्हणजे संगीतकार रामभाऊ कदम.

रामभाऊंचं घराणं मूळंचं कुरुंदवाडचं असलं, तरी ते स्थिरावलं मिरजेत. याच मिरजेत अब्दुल करीम खाँसाहेबांचं वास्तव्य आणि त्याच मिरजेत कदमांची 'मराठा खानावळ'ही. खानावळवाल्या कदमांच्या या रामनं गाडगेबाबांच्या माग उभा राहून टाळही वाजवलेला आणि सूरही धरलेला. गाडगेबाबांचा सहवास लाभलेल्या रामभाऊंना 'कलाट' वाजवायचा नाद लागला तो बालपणातच. मग ते घुसले घराजवळच्या चांदलाल यांच्या 'जनरल ब्रास बँड'मध्ये. तिथं त्यांच्या हातात आली 'क्लॅरोनेट' आणि मग त्यांच्यातला लयबद्ध संगीतकार साकारत गेला. या वेडापायी त्यांनी अनेक उद्योग केले. पुढे कधीतरी मग 'प्रभात' मध्ये ते ऑफीसबॉयही झाले. नंतर संगीतकर वसंत पवारांचे आणि सुधीर फडकेंचे साहाय्यक. हळूहळू जाणकार निर्मात्यांची नजर त्यांच्यावर पडली आणि हाती आला 'सांगते ऐका'. 'सांगते ऐका'मधल्या त्यांच्या बुगडीनं इतिहास घडवला आणि राम कदमांची लावणी मराठी चित्रपटात कायमचीच राहायला आली. तीसुद्धा आडबाजूच्या कोपऱ्यात नव्हे तर अगदी मधल्या वाड्यात. तेही सोप्यावर. तिनं मग तारुण्यात पदार्पण केलेल्यांनाच नाही तर पिकल्या पानांनाही पायाचा ठेका धरायला लावला. जवान पोरं कधीचीच येडी झालेली. त्यांच्या काळजाचा ठोका सतत धडधडता ठेवला. तो साधारण दीडशे चित्रपट आणि वीसभर संगीत नाटकं होईपर्यंत धडधडतच होता. त्या साऱ्या

लावण्या ऐकताना आजच्या तरुणाईलाही एक झिंग चढते. ती असते रामभाऊंच्या संगीताचीच. अस्सल मऱ्हाटी बाजाचं संगीत.

या रामभाऊंना भेटायचंच असं मनाशी पक्कं केलेलं. मिरजेच्या उरसाला ते येतात अशी खबर लागलेली. मग त्यांना तिथं गाठलंच. ते वर्ष १९९२. गावातल्या अंबाबाई मंदिरातल्या संगीत महोत्सवातही दिसायचे ते. किडकिडीत देहयष्टी. फरची पांढरी टोपी. नेहरू शर्ट आणि विजार. पायाकडे निमुळती होत गेलेली. काळाकरंद रंग. हा माणूस तमाशात मुरलेला आहे, लावणीत रंगलेला आहे, हे सांगायची गरजच नव्हती. ते दिसायचेच तसे. एखाद्या फडाच्या मालकासारखे. त्या काळात मराठी चित्रपटांमधून येणाऱ्या लावण्यांनी आपला बाज बदललेला. पारंपरिक बाज ऐकायचा तर पुन्हा संगीतकार राम कदमांनाच साद घालावी लागायची. आजही त्यांनाच हाक द्यावी लागते. जगदीश खेबूडकरांना घेऊन ते लगेच येतातही धावत. काही क्षणातच आपल्या नजरेसमोर फड उभा करतात. मग मिटल्या डोळ्यांसमोरही गडकऱ्यांच्या जयश्रीबाई दिसू लागतात. घट्ट कासोट्यातल्या. पायात चाळ बांधलेल्या. ठसकेबाज. त्या नाचू लागल्या की अंगभर चळ भरतो. एक वेगळीच लय भरते आणि नकळत पाय ठेका धरू लागतात. लावणी करावी ती रामभाऊंनीच असं का म्हटलं जातं ते नाचऱ्या जयश्रीबाईंना पाहिलं की सांगावं लागत नाही. आजही तसंच म्हणतात. रामभाऊंची प्रत्येक लावणी ते सिद्ध करत असते.

मी रामभाऊंच्या हातात कागद दिला, तेव्हा ते अंबाबाई मंदिरासमोरच्या एका कट्ट्यावर बसलेले. मला म्हणाले, ‘‘मास्तर, काय लिहू रे याच्यावर? नुसती सही करून देतो की. माझं अक्षरही बरं नाही. तुम्ही गुरुजी लोक. उगं चुका काढत बसणार. त्यापेक्षा नुसती सहीच बरी की.’’ मी हसत म्हणालो, ‘‘नाही दादा. काहीही लिहा. हवं तर मराठी चित्रपट संगीताबद्दल लिहा. मग सही करा. मला नुसती तुमची सही नको.’’ अखेर त्यांनी माझं ऐकलं आणि ते लिहू लागले, ‘‘... पाश्चात्त्य संगीताची उचलेगिरी करण्यापेक्षा भारतीय संगीत यायला हवं. नव्या संगीतकारांना संधी द्यायला हवी. शास्त्रीय संगीत आणि लोकसंगीत यांचा सुरेख मेळ घालायला हवा. इथल्या लोकसंगीतात खूप दडलेलं आहे. ते बाहेर यायला हवं...’’ असा बराच मजकूर लिहून त्यांनी स्वाक्षरी केली... राम कदम. विशेष म्हणजे त्यांचं अक्षर बरं नसलं, तरी लेखन चांगलंच होतं. फारशा चुका दिसत नव्हत्या. मी तसं त्यांना म्हणालो तर दिलखुलास हसत ते मला म्हणाले, ‘‘लेको मास्तर मंडळी तुम्ही. तुमचं लक्ष शुद्ध लेखनाकडेच जाणार रे!’’ लोकसंगीताची अशी महती सांगणाऱ्या रामभाऊंनी लावणी संगीताचा बाज आणला तो इथल्या मातीतलाच. तमाशाला ‘झील’ दिली तीसुद्धा आपल्या रामभाऊंनीच. त्यांच्या प्रत्येक लावणीची झील निराळी. त्यांच्या संगीताची ती खासियतच झाली. त्यांचं सगळंच संगीत अस्सल

मराठी आणि त्याला बैठक होती शास्त्रीय संगीताची. ज्यातलं मला काहीच समजत नसलं, तरी त्यांच्या लावण्यांची नशा अनुभवलेली. आजही ती कायम. आजची 'बुगडी' वाजू लागली की काळीज हलू लागतं. डोळ्यांसमोर पाखरं भिरभिरू लागतात. रामभाऊंची कृपा.

मी त्यांच्याबद्दल जाणून घेत होतो तेव्हा. मला त्यांची ती प्रसिद्ध 'कदम मराठा खानावळ' नेमकी कुठं होती ते हवं होतं. विचारलं तर म्हणाले, ''सकाळी मी दर्ग्यात जाणार आहे. खाँसाहेबांच्या दर्शनाला. तिथं ये दहा वाजता. मग जाऊ आपण.'' मी साडेनऊलाच खाँसाहेबांच्याजवळ. रामभाऊ अगदी वेळेत आले. त्यांनी अत्यंत भक्तिभावानं आपल्या गुरूंना वंदन केलं. खूप वेळ डोकं टेकवून बसले होते ते. मी त्यांच्याकडे बघत होतो. खाँसाहेबांवरची त्यांची भक्ती मला जाणवत होती. दर्ग्यात जाऊन आम्ही बाहेर आलो. स्टँडपर्यंत चालतच निघालो. तिथं येताच त्यांनी आपल्या खानावळीची जागाही दाखवली आणि काही आठवणीही सांगितल्या. बोलताना मध्येमध्ये एखादी मिश्कील टिपणीही. त्यांच्या काही लावण्यांच्या जन्मकथा मी अनेकदा आकाशवाणीवरच्या मुलाखतीत ऐकलेल्या. त्याबद्दल बोललो तर हसत म्हणाले, ''मास्तर, लावण्या लईच आवडतात जणू. बघा, नाहीतर 'पिंजरा' व्हायचा तुमचा, लावणीचा नाद बरा न्हवं मास्तर.'' मी म. वा. धोंडांच्या 'मऱ्हाटी लावणी'चा विषय मी काढला. पण त्यांनी ते पुस्तक वाचलं नव्हतं. पुढच्या भेटीत ते मला देच हे मात्र अगदी आग्रहानं बजावलं त्यांनी.

अशाच एका भेटीत मी त्यांच्याशी बोलत होतो. जीवनराव किर्लोस्करांचा आणि रुद्रवाणीचा विषय निघाला. कधीकाळी याच रुद्रवाणीनं त्यांच्यावर कौतुकाचा वर्षाव केलेला. त्यांच्यावर खास एक विशेषांक काढलेला. मग अचानक काहीतरी झालं आणि त्यांचं जीवनरावांशी बिनसलं. पुढे मग 'रुद्रवाणी'नं त्यांच्यावर ताशेरे ओढणारी लेखमालाही लिहिली. ज्यात बाळासाहेब ठाकरेंचे आणि लता मंगेशकरांचे संदर्भ आलेले. काहीतरी वाद झालेले. पैशांवरून. मी त्याबद्दल त्यांना छेडलं. पहिल्यांदा त्यांनी दुर्लक्ष केलं. मी पिच्छा सोडला नाही. मग त्यांनी उलटतपासणीच सुरू केली. ''हे तुला कसं माहीत? तू तर सांगलीत आणि रुद्रवाणी म्हणजे काही टाइम्स नाही इथं मिळायला.'' मग मी जीवनरावांची आणि माझी मैत्री सांगितली. रुद्रवाणीचे सगळे अंक संग्रही असल्याचंही बोललो. तसं त्यांची नजर बदलत गेली. त्यांच्या नजरेत वेगळेच भाव. ते शांत. मी पुन्हा छेडलं तर म्हणाले, ''जीवन माझा चांगला मित्र होता. पण मला आता भांडणाचं कारण आठवत नाही. पण मास्तर, रात गई, बात गई... विसरून जा ते सगळं. असलं लक्षात नसतं ठेवायचं. कधीच!'' ते विसरल्याचं भासवत होते. पण ती गोष्ट त्यांचा काळजात रुतून बसली असावी. त्यांच्या नजरेत दिसत होती मला ती. मलाही फक्त सत्य जाणून घ्यायचं होतं. कारण त्या

प्रकरणावरचं खास ठाकरी भाषेतलं बाळासाहेबांचं भाष्य, त्यांच्याच हस्ताक्षरात आज माझ्या संग्रही आहे. त्यावर बाळासाहेबांची ती प्रसिद्ध स्वाक्षरीदेखील. भगव्या शाईत... बाळ ठाकरे!

रामभाऊ नंतर भेटले ते 'पानिपत'कार विश्वास पाटील यांच्या 'जन्मठेप' चित्रपटाच्या निमित्तानं. त्या चित्रपटाचं चित्रीकरण मिरज परिसरात चाललेलं. त्याचं संगीत रामभाऊंचंच होतं. आले की ते 'हिरा' हॉटेलला उतरत. रात्र जागवत. एकदोनदा भेटलो पण त्यांच्या डोक्यातून 'जीवन'चा विषय गेला नव्हता हे जाणवलं मला. बोलण्यातून आणि नजरेतूनही. मग पुढे मीही त्यांना फक्त ऐकत राहिलो. त्यांना दुरून बघत राहिलो. आकाशवाणीवरून आणि इतरही कार्यक्रमांमधून. 'नक्षत्रांचे देणे'चा गदिमांचा भाग लावला की ते दिसत नसले तरी आजही कानावर पडतातच. गदिमा आणि नंतरच्या काळातले 'गदिमा' खेबूडकर यांची लावणी लावली की कानांत रामभाऊंची ढोलकी आजही वाजू लागते. ते माझ्यासमोर आजही उभे राहतात. मनमुराद आनंद देतात आणि माझ्याही नकळत माझे पाय ठेका धरू लागतात. आजही. आत्ताही. माझंच कशाला शोभा गुर्टूही त्यांच्याच चालीवर आजही म्हणत असतात, 'पिकल्या पानाचा देठ की हो हिरवा.' ते आर्जवी स्वर कानावर पडले की मी पुन्हा रामभाऊंचा होतो. मागचं सगळं विसरून जात.

या मराठी मातीतल्या संगीतकाराकडे लता-आशापासून भीमसेन-वसंतराव देशपांडेंपर्यंत सारे जण गायले. अनेक नवोदित गायकांना रामभाऊंनीच हात दिला. लावणीच्या अंगांगावर खास मऱ्हाटी मुद्रा उमटवत गावरान ठसका दिला तो याच रामभाऊ कदमांनी. लावणी आणि राम कदम हे समानार्थी शब्द झाल्याचा तो काळ. आजही हे समीकरण कायम आणि यापुढेही ते तसंच राहील, यात कसलीच शंका नाही. पिंजरा आणि बुगडी तर अजरामरच. मराठी लोकसंस्कृतीचा अक्षय्य ठेवा असणारी सर्व प्रकारची गाणी त्यांनी दिली. लावणी आणि सवालजबाबाइतक्याच ताकदीनं. तितक्याच गुणवत्तेनं. त्यावर 'राम कदम' अशी ठसठशीत मुद्रा उठवून. १९९७ ला रामभाऊ गेले आणि मऱ्हाटी लावणी पोरकी झाली. लावणीच्या साम्राज्यात स्वतःच्या नावाचा स्वतंत्र फड उभा करणाऱ्या या कलावंताला भेटता आलं, त्यांच्याशी अनेकदा बोलता आलं यासारखा आनंद नाही. त्यांना आठवलं की त्यांचा तो फड आजही मनात उभा राहतो तो त्यामुळंच.

माणूस मोठा होत जातो. त्या सगळ्या वाटचालीत त्याला अपार कष्ट घ्यावे लागतात. या वाटचालीत त्याच्याही हातून काही भलंबुरं घडतं. घडलेलं असतं. जे त्यालाच माहीत असतं. पुढच्या पिढीला त्याचा लौकिक, त्याच्या यशाच्या नौबती गुंतवून ठेवतात. पण त्याच्याही मनात एखादा सल असतोच. त्याच्याच भूतकाळातला. तो जगाला दिसत नसला तरी त्याचा त्याला दिसत असतोच. नेहमी. रामभाऊंनी

जीवन आणि रुद्रवाणीचा विषय टाळला तो त्यामुळंच. पण मला त्याच्याशी काहीच घेणंदेणं नव्हतं आणि नाही. झालेल्या वादांचा बाऊ न करता तो जिथल्या तिथं सोडून द्यायला हवा हे किती सहजपणानं रामभाऊंनी सांगितलं मला. तेही अवघ्या चार शब्दांत. 'रात गयी, बात गयी'. आपण मात्र गतकाळातले वाद आयुष्यभर कुरवाळत बसतो. कधीकधी त्याला तत्त्विक मुलामाही चढवतो. आपलीच बाजू खरी हे दाखवण्यासाठी सगळा खटाटोप. रामभाऊंनी असलं काहीही केलं नाही. उलट या माणसानं मला भरभरून आनंद दिला. तेवढं मला पुरेसं होतं. आजही रामभाऊ तोच आनंद देत असतात. निखळ आनंद. त्यांच्या चालीवर आजही मन झुलत राहतं. बुगडी ऐकताना घायाळ होतं. जयश्रीबाईंचा ठसका जाणवतो. अवघ्या देहातून 'तोडा' ऐकू येत राहतो. पिंजऱ्याची तर बातच सोडा. त्यानं तर अवघ्या मराठी रसिकांना कधीचंच बंद करून ठेवलंय. राम कदम हा मराठी मातीतला अस्सल संगीतकार होता हे सिद्ध करायला एवढंही पुरेसं आहे की.

नाटकाचं वेड खूप पूर्वीपासूनचं. एक तर घर लहान. जागा अपुरी. म्हणून मग जास्तीत जास्त वेळ घराजवळच्या भावे नाट्य मंदिरात घालवण्याची सवय लागलेली. शिवाय तिथं सतत काही ना काही कार्यक्रम सुरू असायचे. व्याख्यानं असायची. राज्य नाट्य स्पर्धाही तिथंच व्हायच्या. मग एका दैनिकासाठी त्या स्पर्धेत सादर होणाऱ्या नाटकांबद्दल लिहायचं काम मागून घेतलं. विनामोबदला. हौस म्हणून. त्यामुळं अगदी पुढच्या राखीव रांगेत बसून सगळी नाटकं पाहता आली. पुढे संगीत नाटकांची अंतिम फेरी सांगलीतच होऊ लागली. त्यातलं काहीही कळायचा प्रश्नच नव्हता. तो आपला विषयच नव्हता. पण हौस दांडगी. मग संगीत नाटकं समजून घेतली ती मास्टर अविनाश यांच्याकडून, तेसुद्धा दैनिकाची, लिहिण्याची गरज

संगीत अलंकार

म्हणून. संगीत नाटकांच्या राज्यनाट्यच्या अंतिम फेरीला मास्टर अविनाश परीक्षक असायचे. संगीत नाटकांचा माहोलच वेगळा. नऊच्या ठोक्याला नांदी. जाईजुईच्या गंधानं भरून गेलेल्या नाट्यगृहात उसासणाऱ्या धुपाचा दरवळ. ऑर्गनचे सूर. त्यातच तबल्याची खणखणीत चाट. दिमाखदार नेपथ्य. रोजचं जगणं सोडून वेगळ्याच काळात नेणारं. पौराणिक कथानकापासून अगदी बुधवारातल्या बावणखणीपर्यंत. ज्ञानेश पेंढारकरांची सुवर्णतुला, पंडितराज जगन्नाथ अजूनही नजरेत. पुढे 'देवल स्मारक'नं ही आवड वाढवली. तेव्हा कळलं की इथंही घराणी आहेत. असंच एक घराणं शिलेदारांचं. ते स्पर्धेत नसायचं. पण त्यांना बघायची उत्सुकता. सतत वाढती. आकाशातल्या चंद्रकलेसारखी.

जयराम शिलेदार म्हणजे संगीत रंगभूमीवरचा चंद्रच. जयमालाबाई आणि कीर्ती-लतानं त्याची धवल पौर्णिमा केली. मराठी संगीत रंगभूमी उजळून टाकली. त्यांचा लौकिक सतत कानावर यायचा. पण ही माणसं कधी आपल्याही आयुष्यात डोकावतील असं वाटलं नव्हतं. तितकी योग्यताही नव्हती, आजही नाही. गरज म्हणून संगीत नाटकं बघावी लागली. हळूहळू ते वेड रक्तात मिसळलं. कान तयार झाला असावा. थोडंथोडं समजू लागलेलं. आव मात्र दर्दी रसिकाचा. राज्य संगीत नाटकांच्या अंतिम फेरीतील नाटकांवर लिहिलेलं छापून येऊ लागलं तसं चालणं बदललेलं. सगळी मास्टर अविनाशांची कृपा. पण मित्रांना वाटायचं, याला संगीत नाटकांतलं फारच कळतं. पण या सगळ्यामुळं आयुष्यात एक नवं दालन उघडलं गेलं आणि शिलेदार मंडळींनी काळजात घर केलं. हळूहळू तिथं ती मावेनाशी झाली. ही शिलेदार मंडळी पहिल्यांदा नजरेस पडली ती नाटकात नाही तर त्यांच्या घरात, अंगणात. प्रभात रोड, गल्ली क्रमांक नऊ. त्या रस्त्यावरच्या एका घरात जीवनराव किर्लोस्कर भाड्यानं राहायचे. एकदा मी त्यांच्याकडे मुक्कामाला. सकाळी उठलो तर कुंपणापलीकडे कीर्ती शिलेदार अंगणात दिसल्या. त्यांचा फोटो नाटकांच्या जाहिरातीत पाहिलेला. धावतच आत येऊन जीवनरावांना सांगितलं तेव्हा कळलं की पलीकडचं घर शिलेदारांचंच. पण त्या दिवशी मला दिसल्या फक्त एकट्या कीर्ती शिलेदार. जयराम-जयमालाबाईंची 'कीर्ती' साऱ्या मराठी मुलखात असण्याचा तो काळ. ते मात्र मला दिसले नाहीत त्या दिवशी.

जीवनरावांच्या 'रुद्रवाणी'त तेव्हा जयरामांचं 'सूरसंगत' यायचं. क्रमशः. मी ते नियमित वाचत होतोच. शिलेदार घराण्याचा पट उलगडला जायचा ते वाचताना. जयराम प्रत्यक्षात नसले तरी कृष्णधवल चित्रपटातून दिसायचे. जुने मराठी चित्रपट बघण्याचं वेड आईमुळं लागलेलं. मीठभाकर, जिवाचा सखा... पण ते 'आत' शिरले ते 'रामजोशी'मुळं. त्यात त्यांची नायिका 'बाया' होत्या हंसा वाडकर. ती 'सुंदरा' मनामध्ये शिरली ती कायमचीच. ते वयही तसं 'सुंदरा' काळजात शिरण्याचंच.

जयमालाबाई मात्र कुठं भेटल्या नाहीत. दिसल्याही नाहीत. या जोडीनं आणि त्यांच्या 'मराठी रंगभूमी'नं संगीत रंगभूमीला झपाटून टाकल्याचा तो काळ. पण त्यांची ती नाटकं मी पहिली नव्हती तेव्हा. मराठी संगीत रंगभूमीचा ध्वज या शिलेदारांनी सगळ्या मराठी मुलखात नाचवला होता तेव्हा. अगदी देहभान विसरून. पंढरीच्या वारकऱ्यांसारखा. एखाद्या वारकऱ्याच्या निष्ठेनं, त्याच भावनेनं. जयमालाबाई पहिल्यांदा मला दिसल्या त्या जयरामांच्या पंचाहत्तरीच्या कार्यक्रमात. पुण्याच्या उद्यान प्रसाद कार्यालयात. आयोजक होते जीवनराव किर्लोस्कर. मी अर्थातच त्या कार्यक्रमाचा भाग होतो. त्यांच्या मदतीला आधीच गेलो होतो. ते दोन दिवस फक्त आणि फक्त शिलेदारांचे. त्या दिवशीचे सूर्यचंद्र फक्त त्यांच्यासाठीच उगवलेले.

१९९१, उद्यान प्रसाद, पुणे. जयराम शिलेदारांचा अमृत महोत्सव. दोन दिवस भरगच्च कार्यक्रम. पाहुणे जाणते आणि रसिक. सर्वच ललित कलांचा मनसोक्त आस्वाद घेणारे श्रीनिवास दादासाहेब पाटील. तेव्हा ते पुण्याचे जिल्हाधिकारी होते. त्यांच्या हस्ते जयरामांचा सत्कार संपन्न झाला. त्या वेळी त्यांनी 'सुंदरा मनामधे भरली' या लावणीचा मुखडा साऱ्यांदेखत त्या व्यासपीठावरून म्हटला तेव्हा. जयरामांसोबत ठसठशीत कुंकू लावलेल्या मऱ्हाटमोळ्या जयमालाबाई व्यासपीठावर दिसल्या मला. दुपारी सगळ्यांसाठी 'शाहीर रामजोशी' चित्रपट ठेवलेला. मी तो अनेकदा पाहिलेला. पण आजचं पाहणं निराळं होतं माझ्यासाठी. पडद्यावर डफ घेतलेला शाहीर राम आणि सौंदर्यवती बाया आणि समोरच्या खुर्चीत हट्टानं बसलेला मी. जयराम आणि जयमालाबाईंच्यामध्ये. पडद्यावर लक्ष न देता त्यांना डोळे भरून बघत, मनसोक्त गप्पा मारत. तेवढ्यात पडद्यावरच्या नदीपात्रातून शाहीर राम बाहेर पडताना दिसला. दोन्ही हातात ओलेती नायिका. चिंब भिजलेली. सगळं उठून दिसणारी. जयरामांनी तिला उचलून घेतलेली. त्या क्षणी मी जयमालाबाईंकडे पाहिलं तर त्या जयरामांकडे पाहून खळखळून हसत होत्या, मिश्कीलपणे! त्यांच्या त्या हसण्यावर नानांचा दिलखुलास प्रतिसाद. जमलेल्या मंडळींचा एकच हास्यकल्लोळ.

जयमालाबाईंना त्या दोन दिवसांत खूप जवळून बघता आलं. बघावं तेव्हा त्या असंच दिलखुलास हसत. त्याच मोकळेपणानं आणि खळखळून. कपाळावरचं ठसठशीत कुंकू त्या हसण्याला खानदानी आब देई. कुठल्या तरी मराठा सरदार घराण्यातल्याच वाटत तेव्हा मला त्या. जीवनरावांनी मला त्यांचे काही कृष्णधवल फोटो दाखवलेले. त्यांच्या तरुणपणातले, नाटकातले. ती सगळी कृष्णधवल प्रकाशचित्रं एम. डी. शिंदेंनी काढलेली. बोटात जादू आणि डोळ्यांत निराळीच नजर घेऊन आलेला तो माणूस. त्याचा दाखला देणारी अनेक प्रकाशचित्रं माझ्या संग्रहात. त्यात ते जयमालाबाईंचे फोटोही. त्यातल्या जयमालाबाई 'पद्मश्री' झाल्या. आद्य नाटककार विष्णुदास भावे यांच्या नावानं दिलं जाणारं 'विष्णुदास भावे सुवर्णपदक'

स्वीकारण्यासाठी त्या सांगलीत आल्या तेव्हाची गोष्ट. अशाच एका फोटोवर त्यांची स्वाक्षरी घेण्यासाठी मुकुंद पटवर्धनला घेऊन मी जयमालाबाईंसमोर उभा राहिलो. सहीसाठी त्यांचा फोटो समोर केला. तो फोटो पाहून त्या चमकल्याच. खानदानी सौंदर्य त्यातून झळाळत होतं. त्यांनी तो फोटो माझ्याकडे कसा आला याची चौकशी केली. त्यांच्याकडेही नव्हता म्हणे तो. माझ्याकडे त्याच्या चार प्रती असल्याचं मी त्यांना सांगितलं. तशा त्या म्हणाल्या, "त्यातला एक फोटो घेऊन ये. माझ्यासाठी. तो मला दिलास की लगेच या फोटोवर सही करते मी."

मी तडक घराकडे. त्यांचा तो फोटो आणि जयरामांच्या अमृत महोत्सवाच्या समारंभाचे फोटो घेऊन पुन्हा भावे नाट्यगृहात. तेव्हा जयराम शिलेदार नव्हते. त्या दोघांचे आणि चित्तरंजन कोल्हटकरांसोबतचे ते फोटो पाहून त्या काही काळ नि:शब्द. डोळ्यांत पाणी; पण त्यांनी ते दिसू दिलं नाही. माझ्याकडचा फोटो घेतला. पर्समध्ये नीट ठेवला. माझ्या फोटोवर सही केली. त्यांची ती सही पाहिली आणि मी त्यांना त्यांच्या अशाच सहीची जुनी आठवण सांगितली. 'सरदार आबासाहेब मुजुमदार, दत्तो वामन पोतदार आणि जयराम शिलेदार यांचा एक जुना फोटो माझ्याकडे आहे तोही सगळ्यांच्या सहीसह' असं ऐकताच त्या म्हणाल्या, "कधीचा फोटो आणि तो तुझ्याकडे कसा?" तो फोटो होता ना. गो. चापेकर यांच्या शंभराव्या वाढदिवसादिवशीचा. २२ सप्टेंबर, १९६७चा. माझं ते बोलणं ऐकून त्या डोळे विस्फारून पाहतच राहल्या. त्यांना आणखी एक धक्का देत मी म्हणालो, "असाच आणखी एक फोटो आहे. ८ एप्रिल, १९६८चा. तुमच्या रंगभूमीवरील २५ वर्षांच्या अभिमानास्पद कामगिरीबद्दल तुमचा सत्कार झाला होता. ना. सी. फडके यांच्या हस्ते. पुण्याच्या भरत नाट्य संशोधन मंदिरात. त्या कार्यक्रमाचा. त्यात ना.सी.फडके तुम्हाला पुष्पहार घालत आहेत." माझं ते बोलणं ऐकून त्यांनी मला हातच जोडले. "धन्य आहेस!" हे त्यांचे शब्द. म्हणाल्या, "पुढच्या वेळी आले की तुझ्या घरी जाऊ. मला ते सगळे फोटो पाहायचे आहेत." ती पुढची वेळ काही आलीच नाही. कधीच.

त्यांच्या अशा अनेक फोटोंसारखंच त्यांच एक मानपत्रही माझ्याकडे आहे. आजही. करवीर पीठाचे शंकराचार्य श्री सच्चिदानंद विद्याशंकर भारतींनी १२ एप्रिल, १९७५ रोजी पन्नासभर मान्यवरांना पदव्या जाहीर केलेल्या. यात हिराबाई बडोदेकरांपासून ज्योत्स्ना भोळेंपर्यंत आणि जादूगार रघुवीरांपासून एस. एम. जोशींपर्यंत अवघा महाराष्ट्र. जयमालाबाई त्यातल्याच एक. त्यांना दिलेली पदवी होती 'स्वरकौमुदी' पण बाकी सगळ्यांसारखीच ती त्यांच्या गळ्यात पडलीच नव्हती. यातल्या कुणालाही ते पदवी सन्मानपत्र मिळालं नव्हतं. आजही त्यांना ते मिळालेलं नाही. कारण हा सगळा ऐवज आजही माझ्याकडे. मी ते पदवीपत्र नीट फ्रेम करून सन्मानपूर्वक

जयमालाबाईंना द्यायचं ठरवलं. तसं बाईंना सांगितलंही. पण ते राहून गेलं. बाई पुन्हा सांगलीत आल्याच नाहीत आणि नंतर त्या गेल्याच. जयरामांच्या अमृतमहोत्सवाचे ते दोन दिवस आणि नंतरच्या काही भेटीत बाईंनी मला उदंड आनंद दिला. मी मात्र त्यांच्या हाती, त्यांनाच मिळालेली 'स्वरकौमुदी' देऊ शकलो नाही. त्यांना त्यांचेच जुने फोटो दाखवू शकलो नाही. ही खंत आता कायमचीच.

अशा अनेक गोष्टी करायच्या राहून जातात आपल्याकडून. इच्छा असूनही त्या वेळेत होत नाहीत. वेळेवर होत नाहीत. ते शल्य मनात कायम घर करून राहतं. अशी शल्यं कायमच सोबत राहणारी, आपल्यासोबतच जाणारी. भौतिक सुखाची परिसीमा गाठली तरी काळजाला टोचत राहणारी ही टाचणी निराळीच असते. ती नवकोटनारायणालाही टोचत असते आणि हातावरच पोट असणारालाही. समोरच्याला ती दिसतही नाही आणि जाणवतही. ती ज्याची त्यालाच टोचत असते. तीच त्याच्यातलं माणूसपण जिवंत ठेवत असते. मला छळणारी ही अशीच टोचणी. सतत छळणारी. जयमालाबाईंची आठवण निघाली की ती पुन्हा पुन्हा वर येते. जाणवत राहते. आजही.

काही-काही माणसं ही आयुष्यभर दैनिकांच्या पहिल्या पानांवर किंवा घराघरांत असणाऱ्या टी.व्ही.च्या पडद्यावरच दिसत असतात आपल्याला. कधी काळी ती आपल्या आयुष्यात येतील, त्यांच्याशी आपलं मैत्र जुळेल असं स्वप्न पाहणंही वेडेपणाचं ठरतं. तसं कुणी सांगितलं तर आपण त्यालाच वेड्यात काढत असतो. ते रास्तही असतं. कारण अशा माणसांचं जग आणि आपलं जग अगदीच वेगळं असतं. तशीच ती माणसंही निराळी असतात. क्षेत्र कुठलंही असो, अशी माणसं

स्वरचंद्रिका

कीर्तीच्या शिखरावर असतात. कलासंपन्न असतात. आपण असतो फक्त रसिक. त्यांच्या यशाच्या नौबती सर्वदूर वाजत असतात. आपण त्या ऐकत असतो अगदी आनंदानं. त्या नौबती आपल्याच असं समजून. पण त्यांच्या जवळ जाणं आपल्या नशिबात नसतं. त्यांच्यातल्या 'माणसा'ला भेटणं, अनुभवणं ही तर खूप लांबची गोष्ट. तसं झालं तर मात्र आपण याच आयुष्यात 'कुबेर' होतो. आपल्याला असं 'कुबेर' करणारी ती माणसं कलावंत म्हणून मोठी असतातच, पण त्यांच्यातल्या 'माणसा'पुढेही आपण नतमस्तक होतो. सदैव. त्यांच्याशी असलेलं मैत्र ही मग जन्मभर अभिमानानं मिरवण्याची गोष्ट होते. ती माणसं आपल्या जगण्याचाच भाग होतात मग.

त्यांचं आपल्या आयुष्यात असणं आणि आपलं त्यांच्याशी मैत्र असणं ही दैवदुर्लभ गोष्ट असली तरी घडते कधीकधी आपल्या आयुष्यात. त्यात अशी व्यक्ती जर कलावंत असेल किंवा प्रसिद्धीच्या शिखरावर असेल, तर मग इतरांना आपला हेवा वाटू लागतो. आयुष्यात आलेल्या त्या व्यक्तीनं आपल्याला श्रीमंत केलेलं असतं. आपल्या जगण्यालाही अर्थ दिलेला असतो आणि जगावंसं वाटण्याला एक कारणही. ती व्यक्ती आपल्याला भरभरून आनंद देत असते. ते तिच्या कलेच्या आविष्काराचं मूर्तरूप असतं. तसा आनंद आपल्यासोबत इतरांनाही मिळत असतो. तिला न भेटताही. कारण अशा व्यक्तीची कला ही सगळ्यांसाठी असते. सगळ्यांच्या आयुष्यात ती आनंदाचा सडा घालत असते. पण यापलीकडे जात ती व्यक्ती आपल्याला जे देत असते त्याचं मोजमाप मात्र कशातही करता येत नाही. ते शब्दांत जोखता येत नाही. पैशांत तोलता येत नाही. ती व्यक्ती किंवा तो कलावंत आपलं अवघं आयुष्यच समृद्ध करत असतो. माझ्याही आयुष्यात अशी काही माणसं आली त्यात त्यांचं स्थान अगदी वरचं. श्वासांसोबत असणाऱ्या काही जणातलं. काळजातलं.

त्यांना पहिल्यांदा पाहिलं ते 'अबकड'च्या कार्यक्रमात. बरोबर पाव शतकापूर्वी. ऐकलंही तिथंच. तारीख होती १६ डिसेंबर, १९९५. भारावून जाण्याचा अनुभव दिला त्यांच्या गायनानं. त्यांच्या त्या कार्यक्रमाचं नाव होतं 'मंगलदीप'. गाणं संपलं आणि मंत्रमुग्ध झालेला मी त्यांना भेटायला गेलो. सोबत मंजुषा देसाई, अशोक घोरपडे आणि हरीष यमगर ही पत्रकार मंडळी. माझी ओळख करून देत मी त्यांच्यापुढे कागद सरकवला आणि पेनही. मला त्यांचं हस्ताक्षर हवं होतं... सहीसह. त्यांची अक्षरं उमटू लागली... "संगीत ही पवित्र गोष्ट असून ईश्वरापर्यंत जाण्याचा तो एक सोपा मार्ग आहे. माझा सूर मला जेव्हा हा आनंद मिळवून देतो तेव्हा मला परमेश्वर भेटीचाच आनंद मिळतो. परातत्त्व स्पर्शाची अनुभूती येते. तशी अनुभूती मला सतत यावी, हीच प्रार्थना." खाली स्वाक्षरी... पद्मजा फेणाणी-जोगळेकर आणि तारीख. हा कागद आणि त्यांचे सुरीले स्वर सोबतीला घेऊन मी घरी परतलो. तेव्हा

त्यांच्या-माझ्यातलं नातं एक कलावंत आणि एक रसिक इतकंच होतं. मी एका दैनिकासाठी लिहीत होतो तेव्हा. त्यांना 'ऐकण्याची' अनुभूती मी लिहून टाकली आणि नाव दिलं... 'स्वरांची चांदणवेल.'

'स्वरांची चांदणवेल'चा मजकूर प्रसिद्ध झाला आणि दुसऱ्या दिवशीच ते कात्रण आणि सोबत मी घेतलेली अनुभूती त्यांना लिहून पाठवली. त्यांनी मला दिलेला आनंद शब्दांत मांडण्याचा माझा तो प्रयत्न होता. मी काही संगीत समीक्षक नव्हतो. त्यातलं मला काही समजतही नव्हतं. मी होतो एक साधा रसिक. तरीही चारपाच दिवसातच त्यांचं पत्र आलं. 'पद्मनील आर्टस'च्या लेटरपॅडवर. दिलखुलासपणे लिहिलेलं. तेही चांगलं दोन पानं. तारीख २७ डिसेंबर, १९९५. वाचलं आणि त्यातलं जिव्हाळपण जसं मला जाणवलं तसंच त्यांच्याशी आपलं मैत्र जमणार हेही. अक्षरं आणि शब्द काही संकेत देत असतात मला. त्यांच्या शब्दाशब्दांमधून तो संकेत मिळाला होता मला. त्यानंतर मग आजवर अनेक पत्रं, अनेकदा गाठीभेटी आणि त्यांना सतत ऐकणं. आजही ते सुरूच. आता त्यांचं माझं नातंही बदललेलं. आता त्या माझ्यासाठी फक्त एक कलावंत नाहीत. माझ्या दीदी आहेत. माझ्या 'असण्याचा' एक भाग आहेत. इतरांना भरभरून आनंद वाटणाऱ्या त्या एक पारिजातकाचं झाड असतील, त्यांच्या आयुष्यात सुखाचं चांदणं शिंपत असतीलही, पण आता माझ्या दु:खातही त्या सतत माझ्यासोबत असतात. आणखी काय हवं जगण्यासाठी? गेल्या सव्वीस वर्षांत मी त्यांचं बोट कधी धरलं आणि त्यांनी माझ्यावर मायेची सावली कधी धरली हेही समजलं नाही मला.

त्या गातात ते अत्यंत विचारपूर्वक आणि निवडक. मराठी कवितांवर त्यांचा खूप जीव. कुसुमाग्रज, इंदिरा संत ही तर त्यांची दैवतं. यांच्यासोबतच ग्रेसपासून अटलबिहारी वाजपेयींपर्यंतच्या कवींच्या शब्दांना त्यांनी आपले स्वर दिले. जणू सोन्याला सुगंध दिला. त्या साऱ्या कविता त्या कवींइतक्याच अजरामर केल्या. त्यांच्या मधाळ स्वरांत त्या न्हाऊन निघाल्या. 'मंगलदीप' पासूनच्या त्यांच्या सगळ्याच मैफली अशा अमृतमय स्वरांनी उजळून निघालेल्या. शंकर रामाणींच्या कविता ऐकाव्यात तर त्या त्यांच्याकडूनच. 'दिवे लागले रे दिवे लागले, तमाच्या तळाशी दिवे लागले' गाताना त्या हातांच्या अशा काही हालचाली करतात की आपल्या काळजातले दिवे प्रज्वलित होतात. त्या प्रकाशात आपण उजळून जातो. त्यांच्या स्वरांतून 'आवाज चांदण्यांचे' असं ऐकलं की मनाच्या अवकाशात लख्ख चांदणं चमकून जातं. 'रुणुझुणु रुणुझुणु रे भ्रमरा' कानावर पडलं की भ्रमराची ती रुणझुण फक्त ऐकूच येत नाही तर तो भ्रमर समोर दिसू लागतो. ही किमया त्यांच्या स्वरांची. ते स्वर बालपणापासूनच असे दैवी लेणं लेवून आलेले. आपण पामर काय त्याचं कौतुक करणार? त्या स्वरांचं कौतुक साक्षात पुलंनी करून ठेवलंय. फक्त कौतुक

करूनच ते थांबले नाहीत तर ही गायिका तिच्या उगवत्या दिवसात गात असताना तिच्यासाठी पेटीचे सूरही धरलेत.

त्यांच्या सगळ्याच गाण्यांनी अशी अनुभूती दिली. सगळ्यांनाच. त्यांनी गायिलेल्या 'तारक मंत्रा'नं अनेकांच्या आयुष्यात चैतन्याचे सूर पेरले. अनेकांच्या दु:खभरल्या जीवनात चार आनंदाचे क्षण आणले. त्यांच्या अनेक ध्वनीफितीही निघाल्या. त्या रसिकांना सादर करतानाही त्यांनी आपलं वेगळेपण जपलं. त्यांना जगजित सिंगांपासून दुर्गाबाईंपर्यंत अनेकांचा हस्तस्पर्श दिला. त्या प्रत्येक सोहोळ्याला त्यांनी मला आवर्जून बोलावलं. घरचा समजून. मी गेलो नाही तरी ती ध्वनिफीत घरापर्यंत आली. सोबत आपुलकीनं ओथंबलेलं पत्रही. त्यांनी अटलजींच्या कविताही स्वरबद्ध केल्या. त्या ध्वनिफितीचं प्रकाशन दिल्लीत झालं. अटलजींच्याच हस्ते. तारीख होती १४ सप्टेंबर, १९९८. अटलजी तेव्हा पंतप्रधान होते. मी दिल्लीला जाणं शक्यच नव्हतं. तरीही त्यांनी मला त्या समारंभाची पत्रिका पाठवली. उपचार म्हणून नव्हे तर प्रेमानं. सोबत पत्र आणि सुरक्षा पासही. मी म्हटलं, "दीदी, मी येऊ शकणार नाही हे माहीत असूनही 'सुरक्षा पास?'" यावर त्यांचं उत्तर होतं, "अरे सदा, अटलजी पंतप्रधान. तिथली सुरक्षा व्यवस्था अत्यंत कडक. प्रत्येक खुर्ची आरक्षित. नावाचं स्टीकर लावलेली. त्यासाठी पास आवश्यकच. तू येणार नसलास तरी तुझी ती खुर्ची रिकामी राहील. मला तुझी आठवण देत राहील." कुठल्या जन्मीची ही पुण्याई? इतका जिव्हाळा आणि आपलेपण? ती पत्रिका आणि तो पास आजही मी जपलाय. एखाद्या मानपत्रासारखा. माझ्या लेखी ते मानपत्रच.

त्या या भागात आल्या की असंच माझी जागा राखून ठेवतात. प्रत्येक कार्यक्रमात. इस्लामपूरला 'आविष्कार'चा कार्यक्रम होता. नेहमीप्रमाणं त्यांनी मला बोलावलेलंच. मी 'सकाळ'च्या उदय देवळेकरला सोबत घेऊन गेलोही. कार्यक्रमापूर्वी त्यांचा रियाझ सुरू होता. तिथंच भेट आणि मनसोक्त गप्पा. वाफाळलेल्या चहाचे कप आणि दीदींचं सुरेल बोलणं. कसलाही आविर्भाव नसलेलं. मनमोकळं. आयोजकांना सांगून खास पुढे बसण्याची व्यवस्था केलेली. नेहमीसारखीच आनंदाची उधळण करणारी ती मैफल. ती संपली आणि आम्ही दोघे निरोप घेण्यासाठी त्यांच्या पुढ्यात. रात्रीचे दोन वाजलेले. त्यांची आवराआवर चाललेली. भोवती रसिकांचा घोळका. स्वाक्षरी घेण्यासाठी, आनंद व्यक्त करण्यासाठी. तरीही त्यांचं लक्ष आमच्या बोलण्याकडे. अगदी बारकाईनं. आम्ही मोटारसायकलवरून एवढ्या रात्री जाणार याची काळजी आमच्यापेक्षा त्यांनाच जास्त. चारचार वेळा "जपून जारे. पोहचलास की फोन कर. कितीही उशीर झाला तरी" असं सांगणं. पुन्हा सकाळी उठल्यावर विचारपूस करणं. "कधी पोहचलास रे? काही त्रास झाला नाही ना?" त्यांच्यातल्या 'दीदी'चं असं सतत जाणवणं. सांगलीत पुन्हा 'अबकड'च्या कार्यक्रमाला आल्या,

तेव्हा घरी यायचं कबूल केलेलं. मला कार्यक्रमादिवशीच सकाळी हॉटेल 'रत्ना'वर बोलावलेलं. मी सातला हजर. नुकतीच घेतलेली चारचाकी घेऊन. पहाटेपहाटे त्या आलेल्या. आम्ही निघणार एवढ्यात त्या वेळच्या जिल्हाधिकाऱ्यांचा शिपाई दारात. गाडी घेऊन. त्यांचं चहाचं आमंत्रण घेऊन. मग आम्ही आधी तिकडे. तिथं काही वेळ काढून, त्यांची गाडी सोडून त्या माझ्या गाडीत. मी सुनीलदादाला म्हटलं, "मी आत्ताच गाडी चालवायला शिकलोय, सराव नाही. त्यात दीदी गाडीत. सावकाश जाऊ" तर दीदी म्हणाल्या, "चालव रे. अजिबात काळजी करू नको. मी पाठीशी आहे." तरीही माझ्या हातांना कंप भरलेला. गाडी चालवताना माझे हात तसे कधीच थरथरले नाहीत परत कधी. गाडी घेतल्याचं आणि चालवायला शिकल्याचं सार्थक.

२२ मार्च, २००३. मुंबईच्या 'आयडियल'नं मला वाचक पुरस्कार दिलेला. एक तोळा सोनं. कुमार केतकरांच्या हस्ते तो सन्मान स्वीकारण्यासाठी मी शिवराज काटकरसह गेलेलो. कार्यक्रम संध्याकाळी पाचला. मी सकाळी दहाला दीदींच्या दारात. त्यांना न कळवता. त्या बाहेर गेलेल्या. छोट्या आदित्यनं दार उघडलेलं. आम्ही अनोळखी. तो आईला फोन करतो म्हणाला. तोपर्यंत आम्ही समोरच्या शिवाजी पार्कच्या कट्ट्यावर. तिथल्या मुलांचं क्रिकेट बघत. शिवराजनं तेंडुलकरच्या आठवणी सांगायला सुरुवात केलेली. मला क्रिकेट तेव्हाही आवडत नव्हतं, आजही आवडत नाही. माझं सगळं लक्ष रस्त्यावर. दहा मिनिटांत दीदींची गाडी आत जाताना दिसली. पाठोपाठ आम्ही घरात. त्यांच्या चेहऱ्यावर आनंद. कमळ फुललेलं. त्यांनी माधुरीला सांगून गुच्छ तर मागवलाच शिवाय मनसोक्त गप्पा आणि गाणी. ऐकणारे आम्ही दोघंच. मधूनमधून त्यांना फोन. शेवटी त्यांनी सांगून टाकलं, "मी आज स्टुडिओत येऊ शकत नाही. थोडा आवाज बिघडलाय माझा." मी त्यांच्याकडे बघतच राहिलो. माझ्या हातात कॉफीचा मग देत त्या म्हणाल्या, "अरे, आजचा दिवस तुझा. तुझ्यासाठीच. तुझ्याइतकाच मला आनंद झालाय. बोल काय काय ऐकणार?" असं म्हणत त्यांनी सूर लावलाही. संपूर्ण वंदेमातरम् पासून अनेक कविता ऐकल्या त्या दिवशी. कान आणि मन तृप्त झालेलं. 'भरून पावणे' या वाक्प्रचाराचा अर्थ तेव्हा समजला. पुरस्कार तर तिथंच मिळाला मला. सोन्याहून पिवळा. दिवसभर माझ्या देहाचा बलून झालेला. रस्त्यावरून दुसरंच कुणी चालत होतं.

त्या दिवशी दुपारी चारपर्यंत मी 'आनंद' काय असतो ते अनुभवलं. त्या जशा माझ्या आनंदात माझ्या सोबत होत्या तशाच अडचणीतही. २०१५ मध्ये माझ्या डोळ्यावर शस्त्रक्रिया झालेल्या. दोन अडीच तासांच्या. दोन वेळा. रेटीनाच्या शस्त्रक्रिया झाल्यानं संपूर्ण महिनाभर चोवीस तास पालथं झोपून राहायचं होतं. त्या दरम्यानं दीदींचा फोन आलेला. मी माझी अवस्था त्यांना सांगितली. त्यांची काळजी त्यांच्या

आवाजातूनही जाणवली मला. तेव्हा फक्त ऐकणंच शक्य होतं मला. जिवाभावाची पुस्तकं चारही भिंतींवरून मला बघत असायची. फेर धरून होती सगळी. पण मी त्यांना हातात घेऊ शकत नव्हतो. हे सारं त्यांना मी न सांगताही समजलेलं. मला 'काळजी घे, बाहेर फिरू नकोस. वेळेवर औषधं घालत जा डोळ्यांत' असं बजावत त्यांनी एक गाणं ऐकवलेलं मला. माझ्या बंद डोळ्यांतून पाण्याच्या धारा लागलेल्या. कानांवर पडत होत्या त्यांच्या दैवी स्वरधारा. मग पुढचा संपूर्ण महिनाभर माझी पहाट त्यांच्या स्वरांनीच उगवली. पहाटे पाचला जाग यायची ती त्या दैवी सुरांनीच. त्यांच्या सगळ्या ध्वनिफिती दिवसभर पुन्हापुन्हा ऐकत होतो मी. एका डोळ्याची दृष्टी गेली असली, तरी त्यांच्या स्वरांनी वेगळीच नजर दिली मला त्या काळात. तो स्वराभिषेक आता आजन्म सोबत. डोळे मिटेपर्यंत.

मध्यंतरी एका दैनिकाच्या वर्धापन दिनाचा अंक निघणार होता. त्यांनी लेखासाठी त्यांच्याशी संपर्क साधलेला. सततच्या कार्यक्रमामुळं त्या टाळत होत्या. पत्रकार जयसिंग कुंभारनं गळ घातल्यानं मी दीदींना फोन केला. 'ऊर्जा' या विषयावर लेखन हवंच' असं हक्कानं सांगितलं. एवढं एकच वाक्य. तीन दिवसांनी एका दुपारी फोन. मी शाळेत होतो. फोनवर त्यांनी संपूर्ण लेख वाचून दाखवला. दोन वेळा. प्रतिक्रिया आणि 'काही बदल करू या का?' असंही विचारलं. लेख उत्तमच उतरला होता. त्यांच्या गाण्याप्रमाणंच. तसं मी त्यांना सांगितलंही. तरीही त्या दुपारी दीदींनी पुन्हा एकदा लेख वाचून दाखवला. आपल्या हातून होणारं प्रत्येक काम हे चोखच व्हायला हवं याची किती काळजी घेत होत्या त्या. गाण्याप्रमाणचं त्यांचा लेखही त्यांना 'परफेक्ट'च व्हायला हवा होता. त्यांची ती सवयच होती. अगदी घरातला कचरा काढतानाही त्या अशाच 'परफेक्ट' काढतात. पुन्हा पाहिलं तर कागदाचा कपटा सोडाच धुळीचा कणही दिसत नाही तिथं. माधुरीनं स्वच्छता केलेली असली, तरी त्या पुन्हापुन्हा ती करतातच. अंगभूत सवय. आपली ही प्रतिमा जपण्याचा त्यांचा ध्यास त्यांच्या प्रत्येक मैफलीतही दिसतो आणि कवितांच्या निवडीतही. त्यांचं प्रत्येक नाणं खणखणीतच असतं. खणखणीतच वाजतं. ते त्यामुळंच.

२९ मार्च, २०२० रोजी आई गेली. इतरांप्रमाणेच मी त्यांनाही संदेश पाठवलेला. शिवाय काही मजकूरही. तो वाचून मध्यरात्री त्यांचा फोन. ग्रेसची 'ती गेली तेव्हा...' कानावर पडत राहिली माझ्या. संपूर्ण. त्यांच्या निर्मळ दैवी स्वरांत. कुठल्याही संगीताचा आवाज नाही, कुणाची साथ नाही. फक्त त्यांचे निरागस सूर आणि ग्रेसचे काळीज वेधणारे शब्द. आतून रिकाम्या झालेल्या मला सावरणारे. धीर देणारे. त्या तिथूनही मला थोपटत असल्याचा भास. स्पर्शाची ऊब स्वरातून जाणवणारी. आश्वासक. मी नि:शब्द. नंतर विचारलं तर उत्तर. 'सदा, पहिल्यांदाच ही कविता म्हटली आज; तीही कुठल्याही साथीशिवाय. केवळ तुझ्यासाठी.'' मी कृतज्ञता

व्यक्त करण्यासाठी शब्द शोधू लागलो. ते मला सापडत नव्हते. फक्त हुंकार. त्यांचे शब्द उमटू लागले, "सदा, अरे जवळची नाती महत्त्वाची. ती जपायलाच हवीत. त्यांचं मोल खूप. मी हे जे काही केलं असं तुला वाटतं ते त्याचसाठी. ते नातं महत्त्वाचं. आपल्यातला ओलावा हेच त्याचं कारण. सांभाळ स्वत:ला." फोन झाला. कितीतरी वेळ डोळ्यांतून आसवं ओघळत होती माझ्या. आताशा फोन वाजला की ग्रेसचे तेच शब्द दीदींच्या स्वरात माझ्या कानावर पडत राहतात... कारण त्यांच्या आवाजात आता ती माझी रिंगटोन आहे. ती कानावर पडते... जाणवत राहतं... आई माझ्या जवळच आहे.

आता दीदींचे तेच शब्द सावरत असतात मला. त्याही सावरत असतात मला. अधूनमधून काही गमतीचाही संवाद घडत असतो आमच्यात. त्यांच्यातली अवखळ दीदी डोकावते त्या बोलण्यातून. त्यांच्या आयुष्यातल्या अनेक प्रसंगांची आठवणही देत असतात मला त्या. काही दिवसांपूर्वी दुर्गाबाईंची अशीच आठवण त्यांनी छायाचित्रासह सांगितलेली. त्या लिहितातही सुंदर. दुर्गाबाईंच्या आठवणी, लेऊ लेणं गरिबीचं असे लेख त्याची साक्ष. अशा साऱ्या आठवणींची माळ त्यांनी लवकरच गुंफावी अशी मागणी मी नुकतीच त्यांच्याकडे केलीय. माझे सगळे हट्ट पुरविणाऱ्या माझ्या दीदी माझा हाही हट्ट पुरवतील अशी खातरी आहे मला. आजवर त्यांनी मला भरभरून प्रेम दिलंय, माया दिलीय. माझ्या आनंदातही त्या सहभागी होत्या आणि दु:खात तर त्यांनी माझं बोट कधीच सोडलं नाही. गाण्यातलं काहीही कळत नसणाऱ्या माझ्यासारख्याला गाण्यातलं शिखर असणारी दीदी लाभावी, ही कुठल्या जन्मीची पुण्याई? कसं उतराई होणार मी त्यांच्या या ऋणातून?

आता हे सारं वाचून त्या मला म्हणतील, "आयला सदा! बरं लिहिलंयस की रे तू." हीही त्यांची एक सवय. खूप आनंद झाला की 'अशा' शब्दांत व्यक्त होण्याची. त्यांचे तेवढे शब्दही मला जन्मभर पुरतील. त्या अशा आनंदी असल्या की मस्त गप्पा होतात आमच्या. अगदी तासतासभर. अशा बोलण्यातून एखादं गाणंही ऐकवतात त्या मला. नव्या प्रकल्पाविषयी बोलत राहतात. त्यांना ऐकलं की अंत:करण उजळून निघाल्याची अनुभूती येते. मन कसं दिवसभर झुल्यावर झुलत राहतं. सुरेल ताना घेत राहतं. शेवटी माझ्या 'दीदी' आहेत त्या! पद्मश्री! स्वरांचं चांदणं शिंपडणाऱ्या!

‘दीनानाथांची सावली’ म्हणूनच ते आयुष्यभर वावरले. त्यांना आयुष्यही लाभलं ते बरोबर शंभर वर्षांचं. दीननाथ म्हणजे मास्टर दीनानाथ. त्यांचा हा सोबती. अगदी अखेरपर्यंतचा. आयुष्यभर त्यांना साथ केलेला हा माणूस. माई मंगेशकर अजून ‘मंगेशकर’ व्हायच्या होत्या. तेव्हा त्यांना पाहायला दीनानाथांसोबत हे गेलेले म्हणजे बघा त्यांचं मैत्र किती मुरलेलं. त्यामुळंच सगळी मंगेशकर भावंडं त्यांना ‘गणूमामा’ म्हणायची. मास्टर दीनानाथ म्हणजे साक्षात रंगभूमीवरचा धैर्यधरच. आपल्या जरतारी आवाजानं तो धैर्यधर रंगभूमी गाजवत होता, विजेसारखा तळपत होता,

तेव्हाही हा माणूस त्याच्या सोबत होता आणि त्याच्या यशकीर्तीची उन्हं उतरून सगळीकडून अंधारून आल्यावरही. दीनानाथांच्या सावलीनंही अधेमधे त्यांच्याशी फारकत घेतली असेल, पण यानं नाही. हा म्हणजे जणू त्यांचा बहिश्च प्राणच. तो नाट्यवेड्यांच्या चिंब वर्षावातही त्यांच्यासोबत होता आणि सावकारांचे तगादे लागल्यावर चटके सोसतानाही. मैत्र कसं असावं, कसं जपावं याची शिकवण यानंच तर मला दिली होती. हा माणूस नजरेला पडल्यापासून मला सतत काही ना काही शिकवत राहिला होता. कसलाही आव न आणता, कुठलाही पवित्रा न घेता. निरलसपणानं. मला घरातलाच एक समजून.

मास्टर अविनाशांच्या जवळ मला जाता आलं ते त्यांच्या एका नातवामुळं. त्यापूर्वी मी त्यांना नेहमीच पाहायचो. सांगलीतल्या रस्त्यावर. भावे नाट्य मंदिरात. गळ्यात मफलर गुंडाळून शर्ट पायजम्यात, सांगलीतल्या रस्त्यावरून हातातल्या काठीलाच आधार देत तुरुतुरु चालणाऱ्या या माणसानं तेव्हा सत्तरीपार केलेली. वसंत चव्हाणांनी त्यांना माझ्या आयुष्यात आणलं. त्यापूर्वी ते मला दिसायचे पण मी आदरपूर्वक अंतर राखून असायचो. वयामुळंही आणि त्यांच्या लौकिकामुळंही. त्यांच्याजवळ जायला दडपण यायचं. नंतर मात्र मी त्यांचा झालो. कायमचा. काहीबाही शिकत राहिलो, तेही मोकळ्या हातानं मला सतत देत राहिले. अखेरपर्यंत... म्हणजे पुढची वीस वर्षं. शेवटच्या वर्षात तर त्यांचा सगळा जीवनपटच आम्ही त्यांच्या तोंडून वदवला. मुंबईकर दिलीप जोशींना हे सारं हवं होतं. त्यासाठी ते खास मुंबईवरून आलेले. माझ्या भरवशावर. मग मी त्यांना त्यांच्याकडे नेलं आणि त्यांनी 'गणपतराव मोहिते तथा मास्टर अविनाश' त्यांच्याकडच्या चित्रफितीत उतरवलं. कायमसाठी. त्यांचंही काम झालं आणि माझा खजिनाही समृद्ध झाला. आयुष्यभराच्या त्यांच्या त्या वाटचालीला त्यांचा शेवटचा प्रवासही मी जोडला. हलवून सोडणारा.

बाळकृष्णबुवा इचलकरंजीकरांचा शिष्य असलेल्या लक्ष्मणराव मोहित्यांचा हा मुलगा. याचं खरं नाव गणेश. केशवराव भोसल्यांच्या 'ललितकलादर्श'मध्ये यानं सर्वप्रथम सूर धरला. त्याची तान सर्वदूर गेली. पुढे हा 'बलवंत'मध्ये आला. 'बलवंत'मध्ये येताच यानं रसिकांवर जणू गारूडच केलं. जोडीला स्त्री भूमिकेतला लुभावणारा अभिनय. त्यानं तर मोहिनीच घातली सगळ्यांवर. त्यांचे ते फोटो आजही पाहिले तरी त्याची कल्पना येते. तेव्हा तर त्यांच्या त्या 'स्त्री'भूमिकांनी भल्याभल्यांना घायाळ केलं होतं. बाळ गंगाधर टिळकही याच्या अभिनयावर प्रसन्न झाले. त्यांनी तर भर प्रयोगात आपल्या बोटातली अंगठी काढून याच्या बोटांत चढवली. 'लोकमान्यां'नी त्याला अंगठी दिली तर 'प्रचंड' असलेल्या प्रल्हाद केशव अत्र्यांनी 'मास्टर अविनाश' हे नाव दिलं. त्यांना आपल्या एका चित्रपटात 'हिरो' केलं. गणपतरावांनी रंगभूमीला दिलं 'कुलवधू' हे अजरामर नाटक. त्यात त्यांची नायिका होत्या ज्योत्स्ना भोळे.

शिकार, ज्योतिष, सहकारी शेती असे अनेक उद्योग केलेल्या या माणसांनं क्रिकेटचं मैदानही गाजवलं आणि तेही सी. के. नायडूंसोबत. त्याची दीनानाथरावांची देखणी नायिका संगीत रंगभूमीवर एक नवं पर्व उभं करून गेली. तिची वाटचाल सांगणारे शंभरीतले अविनाश तितकेच लाजताना मला पुन्हा पाहता आले आमच्या चित्रीकरणावेळी. 'सुहास्य तुझे मनासी मोही'ची चा अर्थ मला नव्यानं समजला.

राज्यनाट्यच्या संगीत नाटकावर, त्यातलं काहीही कळत नसताना मी चार अक्षरं लिहिली ती या माणसामुळेच. गद्य नाटकं तशी थोडीफार समजायची. पण संगीत नाटकातलं काही कळत नव्हतं मला. पण बघायची आणि त्यावर दैनिकांत लिहायची दांडगी हौस. राज्य नाट्य स्पर्धेच्या संगीत नाटकांची अंतिम फेरी सांगलीत व्हायची तेव्हा. मास्टर अविनाश परीक्षक असायचे. मग 'भावे' मधला प्रयोग सुटल्यावर त्यांना घरापर्यंत सोडतांना मी त्या नाटकातली पदं, त्यांचे राग याबद्दल विचारायचो. सगळं मनात साठवायचो. आणि उजाडल्यावर विसरेल म्हणून रात्री दीडला घरी आल्यावर सगळं लिहून टाकायचो. दुसऱ्या दिवशी तो मजकूर दैनिकात यायचा. माझ्या नावासह. दिवसभर माझा पतंग उंचउंच उडत असायचा. पुन्हा रात्री हा माणूस भेटायचाच. कारण ही अंतिम फेरी महिनाभर चालायची. साडेआठला नाट्यगृहात पाऊल टाकलं की हा माणूस भेटायचा. मला म्हणायचा, "काय अभ्यासपूर्ण लिहितोस रे. वाचलं तू लिहिलेलं सकाळी!" त्यांचं ते वाक्य ऐकलं की तुटलेला माझा पतंग कुठल्याकुठं भरकटत जाऊन पडायचा! माझी समज वाढविण्यात जराही हातचं न राखणारा हा माणूस माझे पाय सतत जमिनीवर ठेवायचा. नातवंडासारखंच मला जपत. पायाखालची माती सुटू द्यायचा नाही. 'आपला', 'परका' हे शब्दच जणू त्याच्या कोशात नसावेत. फौजदार गल्लीतल्या चंद्रमौळी घरात राहात असूनही हा माणूस 'कुबेरा'चं आयुष्य जगत होता. खात्यावर कसलीही शिल्लक नसताना.

९५च्या एप्रिलात अविनाशांनीच माझ्या आयुष्यात 'लता'नावाचं सुरेल स्वप्न आणलं. त्या काळात मी त्यांच्याकडे सतत जायचो. काहीबाही विचारत असायचो. तेव्हा त्यांना 'मास्टर दीनानाथ मंगेशकर पुरस्कार' जाहीर झालेला. दैनिकात वाचलं तसं त्यांचं घर गाठलं. पुष्पगुच्छ हातात देऊन पायावर डोकं ठेवलं. खरं तर हा माणूस अशा सर्व पुरस्कारांच्या पलीकडे गेला होता आता. यानं मला सांगितलं, "पुरस्कार घ्यायला माझ्यासोबत तूही चल. वसंताही येणार आहे. तू त्याच्यासोबत ये. जवळच तर आहे." तो सोहळा इचलकरंजीला होणार होता. मी अशी संधी थोडीच सोडणार होतो? त्या दिवशी या माणसानं मला त्या 'लता' नावाच्या स्वप्नाच्या पुढ्यात उभं केलं. तिला माझी ओळख करून दिली. माझं पुस्तकवेड, गडकोटावर भटकणं सगळं कसं अगदी साग्रसंगीत सांगितलं. जणू आपल्या नातवाचेच उद्योग सांगावेत तसं. त्या सांगण्यातला आपलेपणा कदाचित लताबाईंना

जाणवला असावा. म्हणूनच मग तिची कहाणी, तिच्याकडूनच, तिच्याच स्वाक्षरीसह 'प्रेमपूर्वक' हातात पडली. झोकदार स्वाक्षरीसह. केवळ या माणसामुळेच. आजही अनेकांना तो 'चमत्कार' वाटतो. कुठल्या जन्मीचं हे भाग्य? बरं यात आपण काही विशेष केलंय असा पुसटसा भावही त्यांच्या चेहऱ्यावर नव्हता. 'माझ्यामुळं हे तुला मिळालं' हा गर्व ही तर खूप लांबची गोष्ट. त्याचा वाराही त्यांच्या आसपास फिरकला नव्हता. काही काळापुरतीच किंमत लाभलेल्या 'साहेबा'ची ओळख करून द्यायला हल्ली किती आढेवेढे घेतात माणसं. ती शेवटपर्यंत सामान्यच राहतात. हा 'कुबेर' होता.

तो कुबेर होता कारण त्याचा खजिनाच जगावेगळा होता. मैत्री आणि विश्वास हे त्यातले माणिकमोती होते. दिल्या शब्दाची बूज राखण्यासाठी तो आपलं सर्वस्व पणाला लावत होता. दीनानाथांना सावकारी कचाट्यातून मोकळं करताना त्यानं ते सिद्धही केलं होतं. आपली चाळच नाही तर सगळं आयुष्य उधळून दिलं होतं. त्या मित्राची आणि मैत्रीची कहाणी सांगताना हा माणूस रंगून जायचा. आपली सगळी दु:खं आणि अडचणी विसरून जायचा. आनंदाचं आणि समाधानाचं एक वेगळंच तेज दिसायचं त्यांच्या सुरकुत्या पडलेल्या चेहऱ्यावर. डोळ्यात पाणी जमायचं. मोठ्या पुरस्काराची फक्त रिकामी थैलीच हाती येऊनही त्यानं आपलं मौन अखेरपर्यंत सोडलं नव्हतं. मैत्रीवर मळभ येऊ दिलं नव्हतं. कोरड्या शब्दांच्या सहानुभूतीला तो आपल्यातला ओलावा बहाल करत होता. या बाबतीत अनेकवार छेडूनही त्यानं ही गोष्ट जाहीर करू दिली नव्हती. माझीच समजूत घालत तो म्हणायचा, 'एकाला मैत्रीची कवचकुंडलं दिली की नफानुकसानीची, असल्या खोटेपणाची चर्चा करायची नसते.' त्यानंही ती कधी केली नाही. मित्राइतकाच जिव्हाळा त्यानं त्यांच्या वारसांना दिला. कुठलीही कटुता मनात न ठेवता. त्याच मित्राची अनेक पत्रं त्यांच्याकडे होती. मी ती अनेकदा मागितली होती त्यांना. त्यांनी ती मला दाखवलीही होती पण शेवटपर्यंत हातावर ठेवली नाहीत. मी त्यावर आत्ता नाही पण त्यांच्या मागं काहीतरी लिहीन असं त्यांना वाटायचं. ते त्यांना नको होतं. कधीच.

दिलीप जोशी एकदा सांगलीला आलेले. कवी सुधांशू यांची मुलाखत रेकॉर्ड करण्यासाठी. त्यांच्यासोबत औदुंबरला जाताना-येताना यांचा विषय निघाला. तेव्हा यांची वाटचाल शंभरीकडे चाललेली. दिलीपराव म्हणाले, "बोलतील का ते? आपण त्यांचं सगळं बोलणं रेकॉर्ड करून ठेवू." मी प्रयत्न करण्याचं आश्वासन दिलं. दुसऱ्या दिवशी यांच्याशी बोललो. तर हे आढेवेढे घेऊ लागले. नेहमीसारखं. 'पण हा संगीत रंगभूमीचा इतिहास आहे. तो तुमच्यासोबतच जाईल. मागं काय उरणार मग?' असं काहीबाही पटवून दिल्यावर ते तयार झाले. त्यांचं चित्रीकरण सुरू झालं. त्यांना बोलतं करायला दिलीप जोशींना साथ करायला मधु आपटेना

बोलावलेलं. तारीख होती १३ डिसेंबर, २००८. त्या दिवशी ते भरभरून बोलले. सुरुवातीचा संकोच गळून पडला होता. मराठी संगीत रंगभूमी आणि दीनानाथपर्व आमच्यासमोर उभं केलं होतं त्यांनी. त्या छोट्याशा खोलीत. त्यांना आम्ही त्यांचीच १९४७ मधली गाणी ऐकवली. तसं ते खुलले आणि चक्क गाऊ लागले. काही गाणी त्यांनी म्हटलीही. 'दोन जिवांचे प्रेम बिचारे' हे गाणं मात्र काही केल्या त्यांना आठवेना. पण मराठीतलं पाहिलं द्वंद्व भावगीत ज्योत्स्नाबाईंसोबत आपणच गायल्याची आठवण मात्र त्यांनी सांगितली. अगदी लाजतलाजत.

नट कसा असावा, हे सांगताना शब्द आणि सूर यावर त्यांची कशी हुकुमत होती याचं त्यांनी प्रात्यक्षिकच दिलं त्यादिवशी. 'काय, कसं काय?' हे एकच वाक्य किती प्रकारे उच्चारून दाखवलं आम्हाला. त्यांच्यातला अभिनेता शंभराव्या वर्षीही सजग होता. आपला चित्रीकरण होतं आहे. ते लोक काही दिवसांनी पाहणार आहेत. तेव्हा आपण दिसतो कसे? याकडे त्यांचं लक्ष होतं. 'शेवटी घेतलेल्या चित्रीकरणाचा काही भाग मला दाखवा' असा हट्टच धरला त्यांनी. म्हणाले, 'जर माझ्या बोलण्यातल्या अडखळण्यामुळं वाईट दिसत असेल तर ते रद्द करू. पुन्हा रेकॉर्ड करू आपण.' ते चित्रीकरण योग्य असल्याचं पाहिल्यावरच त्यांनी आम्हाला हिरवा कंदील दाखवला. वर एक गाणं म्हणून दाखवलं. 'होताच उजळ आभाळ, दाराशी वाजीव शीळ, जा बोलत मंजुळ गान, माझिया झोपडीवरून' त्या दिवशी ते या काळात नव्हतेच. पण 'जे होतंय ते उत्तमच व्हायला हवं' ही त्यांची जिद्द मात्र कायम होती. तेव्हाही. त्यांना असंच एकदा मी बोलतं केलं होतं. मुंबईच्या 'चतुरंग'च्या एका दैनंदिनीसाठी. त्या दैनंदिनीत त्यांची एक मुलाखत हवी होती. ती घ्यायचं काम माझ्याकडे आलेलं. किती दिलखुलास बोलले होते ते त्या दिवशीही. नंतर ती दैनंदिनी आणि एक सन्मानचिन्ह त्यांना देण्यासाठी मी गेलो. तर म्हणाले, "अरे, या वयात आता कशाला ही सन्मानचिन्हं? 'दीनाचं मैत्र' लाभलं हाच माझा सन्मान. त्यापुढे सगळं फिकं आहे रे. तेच सोबत घेऊन मला आनंदात जाऊ दे आता."

ते तसेच गेले. अगदी आनंदात. आयुष्यभर वणवण केलेल्या या माणसाला स्वत:चं घर पाहता आलं नाही हे आठवलं की आजही डोळे भरून येतात. पण त्याचं त्यांना काहीही नव्हतं. असल्या गोष्टीत त्यांचा जीव अडकला नव्हताच. मुक्तहस्ते उधळत आलेला 'कुबेर' होता तो शेवटी. त्यांच्या 'दीना'सोबत आनंदात असलेला. त्या भाड्याच्या घरातही. तिथंच त्यांनी अखेरचा श्वास घेतला. कवी गोविंदांची एक कविता त्यांनी मला म्हणून दाखवलेली. त्या क्षणी तीच आठवली मला. 'सुंदर मी होणार रे, मरणाने जगणार, आता सुंदर मी होणार'. एकशे एक वर्षांचा हा माणूस माझ्यात बरंच काही रुजवून गेला. त्यातलं किती रुजलंय माहीत नाही मला. संपूर्ण विसावं शतक अनुभवलेल्या या माणसानं मला अनेकदा त्या शतकातून फिरवून

आणलं. अनेक माणसं माझ्यापुढ्यात उभी केली. त्यांच्या अनेक तऱ्हा सांगितल्या. त्यांच्या यशाचा वारा माझ्याही अंगाला लावला. इतिहासाचा एक पटच माझ्यात रुजवला. त्याची मोजदाद कशी करणार? परतफेड तरी कशी करणार? परतफेड पैशांची करता येते, संस्कारांची, अनुभूतीची नाही. अविनाशांनी त्यांच्या कुबेरपणाचा गंध माझ्याही आयुष्याला लावला. माझ्या जगण्याला अर्थ दिला. माझा खजिना समृद्ध करून गेलेला हा माणूस माझ्यासाठी कुबेरच होता.

फुलराणी

ती सांगलीत आली होती एका नाटकासाठी. तिच्या नाटकाचा प्रयोग होता विष्णुदास भावे नाट्यमंदिरात. नाटक होतं 'गांधी विरुद्ध गांधी' आणि ती होती कस्तुरबा. अतुल कुलकर्णी गांधी तर किशोर कदम होते हरीलाल. 'प्रकाशाची सावली' या दिनकर जोशी यांच्या कादंबरीवरचं ते नाटक. गुजराथीत गाजलेली ही कादंबरी स्मिता भागवत यांनी मराठीत आणलेली. मी ती वाचलेली, अनेकांना सांगितलेली. त्यामुळं मला ते नाटक पाहायचंच होतं. ते दशक त्या नाटकानं गाजवलं होतं. ते गेल्या शतकातलं अखेरचं दशक. माझं घर भावेपासून जवळच. शंभर चौरस फुटाची जागा आणि सहा माणसं. त्यामुळं मी सतत बाहेरच असायचो. मुक्काम जिल्हा नगर वाचनालय आणि भावे नाट्यमंदिर. भाषणं ऐकायची, वाचण्याची आणि नाटकांची आवड रक्तात गेली ती अपुऱ्या राहत्या जागेमुळं. कधीकधी अपुऱ्या जागेचा, अडचणीचा फायदा होतो तो असा. खिशात दमडी नसायची

तेव्हा, पण भावेमध्ये पडून असल्यानं अनेक नाटकं बघता आली. संगीताचा फक्त कानच पण तरीही संगीत नाटकं अनुभवता आली. अनेकांना ऐकता आलं. त्यांचंच काहीबाही वाचलेलं त्यांनाच सांगत त्यांच्या जवळ जाता आलं. यातल्या काहींशी जवळीक झाली तर काहींनी अंतरावरच ठेवलं. या सगळ्यांच्या सह्या घेण्याचा नाद लागला. तोही त्यांच्याकडून काही तरी मजकूर लिहून घेऊन. असे किमान दोन हजार कागद.

नाटकं-व्याख्यानं-कार्यक्रम हे सगळं फुकट कसं बघता येईल हाच विचार सतत मनात घोळत असायचा. राज्य नाट्य स्पर्धांमधील प्रयोग पाहून त्यांचा परिचय करून देण्याचं काम एका दैनिकासाठी स्वत:हून अंगावर घेऊन हा प्रश्न सोडवला. मग पुढची पाच-सहा वर्षं दुसऱ्या तिसऱ्या रांगेत बसून ऐटीत सारं पाहता येऊ लागलं. दुसऱ्या दिवशी मजकुरासह नावही झळकू लागलं दैनिकात. अंतराळी चालण्याची सवय अंगात भिनू लागण्याचा तो काळ. नील चंद्रावर कसा चालला असेल याचा अनुभव रोजच घेऊ लागलो मी. 'गांधी विरुद्ध गांधी'चा प्रयोग असल्याचं कळलं आणि मी ठरवलं तिला गाठायचंच. तिची 'फुलराणी'कधीची मनात घर करून बसलेली. 'तुला शिकवीन चांगलाच धडा' पाठ झालेलं. त्या दिवशी प्रयोग संपला आणि काही मिनिटांतच मी तिच्यासमोर जाऊन उभा राहिलो. मागच्या बाजूला असलेल्या रंगपटात. अजूनही ती 'कस्तुरबा'च होती. तिला नमस्कार करून मी तिच्यापुढे कागद केला आणि काहीही मजकूर लिहून स्वाक्षरी करायची विनंती केली. तिनं माझी थोडीफार चौकशी केली. आमचे उद्योग ऐकतऐकत इंग्रजीतून काहीतरी मजकूर लिहिला आणि झोकदार सही केली. मी आभार मानून वळणार इतक्यात कानावर शब्द आले, ''तुम्ही सकाळी येऊ शकाल का भेटायला? माझं थोडं काम आहे.'' मी काय काम आहे असं विचारलं पण ती पुन्हा म्हणाली, ''सकाळी या दहाच्या दरम्यान. मग बोलू आपण.'' होकार देऊन मी निघालो. तिनं मला का बोलावलं असावं काहीच समजत नव्हतं मला. आनंद आणि गोंधळ मनात घेऊनच पाठ टेकली त्या रात्री. सकाळ कधी होते याची त्या रात्रीइतकी वाट पुन्हा कधी पाहिल्याचं मला आठवत नाही. उत्सुकता आणि फक्त उत्सुकताच.

सकाळी बरोबर दहाच्या ठोक्याला मी तिच्या पुढ्यात. ती माझी वाटच पाहत असावी. मला म्हणाली, ''मला गणपती मंदिरात जायचंय. तुम्ही तिथंच राहता ना? मग माझ्या सोबत चला. तिथं गेल्यावर मी माझं काम सांगते तुम्हाला.'' पुन्हा उत्सुकता. मनातला गोंधळ कायम. मी तिच्यासोबत मंदिरात गेलो. दर्शन झालं आणि तिनं मला 'संस्थानचा दिवाण वाडा कुठं होता ते माहिती आहे का' असं विचारलं. पाय फुटल्यापासून गावभर भटकणं हाच माझा उद्योग होता. त्यात माझं घर जवळच आणि माझी शाळा तर मंदिरातच होती. दिवाणवाडा मला माहिती

होताच. मी तिला घेऊन त्या वाड्याकडे गेलो. सुंदर गजराजाचं ठाणं जिथं होतं तिथली पूर्व बाजू वाड्यानं आणि मंगल कार्यालयानं अडवलेली. केंगाबाईच्या मंदिरासमोरची. नेमकं सांगायचं तर आजच्या स्टेट बँकेच्या पाठभिंतीला होता तो दिवाणवाडा. सुंदरच्या नजरेसमोर, बदामाच्या सावलीत माडीवर मॅनेजर कचेरी होती. तिला लाकडी जिना. त्या जिन्याजवळ पडलेले बदाम गोळा करणं हा आमचा शाळेत असतानाचा उद्योग. मधल्या सुटीत तिथंच तर असायचो आम्ही. शाळेत असताना महिन्यातून एकदा तो जिनाही मला चढावा लागायचा. शाळेचं तेरा रुपये भुईभाडं भरण्यासाठी. आजच्या सौंदर्य चौकात आमची शाळा. नगरपालिका शाळा नं. पाच. वडील तिथंच शिक्षक होते. शाळेची पाठभिंत म्हणजे दीनानाथ मंगेशकरांचा बलवंत स्टुडिओ. कशीबशी तग धरून असलेली दगडविटांची पडलेली वास्तू. सुटीत लपंडाव खेळताना आम्हाला लपण्यासाठीच राखून ठेवली असावी बहुधा. गुरुजींचा मुलगा, त्यात पहिल्या नंबरातला. शाळेचं भुईभाडं जमा करायचं काम सातवीपर्यंत माझ्याकडेच असायचं. असं काहीबाही तिला सांगत मी त्या दिवाण वाड्यासमोर उभं केलं.

तिला घेऊन दिवाणवाड्यात गेलो. वाड्यात तेव्हा कुणी राहत नव्हतं. पण संस्थानचे काही कामगार तिथं वावरत होते. तिला अशी दारात पाहून वाड्यातल्या त्या माणसांच्या डोळ्यांच्या बाहुल्या चमकल्या. कुणीतरी तिला ओळखलंही असावं. यांना वाडा फिरून बघायचा आहे असं मी त्यांना सांगितलं. मी त्यांच्याशी बोलत होतो पण तोपर्यंत ही वाड्यात घुसलेली. सगळीकडे अगदी सराईतपणे वावरू लागलेली. माझ्याशी काहीही न बोलता. माझ्याकडे नजरही न टाकता. तिनं तो सगळा वाडा फिरून पाहिला. तिच्या मूळच्याच हसऱ्या चेहऱ्यावर आता जणू चांदणं फुललेलं दिसत होतं मला. वाड्यातले कामगार आणि मी गोंधळून तिच्याकडे पाहात होतो. ती तिथं का आली होती काहीच कळत नव्हतं. ती बोलतही नव्हती काही. अगदी एक शब्दही उच्चारला नाही तिनं तिथं. फक्त घरभर उड्या मारत नाचत होती. ती त्या क्षणी वेगळ्याच भूमिकेत शिरली होती. ती कस्तुरबा नव्हती, फुलराणी नव्हती आणि भक्ती बर्वेही नव्हती त्या क्षणी. तिच्या देहात वेगळंच कुणी तर शिरलं होतं. तिला ते विचारायलाच हवं होतं.

मनसोक्त वाडा पाहून झाल्यानंतर ती म्हणाली, ''चला, निघू या आपण.'' मी तिच्या मागोमाग वाड्याबाहेर पडलो. समोरच्या पटांगणात आलो. तरीही ती मौनात. कुठं तरी हरवून गेलेली. मग मीही तिच्याशी एक शब्दही न बोलता सोबत चालू लागलो. मंदिरातून बाहेर पडलो. ती गप्पच होती. मुक्कामाचं ठिकाण येईपर्यंत ती कुठल्या तरी वेगळ्याच विश्वात होती. जाणवत होतं मला ते. मी तिच्या सहवासानं गंधाळलेला तर डोक्यात निराळीच धुंदी. थोड्या वेळानं तिच्यातली 'भक्ती बर्वे'

जाणवली मला. तसं मी तिला एकामागून एक प्रश्न विचारू लागलो. "का बघायचा होता तुम्हाला तो वाडा? तुमचा त्याच्याशी काय संबंध? तुम्ही इतक्या सराईतपणे कसं वावरत होता तिथं?" मला थांबवत ती म्हणाली, "अरे हो, थोडा दम तरी घ्या. सांगते तुम्हाला सगळं." आणि ती बोलू लागली, "खूप दिवसांची इच्छा होती माझी. तो वाडा आतून बघण्याची. खूपजणांकडे चौकशी केली होती मी या दिवाण वाड्याबद्दल. पण कुणी नीट माहिती देत नव्हतं. तो नक्की कुठं होता? आत्ता आहे की पाडला? काहीच समजत नव्हतं. कुणी सांगतही नव्हतं. अचानक काल तुम्ही भेटलात. लेखक-कवींच्या, नामवंतांच्या राहत्या घराचे फोटो काढण्याच्या तुमच्या छंदाबद्दल सांगितलंत. तुमचं ते बोलणं ऐकत असतानाच माझ्या डोक्यातले प्रश्न सुटत गेले. म्हणून मी तुम्हाला आज बोलावून घेतलं. तुम्हाला त्या वाड्याबद्दल विचारलं. तुम्ही माहीत आहे म्हणालात त्या क्षणी माझे कितीतरी प्रश्न सुटले. तुम्ही मला काय दिलं आहे, हे तुम्हाला आज नाही समजणार." तिचं हे बोलणं ऐकून माझा जास्तच गोंधळ उडाला. ती पुन्हा सांगू लागली, "अहो, माणूस जगाच्या पाठीवर कुठंही गेला तरी आपलं मूळ शोधण्याची त्याची सवय. रक्तातच असते ती त्याच्या. याच वाड्यातला माझा जन्म. कळू लागण्याआधीच आम्ही तो सोडलेला. कळू लागलं तेव्हा मनात फक्त जन्मगावच. जन्मघर नावाची जागा माझ्या नजरेत नव्हतीच. ती बघण्याची खूप ओढ. आज जन्मघर पाहिलं. खूप दिवसांपासून ते पाहायची इच्छा होती मनात. आता कशाची उत्सुकता राहिली नाही." हे सांगताना तिच्या नजरेत पाणी. मी अवाक. तिचा जन्म १० सप्टेंबर, १९४८चा. याच सांगलीच्या गणपती मंदिरातल्या दिवाण वाड्यातला. या शतकाच्या सुरुवातीच्या पहिल्याच वर्षी फेब्रुवारीच्या १२ तारखेला तिनं हे जग सोडलं. माझ्या मनात तिची हीच, एवढीच आठवण. ती भक्ती कृष्णराव बर्वे. नंतरची भक्ती शफी इनामदार. अवघ्या मराठी मनावर राज्य करणारी ती फुलराणी. अखेरपर्यंत सोबत येणारी. आता तो वाडाही जागेवर राहिला नाही आणि त्या वाड्यात जिनं पहिला श्वास घेतला ती भक्ती बर्वेही.

२०५०० दिवसांचं माझं आयुष्य. त्यातले अवघे चार दिवस त्याचं दर्शन. त्याच चार दिवसांतलं त्याच्याशी बोलणं. तरीही तो बरंच काही शिकवून गेला. उपदेश न करता. शिकवणी न घेता. १९९२च्या सावरकर साहित्य संमेलनातले, पुण्याच्या उद्यान प्रसादातले तीन दिवस. रास्ते राममंदिरातला अर्धा आणि सांगलीच्या विष्णुदास भावे नाट्यमंदिरातला अर्धा, असा चारच दिवसांचा त्याचा सहवास. पण या माणसानं मला झपाटून टाकलं. आजअखेर. आयुष्यभर असं झपाटलं जाण्यासाठी सततचा सहवास हवाच असं कुठंय? कधीतरी एखादी वाऱ्याची झुळूक अंगावरून जाते. हवीहवीशी वाटते. हाती लागत नाही पण अखेरच्या श्वासापर्यंत कासावीस करतेच की ती. तिच्या नुसत्या आठवणीनंही सगळा प्रवास कसा गंधभरला होतो. या माणसानं तर मला खळखळून हसायला शिकवलं होतं. कृष्णधवल चित्रपटांमधले

त्याचे नर्म विनोद आठवले की आजही हसू येतं मला. तो समोर दिसत नसतानाही. आता तो 'अभ्यास' म्हणजे काय असतो हे मला शिकवत होता. रसिक प्रेक्षकांचा तो 'राजा' होता. सामान्यांचं आयुष्य रुपेरी पडद्यावर जगणारा. तसा दिसायलाही सामान्यच. आयुष्यभराची 'लाखाची गोष्ट' सांगणारा! राजा असूनही गोसावी नाव लावणारा!

राजाराम शंकर गोसावी नावाचा हा माणूस. 'लाखाची गोष्ट' मधलं त्यांचं पहिलं दर्शन. त्या चित्रपटाबद्दलच्या कथा ऐकून तो मी पाहिलेला. त्याची सीडी मिळवलेली. त्या चित्रपटाचा हिरो असूनही हा माणूस त्याच चित्रपटाची तिकीट खिडकी सांभाळत होता. पण याच चित्रपटानं त्याचं आयुष्य बदललं. नव्वदच्या दशकात मला नाटकानं वेड लावलेलं. ती समजत गेली तसा मी बिघडत गेलो. भावे नाट्यगृहातला माझा मुक्काम वाढीस लागला. नाटकांच्या संहिता आणि ध्वनिचित्रफिती जमविण्याचा नाद वयासोबतच वाढत गेला. अनेक नाटकं वाचून काढली. जमवली. आजही मी ती बघत असतो. पण या माणसाच्या 'सौजन्याची ऐशीतैशी'नं जितकं हसू माझ्यातून बाहेर काढलं, त्याची बरोबरी आजवर कुणी करू शकलं नाही. एका चित्रपटाचाच ऐवज होता तो. निखळ करमणूक. अभिनयाचा तर तो राजा होताच. त्यात त्याच्या साथीला कलंदर प्रकाश इनामदार, अविनाश खर्शीकर आणि जयंत सावरकर. प्रकाश इनामदार आणि यानं घातलेला धुमाकूळ आजही माझ्या डोळ्यांसमोर. तो दिसू लागला की कुठंही असलो तरी माझा अवघा देह हसू लागतो. एकटाच असलो तरीही. आजबाजूचे वेगळ्याच नजरेनं बघत असतात. त्यांच्या बाहुल्यांत वेगळीच 'चमक' असते. जाणवते मला ती. पण मी दुर्लक्ष करतो. जगाकडे लक्ष देऊन थोडंच जगता येतं? आपण कसं आपल्या मस्तीत जगावं. आपल्या आनंदात राहावं. बरं असतं ते.

घरगडी, चित्रपटगृहावरची तिकिटविक्री असं करतकरत नाटक-सिनेमांत शिरलेला हा माणूस. स्वातंत्र्यवीर सावरकर याचं दैवत. शिक्षण अवघं चार वर्गांचं. पण यानं 'अखेर जमवलं'च सगळं. तो नाटक-सिनेमात घुसला आणि तिथल्या जगात राजासारखा वावरला. राजासारखाच राहिला. प्रजेला हसवत ठेवलं त्यानं सतत. पण ९२ नंतरचं जग त्याचं राहिलं नव्हतं. नव्या भिडूंचा डाव सुरू झाला होता. त्यांनी याची जागा घ्यायला सुरुवात केली होती. देखल्या देवा दंडवत घालणाऱ्या जगानं त्याच्यासारख्यांची नोंद इतिहासाच्या पानात घ्यायला सुरुवात केली होती. यालाही ते समजलं होतं. पण जाणत्यांच्या काळजातून त्याला हलवणं भल्याभल्यांना जमलं नव्हतं. जमणारही नव्हतं. मराठी सिनेमात निरोगी विनोद आणला याच राजानं. त्याचा मध्यमवर्गीय नायक पडद्यावर आला की प्रेक्षक त्यात स्वत:चंच प्रतिबिंब पाहायचे. सामान्यांचं जगणं असं पडद्यावर साकारणारा तो. पण त्याच्याही आयुष्यावर एक

चित्रपट निघाला. त्यात त्याची तिहेरी भूमिका होती. कदाचित तसा तो मराठीतला एकमेव चित्रपट. नावही तसंच. 'राजा गोसावीची गोष्ट'. एखाद्या अभिनेत्याला स्वत:च्याच आयुष्यावर निघालेल्या चित्रपटात स्वत:चीच भूमिका करायला मिळावी यापेक्षा आणखी काय हवं असतं? ते भाग्य या राजा माणसाला लाभलं होतं.

स्वातंत्र्यवीर सावरकर संमेलनात तो पहिल्यांदा दिसला होता मला. १४ ते २२ नोव्हेंबर, १९९२ असं सलग नऊ दिवस ते संमेलन भरलेलं. पुण्याच्या उद्यान प्रसाद कार्यालयात. संयोजक होते जीवनराव किर्लोस्कर. 'रुद्रवाणी'चे संपादक. तेरा तारखेलाच मी तिथं गेलेलो. संपूर्ण संमेलनात फोटो काढण्याचं काम माझ्याकडे होतं. चौदा तारखेच्या समारंभात हा मला दिसला. साध्या कपड्यात. काखेत एक छोटी कातडी पिशवी घेतलेला. समारंभ संपला तसं त्याच्याजवळ जात मी माझी ओळख करून दिली. हस्ताक्षरं जमविण्याचा छंद सांगितला आणि हस्ताक्षरासाठी कागद पुढे केला. त्यानं माझ्याबद्दल जीवनरावांकडे चौकशी केली. मग मला बाजूला घेत आपल्या जवळच्या पिशवीतून एक कागद काढला. माझा कागद मला परत दिला. त्याचा तो कागद पाहिला आणि मी खुदकन हसलोच. मध्यभागी राजा गोसावी अशी अक्षरं. राजा शब्दावर मुकुट तर गोसावी शब्दावर कमंडलू. दोन्हीच्या मध्ये कोदंड. त्यावर दूरध्वनी क्रमांक. बाजूला बी. ए. अशी अक्षरं. चौथी झालेला हा, आणि बी. ए.? मला काही कळेना. विचारलं तर म्हणाला, "हो मी चौथीच. पण बॉर्न आर्टिस्ट!" स्वत:मधल्या क्षमतांची किती सार्थ जाणीव. मी पाहतच राहिलो त्याच्याकडे. अवघ्या एकाच वाक्यानं त्यानं मला जिंकलं होतं. कायमसाठी.

स्वत:मधल्या क्षमतांचा पुरेपूर वापर करतच तो आजवर जगत होता. मिळेल त्या भूमिकांना आपल्या अभिनयाचा परीसस्पर्श करत राहिला. लोकांनीही त्याला पसंती दिली. 'अभिनयाचा राजा' म्हणून नावाजलं. तेवढ्यावर तो खूश होता. ती खुशी त्याच्या वागण्याबोलण्यातून जाणवत होती. तेव्हाही. पुन्हा त्याचं दर्शन झालं ते रास्ता पेठेतल्या सरदार रास्तेंच्या राममंदिरात. सगळे कार्यक्रम व्हायचे ते गाभाऱ्यासमोरच्या मोकळ्या सभामंडपात. त्या दिवशी 'रुद्रवाणी'चा वर्धापन दिन होता. वरची सगळी गॅलरी म्हणजे रुद्रवाणीचं कार्यालय. तारीख होती २० जून, १९९३. सूफी विचारांच्या, शेख सल्ल्याच्या दर्ग्याजवळच्या एका जनाबांनी गीतेवर एक भाष्य लिहिलेलं. त्याचं प्रकाशन होतं. ते करण्यासाठी याला पाहुणा म्हणून बोलावलेलं. याची माझ्या मनातली प्रतिमा विनोदवीराची. आणि हा गीतेवरील पुस्तक प्रकाशनाचा पाहुणा? माझा चेहरा पाहून जीवनरावांनी मला शांत राहायला सांगितलं. हा आला. मी उदास चेहऱ्यानंच त्याचे, समारंभाचे फोटो काढत होतो. थोड्या वेळानं हा बोलायला उभा राहिला. त्याचे शब्द कानांवर पडू लागले तसा मी उडालोच. याच्या मुखातून बाहेर पडत होत्या माउलींच्या ओव्या आणि वर त्यांचं रसाळ

विवेचन! पट्टीच्या कीर्तनकारानंही पाय धरले असते याचे. त्याच्या देहात जणू एखादा ह. भ. प.च संचारलेला! त्याचे कीर्तनकारासारखे हातवारे पाहून मी नजरबंद. जीव कानात घेऊन श्रवणभक्ती. त्याचं बोलणं संपेपर्यंत कितीदा तरी मी त्याच्या पायावर लोटांगण घातलं होतं. गणती नव्हती.

आजवर त्याच्या अनेक भूमिका पाहिलेल्या. पण त्याच्या या ह. भ. प. च्या भूमिकेनं मी चक्रावलो होतो. आजही बहुतेक शिकलेल्यांना माउलींचं फक्त नावच माहिती असतं. मलाही तेव्हा ते तेवढंच माहिती होतं. बहुतेकांनाही तेवढंच माहीत असतं. तेवढ्या भांडवलावर समोरच्याला 'आपला धर्म' शिकवणारे कितीतरी महानुभाव मी आजवर पाहिले होते. ज्ञानेश्वरीतल्या ओव्यांनी यांच्या डोळ्यांच्या बाहुल्या कधी पाहिलेल्याच नव्हत्या. तरीही ते बोलायला थकत नव्हते. आजही अशीच अवस्था. तिथं हा चौथीपाचवी झालेला नट सगळ्यांना गुंतवून ठेवत होता. तेसुद्धा ज्ञानदेवांच्या ओव्या सांगत. त्यावरचं आपलं भाष्य करत. नंतर कळलं की त्याला संपूर्ण गडकरी मुखोद्गत! त्या समारंभाचा तो 'हिरो' ठरला यात काय आश्चर्य! एकूण हा जसा दिसत होता तसा नव्हता तर! माणसाच्या 'दिसण्या'वर जाऊ नये, 'असण्या'कडे पाहावं हे किती सहज सांगून गेला होता तो. तेही याविषयी काहीच न बोलता. त्यानंतरचे दोन तास मी केवळ त्याला ऐकण्यात घालवले. त्याला जाणून घ्यायचा प्रयत्न केला. थोडासा हाती लागला तो. बराचसा निसटून गेला. "ज्ञानेश्वरी कशी पाठ?" असं विचारलं तर म्हणाला, "त्या मोहमयी दुनियेत तगून राहिलो ते याच माउलीमुळं. या माणसानं माझे पाय जमिनीवर ठेवले आणि मला जागेवर ठेवलं. उंच उडू दिली नाही. सगळी त्याचीच कृपा." ते ऐकलं आणि ठरवलं, याला आता सतत भेटायलाच हवं होतं. त्याशिवाय तो मला पुरता समजणार नव्हता. तशी संधीही लवकरच चालून आली.

त्याला थोडंफार जाणून घेता आलं ते त्याच्या मुलाखतीमधून. ५ नोव्हेंबर, १९९५. रंगभूमी दिन. नेहमीप्रमाणं सकाळपासून मी भावे नाट्यगृहात. सांगलीतलं विष्णुदास भावे नाट्य मंदिर. सकाळी नटराज पूजनाचा कार्यक्रम झाला. मोजक्यांच्या उपस्थितीत. संध्याकाळी तुडुंब गर्दी. 'विष्णुदास भावे सुवर्ण पदक प्रदान समारंभ' तर होताच. तो झाला आणि सुरू झाली एक मुलाखत. मराठीतले तीन विनोदवीर एका वेळी रंगमंचावर बसले होते. कदाचित त्यांच्याही आयुष्यात पहिल्यांदाच. राजा गोसावी, शरद तळवलकर आणि वसंत शिंदे. संवादक होते सुधीर गाडगीळ. नाट्यगृहातल्या सगळ्या खुर्च्या भरलेल्या. रिकाम्या जागेत आणि बाहेरच्या मोकळ्या मैदानातही गर्दी जमलेली. पुढचे दोनअडीच तास फक्त आणि फक्त हास्यकल्लोळ. मुलाखत संपली. त्याला जाणून घ्यायची ओढ अधिकच वाढलेली. त्या दिवशी त्याला भेटलो. पुण्यात पुन्हा भेटायचं ठरलं पण जमलं नाही. माझीच चालढकल

मला नडली. ९८च्या एक मार्चला या राजानं हे जग सोडलं. तो दुसऱ्या राज्यात गेला. लोकांना भरभरून आनंद देऊन पायउतार झालेला हा कदाचित पहिलाच राजा! आता त्याला भेटायचं ठरवलं की मी त्याला पाहात असतो माझ्याकडच्या त्या तबकड्यांमधून. त्याच्या ध्वनीफितींमधून तो मला भेटतोही. बोलतोही.

लोकांच्या 'दिसण्या'वर बोलणारी ही आजची दुनिया. त्यालाच भुलणारं हे आजचं जग. दिखाऊपणावरच तरलेलं. माणसाच्या 'असण्या'ची किंमत कमी होत चाललेली. मनाला भुरळ पाडणारी सौंदर्यस्थळं जागजागी पसरलेली, आवतीभोवती वावरणारी. सारी कलाबुतीची बेगडी, कचकड्याची दुनिया. दाखवता येत नाहीत, पण अशा वातावरणात जगताना मनाला खूप यातना होतात. अशा वेळी हा माणूस मला सतत आठवत राहतो. 'कुणाच्या दिसण्यावर त्याची किंमत करू नकोस, त्याला जाणून घे, समजून घे. मगच त्याच्याबद्दल बोल,' असं सांगत असतो. मी त्याचा सल्ला ऐकण्याचा प्रयत्न करतो. तसं वागण्याचा प्रयत्न करतो. मग लागतात हाती काही माणिकमोती आणि पायाखालचा रस्ता मखमली होतो, चालण्याला अर्थ गवसतो ते त्यांच्यामुळंच. आयुष्याला अर्थ देणारी अशी माणसं भेटली त्याला कारण ठरलं या राजा माणसाचं सांगणं. त्याचे ऋण कसे फेडायचे?

सांगलीचं जनता नाट्यगृह. तुडुंब भरलेलं. १९८७ मधला एक दिवस. समोर होते प्राचार्य शिवाजीराव भोसले. व्याख्यानाचा विषय 'वसंतदादा पाटील.' दादांच्या जयंतीचा तो कार्यक्रम. दुसऱ्या रांगेत मी. वायर टाकून कनेक्शन घेऊन टेपवर ध्वनिमुद्रण करत बसलेला. तेव्हा तसेच टेप रेकॉर्डर सोबत घेऊन जायला लागायचं. इतक्यात एक जण समोरून आत आला. जाताना त्याच्या पायाच्या धक्क्यानं माझी वायर हलली. टेप बंद पडला. त्या शांत नाट्यगृहात फक्त एकच आवाज कानावर पडत होता तेव्हा. प्राचार्यांचा. आता त्यात आणखी एक आवाज मिसळला. मी आवाज वाढवत म्हणालो, "ओ, नीट बघून चाला की. डोळे फुटलेत काय तुमचे?" पुढचं ध्वनिमुद्रण कसं होणार ही मला सतावणारी काळजी. आवाजातून

अवलिया

तोच त्रागा बाहेर पडलेला. पण लोक माझ्या आवाजानं वैतागले. प्राचार्यांचंही लक्ष माझ्याकडे गेलेलं. माझ्या शेजारी एक माणूस असाच हातात टेप घेऊन बसलेला. तो हळूच कानात म्हणाला, ''गप्प बैस. मी तुला हे भाषण देतो. काळजी करू नको, उगाच ओरडू नकोस.लोकांना ऐकू दे शांतपणे. तूसुद्धा शांतपणे ऐकत बस.'' मी वरून शांत. आतून अस्वस्थ. त्या क्षणी दुसरं काहीच करता येण्यासारखं नव्हतं म्हणून शांत बसलेलो.

मी त्या माणसाकडे पाहिलं. तो सांगलीतला दिसत नव्हता. अशा कार्यक्रमाला येणारे गावातले बहुतेक चेहरे मला पाठ झालेले. त्यातला हा दिसत नव्हता. पाच फूट उंची. गोल गोरा चेहरा. त्यावर सतत एक हास्य. मिश्कीलपणाकडे झुकणारं. डोक्यावरचे केस काळे-पांढरे. मागं फिरवलेले. त्याच्याकडे बघत मी पुन्हा प्राचार्यांना ऐकू लागलो. कानात काही शिरत नव्हतं. डोक्यात एकच विषय. प्राचार्यांचं हे भाषण आता मला कसं मिळेल? मिळेल की नाही? भाषण संपलं तसं जागेवरून उठत तो मला म्हणाला, ''कलेक्टर बंगल्यामागच्या रेस्ट हाउसवर ये संध्याकाळी. चार नंबर रुमला मी आहे. येताना कोरी कॅसेट आण. तुला भाषण मिळेल.'' आणि तो गर्दीत मिसळून निघून गेला. मी मित्रांसोबत प्राचार्यांना भेटण्यासाठी नाट्यगृहाच्या कार्यालयात गेलो. तो कोण? कुठला?... काही माहिती नव्हतं मला त्या क्षणी. मी त्याला त्याचं नावही विचारलं नव्हतं. माझं रेकॉर्डिंग हुकलं म्हणून टाळकं जाग्यावर नव्हतं. ते भाषण मला मिळेलच याची खातरी नव्हती. हातून काहीतरी मोठ्ठं निसटल्याची जीवघेणी जाणीव सलत होती. ती 'त्याची' पहिली भेट. त्याचं नावही माहीत नसताना झालेली.

संध्याकाळी मी जिल्हाधिकारी निवासामागच्या विश्रामगृहात. रूम नंबर चारवर. कळलं की जीवन किर्लोस्कर, संपादक, रुद्रवाणी, पुणे या नावानं ती खोली आरक्षित आहे. मग सरळ जाऊन भेटलो त्यांना. त्यांनी माझी चौकशी करत करतच माझ्याकडून कोरी कॅसेट घेतली. मला हे भाषण कशासाठी हवं हे विचारलं. माझा हेतू आणि माझ्याकडे असणारा पुस्तकांचा, भाषणांचा संग्रह ऐकून तो म्हणाला, ''सकाळी तुझ्या घरी जाऊ.'' माझं त्याच्या बोलण्याकडे लक्ष नव्हतंच. त्याचा टेप दोन कॅसेटची सोय असणारा. एकात माझी कोरी कॅसेट होती. ती हातात कधी येते याकडे माझं लक्ष लागून राहिलेलं. ती कॅसेट हाती आली तसा मी तिथून निघालो. काहीतरी हरवलेलं गवसल्याचा आनंद सोबत घेऊन. सकाळी हा गडी दारात. तो येणार हे मी विसरूनच गेलो होतो. मग पुढचे तीन तास कसे गेले कळलंच नाही. या घरभेटीतच त्याचा आदेश, ''मी पंचवीस वर्षांनी मोठा असलो तरी तू मला सरळ नावानंच हाक मारायचीस. आपण आता मित्र आणि मैत्रीत असल्या भिंती मला आवडत नाहीत. मैत्रीत कसं सगळं मोकळं हवं. नोकरी, पैसा, पद या गोष्टी फालतू

समजतो मी.'' त्या क्षणी मला त्याच्याविषयी काहीही माहीत नव्हतं. तो माणूस उद्योगपती शंतनुराव किर्लोस्करांचा पुतण्या आहे हेही आणि त्याचे इतर उद्योगही. पण त्यांचं बोलणं, त्यातला जिव्हाळा आणि आपलेपणा मला त्यांच्याजवळ घेऊन गेला आणि 'तो' माझ्या आयुष्यात आला... घरचाच झाला... जीवन वसंत किर्लोस्कर. सुरुवातीला त्याला वय विसरून बोलावणं मला खूप जड गेलं. पुढे त्याचा हा आदेश मी बोलण्यात पाळला तरी पत्रलेखनात नाही. कधीच! तो वडिलांच्या जागीच होता आणि त्यानंही पुत्रवत प्रेम केलं माझ्यावर. शेवटपर्यंत.

पुरोहित कन्या प्रशालेच्या पटांगणावर अखिल भारतीय मराठी नाट्य संमेलन भरलेलं. वर्ष होतं १९८८. राजाराम जाधव अध्यक्ष. तिथल्या मांडवात पुन्हा त्यांचं दर्शन. पत्रकारांसाठी असलेल्या राखीव जागेत. खास नाट्यसंमेलनासाठी ते पुण्याहून आलेले. पुढचे तीन दिवस मी घर पाहिलंच नाही. मुक्काम रेस्ट हाऊस. जीवनराव खऱ्या अर्थानं समजले तेव्हा. त्यांचं एक मासिक होतं. 'रुद्रवाणी' नावाचं. त्याचे काही विशेषांकही दिले त्यांनी मला. प्रसिद्ध व्यक्तींवर विशेषांक काढायची त्यांची पद्धत होती. 'माणूस जिवंत असतानाच त्याच्या कार्यावर विशेषांक काढून त्याचा सन्मान करायला हवा' हे त्यांचं मत होतं आणि ते रास्तही होतं. ते अंक वाचले आणि त्यांच्याशी माझा पत्र व्यवहार सुरू झाला. सांगलीत आले की आम्ही एकत्र भटकू लागलो. नेहमीच. तोपर्यंत माझे बरेच मित्र त्यांचेही मित्र झालेले. अशोक चौगुले, शिवराज काटकर, दीपक बाणकर, सुरेश कोरे... सगळेच. माणूस बोलघेवडा आणि सतत हास्याचं पीक काढणारा. बोलणं कोंडक्यांच्या दादांसारखं. द्वयअर्थी वाक्यं जास्त. 'याला एका चौकात एकट्याला सोडलं तर पुढच्या चौकात याच्यासोबत चार माणसं असणारच. तीसुद्धा दिलखुलास गप्पा मारत.' असं आम्ही सगळे म्हणायचो. ते खरंही होतं. ते आता घरचेच झालेले. कुठल्याही घरात पाऊल टाकता क्षणी सगळं घर आपलंसं करायचे ते. मग सुरू झाली दर वर्षी २० जूनची पुणे फेरी. त्या दिवशी त्यांच्या 'रुद्रवाणी'चा वर्धापन दिन असायचा. जेवणखाण्यासह सगळी सोय आणि सगळे 'महाराष्ट्र भूषण' भेटणार. तेही जवळून. त्यांच्याशी बोलायला मिळणार, त्यांना ऐकायला मिळणार... आणखी काय हवं? आजवरची सगळी धडपड याचसाठी तर होती माझी. त्यानंतर मग मी एकही वर्धापन दिन चुकवला नाही. पुण्यात गेलो की त्यांच्या निळ्या बजाज स्कूटरवरून मनसोक्त भटकायचो आम्ही. अनेकांना भेटवायचे ते मला.

या माणसानं माझं अवघं आयुष्यच समृद्ध करून टाकलं. अनेक मोठी माणसं माझ्या आयुष्यात आणून सोडली. गल्लीबाहेर ज्याची ओळख नव्हती अशा माझ्या घरी तेव्हा रोजच पोस्टमन येत होता. ज्यांची नावं मी केवळ वर्तमानपत्रातच वाचत होतो, अशांची पत्रं घेऊन. जीवनरावांच्या कार्यक्रमात भेटलेल्या हरेकाला मी पत्रं

लिहायचो. त्याचा परिणाम. एका दसऱ्यादिवशी मी त्याच्या कार्यालयात होतो. सोबत सांगलीवाडीचा पांडुरंग जामदार. दैनिकात जाहिरात विभागात काम करणारा. दर वेळी मी कुणाला तरी सोबत न्यायचोच. तर त्या दुपारी जीवनराव म्हणाले, "सदा, चल, पाच घरात सोनं वाटून येऊ." मग मी बाहेर येऊन रिक्षा बोलावली. आम्ही तिघं निघालो. कुठं? मला काहीच माहीत नव्हतं. रिक्षा पहिल्यांदा गेली ती 'स्वरराज' छोटा गंधर्वांच्या दारात. खुर्चीत सिगारेट ओढत बसलेले छोटा गंधर्व पहिल्यांदाच बघत होतो मी. फरची पांढरी टोपी. विजार, शर्ट आणि हातात सिगारेट. माझ्या कानात आकाशवाणीवर ऐकलेलं 'प्रिये पहा, रात्रीचा समय सरूनी येत उष:काल हा.' मी फोटो काढतोय म्हटल्यावर त्यांनी चटकन सिगारेट विझवली. सावरून बसले. चेहरा हसरा ठेवून. त्यांना सोनं देऊन पायावर डोकं ठेवलं आणि आम्ही बाहेर पडलो. नंतर पंडित भीमसेनजींचं घर. बाहेरच एक मोठा कुत्रा. त्याला काहीतरी झालं असावं. पण सलाईन लावलेलं कुत्रं मी पहिल्यांदाच पाहिलं. मनात शब्द उमटले 'समर्थघरचं श्वान.' आम्ही आत गेलो तर पंडितजी पूजेत मग्न. समोर त्यांच्या गुरूंची तसबीर. अब्दुल करीम खाँ साहेबांची. आणखीही अनेक दिसत होत्या. त्या भल्या थोरल्या तसबिरीसमोर डोळे मिटून ध्यानमग्न बसलेले पंडितजी. आजवर छोट्या पडद्यावर पाहिलेले. खोली सुगंधानं भरलेली. पंडितजींना सोनं देऊन पायावर डोकं ठेवलं आणि मी त्या उदबत्तीचं नाव विचारलंच. पंडितजी म्हणाले, 'शिवरजनी.' पुढे कित्येक दिवस ती शोधत फिरत होतो. अनेक दुकानं पालथी घातली पण पंडितजींची ती शिवरजनी काही मला मिळाली नाही.

तिसरं घर 'इथे ओशाळला मृत्यू'मधल्या गणोजीराजे शिर्क्यांचं. चित्तरंजन कोल्हटकर. मग फेरी प्रभात रस्ता, गल्ली क्रमांक आठ. संगीत रंगभूमीच्या 'शिलेदारां'च्या घरी. तिथं त्यांना समजलं की गानसम्राज्ञी पुण्यात आहेत. मग रिक्षा एका अपार्टमेंटसमोर. ही माणसं पाहूनच माझी वाचा बसलेली. अपार्टमेंट तसं साधंच. पण खाली दोन बंदुकधारी पाहिल्यावर जीवनराव म्हणाले, "दीदी आहेत. भेटतील. मस्त गप्पा मारू." आम्ही वर गेलो. बेल वाजताच दरवाजा उघडला एका साठी ओलांडलेल्या गृहस्थानं. तो म्हणाला, "दीदी आत्ताच बाहेर पडल्या." जीवनरावांच्या नजरेत अविश्वास. जिना उतरताना ते म्हणालेच, "दीदी बाहेर पडल्यात तर या बंदुका काय या म्हाताऱ्यासाठी आहेत काय?" आम्ही गप्प. मला त्या गृहस्थाला कुठं तरी पाहिल्यासारखं वाटत होतं. जीवनरावांना तसं विचारलं तर उत्तर आलं, "अरे, ते प्रभाकर जठार." आठवलं मला. ते मास्टर दीनानाथांचे शिष्य. त्यांच्या 'दीना दिसे मज दिनरजनी' पुस्तकावर त्यांची छबी पाहिलेली. त्या वर्षीच्या दसऱ्याला सोन्याची अशी झळाळी मिळालेली. तसा दसरा पुन्हा उगवलाच नाही माझ्या आयुष्यात.

'किर्लोस्कर' हा शब्द त्यांना असा कुठेही प्रवेश मिळवून द्यायचा. लहानपण सगळं औंधात गेलेलं. तेव्हापासून सतत अशा माणसांत वावरत असूनही जीवनरावांचे पाय जमिनीवर असायचे. बाळासाहेब ठाकरेंना सरळ जाऊन भेटणारा हा माणूस. पण याच्या बोलण्या-वागण्यात कसलाही तोरा नसायचा. बापट बाल शाळेजवळ दीपक बाणकरची वखार होती. वखारीवर लाकडी फळकुटाची खोली. 'बेताब' हॉल म्हणायचो आम्ही. त्या नावाच्या सिनेमात तसली खोली होती म्हणून. तो आमचा अड्डा. घरात जागा नसायची. आज राज्य विक्रीकर अधिकारी संघटना चालविणारा चंदूरकरांचा महेश, नुकतेच सनद घेतलेले दोनतीन वकील, सुरेश कोरे, मी... आमच्या कितीतरी रात्री तिथं गेलेल्या. चार गाद्या एकमेकांना जोडून अकराबारा जण झोपायचो आम्ही. तशा अडचणीतही जीवनराव सुखानं घोरत असायचे. तिथं स्वच्छतागृहाची स्वतंत्र सोय नव्हती. पण त्यांना अशा सुखसोयी नाही तर जिंदादिल माणसं लागायची सोबतीला. माणसं शोधत ते महाराष्ट्रभर भटकायचे. एक साधूसंत सोडला नव्हता त्यांनी. त्याचं दुसरंही एक मासिक होतं. 'सद्‌गुरू माऊली'. त्यात ही सगळी संतमंडळी झळकत असायची. पाचलेगावकर महाराजांपासून ते पन्हाळा रस्त्यावरच्या शामराव महाराजांपर्यंत. मलाही त्यांनी अनेकांच्या पायी घातलं होतं. अतिशय श्रद्धाळू होते ते. वाळव्यातल्या बागणीतही कुणी प्रणवानंद महाराज आहेत, हे त्यांच्यामुळंच समजलं होतं मला. तिथंही त्यांच्यासोबत रात्र घालवली होती मी. ते इकडे आले की सावलीसारखाच सोबत असायचो मी.

'रुद्रवाणी'चं जग निराळंच होतं. एकेका व्यक्तीवर विशेषांक काढायचे ते. दर महिन्याला. हयात असणारीच माणसं असायची ती. कर्तृत्वसंपन्न. माणसं जग सोडून गेल्यावर निघणाऱ्या गौरवांकात त्यांना रस नव्हता. 'कौतुक व्हायला हवं ते डोळ्यांदेखत. जिवंत असताना. मेल्यावर काय चाटायचंय त्याला. तो सरकारचा उद्योग.' हे त्यांच्यामधल्या संपादकाचे शब्द. तमाम महाराष्ट्राला ललामभूत ठरलेली अनेक माणसं आज अशा अंकातून आनंदानं राहताहेत माझ्या घरी. 'माझ्या शब्दांत मी' असं एक सदर असायचं त्यांच्या अंकात. मोठ्या माणसांनी स्वतःच स्वतःला लेखात उतरवलेलं. यात तर महाराष्ट्रातल्या सगळ्या लेखक-कलावंतांचं, चित्रकार-गायकांचं संमेलनच भरलेलं दिसतं आजही. सोपानदेव चौधरी आणि सी. डी. देशमुखांचं अमाप प्रेम लाभलेला हा माणूस. त्या दोघांच्याच नव्हे तर सेनापती बापटांच्याही हस्ताक्षरातील अनेक पत्रं आज माझ्याकडे. सेनापतींच्या अखेरच्या दिवसांत जीवनरावच सेनापतींच्या सोबतीला होते. सेवेसाठी. त्याचीही अनेक छायाचित्रं आज मला सेनापतींची आठवण देत असतात.

कर्नल लक्ष्मी सेहगलांना महाराष्ट्रात आणलं ते त्यांनीच. १९७५ मध्ये. त्यांना एक संग्रह करायचा होता या सगळ्याचा. 'रुद्रवाणी संग्रहालय'ही उभं करायचं होतं.

त्यासाठी त्यांनी एक ट्रस्ट स्थापन केलेला. त्या ट्रस्टच्या अध्यक्षच होत्या त्या. विश्वस्त म्हणून सह्या करणारांची नावं जरी वाचली तरी अवघा 'महा'राष्ट्र डोळ्यांसमोर उभा राहतो. छाती दडपते. पंडित भीमसेनजींपासून कुमार गंधर्व, ज्योत्स्ना भोळेंपर्यंत आणि गदिमा, बाबासाहेब पुरंदरेंपासून ते रवींद्र मेस्त्री यांच्यापर्यंत अनेक जण दिसतात तिथे. पण ते झालं नाही, होऊ शकलं नाही. त्यांच्याकडे सगळं होतं पण आर्थिक बाजू लंगडी पडली. या माणसानं माझ्यावर अपार प्रेम केलं आणि अशा माणसांवर प्रेम करायचा वसा दिला. जवळपास २७ वर्षं ते काही ना काही शिकवत गेले. जाताना ही सगळी माणसं कायमसाठी माझ्या आयुष्याशी जोडून गेली. कर्नल लक्ष्मी सेहगलांपासून ते शंतनुराव किर्लोस्करांपर्यंत आणि शिलेदारांपासून ते गानसरस्वती किशोरीताई, 'स्वामी'कारांपर्यंतचे हे तारे कधीतरी माझ्या नजरेस पडले असते काय? तेही इतक्या जवळून? चित्रातसुद्धा कधीतरीच दिसणारी ही माणसं जीवनरावांनी माझ्या नसानसांत भिनवली. माझ्या आयुष्यालाच नाही तर रक्तालाही निराळीच ओढ लावली. कायमची. कधीही कमी न होणारी. वर्धिष्णू. माझ्या आयुष्याच्या आभाळावर अशी सगळी नक्षत्रं आणून सोडली आणि मला उजळवून टाकलं.

स्वत:चं मोठेपण विसरून इतरांत मिसळून जाण्याची शिकवण देणारे जीवनराव. तसं राहताना ते इतरांसारखेच व्हायचे. वाहत्या पाण्यासारखे. सहज मिसळून जायचे. समोरच्या माणसांतला गुण आणि त्याचं कर्तृत्व यांचा सन्मान कसा करावा हे दाखवून देणारे जीवनराव. जे जे चांगलं, जे जे मंगल, ते ते आपल्याकडे हवं असा ध्यास पेरणारे जीवनराव... किती रूपं सांगावीत त्यांची? ते शब्दांत मावणारे नव्हतेच. नाहीतच. ते जसे स्वच्छंदी जगले, तसं जगणं ही सहजसोपी गोष्टच नव्हती. आज तर नाहीच. महिन्यातले पंचवीस दिवस महाराष्ट्रभर भटकत असायचे ते. सरदार रास्ते वाड्यातल्या राम मंदिरावर त्यांचं कार्यालय. चारी बाजूंच्या गॅलरीत पसरलेलं. अनेक फोटो, मासिकं, कपाटांनी खचाखच भरलेलं. तिथलं टेबलही नरसिंह चिंतामण केळकरांनी 'केसरी'त असताना वापरलेलं. दोन लोखंडी सिंगल कॉट ते साक्षात लक्ष्मणराव किर्लोस्करांनी वापरलेले. तिथल्या जिन्यावर एक फळा असायचा. त्यावर लिहिलेलं असायचं, 'संपादक फिरतीवर. महिन्याच्या एक ते पाच तारखेपर्यंत ते इथं भेटतील.' ते दिवस अंक पोस्टात टाकण्याचे. आता तो फलक मला दिसत नाही. गेली काही वर्षं मी तो शोधतोय. जीवनराव आता असे हमखास कुठं भेटतील?

त्यांच्या अखेरच्या आजारात त्यांनी मला बोलावून घेतलेलं. शिवाजी गोखले, मानसिंगराव कुमठेकर या माझ्या मित्रांसह मी गेलेलो. त्यांचे ते शेवटचे दिवस. दवाखान्यात पलंगावर झोपलेले असताना त्यांनी मला सांगितलं, "सदा, कार्यालयातले सगळे अंक घेऊन जा. नीट ठेव. तुला हवं ते ने. तुझ्याकडेच ते सुरक्षित राहील." माझ्या

डोळ्यात पाणी. त्यांच्या कार्यालयात सहासहा फुटी तैलचित्रं. नामवंत चित्रकारांनी काढलेली. माझ्या छोट्या घरात कुठं ठेवणार होतो मी? काही पुस्तकं आणि 'रुद्रवाणी'चे सगळ्या वर्षांचे सगळे अंक मात्र मी घेऊन आलो. आता ते सगळे अंक अगदी वर्षवार लावून ठेवले आहेत मी. केवढा मोठा खजिना आहे तो. सगळ्या महाराष्ट्राचं सांस्कृतिक संचित आहे त्यात. मला सतत समृद्ध करणारं. मला तिथल्या बाकीच्या गोष्टीत काहीच रस नव्हता. त्याचं पुढे काय झालं ते आजही मला माहीत नाही. मी माहिती करून घेतलं नाही. मला फक्त माझे जीवनराव हवे होते. आता ते मला भेटणार होते त्या अंकातल्या पानापानांमधून. त्यांच्या असंख्य पत्रांमधून. ते दिसले की त्यांच्या सहवासातले सगळे क्षण डोळ्यांसमोरून सरकत जातात एखाद्या चित्रपटासारखे आणि मग डोळ्यांच्या पडद्यावर पाणी साठत राहतं.

लढवय्यी

नौबती वाजतात त्या यशाच्या आणि विजयाच्याच. याचा अर्थ असा नसतो की, अयशस्वी आणि पराभूत झालेली माणसं कर्तृत्वशून्य असतात. त्यांनीही आपल्यापरीनं खिंड लढवलेली असते. पराक्रमाची शर्थ केलेली असते. जीव तोडून प्रयत्न केलेले असतात. पण काही वेळा स्थितीच अशी तयार झालेली असते की, त्यांना म्हणावं तसं यश लाभत नाही. म्हणजे आपल्याला म्हणावं तसं यश. त्यांच्या दृष्टीनं मात्र ही लढाई त्यांनी जिंकलेली असते. समोरच्याला चांगलंच झुंजवलेलं असतं त्यांनी. वाकवलेलंही असतं अनेकदा. त्यांच्या या चिवट झुंजीमुळं काही नवे पायंडेही पडलेले असतात. ती केवळ सुरुवात असते आणि तेवढं यशही त्यांना रग्गड असतं. कारण समोर बेदरकार यंत्रणा उभी असते. निर्ढावलेली. संवेदनाशून्य. जाणिवा करपून गेलेली. लाज कोळून प्यायलेली. त्यांची गणितं वेगळी असतात.

ते ती बरोबर सोडवतात. समोरच्याला रोखतात. त्याची बाजूही बरोबर असेल असा विचारही न करता. त्याला विचारात न घेता, न जुमानता. मग डंका वाजतो किंवा बहुतेक वेळा वाजवला जातो तो यंत्रणेचाच. असं होऊनही पाठीचा कणा ताठ ठेवणारीही काही माणसं असतात. प्रत्येक काळात असतात. आजही आहेत. त्यापैकीच त्या एक.

त्यांना भेटायची उत्सुकता होती ती त्यामुळंच. साधारणपणे नव्वदपासून त्यांचं नाव माझ्या कानावर पडत होतं. वृत्तपत्रांचे मथळे त्यांच्या नावानं रंगू लागले होते. तेव्हा इतर माध्यमं फारशी नसल्यानं त्यांची खबर मिळायची ती तिथूनच. हळूहळू 'त्या' दैनिकामधली जास्तच जागा घेऊ लागल्या. आठ कॉलमचा मथळा होऊ लागल्या. तसं मी त्यांना जास्तच वाचू लागलो. यंत्रणेविरुद्ध लढणारी माणसं तेव्हा समाजाचं आकर्षण व्हायची. त्यातही पहिल्या पानावरची. सगळ्यांनीच शेपट्या घातल्या नव्हत्या तेव्हा. आता वृत्तपत्राचं शेवटचं पानच आधी वाचलं जातं हा काळाचा महिमा. तो रास्तही. उद्याचं उज्ज्वल भविष्य बहुतेक वेळा तिथंच तर झळकतं. मुद्दा असा की, मी त्यांना जाणून घेण्याचा प्रयत्न करू लागलो. कारण देशाच्या सर्वोच्च यंत्रणेशी लढत राहणं ही सोपी गोष्ट नव्हती. तेव्हाही आणि आजही. आज तीस वर्षं उलटली त्यांच्या लढ्याला. तरीही त्यांची जिद्द जराही कमी झालेली नाही. धीर खचलेला नाही की रग कमी झालेली नाही. तेव्हा तर त्या आघाडीवरच होत्या. शोषितांचा आवाज बनून. ती 'रणरागिणी' म्हणजेच मेधा वसंत खानोलकर.

आजच्या मेधा पाटकर. समाजवादी संस्कारात वाढलेल्या. राष्ट्रसेवा दलातल्या. ते संस्कार घरातूनच आलेले. बालपणापासूनचे. मोठं होत गेल्या तसं समाजाबरोबरच समाजशास्त्रही जाणून घेतलं त्यांनी. सजगपणे. कधी काळी त्या कविता करायच्या. 'मणिपुरी' नृत्याचंही शिक्षण घेतलेलं त्यांनी. अगदी विधिवत. हे सारं सुरू असतानाच एका क्षणी त्यांना आपल्या आयुष्याचं ध्येय सापडलं आणि मग त्यांनी मागं वळून पाहिलंच नाही. त्यांची नजर सतत पुढेच राहिली. त्या पेटून उठल्या ते झुंजण्यासाठीच. झुंजीचं कारण ठरलं नर्मदेचं पाणी. हळूहळू ते पेटू लागलं. त्या वणव्याची धग साऱ्या जगाला जाणवू लागली. जगानं त्या आगीची दखल घ्यायला सुरुवात केली. मग त्या लढाईत सगळेच उतरले. हौसे-नवसे-गवसे. काही त्यांच्या बाजूनं तर काही त्यांच्या विरोधात. यातल्या काहींनी त्यांची बाजू जाणून घेतलेली, तर काहींनी आपल्या नाड्या इतरांच्या हाती दिलेल्या. त्या ज्यांच्या हाती होत्या तीही काही सामान्य माणसं नव्हती. त्यांनी तर अशा अनेक लढाया सुरू होण्यापूर्वीच लढणाऱ्यांत फूट पाडलेली. तरीही ही रणधुमाळी पुढेची पंचवीस वर्षं चालू राहिली. ती बघणारे थकले पण त्या मात्र अविचलपणे पाय घट्ट रोवून उभ्या होत्या. त्याच रणांगणात.

जिंकण्याच्या निर्धारानं. जिद्दीनं. त्यांना भेटायचं होतं ते त्यासाठीच. त्यांच्यात ही जिद्द आणि हा दुर्दम्य आशावाद आला तरी कुठून हे जाणून घेण्यासाठी.

तशी संधी लवकरच आली. २६ मार्च, १९९५ला त्या थेट सांगलीतच आल्या. एका पुरस्काराला सन्मानित करण्यासाठी. एक व्याख्यान आणि एक मुलाखत. हेच तर हवं होतं मला. त्यांना जाणून घेण्यासाठी एवढं पुरेसं होतं. पर्यायी विकासनीती सांगणाऱ्या त्या दिसल्या त्या दिवशी. भावे नाट्यगृहात आणि राजमती सभागृहात. खादीची सुती साडी. जाडीभरडी. डोळ्यांवरच्या चष्म्याला दोऱ्यांचा आधार. चेहऱ्यावर जबरदस्त आत्मविश्वास. डोईवरचे पुढचे केस वयाची जाणीव देणारे. खांद्यावर शबनम. त्यात खच्चून भरलेली कागदपत्रं. बाहेर डोकावणारी. सोबत 'पावरा' नावाचा नर्मदा खोऱ्यातला एक कार्यकर्ता. त्या कार्यक्रमात आधी तो बोलला. त्याच्या आदिवासी भाषेत. त्याचा अनुवाद त्यांनीच केला. तिथल्या तिथं. मग त्या बोलायला उभ्या राहिल्या. खचाखच भरलेल्या सभागृहात त्यांचे शब्द तडातडा वाजू लागले. गरम तव्यावर लाह्या उडाव्यात तसे. खणखणीत आवाज आणि शब्दांची धार जाणवणारी. आणखी एक गोष्ट ध्यानात आली. भाषेवरचं कमालीचं प्रभुत्व. एकेका परिच्छेदाचं एकेक वाक्य. पण कर्ता आणि क्रियापदाची व्यवस्थित सांगड घालत त्या बरोबर समेवर यायच्या. टाळ्यांच्या कडकडाटात. प्राचार्य शिवाजीराव भोसल्यांनाही मागं टाकलं होतं त्यांनी. सारं सभागृह त्यांनी ताब्यात घेतलेलं. मलाही. हे पाणी वेगळंच होतं.

मुलाखतीतही त्यांचा तोच आवेश. तोच आग्रह. त्यांचं झुंजणं शब्दाशब्दांतून व्यक्त होत होतं. मुलाखत संपली आणि मी त्यांच्या पुढ्यात जाऊन उभा राहिलो. माझी ओळख करून दिली. आणि नमस्कार करत कागद पुढे सरकवला. त्यांचे तेच शब्द मला त्यांच्याकडून लिहून हवे होते. बाजूच्या खुर्चीवर बसत त्यांनी पेन उघडलं. त्यांचे शब्द कागदावर उमटू लागले. "मानव हा निसर्गाचा, जीवसृष्टीचा व जीवनचक्राचा एक भाग असून त्याचे निसर्गाशी अतूट नाते असून विवेकशक्तीची देणगी ही माणसालाच लाभलेली आहे. जीवसृष्टीचे व निसर्गाचे रक्षण व संवर्धन करण्याबरोबरच सृष्टीचे संतुलन कायम राखणे ही मानवाची फक्त जबाबदारीच नसून ते त्याचे कर्तव्यही आहे. मानवी बुद्धी, कल्पकता आणि प्रतिभा यांच्या साहाय्याने नैसर्गिक साधनसंपत्तीचा वापर करून जीवन समृद्ध करणे म्हणजेच भौतिक व आध्यात्मिक विकास करणे हे खरे असले, तरी व्यक्ती व समाजजीवन भौतिकदृष्ट्या समृद्ध बनवत असतानाही सर्व मानवजात, देशाचे नागरिक व प्राणीमात्र यांचा सन्मान आदरपूर्वक राखला जाईल यासाठी आग्रह धरण्याबरोबरच निसर्गसृष्टीचे वैविध्य व संतुलन राखण्यासाठी आपण सर्वांनी कटिबद्ध व्हायला हवे...' मजकूर वाचतानाच मला दम लागत होता. तर त्या यासाठीच झगडत होत्या. जवळपास पंचवीस वर्षं

न थकता. हार न मानता.

नर्मदा आंदोलनाची दुसरी बाजू समजली ती दत्तप्रसाद दाभोळकरांच्या 'माते नर्मदे'मधून. मेघा पाटकरांचं म्हणणं तर मी प्रत्यक्षात ऐकलेलं. दाभोळकर मांडत होते ती बाजूही बरोबरच वाटत होती. तशात बाबा आमटे आंदोलनाच्या बाजूनं उतरलेले. आंदोलनाला एक वेगळीच झळाळी मिळालेली. वृत्तपत्रातूनही उलटसुलट वाचायला मिळत होतं. नक्की कुणाची बाजू बरोबर काही समजत नव्हतं. संभ्रम कायम होता. तो दूर करायचा तर मेधाताईंना पुन्हा भेटायलाच हवं होतं. पण त्यांच्या पायात भिंगरी. त्या मला थोड्याच सापडणार होत्या? मग मी त्यांच्या कार्यालयाच्या पत्त्यावर पत्रं पाठवत राहिलो. ती त्यांना मिळत होती की नाही काही समजत नव्हतं. तशात २००८ उजाडलं आणि त्या पुन्हा सांगलीत येणार असल्याचं समजलं. एका क्रांतिकारकाच्या नावानं दिला जाणारा पुरस्कार स्वीकारण्यासाठी. बातमी वाचली आणि त्यांना कुठं आणि कसं गाठायचं? याची गणितं डोक्यात सुरू झाली. 'नर्मदा बचाव'च्या कार्यालयात पत्रही पाठवून दिलं. नेहमीप्रमाणं. उत्तर येईल ही अपेक्षा नव्हतीच तरीही. उत्तर आलं नाहीच. दरम्यान आनंद पटवर्धनांचा 'नर्मदा डायरी' हा माहितीपटही घरात आलेला. त्यात आंदोलनाची वीस वर्षांची वाटचाल चित्रित झालेली. एकच गोंधळ उडालेला मनात. अनेक प्रश्न सतावत होते.

डोक्यात तेच सुरू असतानाच शिवाजीराव ओऊळकर भेटले. त्यांचंही पर्यावरणात काम चालायचं. नागरिक म्हणूनही ते सजग. ते म्हणाले, "सर, ऑगस्टच्या सात तारखेला मेधा पाटकर घरी येणार आहेत. भेटायचं असेल तर घरी या. सकाळी सात वाजता. वेळ चुकवू नका." चौकशी केली तर समजलं, त्या एका समारंभासाठी येत होत्या. पहाटेच येणार होत्या. मी सकाळी सहा एकोणसाठला दादांच्या 'राजगड'वर. त्या आल्या होत्या. आवरत होत्या. पाच मिनिटांत समोर. तशीच खादीची साडी. पांढरीशुभ्र. तांबड्या चौकड्यांचे काठ. कानांत दोरीनं अडकवलेला चष्मा. डाव्या हातात घड्याळ. उजवा हात रिकामा. चेहऱ्यावर तेच हास्य. पूर्वीसारखंच. पूर्वीचंच. फरक इतकाच की आता डोईवरच्या केसांतील काळा रंग कमी झालेला. मग 'घावन' खात बोलणं. त्यांच्यातली 'स्त्री' जाणवली तेव्हा. घावन, आंबोळी आणि डोसा यात फरक काय? हे कसे करतात? याची चौकशी सुरू केली होती त्यांनी. संपूर्ण रेसीपी माहिती करून घेतली. ती घेण्यातली उत्सुकता जाणवणारी. एक निराळंच दर्शन. लक्षात राहण्यासारखं. अगदी बारीकसारीक गोष्टीही विचारून घेतल्या त्यांनी. शेवटी लढवय्या झाल्या तरी त्यांच्यातील 'स्त्री' जागी होती.

मग माझ्याशी बोलणं. शाळेतल्या बाईंनी समजावून सांगत शंका दूर कराव्यात तसं बोलणं. तितक्याच तळमळीनं. म्हणाल्या, "दहाला निघायचंय मला. त्यापूर्वी एक लेख लिहून पोस्ट करायचाय. लिहीतलिहीत बोलू." कागद, पॅड घेऊन

लिहायला सुरूही केलं त्यांनी. मधूनमधून सतत फोन येत होते. मी कागदावर लक्ष ठेवून होतो. फोनवर बोलत असतानाही, लिहिण्याचा ओघ आणि विचारांची सलगता एखाद्या माळेसारखी नीट होती. तशात चहा आला. मग एका हातात चहाचा कप, कानाला मोबाइल आणि आमच्याकडे बघत नजरेनंच काही सांगणं. सगळं एकाच वेळी आणि तितक्याच समरसतेनं. कुठून येतं हे सगळं? माझ्या डोक्यात विचारांचा भुंगा. त्या विचारातच मी त्यांच्या विविध भावमुद्रा टिपत होतो. पन्नास-साठ मुद्रा टिपलेल्या. मला म्हणाल्या, "अहो, किती फोटो काढता? बरे आले तर मला कार्यालयाच्या पत्त्यावर मेल कराल का?" चेहऱ्यावर तेच हसू आणि तसंच न थांबता सलग बोलणं. जिव्हाळ्यानं, आपलेपणानं.

'सिर्फ हंगामा करना मेरा मकसद नही। मेरी कोशीश है ये सूरत बदलनी चाहिये।' असं म्हणत त्यांनी सुरू केलेला लढा अजूनही सुरूच होता. त्याच आदिवासी बांधवांना सोबत घेऊन. त्याच ताकदीनं. त्याच जिद्दीनं. काही निर्णय त्यांच्या बाजूनं तर काही विरोधात आले होते. आता त्या पर्यायी विकासनीती कशी हवी हे मांडत होत्या. सातत्यानं. मधल्या काळात बरंच पाणी वाहून गेलं होतं. त्या आता केवळ नर्मदा आंदोलनाच्या नेत्या राहिल्या नव्हत्या. देशभरातल्या विस्थापितांचा आवाज बनल्या होत्या. त्या सगळ्यांचा विश्वास त्यांनी मिळवला होता. आपल्या टिकून राहण्यानं. त्यांची तीस वर्षांची झुंज या सगळ्यांच्या समोर होती. लख्खपणे. आता त्यांनी पर्यायी विकासनीतीसाठी देशभरातल्या अनेक शक्तींची मूठ बांधली होती. तेच त्यांच्या लढ्याचं यश होतं आणि आहे. पक्षीय राजकारणाच्या सत्ताकांक्षेला सडेतोड असं उत्तर होतं आणि आहे. म्हणूनच सर्वच सत्ताधाऱ्यांना त्यांची दखल घ्यावी लागली. त्यांचा लढा पर्यायी नोबेल पुरस्कारानं सन्मानित झाला. पण त्यांच्या राहणीत जराही बदल झाला नाही. जिद्द आणि चिकाटी उतरणीला लागली नाही. आजही ती कायम आहे. पूर्वीसारखीच. पूर्वीइतकीच.

यश मिळो अथवा न मिळो, आपला हेतू जर योग्य असेल तर अखेरपर्यंत पाय रोवून टिकून राहण्याची हिंमत दिली ती त्यांनीच. एकाच वेळी अनेक कामं आणि तीही तितक्याच एकाग्रतेनं करता येतात हे त्यांनीच तर दाखवून दिलं होतं मला. पुरस्कार आणि लौकिक या झाल्या बाह्य गोष्टी. पण त्यांचा वर्खही आपल्यावर चढू न देता साधेपणा आणि आपलं शुचित्व कसं सांभाळावं हे त्यांच्यापासूनच शिकायला हवं. विचारांशी बांधिलकी कशी असायला हवी, याचं त्या मूर्तिमंत उदाहरण होत्या माझ्यासाठी. त्यांच्याकडून असं खूप काही शिकता आलं. शिखरावरच्या माणसांना भेटायचं ते याच्यासाठीच. तिथंपर्यंत येण्यासाठी त्यांनी किती डोंगरदऱ्या पार केल्या आहेत, हे लांबून नसतं समजत. शिखराजवळ गेलं तरच ती शिखरं किती उंचावर आहेत हे कळतं आणि त्यांचं वेगळेपणही. खालून पाहणारे ती कशी आहेत हे

कल्पनेनंच सांगत असतात. त्यांच्यावर न जाताच. त्यांना न भिडताच. आपण गुरफटतो ते त्या गावगप्पांतच. त्या शिखरांचं वेगळेपण जाणवत नसतं आपल्याला. त्यासाठी त्यांच्याजवळ जावं लागतं. अशी उत्तुंग शिखरं तशी कमीच असतात. एकटीच असतात. म्हणूनच भिडायचं ते शिखरांनाच. टेकड्या काय प्रत्येक गावाबाहेर असतातच.

१४ ते २२ नोव्हेंबर, १९९२. स्थळ उद्यान प्रसाद कार्यालय, पुणे. तीन वर्षांचं रखडलेलं 'स्वातंत्र्यवीर सावरकर साहित्य संमेलन' जीवन किर्लोस्करांनी भरवलेलं. सलग नऊ दिवस. चित्तरंजन कोल्हटकरांपासून राजा गोसावीपर्यंत आणि प्राचार्य शिवाजीराव भोसले, बाबासाहेब पुरंदरेंपासून, विक्रम सावरकर, गणपतराव नलावडेंपर्यंतचे वक्ते त्यात बोलणार होते. त्यांना सुरेल साथ पंडित भीमसेन जोशी, सुधीर फडके, छोटा गंधर्व आणि ज्योत्स्ना भोळें यांची. 'किर्लोस्कर'चे चित्रकार ग. ना. जाधव आणि जयराम-जयमाला शिलेदार तर घरचेच. मी अशा माणसांच्या वासावरच असायचो. नेहमीच. जीवनरावांच्या सांगण्यावरून मी तयारीसाठी आधीच पोहोचलेलो. या साऱ्यांना काळजात, चित्रात टिपण्यासाठी सारी धावपळ. त्यात मीच संयोजक असल्यासारखं मी 'तिला' तिथं बोलवलेलं. आगाऊपणाची जन्मजात सवय. खोडच. बेगानी शादीमें अब्दुल्ला दीवाना!

अनाथांची माय

तिला मी कानात साठवलं ते १९८६ मध्ये. 'सांगली दर्शन'च्या शामराव गवळींच्या वाड्यात. सांगली बसस्थानकाच्या रस्त्यावर असलेला तो वाडा. 'सांगली दर्शन' तिथूनच प्रकाशित व्हायचं. त्या वाड्यात त्या दिवशी एक पत्रकार परिषद होती. तिथं ती आलेली. तेव्हा ती चाळीशीपार. डोईवर पांढरी बट शोधावी लागायची. कासोट्याचं सुती लुगडं. कपाळावर ठसठशीत कुंकू. शेजारी एक गठुळं ठेवून ती खुर्चीत बसलेली. अनवाणी. समोर सांगलीतले सगळे पत्रपंडित पण तिच्या मुखावर भीतीचा लवलेश दिसत नव्हता. त्या सगळ्यांना ती मोठ्या आवेशानं तोंड देत होती. कुठलाही आणि कसलाही प्रश्न येऊ दे, ती षटकार ठोकायचीच. चेंडू थेट सीमापार. चार बुकं शिकलेल्या तिच्या अंगी एवढं बळ येतं तरी कुठून हा किडा माझ्या टाळक्यात. या पत्रपंडितांच्या प्रश्नांना उत्तरं देताना भल्याभल्यांना घाम फुटलेला मी अनेकदा पहिला होता. ही त्या सगळ्याहून वेगळी होती. आपल्या बोलण्यातून ते ती सिद्धही करत होती. मधूनच माझं लक्ष तिच्या बोलण्याकडे जायचं. बहिणाबाईपासून 'पोएट' बोरकरांपर्यंत... सगळ्या कवींच्या ओळी ती अगदी सहजपणानं बाहेर फेकत होती. मराठीची सगळी लेणी माझ्या नजरेसमोर साक्षात उभी रहात होती. तिचं पाठांतर दांडगं. आवाज मधाळ आणि सभाधीटपणा काही औरच. तिच्या अशा पहिल्याच दर्शनानं माझं मन जडलं, एकविशीतला मी चक्क तिच्या प्रेमातच पडलो. वयाचा प्रश्नच नव्हता. नाहीतरी प्रेमाला वय नसतंच. मला ती जाम आवडली होती. मी सगळंसगळं विसरलो होतो. हवंहवंस वेड. पहिलं प्रेम!

पुढचे अनेक दिवस मी वेड्यासारखा तिच्या मागं धावत होतो, तिला सगळीकडे फिरवत होतो. एम. एटी. वरून. तीही सारखी इकडे सांगलीला यायची तेव्हा. गवळी गल्लीतल्या तिच्या नातेवाईकांकडे. दिवसभर तिकडे असली तरी मुक्कामाला माझ्याकडे. का तर तिला हवं ते आणि हवं तितकं वाचायला मिळायचं माझ्याकडे. त्यासाठी ती काहीही सहन करायची. माझी जागा अडचणीची. अवघ्या शंभर फुटांची. एकच खोली. त्यात आम्ही सहा जण राहायचो. बहुतेक वेळा मी दारातच झोपायचो. नगरपालिकेच्या रस्त्यावर. तीसुद्धा तिथंच झोपायची. दारातल्या रस्त्यावरच्या दिव्याच्या खांबाखाली ती रात्र घालवायची. तिचा नाद सोडून देऊन मी झोपायचो. कधीही पापणी उचलली तरी तिच्या हातात पुस्तकच दिसायचं. ती अधाशासारखं वाचत असायची. रात्रभर. चारचौघात बोलताना तिच्या चेहऱ्यावर जे बळ दिसायचं त्याचा उलगडा मला होत होता. तिचा असा दांडगा झपाटा पाहून सारे शब्द तिच्या जिभेवर वसतीला जात असावेत. कायमचे. कायमसाठी. याच शिदोरीवर तर ती सगळ्यांना जिंकत होती. शाळा महाविद्यालयातल्या मुलांपासून एम. आर. देसाईंसारख्या विचारवंतापर्यंत सगळे तिचे होत होते. मी ते सारं बघत होतो. तिच्यासोबत फिरताना अनुभवत होतो. ती जणू गारूडच करायची लोकांवर. केवळ आपल्या बोलण्यानं.

तिनं सगळ्यांवरच जणू गारूड केलेलं. तेव्हा तिचं काम मेळघाट की चिखलदऱ्यात सुरू होतं. तसं ती आम्हाला सांगायची. मेळघाट नक्की कुठं आहे हे आम्हाला कुठं माहीत होतं तेव्हा. पण मला त्याच्याशी देणंघेणं नसायचं. मला तिचं पुस्तकवेड पुरेसं होतं. पुस्तकाची ओढ तिला गप्प बसू देत नव्हती. ती जे बोलायची त्यानं लोक वेडे व्हायचे. जवळ असेल नसेल ते तिच्या पदरात घालायचे. खिसा रिकामा करायचे. कुणाच्या तरी सांगण्यावरून तिनं आपली कथा लिहिली. पदरचे पैसे घालून कुठून तरी छापूनही घेतली. त्या पुस्तकांचे गठ्ठे घेऊन एकदा ती सांगलीत आली. १९९० मध्ये. तिनं मला गाडीत घालून थेट रत्नागिरीला नेलं. साहित्य संमेलनाला. मधु मंगेश कर्णिक अध्यक्ष होते त्या संमेलनाचे. त्या संमेलनाला मी 'पानिपत'कार विश्वास पाटलांसोबत जाणार होतो. पण हिनं मला गाडीत घालून नेलेलं. मी तिच्यासोबत संमेलनात फिरत होतो. ओळखीच्या लेखक-कवींना भेटत होतो. ती साऱ्यांजवळ जात होती. तेव्हा ती फारशी प्रकाशझोतात नव्हती. माझ्या हातातला कॅमेरा क्लिकक्लिकाटत होता. उरल्या वेळात मी तिचं पुस्तक खपवत होतो. सगळे पैसे ती चिखलदऱ्यात न्यायची. स्वतःच्या आयुष्यात निखाऱ्यावरून चालत होती, पण तोंडाचा पट्टा घुमवत पोरांसाठी धावत होती. तिची तळमळ बघून माझी अनक्षर आईही तिच्यात गुंतली होती. ती मुक्कामाला असली की रात्रभर बोलत बसायच्या दोघी. दोघींच्या गप्पांनी गणपती देवळातल्या भूपाळ्या ऐकलेल्या. असं अनेकदा. दोघींचीही सख्खी मैत्रीण गवळी गल्लीतील गवळ्याची शांता. तिच्या सारखाच तोंडाचा पट्टा चालविणारी. तिघी जमल्या की दुसऱ्याला बोलूच द्यायच्या नाहीत.

तिची पुढची सगळी वाटचाल दिमाखदार. ती सुलभ झाली १९९२ मधल्या त्या स्वातंत्र्यवीर सावरकर साहित्य संमेलनामुळं. त्या संमेलनात जयमालाबाई आपल्या कीर्ती-लतासह सावरकरांचा गौरव करत होत्या. छान सूर लागला होता त्यांचा. कीर्तीची बोटं पेटीवरून फिरत होती. 'तुम्ही आम्ही सकल हिंदू बंधू बंधू, तो महादेवजी पिता आपुला, चला तया वंदू'ची लकेर वाऱ्यावरून सर्वदूर जात होती. स्वातंत्र्यवीर सावरकरांनी १९२५ मध्ये लिहिलेलं ते गीत मी पहिल्यांदाच ऐकत होतो. तेही कीर्ती-लता शिलेदारांच्या आवाजात. ही माझ्या शेजारीच बसली होती. तिथं तिला माझ्याशिवाय कुणी ओळखत नव्हतं तेव्हा. अचानक ती उठली आणि सरळ वर जाऊन तिनं बैठक मारली. जयमालाबाई पेटी वाजवत होत्या. त्यांच्याकडे पाहत ही म्हणाली, ''बाई, काळी चार लावा!'' आणि तिनं सूर धरला. सगळे जण अवाक. बघतच राहिले तिच्याकडे. शिलेदारांच्या बैठकीत हे धाडस तिनं केलं ते केवळ आतल्या आवाजाच्या बळावर. तिला ऐकणारी त्या सभागृहातली सगळीच माणसं लौकिकाचं शिखर गाठलेली. त्यांच्या कर्तृत्वाच्या नौबती सर्वदूर वाजत असलेल्या. पण तिचा आत्मविश्वासच दांडगा. सगळ्याच बाबतीत. त्या दिवशी ती

सर्वदूर गेली. काही क्षणात. मग तिनं मागं वळून बघितलंच नाही. ती चालतच राहिली. लोक तिच्यामागून येत गेले.

त्या समारंभात तिनं सर्वांची मनं जिंकली ती कायमचीच. मग ती 'रुद्रवाणी'च्या प्रत्येक कार्यक्रमात येऊ लागली. एका वर्धापनदिनाला रा.स. भट प्रमुख पाहुणे होते. 'भगवान सावरकर' लिहिणारे. वय वर्षं नव्वद. स्वातंत्र्यवीर सावरकरांना बॉम्ब विद्या शिकवणारा हा माणूस. त्यांना त्या समारंभात खुर्चीवर बसवूनच आणलेलं. खूप थकले होते तेव्हा ते. अंगात भगव्या रंगाचा शर्ट आणि धोतर. पांढरीशुभ्र दाढी. त्यांचं बोलणं ऐकण्यासाठी आम्ही सगळे त्यांच्याभोवती जमलेलो. तिथं ही आलीच. मला वाटलं ती आता यांच्याशी काय बोलणार? हिला किती सावरकर माहीत असणार? पण तिनं पुन्हा एकदा आम्हाला चकवलंच. ती चक्क भटांशी वाद घालू लागली. तेसुद्धा सावरकरांच्या काही वाक्यांचा संदर्भ देत. कुठं आणि कधी वाचलं होतं तिनं ते देव जाणे. भटांनी तर तिला आपल्या सहीनिशी 'भगवान सावरकर'ची प्रत दिली. मग आम्ही सारे तिच्याभोवती गोळा झालो. तिची कहाणी तिच्याच तोंडून ऐकू लागलो. तीही मोठ्या उत्साहानं सांगू लागली. तिच्या आयुष्याचा पट उलगडू लागली. आता ती तो सगळीकडेच सांगत असते. तेवढंच सांगत असते. अगदी रंगवून. लोक आजही अडकतात ते तिच्या बोलण्यात. अडकूनच राहतात. भान हरपून. सगळं विसरून. काही दिवस उलटले की तिच्या कामाबाबत काहीबाही बोलत राहतात. पण तिला समोर ऐकताना स्वत:ला विसरून गेलेले असतात.

तिची सगळीच वाटचाल खाचाखळग्यांनी भरलेली. तिनं ती आपल्या पुस्तकातही मांडलेली. पण सगळ्या अडचणींवर स्वार होत ती चालतच राहिली. वाटेतले सगळे खाचखळगे पार करत ती थेट रुपेरी पडद्यावर गेली. तिच्या जीवनावर चित्रपट निघाला. प्रत्यक्षाहुनी प्रतिमा उत्कट अशी तिची ती कहाणी आता जगभरात गेली. अनेकांनी नावाजली. मग तिचं सांगलीला येणं कमी होत गेलं. परवा खूप वर्षांनी तिची पावलं पुन्हा इकडे वळली. तीसुद्धा व्याख्यानाच्या निमित्तानं. यशवंतनगरच्या ज्येष्ठ नागरिक संघानं तिचं व्याख्यान ठेवलेलं. मी तिथंच राहत होतो आता. तिला समजलं तशी ती घरी आली. सोबत तिचा गोतावळा. त्या साऱ्यांना बाहेरच ठेवत ती सरळ घरात. एकदम आईच्या खोलीतच. आईच्या गळ्यात पडत ती तिला उराउरी भेटली. पुन्हा गप्पांचा फड जमवला. आठवणींना उजाळा देत आली तशी निघून गेली. वाऱ्याच्या झोतासारखी. अजूनही तिला छापील पानांची तेवढीच ओढ. माझ्या घरातून तिचा पाय निघत नव्हता तो त्याच पानांमुळं. घरभर पसरलेल्या पुस्तकांच्या गराड्यात ती हरवून गेलेली. जाताना तिचे पाय जड झालेले. पुस्तकांना सोडून जाताना तिचे डोळे भरलेले. आता ती बहिणाबाईंचा हात धरत छोट्या पडद्यावरही दिसते अधूनमधून. मधाळ आवाजात बहिणाबाईंच्या कविता ऐकवत

असते. तिच्या यातनांना आता मोल आलंय. केल्या कष्टांचं चीज झालंय. ती आता 'पद्मश्री' झालीय! पण तिची मूळं अजूनही मातीतच. वाचनाचं वेड रक्तातच. तसंच.

शिकलेल्यांच्या हातात पुस्तक दिसलं तरी चमत्कार झाल्यासारखं वाटतं हल्ली. तिथं ही कशीबशी चार यत्ता शिकलेली बाई, हिच्यात ही अक्षरओढ कुठून रुजली? डझनावारी पदव्या पण मुखावर सतत जत्रेत हरवल्याचा भाव असं आजचं भोवताल. अशा भोवतालात तिच्या चेहऱ्यावर तो आत्मविश्वासाचा पारिजात फुलतो तरी कसा? तोही बारा महिने चौदा काळ? की तुकोबा म्हणतात तो 'अंतरीचा झरा' तो हाच? स्वत:मधल्या पारिजातकाचा सडा घालत अवघा भोवताल गंधित करणारी ती... सिंधुताई सपकाळ... कितीही आणि कसलीही संकटं येवोत, खिशात दमड्या असोत नसोत, आजही तिच्या चेहऱ्यावरचं हे हसू पाहिलं की अंगी हत्तीचं बळ येतं. आणि ती दिसू लागते दूर असली तरी! ती कायम माझ्या नजरेतच. ऐन विशीतलं प्रेम! असं विसरता येतं थोडंच?

वाचनाचा नाद लहानपणापासूनचा. छंद नाही नादच. छंद चारचौघांत मिरवण्यासाठी, नाद आपल्या आनंदासाठी. पुस्तकं आयुष्यात आली ती सहावीत असताना. जिल्हा नगर वाचनालयामुळं. तळमजल्यावरचा पोटमाळा म्हणजे बालविभाग. तिथून सुरू झालेला प्रवास खालच्या पुस्तकांनी खचाखच भरलेल्या कपाटाशी कधी येऊन थांबला, कळलंच नाही. मग वि. स. खांडेकर वाचनालय. दोन्हीकडे रोजची फेरी. गवळी गल्लीत राहूनही लेखन सुधारलं ते पुस्तकांमुळं. नजरही विस्तारत गेली वय आणि वाचन वाढत गेलं तशी. आयुष्यही बदललं. डोंगराएवढं काम उभं करणारी अनेक माणसं मग या पुस्तकांच्या पानापानांवरून मनात उतरू लागली. अशांना जाणून घ्यायची आणि भेटायची ओढ वाढीस लागली.

अभयसाधक

वर 'पोरगं या वयात अफाट वाचतं, म्हणून सरदार कुलतारसिंगांच्या हस्ते गुलाबाचं फूल मिळालं. ते सरदार भगतसिंगांचे भाऊ. ते सांगलीत आलेले. त्यांच्या नागरी सत्काराच्या समारंभात हे घडून आलं ते खांडेकर वाचनालयातल्या रजनी भोसले यांच्यामुळं. तेही वसंतदादांसमोर. या ग्रंथांनी अशी अनेक मोठी माणसं आयुष्यात आणून सोडली, त्यांपैकीच ते एक.

आठवीत असताना कुठला तरी धडा शिकवताना सांगली हायस्कूलच्या, मराठीच्या विजया पाटीलबाईंनी पहिल्यांदा त्यांचं नाव आणि काम कानांना ऐकवलं. मग त्यांच्यावरची पुस्तकं शोधली, वाचून काढली. या माणसाला भेटावं असं खूप वाटायचं तेव्हा. पण तो राहायचा तिकडे महाराष्ट्राच्या एका टोकाला. त्याचं कामही तिकडेच चालायचं. त्याचं ते काम प्रत्यक्ष महात्माजींपासून सगळ्यांनी नावाजलेलं. साऱ्या जगानं त्याच्या कामाला डोक्यावर घेतलेलं. वृत्तपत्रांमधूनही ते कधीमधी झळकायचं. ते नजरेस पडायचं. कधीतरी याला भेटायचंच हे दिवसेंदिवस पक्कं होत चाललेलं. अशात त्यांचं 'ज्वाला आणि फुले' हाती आलं. शिक्षक झाल्यावर. तेव्हा ते आत कमी उतरलं, पण अस्वस्थ करून सोडलं त्यानं. त्यातल्या कविता लिहिल्या होत्या मुरलीधर देविदास आमटे यांनी. लोक त्यांनाच बाबा आमटे म्हणत होते. त्यांचं 'आनंदवन' पहिल्यांदा डोळ्यांसमोर उभं केलं ते सरकारी दवाखान्यातल्या अशोकराव जगदाळेंनी. अनेकदा. ते तिकडे जाऊन त्याला भेटून आलेले. भारावून गेलेले. त्यांच्या बोलण्यात नेहमी या माणसाचं नाव यायचं. माझी ओढ वाढीस लावायचं.

शिक्षक झाल्यावर चार पैसे हाती येऊ लागले आणि घरात पुस्तकंही. किमान दहा टक्के पगार पुस्तकांवर घालवायचाच हे कधीपासून ठरवलेलं. ठरवलेलं आजपर्यंत पाळलंही. घर पुस्तकांचं झालेलं. आजही ते त्यांचंच. मग भटकणंही वाढलं. गडभ्रमंती तर दहावीपासूनच सुरू झालेली. गोनीदा आणि बाबासाहेब पुरंदरे आयुष्यात आलेले. ते वेड वाढायला तेवढं पुरे होतं. या दोन माणसांनी झपाटलं की माणूस स्वतःचा उरत नाही याचा अनुभव रोजच घेत होतो. मग ९१च्या जानेवारीत मनाशी पक्कं केलं, 'चलो आनंदवन.' पहिल्यांदाच एवढ्या लांबचा प्रवास. त्या प्रवासानंच जीव मेटाकुटीला आलेला. सगळा नवा मुलूख. पहिल्यांदाच नजरेस पडत असलेला. ती भिरभिरत असलेली. मी कुठंतरी हरवून गेलेला. महात्माजींचा तो 'अभयसाधक'ही पहिल्यांदाच नजरेस पडणार होता माझ्या. कुठंही जेवायची, झोपायची सवय गड पालथे घालण्यामुळं होतीच. त्यामुळं 'गैरसोय हीच सोय' हे आमचं ब्रीदवाक्य. एकदाचं पोहोचलो आनंदवनात. आजवर अशोकरावांनी सांगितलेलं आणि पुस्तकांमधून डोळ्यांनी बघितलेलं ते आनंदवन आता माझ्या पावलांना स्पर्श करत होतं. अवघ्या

तनामनात एक चैतन्याची लहर सोडली त्या भूमीनं. आतून बदलण्याची ती सुरुवात असावी. काहीतरी सळसळून जात होतं अवघ्या देहामधून. शब्दांत न सांगता येणारं. चित्रात न दाखवता येणारं.

मग एका सकाळी मी बाबांच्या पुढ्यात. ते पलंगावर झोपून होते. पांढरी सुती बंडी, तशीच पांढरी गुडघ्यापर्यंत आलेली चड्डी. कमरेला पट्टा. पांढरे शुभ्र केस. कंगवा बहुधा फिरला नसावा त्यातून कधी असे. अस्ताव्यस्त पसरलेले. बाजूलाच काठी. मी पायांना हात लावला. धन्यतेची अनुभूती. दुसरा शब्दच सुचत नाही. क्षणभरासाठी शरीरातून वीज चमकत गेलेली. त्यांनी चौकशी केली. मी शिक्षक असल्याचं सांगितलं. थोड्या वेळानं सहीसाठी कागद पुढे केला. तर ते म्हणाले, "शिक्षक आहात तुम्ही. सगळं नीट फिरून बघा. समजून घ्या. इथल्या शाळेपासून. मग पुन्हा भेटू. जाताना या. तेव्हा सही" मी आनंदवन पालथं घातलं. शाळेतल्या काही मुलांना माहीत होते तेवढे शिवाजी महाराज सांगितले. शाळा कसली ती. शाळा म्हणजे काही मुलं. त्या लेकरांना शिवाजी महाराज किती कळले माहीत नाही. अंगात धड कपडे नसलेली छोटी लेकरं ती. मनात येऊन गेलं, महाराजांचे सवंगडीही अशाच डोंगरदऱ्यांतले. जंगलातले. अशाच कपड्यातले. त्यांना तरी पहिल्यांदा शिवाजी महाराज समजले असतील का? त्यांचं ध्येय उमजलं असेल का? आज तरी ते किती जणांना समजलंय? उगाचच विचारचक्र सुरू झालं. परत येताना पुन्हा बाबांसमोर. आता पायावर डोक ठेवलं आणि हातात कोरा कागद दिला. त्यावर सही न करता त्यांनी तो परत केला. मी पाहात होतो तेवढ्यात त्यांनी 'करुणेचा कलाम' हातावर ठेवलं. उघडून पाहिलं. पहिल्याच लालभडक कागदावर निळी अक्षरं... बाबा आमटे! आजही ते पुस्तक माझ्यासाठी एखाद्या पारितोषिकासारखं. किंमत करता न येणारं.

पुढे मग आमटे कुटुंब समजत गेलं ते पापाकाकांमुळं. पापा उर्फ अजित पाटील. सांगलीतले एक वन्यजीव प्रेमी. जगदीश गोडबोलेंच्या 'इंद्रावती मोहिमे'त सहभागी झालेले. बाबांचे लाडके. माझ्यावरही घरच्यासारखं प्रेम करणारे. ५ डिसेंबर, २०१०. सकाळी सकाळीच प्रदीप सुतारचा निरोप. तो पापाकाकांचा निरोप सांगत होता. प्रकाशभाऊ आणि मंदाताई सांगलीत आल्या होत्या. त्यांच्या मुलाखतीला येण्याचा तो निरोप होता. मुलाखत इनाम धामणीत होणार होती, आणि संवादक होते अविनाश सप्रे. मी तो सगळा दिवस प्रदीपसोबत. मुलाखत गावच्या चौकात होणार होती. तिथल्या जिल्हा परिषदेच्या शाळेत धोंडिराम पवार नावाचा मित्र. त्याला मी मुलांसह यायला सांगितलेलं. मुलांनीही हे 'समर्पित सहजीवन' प्रत्यक्ष पाहावं, त्यांना ऐकावं हा हेतू. मुलाखतीनंतर भाऊ, मंदाताईंसह

आम्ही प्रदीपच्या चंद्रमौळी घरात. अंगणात तुळस, अंगण सारवलेलं. ते पाहून दोघंही प्रसन्न. त्या छोट्या घरात दही-धपाटे खातानाही तितकेच आनंदी. शेवटी आयुष्यभर आनंदच वाटत आले होते की ते. वारसा कुष्ठरुग्णांच्या जीवनात आनंदाची फुलबाग फुलविणाऱ्या बाबांचा. 'प्रकाशवाटा' तेव्हा नुकतंच बाजारात आलेलं. मी त्याच्या दहा प्रती घेतलेल्या. त्या दहा प्रतींवर मी ताई-भाऊंच्या सह्या घेतल्या. जवळच्या मित्रांना भेट देण्यासाठी. त्या सह्या करतकरत ते दोघे पापाकाकांशी आणि आमच्याशी गप्पा मारत होते. अगदी दिलखुलास. भाऊंची आणि मंदाताईंची स्वाक्षरी असलेलं ते 'प्रकाशवाटा' आता अनेक मित्रांच्या घरी. त्यांच्या आयुष्यवाटा उजळवून टाकण्यासाठी.

४ ऑगस्ट, २०१३. रात्री पापाकाकांचा आदेश. "सदानंदा, लगेच घरी ये, विकास आमटे आलेत." दहाव्या मिनिटाला मी काकांच्या दारात. विकासभाऊ... आनंदवनाचं प्रशासन पाहणारा माणूस. त्याला नवं रूप देणारा. विकासाच्या, उद्योगाच्या वाटेवर नेणारा. आता माझ्या पुढ्यात होता. रात्रीचे दहा वाजून गेलेले. काकांनी त्यांना माझी ओळख करून दिली. मस्त दिलखुलास गप्पा सुरू होत्या आणि अचानक ते उभे राहिले. चपलातून पाय काढत म्हणाले, "हे चप्पल घाल आणि एक फेरी मारून ये." मी बुचकळ्यात. काहीच समजेना. पण विकासभाऊंनी सांगितलं तसं केलं. तळव्यांनाही बरं वाटलं. अंगणातून एक फेरी मारून येऊन त्यांच्या पुढ्यात बसलो तर म्हणाले, "कसं मस्त वाटलं ना? हे चप्पल माझ्या आनंदवनातल्या कारागिरांनी तयार केलंय. आता ते सगळ्या जगभरात जातंय. आनंदवनातले लोक हात नाही पसरत कुणापुढे, ते इतरांच्या हातांना काम देतात. स्वतःच्या हातांकडून काम करून घेतात. तेही असं उत्तम दर्जाचं. एखाद्या नामांकित कंपनीला लाजवेल असं!" मी न पाहिलेल्या त्या हातांचा अभिमान विकासभाऊंच्या चेहऱ्यावर दिसत होता. घटना साधीच होती, पण खूप शिकवून जाणारी. बोटं झडलेले हातही अभिमानास्पद कामं करून दाखवतात हे सांगणारी. आपल्याला तर सगळी बोटं. आठवतात आपल्याला हातून घडलेली अशी अभिमानास्पद कामं?

विकासभाऊंना मी सांगत होतो, "राम मनोहर लोहिया यांनी १० जून, १९६६ रोजी एक पत्र बाबांना लिहिलं होतं. ते इंदुमती केळकरांकडून पाठवून दिलेलं. ते आनंदवनात कधी पोहोचलंच नाही. जीवनराव किर्लोस्कारांकडे ते आलं आणि तिथून माझ्याकडे." ऐकताच विकासभाऊ म्हणाले, "सकाळी मला त्याची झेरॉक्स देशील? खूप मोठा माणूस होता तो. त्यांनी काय लिहिलंय हे वाचायची उत्सुकता आहे मला." मी रात्री उशिरा घरी परतलो. पुन्हा सकाळी सातच्या ठोक्याला पापाकाकांच्या घरी. भाऊंच्या हाती लोहियांनी लिहिलेल्या

पत्राची प्रत दिली. ते वाचण्यात दंग. चष्म्याखालच्या बाहुल्यांत जाणवणारी चमक. मग जीवनरावांवरून पुन्हा गप्पांची मैफल. त्यांच्या आनंदवनातल्या आठवणी. जाताना त्यांनी आपल्या झोकदार सहीसह एक पुस्तक माझ्या हातावर ठेवलं. त्या बाकदार सहीखाली तारीख ५ ऑगस्ट, २०१३. पुस्तक सुचित्रा घोगरे-काटकर यांचं. नाव 'समाजभूषण बाबा आमटे.' घरात आलेलं बाबांचं ते दहावं चरित्र. त्यातल्या एका इंग्रजी चरित्रावर ते खुद्द बाबांची स्वाक्षरी! लेकीनं आणलेली. तिच्या भेटीच्या वेळी. लक्षात ठेवून.

३ जानेवारी, २०२०. सकाळपासूनच मी प्रकाशभाऊ आणि मंदाताईंसोबत. पापाकाकांचं घर म्हणजे आपलंच घर. दुपारी त्यांचा कुठंतरी कार्यक्रम होता. म्हणून मग सकाळी न्याहरी करत करत गप्पा. सोबत धाकटा श्रीकृष्ण. भाऊ आणि ताईंसोबतची त्यानं घालवलेली ही सकाळ आता त्याच्या आयुष्यभर स्मरणात राहणारी. त्या 'रिअल हिरो'सोबत त्यानं न्याहरी केलेली. गप्पा सुरू असतानाच मी माझी तीन पुस्तकं त्या दोघांच्या हातावर ठेवली. कहाणी शब्दांची, इन्कलाब झिंदाबाद आणि लक्ष्मी सेहगल यांची दैनंदिनी. मग पुस्तकांवर गप्पा. ताई तशा कमीच बोलणाऱ्या, भाऊंची सरबत्ती सुरूच. जितके साधे खादीचे कपडे अंगावर, तितकंच साधं, कसलाही दंभ नसणारं बोलणं. तीन पिढ्या खादीव्रत धारण करणारं बहुधा हे एकमेव कुटुंब असावं. त्यांनी लक्ष्मी सेहगलांविषयी जाणून घेतलं. मी त्यांच्या कसा संपर्कात आलो त्याविषयी त्यांना कुतूहल. त्यांच्या काही आठवणी सांगून मी त्यांचा निरोप घेतला. नंतरच्या कार्यक्रमाला शुभेच्छा देऊन मी शाळेकडे. देहानं शाळेत गेलो खरा पण मन मात्र तिथंच घुटमळत राहिलेलं. शाळेत गेल्यागेल्या मी माझ्या सहकाऱ्यांना भाऊ-ताईंच्या विषयी सांगत होतो. ते सगळे चकित झालेले.

सव्वा बाराला पापाकाका फोनवर. सरळ आदेशच. "सदानंदा, लगेच घरी ये. तुला भाऊंसोबत पुण्यापर्यंत जायचंय. त्यांना पुण्यात पोहचवून परत यायचंय. लवकर ये. ते तुझी वाट पाहताहेत." दीडला मी काकांच्या दारात. प्रदीप सुतार, सुहास पाटील आणि मी. आम्ही तिघे जाणार होतो. भाऊंना पुण्यात सोडून रात्री उशिरा परतण्यासाठी. सहज आठवलं, आज सावित्रीबाईंची जयंती. आज दिवसभर महात्माजींच्या 'अभयसाधका'चा सुपुत्र आणि सावित्रीची लेक सोबत असणार होती. त्या दोघांनी दाखवलेल्या वाटेवरूनच चालणारं हे जोडपं. त्यांच्या सहवासात संपूर्ण दिवस? कुठलं भाग्य हे? असा विचार करतच गाडीत बसलो. गाडी गावाबाहेर गेली आणि एक फोन आल्यानं प्रदीपनं ती सांगलीवाडीबाहेर थांबवली. एका प्रतिष्ठानची मुलं भाऊंना भेटायला येणार होती. आली. भेटली. म्हणाली, "भाऊ, आम्ही हिंदुत्वाचं काम करतो. आमचे ..... आणि तुम्ही

आमचे आदर्श आहात.'' भाऊ चटकन म्हणाले, 'तुमचा काहीतरी घोळ होतोय. गोंधळ झालाय तुमचा. तुमचे ..... हिंदुत्ववादी तर मी पक्का गांधीवादी. गांधींच्या विचारानं चालणारा. तसा प्रयत्न करणारा. तुमचा हिंदुत्ववाद आणि गांधीवाद ही दोन टोकं. मग एकाच वेळी आम्ही दोघेही तुमचे आदर्श कसे असू? आमचे दोघांचे विचार भिन्न, जगणं भिन्न!'' ते तरुण नमस्कार करून निघून गेले. आम्ही पुण्याकडे. भाऊंचं निराळंच रूप दिसलं. स्पष्ट बोलणारं. एखाद्याला भ्रमात न ठेवणारं.

अत्यंत स्पष्ट बोलणारे भाऊ गप्पांच्या फडात उतरले की कसे खुलतात हे त्या दिवशी अनुभवलं मी. ताई फक्त ऐकण्याचं काम करत होत्या. अधूनमधून एखादं वाक्य. गप्पा अनेक विषयांवर. कर्नल लक्ष्मी सेहगलांपासून ते दुटप्पी वागणाऱ्या एका महान साहित्यिकापर्यंत. त्या लेखकाच्या करामती ऐकून भाऊ थक्क. त्याचे पैसे मिळवण्याचे मार्ग, त्याची प्रत्यक्षातली विचारसरणी ऐकून त्यांचे डोळे विस्फारलेले. मग मी त्यांना काही लेखकांच्या गमती सांगितल्या. तसे ते खुलत गेले. मॅगसेसे पुरस्कारप्राप्त भाऊंना आपण इतकं खळखळून हसवू शकतो हा मला लागलेला नवा शोध. भाऊ सगळं विसरून मोकळे होत गेले. त्यांच्यातला निखळ साधेपणा आणि सच्चेपणाही मी परत एकदा अनुभवला. 'आपल्याला किंमत आहे ती बाबांच्या मुळं. त्यांच्या मानानं माझं काम काहीच नाही' हे किती सहजपणानं सांगितलं त्यांनी मला. भाऊंचं असं मनमोकळं रूप पहिल्यांदाच बघत होतो मी. वाटेत साताऱ्यात एका नव दाम्पत्याला भेटून आम्ही त्यांना पुण्यात सोडलं. थेट कार्यक्रमाच्या ठिकाणी. आठ वाजलेले. परतताना पुन्हा सातारा. आमच्या बाबुराव शिंदेंनी पंगतीचा लाभ दिलेला. त्यांचं भलं चिंतत रात्री अडीचला स्वगृही. अंतर्बाह्य बदलून. नवा विचार सोबत घेऊन. साधेपणाचा, सच्चेपणाचा संस्कार घेऊन.

बाबा, विकासभाऊ आणि प्रकाशभाऊ. तिघांच्या या आठवणी. खूप काही शिकवणाऱ्या. जगभरातले लोक यांचे भक्त. भक्त हा शब्द बाबांना आणि भाऊंना आवडत नसला तरी भक्तच. पण ही सगळीच माणसं साधेपणाचा आरसा असणारी. कामाचा डोंगर उभा करणारी. तरीही लव्हाळ्याइतकीच नम्र. ऐकीव भाकडकथांचा आधार घेत काही लोक बडबडत असतात त्यांच्याबद्दल. पण शेवटी त्या ऐकीवच गोष्टी. त्यांना अनुभवांची जोड नसतेच. अशा गोष्टी फक्त संभ्रमाची वादळं उठवतात. ती गैरसमज पसरवत जातात. पण अशी बिनबुडाची वादळं जशी उठतात, तशीच यथावकाश शमततातही. अशा वावटळींकडे लक्ष न देता अविरत काम करत राहण्याचा धडा या माणसांनीच तर घालून दिलाय. आपण कुठला रस्ता निवडायचा ते आपल्यालाच कळायला हवं.

लोकांच्या कामावर बोट ठेवत, गैरसमजाचं रान उठवत गेलं की एक दिवसापुरतं नाव होतं पण अशा गैरसमजात गुरफटून न जाता कामाशी निष्ठा ठेवली की लौकिक प्राप्त होतो. शेवटी धवल चारित्र्य, त्यानं उभं केलेलं काम आणि स्वच्छ हातांना मरण नसतंच. त्यांची कथा मग टिकून राहते, चिरंतन राहते. अशीच एक कथा आपल्या डोळ्यांदेखत उभी राहिली, हे आपलं केवढं संचित. ही कथा घडविणारे ते हात आपल्या आयुष्याला लागणं ही तर परिसस्पर्शाची अनुभूती. आणखी काय हवं? यांच्या स्पर्शानं ती अनुभूती घेता आली. चालण्याला दिशा मिळाली.

त्यांच्या कथांनी भुरळ पाडल्याचे ते दिवस. त्यांच्या कथांची नावंच नाही तर तिच्यातले संवादही पाठ असायचे तेव्हा. एवढं भांडवल दोस्त मंडळीत रुबाब दाखवायला पुरेसं असायचं. लेखकांना पत्रं लिहायची दांडगी हौस तेव्हा. बरं तेव्हा तनामनावर इतिहासाचाही पगडा. पत्रं लिहायचो त्यातला मायनाही ऐतिहासिक कालखंडातला. अक्षर तसं बरं. 'अखंडितलक्ष्मी अलंकृत सकलगुणालंकरण राजमान्य राजश्री श्रीमंत...' अशी सुरुवात असायची पत्रांची. माझ्या नावाच्या मुद्रेचे आणि मर्यादा मुद्रेचे स्टीकर्सही करून घेतलेले. अष्टकोनी नाममुद्रा. 'शिवचरणी तत्पर

सदानंद कदम निरंतर'. शेवटी 'मर्यादेयं विराजते'. लोकांनाही ते बरं वाटत असावं. काही मित्रांनी अजूनही ती पत्रं जपून ठेवलेली. असंच पत्र या कथाकारालाही लिहिलं. तोपर्यंत त्यांना कधी ऐकलं नव्हतं की पाहिलं नव्हतं. मात्र त्यांचे सगळे कथासंग्रह घरात. पत्र लिहिल्याच्या सातव्या दिवशी त्यांचं उत्तर. पोस्टकार्डवर एक डमरू. अक्षरही सुरेख. काळ्या रंगाची पायलट पेनमधून उतरलेली अक्षरं. नजर वेधून घेणारी. मजकूर ओठ विलग करणारा. शेवटी गुंडाळीवाली सही. हा लेखक इमारतींची रेखाटन करायचा. वास्तुविशारद. मुंबई महापालिकेच्या सेवेत होता. त्यांचं ते उत्तर वाचलं आणि यांच्यांशी माझी नाळ जुळणार हे नक्की झालं. हा सांगावा घेऊन पत्र घरी आलं ती तारीख होती २७ जानेवारी, १९८८ आणि मजकूर होता, ''प्रिय सदानंद, गोब्राह्मणप्रतिपालक सिंहासनाधीश्वर या चालीवरचा सणसणीत मायना वाचून मी रणशिंगाचं चित्र असलेलं कार्ड उत्तरासाठी शोधत राहिलो. असो. तुमच्या पत्रात तुम्ही मला खूप उंचावरचं स्थान दिलंत. उंच पोहोचलो की सगळा गाव दिसतो. पण माणसं लांब जातात. मला माणसातच राहू दे. अशाच कोणा सोनालीसाठी.'' शेवटच्या ओळीचा संदर्भ 'ठिकरी'मधल्या नायिकेचा.

वपु तेव्हा रोज भेटायचे कथांमधून. नंतर अधूनमधून येणाऱ्या पत्रांमधून. त्यांची पत्रं दोन कारणासाठी लक्षवेधी. एक म्हणजे ते 'उ किंवा ऊ' न वापरता 'अ'ला उकार द्यायचे. म्हणजे 'अ'ची बाराखडी लिहायचे. जुन्या कालच्या लेखनाची आठवण यायची. बखरींची. अशा लेखनाची जशी त्यांना हौस तशीच फोटो कट करून कार्डशीटवर लावण्याचीही. त्यांच्या सगळ्या पत्रात एखादं तरी चित्र असायचंच. पत्रं देखणी असायची त्यांची. सौंदर्यदृष्टी दाखविणारी. मी लेखकांची छायाचित्रं घेऊन पुढच्या भेटीत त्यावर त्यांची सही घ्यायचो. कधीतरी ही सारी मंडळी घराच्या भिंतीवर विराजमान करायची म्हणून. वपु भेटण्यापूर्वी असंच मी त्यांना एक छायाचित्र मागितलेलं. ते इकडे यायची शक्यता दिसत नव्हती म्हणून. त्यांचं असं छायाचित्र मी घेतलं नव्हतं म्हणून. त्यादरम्यान ते ऑस्ट्रेलियाला निघालेले. कथाकथनासाठी. तरीही परत येताच छायाचित्र देण्याचा शब्द देत त्यांनी मला लिहिलं होतं, 'प्रिय सदानंद, तुमच्या माझ्याबद्दलच्या भावना वाचून मी अस्वस्थ झालो. बमो, पुलं, रणजित इत्यादिकांचा मी भक्त आहे. ह्या सर्व मंडळींना तुम्ही देवस्थानी मानता. मग त्यांच्या पंक्तीत, त्यांच्याच एका भक्तानं आपली तसबीर लावण्याची अनुमती कशी द्यावी? माझा फोटो तुम्ही तुमचा मित्र म्हणून तुमच्या फोटोशेजारी लावा. इतर मोठ्या साहित्यिकांत नको.' असं म्हणत त्यांनी पुढे लिहिलं होतं, 'YOU HAVE THE MEMORY OF AN ELEPHANT'. खाली तीच गुंडाळीवाली सही आणि एक भला थोरला हत्ती! सोबतीला २ ऑक्टोबर, १९८९ ही तारीख. या पामराच्या स्मरणशक्तीचं इतकं कौतुक आजवर कुणी केलं नव्हतं. या पत्रातही 'अ'ची

बाराखडी होतीच.

'मला उंचावर चढवू नका, मला माणसातच राहू द्या' अशी इच्छा व्यक्त करणारा तो लेखक कथाकथनकार म्हणूनही गाजत होता. तेव्हा तर तो गाजत होताच पण आजही अनेकांच्या चारचाकीत तो कथा सांगत बसलेला असतो. आजच्या तरुणाईवरही त्याची भुरळ. अनेकांच्या भ्रमणध्वनीवर त्याचाच मजकूर. कधीकधी तर त्याचा नसलेलाही, पण त्याच्याच नावावर. मुलींचा तर त्याचावर भलताच जीव. चालू सहस्रकातल्या पहिल्याच वर्षीच्या २६ जूनला तो हे जग सोडून गेला तरीही. त्यांचं ते उत्तर वाचून मी त्यांच्या जास्तच प्रेमात पडलो. त्यांच्या पुस्तकांची आणि ध्वनिफितींची संख्या घरात वाढू लागली. आता ओढ लागली होती ती लेखकाच्या भेटीची. पत्रं जातच होती, त्याला उत्तरंही येत होती. अशाच एका पत्रात त्यांनी कळवलं, 'तेवीस डिसेंबरला येतोय तुमच्या गावात. पालिकेच्या नाट्यगृहात कथाकथनाची सुपारी घेतलीय'. मी खुशीत. तेवीस तारखेची वाट बघत. ते वर्ष होतं १९८९ आणि येणारा तो लेखक होता वसंत पुरुषोत्तम काळे.

अखेर वपु सांगलीत येण्याचा दिवस उगवला. कळलं होतं की ते एका हॉटेलवर उतरणार आहेत. हॉटेल रत्ना. पालिकेतलाच एक पॅथॉलॉजिस्ट त्यांचा वाचक होता. अण्णासाहेब करोले. त्याच्या गाडीवरून आम्ही सकाळीसकाळी 'रत्ना'वर. कळलं की ते आत्ताच रिक्षातून बाहेर पडलेत. "कुणाकडे गेलेत?" यावर उत्तर होतं, "सदानंद कदम नावाचा कुणी मित्र आहे, त्याच्याकडे जाऊन येतो म्हणालेत. आपण थांबा. तासाभरात परत येणार आहेत." आम्ही सुसाट घराच्या दिशेनं. शहरातले खड्डेबाज रस्तेही तेव्हा हायवेसारखे वाटत होते. ते थेट घराकडे जातील अशी अपेक्षाच नव्हती. घरी पोहोचलो तर दारातच चुलत बहीण उभी. तिच्या हातात एक बंद लिफाफा. म्हणाली, "भाऊ, कुणी एक माणूस आला होता तुला भेटायला. हे देऊन गेला तू नाहीस हे ऐकून." आम्ही कपाळावर हात मारला. लिफाफा उघडला तर आत एक फोटो. कट करून चिकटवलेला. आराम खुर्चीत रेलून बसलेले वपु आणि 'वपुंकडून सप्रेम' अशी अक्षरं. खाली तीच गुंडाळीवाली सही. पत्त्याचं स्टीकर. खाली तारीख २३१२१९८९. ही त्यांची पहिली भेट. हुकलेली!

मी दिवसभर अस्वस्थ. कथाकथन होतं संध्याकाळी पाच वाजता. त्यांच्या भेटीची ओढ लागलेली. त्या संध्याकाळी वपु भेटले. त्यांच्या कथाकथनातूनही आणि प्रत्यक्षातही. कार्यक्रम झाला आणि आम्ही पुन्हा मुक्कामाच्या ठिकाणी. 'रत्ना'वर. अण्णा करोलेनं कुठल्या तरी डॉक्टरांचा कॅमेरा मागून आणलेला. त्यानं फोटो काढले. मनातल्या लेखकाला भेटल्याच्या आनंदात तो निघून गेला. मला एवढं एकच महत्त्वाचं काम. वपु म्हणाले, "सदानंद, काही गडबड नाही ना? थांबता का

माझ्यासोबत?'' मला तरी दुसरं काय हवं होतं? ती रात्र मी वपुंसोबत गप्पा मारण्यात घालवली. वपुंनी माझी चौकशी करत आपलंसं केलं. त्या क्षणी त्यांच्याशी मैत्र जुळलं ते अखेरपर्यंत. त्यांच्या साऱ्या कथा तर मला पाठ होत्याच. आता तेही मला पाठ झाले. या भेटीची आठवण म्हणून एक कथासंग्रह दिला त्यांनी. त्यावर तीच काळ्या पायलट पेनाची अक्षरं. पुन्हा तशीच गुंडाळीवाली सही. मला ती सही खूप आवडलेली. पहिलं पत्र आलं तेव्हापासून. मी तिचा सराव केलेला. मित्रांना मी तशीच्या तशी करून दाखवायचो. वपुंना हे सांगितलं तर त्यांनी कागदच पुढे केला. मीही झोकात ती गुंडाळी काढून दाखवली. ते बघतच राहिले. त्यांनी चक्क मला मिठीतच घेतलं. काळजाशी धरलं. शेवटपर्यंत. आयुष्यातला तो काळ वपुंचा होता. त्यांच्या सगळ्या कथाकादंबऱ्यांनी कपाटातला एक कप्पा आजही अडवलेला. त्यांच्या आवाजातल्या कथांनी अनेकदा कान तृप्त केलेले. 'वपुर्झा' आणि 'पार्टनर'च्या ध्वनिफिती तर त्यांनीच मला दिलेल्या. पण वय वाढत गेलं तसं आवडही बदलत गेली. आता ती पुस्तकं कधीतरीच बाहेरची मोकळी हवा घेतात. वपु मात्र अधूनमधून काही ना काही ऐकवत असतात.

वपु पुन्हा भेटले ते ९३च्या अखेरीस. सांगलीतच. जिल्हा नगर वाचनालयात कथाकथनासाठी आले असताना. ऑक्टोबरमध्येच. चारसहा महिन्यांपूर्वीच त्यांना माझ्या लग्नाचं आमंत्रण धाडलेलं. कथाकथनाचे दौरे सुरू होते तेव्हा. ते परदेशी गेले होते. पण जाताना एक भलंथोरलं पत्र त्यांनी आशीर्वादासह पाठवलेलं. जोडीला नव्या कादंबरीचा अहेरही. लग्नातली ती सगळ्यात सुंदर आठवण. आजही जिवापाड जपलेली. त्या दिवशी मी बायकोसह वेलणकर हॉलमध्ये त्यांना ऐकण्यासाठी. तुफान गर्दी. सगळ्या खुर्च्या भरलेल्या. बाजूच्या रिकाम्या जागेतच नव्हे तर पुढेही माणसंच माणसं. कार्यक्रम संपला की भेटायचं ठरलेलं. आम्ही दोघं दुसऱ्या रांगेत. समोरच. त्यांनी माईक जवळ केला आणि समोर बसलेल्या आम्हा दोघांकडे बघत ताशा वाजवल्याची खूण केली. दोन्ही हातांनी. श्रोत्यांना काही कळेना. त्यांचं लक्ष वपुंकडेच. बायकोकडे बघत त्यांनी तिला 'जिंकलंस' या अर्थानं अंगठा केला आणि आपलं बोलणं सुरू केलं. आम्हा दोघांना हसू आवरेना. कथाकथनानं त्यांनी रसिकांची मनं जिंकलीच. नेहमीसारखी. पण आज त्यांनी पुन्हा मला जिंकलं होतं. कायमसाठी.

त्या रात्री मी त्यांच्यासोबतच होतो. मस्त गप्पा. सकाळी मी त्यांना एक विनंती केली. गुरू खिलारे या मित्राचा तेव्हा वेगळाच उद्योग होता. आजच्या 'श्रावण' भोजनालयाखाली. टेप रेकॉर्डर, रेडिओ आणि ध्वनिफिती विक्रीचा. 'खिलारे रेडिओ हाऊस'. या मित्रानं एकदा वपुंना घेऊन दुकानात यायला सांगितलेलं. मी त्यांना त्याबद्दल विचारलं. तो काळ त्यांच्या सेलीब्रिटी असण्याचा. त्यांच्या तारखांसाठी लोक हेलपाटे घालायचे. ते 'हो' म्हणतील की 'नाही' काहीच कल्पना नव्हती. पण

एका क्षणात वपुंचा होकार. 'चला, जाऊन येऊ' म्हणाले. कुठलीही कल्पना न देता आम्ही दुकानात. ते सालस पोरगं एकदम अवाक. दुकानातच घर आणि वहिनी माहेरी. त्याची एकच तारांबळ. मग तिथंच एक रंगलेली मैफल. त्याला भरभरून शुभेच्छा देत, दुकानासाठी काही नव्या कल्पना देऊन, चहा घेऊन वपु परत. कसलाही आव नाही की बडेजाव नाही. इतकी सहजता? जरा कुठे नाव झालं की किती नखरे करतात आजचे काही लोक. वपु मात्र शिखरावर असूनही जसे होते तसेच होते. शेवटपर्यंत.

इतकं सहज वावरणारा हाच माणूस पुढच्या काळात 'नियतीनं मला हरवलं' असं म्हणत होता. त्यांची सहचारिणी तेव्हा अबोल झालेली. त्यांची वाचा गेलेली. तरल मनाच्या या माणसानं काय भोगलं असेल तेव्हा... कल्पनाही सहन न होण्यासारखी. पण वपुंनी तेही दुःख पेललं. 'वाट पाहणारे दार' त्याची साक्ष. दुःखभरल्या लोकांना आयुष्यभर हसवत ठेवणारा, त्याचं दुःख हलकं करणारा हा माणूस. पण याचं दुःख पेलणारा 'भदे' त्यांना शेवटी भेटलाच नाही. त्यांनी लिहिलेल्या त्या दीर्घ कवितेत पानापानात त्यांची वसुंधरा भेटते. नजरेला दिसत राहते. त्या कवितेच्या सुरुवातीलाच त्यांनी लिहिलंय, 'काळ्याकुट्ट ढगांनाही कडा लाभते रुपेरी, माझ्या रुपेरी ढगांना कडा काळोखी बोचरी.' काळजात सलणारं ते दुःख घेऊन वावरणाऱ्या वपुंच्या चेहऱ्यावरचं हास्यमला पुन्हा कधी दिसलंच नाही. लेखनातून रजनीश विचार मांडणारे वपु अखेरच्या काळात ओशोला शरण झाले होते. त्यांनी सांगितलेलं तत्त्वज्ञान जगण्यात उतरवू लागले. वपुंची ती 'अर्धी राहिलेली कथा' आजही मला हलवून सोडते. 'डाव अर्धाच राहिला, शब्द विरूनिया गेले, शेवटच्या श्वासासंगे, जग सारे शून्य झाले'. ते वाचताना आजही मी निःशब्द.

आवडत्या लेखक कवींची, कलावंतांची अक्षरं आणि स्वाक्षरी घेण्याचा माझा जुना नाद. वपुंना तो माहीत होता. अधूनमधून ते नव्यानं पडलेली भर विचारायचे. एका गुणवंत मराठी अभिनेत्रीनं मला दोन तास ताटकळत ठेवून हस्ताक्षराला नकार दिलेला. तिची आई लेखिका. मी हा प्रसंग कळवला तर वपुंनी लिहिलं, "खंत वाटून घेऊ नका. तुम्ही तिच्याजवळ गेलात ते तिच्यात काही कला आहे म्हणून. कलावंताकडे जे गुण आलेले असतात, त्यामुळं लोक त्यांना ईश्वराच्या ठिकाणी मानतात. ती कला हा त्याचाच प्रसाद असतो. या बयेनं नकार दिला याचा अर्थ इतकाच की, तिचा अजून देव झालेला नाही. माणसाचे अवगुण आजही तिच्यात. याची खंत तिला वाटायला हवी, तुम्हाला नाही. तिचा नाद सोडा." किती छान समजूत घालणारं ते पत्र. त्याच गुंडाळीवाल्या सहीसह आलेलं. खूप शिकवून गेलेलं. नवी दृष्टी देऊन गेलेलं. पुढे एकदा मी 'मृत्युंजय'कार शिवाजी सावंतांना घेऊन कोल्हापुरात गेलेलो. केशवराव भोसले नाट्यगृहात कार्यक्रम होता. पाहुणे होते

सुरेश भट. ती अभिनेत्री तेव्हा कोल्हापुरातच एका चित्रपटाचं चित्रीकरण करत होती. भट तिचे आवडते कवी. त्यांना भेटण्यासाठी ती तिथं आलेली. 'मृत्युंजय'कारांनी तिला माझी ओळख करून दिली. मीही तिला मागच्या प्रसंगाची आठवण करून दिली. दिलगिरी व्यक्त करत ती म्हणाली, ''द्या मला कागद. तुम्हाला हवं ते लिहून देते मी.'' पण मी तिच्या हाती कागद नाही दिला. तिला 'नको' म्हणून सांगितलं. वपुंचं ऐकलं. तिचा नाद सोडला. कायमचा.

'दु:ख सजवत बसू नये, त्याला गोंजारत बसू नये' असं सांगून गेलेला हा माणूस. अखेरच्या काळात भेटी कमी झाल्या तसा पत्रांचाही ओघ आटला. पण त्यांच्या कथा त्यांची ही शिकवण आजही सांगत असतात. त्यांनी खूप काही दिलं मला. पण त्यापेक्षा वपुंनी भरभरून दिलं. श्रीमंत केलं. मैत्र कसं जपायला हवं हे वपुंनीच शिकवलं मला. त्यांच्या शब्दावर तर अनेकांना जिंकलं मी. अनेक जणींनाही. माझ्याभोवती सतत 'माणसां'ची दाटी राहिली यात अत्र्यांइतकाच वपुंचाही वाटा. जगणं आनंदाचं केलं या सगळ्या माणसांनी. सप्टेंबर १९९३ला त्यांनी पाठवलेली भेट अखेरचीच. एक ध्वनिफीत होती ती. कवी मंगेश पाडगावकर, प्राचार्य शिवाजीराव भोसले आणि वपुंच्या व्याख्यानांची. 'ओशो हाच महोत्सव' या नावाची. तिघंही रजनीश भक्त. रजनीशांच्या स्मृतिदिनी या तिघांनीही मुंबईत दिलेली ती तीन भाषणं. ज्यांच्या तत्त्वज्ञानाच्या आधारावर त्यांनी स्वतःला सावरलं, ते तत्त्वज्ञान त्यांनी माझ्यापर्यंत पोहोचवलं होतं. दु:खातही सावरणारं. 'माणूस' बनविणारं. काय मनात असेल त्या वेळी त्यांच्या? न जाणो उत्तरायुष्यात मला त्याचाच आधार लागेल असं वाटलं असेल का त्यांना? का मित्राचीही संध्याकाळ आनंदाची व्हावी असं वाटलं असेल? त्यांनाच माहीत. पण स्वत: संकटांशी झुंजत असताना त्यांनी माझी आठवण ठेवली होती. तेवढं मला रग्गड होतं. अशी काळजी घेणारा ज्येष्ठ मित्र लाभणं केवढं भाग्याचं. ते भाग्य मी आजही अनुभवतोय. त्यांची पत्रं वाचताना. त्यांना पुन्हापुन्हा ऐकताना.

दहावीत असताना त्यांचं लेखन पहिल्यांदा वाचलं होतं. तेही एक धडा म्हणून. ‘कोकणातील दिवस’ हा तो धडा. सांगली हायस्कूलच्या गोड गळ्याच्या विजया पाटीलबाईंनी तो आम्हाला शिकवलेला. कोकणातले ते दिवस आमच्या नजरेसमोर उभे केलेलं. तोपर्यंत कोकण पाहिलं होतं ते चित्रातच. या लेखकानं तिथला निसर्ग आणि तिथली माणसं साक्षात आमच्या पुढ्यात उभी केली होती. कोकणच्या प्रेमात पडायचं हेच पहिलं कारण. जबरदस्त. पुढच्या तीनचार वर्षांत त्या लेखकानं माझं अवघं वाचनविश्व कवेत घेतलं. त्यांची मिळतील ती पुस्तकं मी वाचू लागलो.

त्यासाठी नगर वाचनालयात नंबर लावावे लागायचे तेव्हा. हा लेखक मला दैनिकांच्या रविवार पुरवण्यांतही दिसायचा. त्यांचे शब्द कसे लोभसवाणे, रसाळ. त्यांची मोहिनी आजही कायम. छोट्याछोट्या वाक्यांमधून संपूर्ण माणूस उभा करायचे ते. त्यांच्या शब्दांनी अनेक लेखक माझ्या आयुष्यात आणले.

त्यांना माझं पाहिलं पत्र गेलं ते २६ जानेवारी, १९९१ रोजी. मधल्या काळात मला नोकरी लागलेली. या लेखकाच्या लेखणीइतकंच शांताबाईंच्या कोळीगीतांनी मला वेड लावलेलं. दोघांनीही कोकणची ती परशुराम भूमी आयुष्यात आणलेली. तेव्हा माझ्या हाती गाडी आली होती. एम. एटी. हप्त्यावर घेतलेली. ती घेऊन मग आठ-दहा वेळा कोकणात जाऊन आलो मी. त्या लेखकाचं ते 'उपळे' गावही पाहिलं. पहिल्यांदा. हे सगळं त्यांना मी पत्रात लिहिलेलं. सोबत माझी ओळख. आणि त्यांचं उत्तर यावं म्हणून माझ्या आणि वपुंच्या मैत्रीचा दाखला. त्यांचं पत्र आलं ते ४ फेब्रुवारी, १९९१ला. 'तुमच्यासारख्या रसिकाशी अक्षरसेतूच्या माध्यमातून संवाद करता आला, त्याने सुख लागलं' असं लिहून त्यांनी माझं कौतुक केलेलं. वपुंसारखा 'माणसांचा मोठा लोभी आणि तरबेज, बहाद्दर लेखक' माझा मित्र झाल्याचा आनंद व्यक्त केलेला. ते त्यांचेही मित्र होतेच. 'अवघ्या पंचवीस वर्षांचा, देखणं हस्ताक्षर असलेला एक प्राथमिक शिक्षक दीड हजार पुस्तकांना घर उपलब्ध करून देतो, ही अपूर्व बाब आहे.' असं लिहून त्यांनी 'आपली भेट होणार आहे' असा विश्वासही व्यक्त केलेला आणि आपले आई-वडील प्राथमिक शिक्षक होते याचा अभिमानही. खाली सही होती... रवींद्र पिंगे!

माझा त्यांचा पत्र व्यवहार सुरू झाला तो असा. एका व्याख्यानासाठी ते मिरजेत येणार होते. २९ मे, १९९२ रोजी. 'आयुष्यातलं आनंददायक, आल्हाददायक' हा विषय आणि स्थळ खरे वाचन मंदिर. मला तसं त्यांचं पत्र आलं. त्या भाषणावेळी मी पिंगेंना याची देही याची डोळा पहिल्यांदा पाहिलं. पहिल्या क्षणी जाणवलं ते त्यांच्या चेहऱ्यावरचं ओसांडून वाहणारं समाधान. तृप्त आणि शांत चेहरा. बोलणंही तसंच. त्या भाषणात त्यांनी अशाच तृप्तीच्या, आनंदाच्या क्षणांची उधळण केली. दुसऱ्या दिवशी मी त्यांना माझ्या घरी आणलं. माझ्या वडिलांशी कितीतरी वेळ ते बोलत बसले होते. पहिल्याच भेटीत त्यांनी घरातल्या सगळ्यांनाच जिंकलं होतं. मी तर दहावीपासूनच त्यांचा झालो होतो. तेव्हा मला त्यांचं 'शतसंध्या' पुस्तक हवं होतं. ते मिळत नव्हतं. मी त्यांना ते मागितलेलं. त्यांच्याकडेही ते नव्हतं. मी त्याची झेरॉक्स काढण्यासही तयार होतो. ते मुंबईला परतले आणि चारच दिवसात त्यांचं पत्र आलं. ते किती वेगळा विचार करत होते, याचा दाखला देणारं.

कोणताही लेखक स्वत:च्या पुस्तकाची तोंड फाटेपर्यंत स्तुती करत असतो असा आजवरचा अनुभव. यांनी लिहिलं होतं, ''शतसंध्या' झेरॉक्स करू नका. ते

इंटरेस्टिंग पुस्तक आहे, ग्रेट नव्हे. सध्याच्या महागाईत तर असे पैसे कशासाठी खर्च करता? माणसं महागाईनं मेटाकुटीस आली आहेत. माझ्या पत्नीने दोन लहान टोमॅटो प्रत्येकी सव्वा दोन रुपये या भावानं साडे चार रुपयांना आणले! दोन लहान टोमॅटोला साडेचार रुपये आणि राव, तुम्ही झेरॉक्सच्या गोष्टी करता! असं करू नका. साहित्यावर प्रेम विवेकानं करा. चांगल्या जागेत राहायला जा.'' मी तेव्हा दहा बाय दहाच्या एका खोलीत दीड हजार पुस्तकांसह पाच जणांसह राहत होतो. ते त्यांनी पाहिलं होतं. तसं ते अनेकांनी पाहिलं होतं. पण इतक्या काळजीनं लिहिलं होतं ते पिंगे यांनीच. त्यांनी तेव्हा झेरॉक्स काढू न दिलेलं पुस्तक मला परवा रद्दीत मिळालं. अवघ्या पन्नास रुपयांना. बरोबर वीस वर्षांनी.

या भागात व्याख्यानाला आले की पिंगे उतरायचे ते स्टेशन रोडवरील 'आश्रय' लॉजवर. मग आमची फेरी सगळ्या गावातून व्हायची. माझ्या एम. एटी. वरून. हॉटेलात साधा चहा घेतला तरी ते बिल स्वत: द्यायचे. म्हणायचे, ''मी ज्येष्ठ आहे आणि ज्येष्ठांनी बिल भागवायची आपली रीत आहे.'' ही रीत त्यांनी अखेरपर्यंत सांभाळली. शब्द ज्याच्यावर लुब्ध होते असा नितळ मनाचा माणूस. त्यांचे कसलेही नखरे नसायचे. कुठलीही मागणी नसायची. लेखनाइतकाच स्वच्छ आणि निर्मळ मनाचा गडी. मिळेल त्यात समाधान, कुणावर जळणं नाही. मत्सर तर अजिबात नाही. दुसऱ्याच्या यशाचा हेवा नसणं हे लेखक मंडळीत फारच दुर्मीळ. रेडिओत असताना ते रोज एक कविता कवीच्या तोंडून ऐकायचे. त्यासाठी त्याच्याकडून चहाही घ्यायचे. कवी कोण तर मंगेश पाडगावकर! आकाशवाणीत राहून आणि मर्ढेकर, पुल, पाडगावकर यांच्यात रोज वावरूनही त्यांच्या 'अहं'चा पतंग कधी वाऱ्यावर भरकटला नाही. त्याचे दोर पिंगेंनी सदैव हाती ठेवले. सारंच अद्भुत. त्याचा अनुभव मी त्यांच्या सहवासात अनेकदा घेतला. माझं नवं घर झालं त्यानंतर ते माझ्याकडेच उतरायचे. माझं ऐसपैस घर झालं याचा माझ्यापेक्षा त्यांनाच जास्त आनंद झाला होता. माझ्या घरातल्या त्यांच्या वावरण्यातून तो जाणवायचा मला.

पिंगेना चमचमीत सामिष जेवण आवडायचं. त्यासाठी मोठंच हॉटेल पाहिजे असा आग्रह नसायचा. काँग्रेस कमिटीसमोरचं पांडुरंग शिंदेंचं खोकंही चालायचं. भरचौकात त्या बाकड्यावर बसून दोघांनी कित्येकदा हाडं फोडली, माशांच्या अंगातले काटे काढून दूर फेकले. त्यासाठी प्रतीक्षाही केली. शेजारच्या चबुतऱ्यासारखी. मला कळतं तेव्हापासून तो बिचारा चबुतरा इंदिराजींची वाट बघतोय. इंदिराजी आणि त्यांची अमेरिकन मैत्रीण डोरोथी नॉर्मन यांच्या पत्रव्यवहाराबद्दल पहिल्यांदा ऐकलं ते तिथंच. त्या चौथऱ्याच्या साक्षीनं. पिंगेंच्या तोंडूनच. १ मे, १९९६ला मी त्यांचं एक व्याख्यान सांगलीत ठेवलेलं. 'माझ्या प्रवासाची कथा'. तिथंही त्यांनी या डोरोथी नॉर्मनच्या आणि इंदिराजींच्या जगावेगळ्या मैत्रीबद्दल सांगितलं होतं. शिंदेंच्या

खोक्यासमोरील त्या बाकड्यावर बसून असे अनेक विषय ऐकले मी.

त्या काळात पिंगे या भागात आले की माझ्याकडे यायचेच. कधी मी ते असतील तिथं जायचो. अगदी कऱ्हाड, साताऱ्यापर्यंत मी गेलो होतो. ते सांगलीत आले की एक संध्याकाळ खास माझ्या मित्रांसाठी राखून ठेवायचे. मनसोक्त गप्पा. अनेकांच्या आठवणी सांगायचे ते. अगदी मनापासून. अनेक मोठी माणसं त्यांनी अशा गप्पांमधून आमच्यासमोर उभी केली. त्यांच्यावरची पिंगेची श्रद्धा जाणवायची त्यांच्या बोलण्यामधून. बरं हे सारं करताना अपेक्षा काय? तर फक्त वाफाळलेल्या चहाचे कप. पिंगेनी मला असं खूप सांगितलं. मर्ढेकर आणि त्यांची पंजाबी बायको होमाय दस्तूर, राघव आणि तिच्यासह केलेली साताऱ्यातल्या मर्ढे गावची फेरी. तिथलं 'सावित्री सदन'. मर्ढेकरांची इच्छा म्हणून त्यांच्या मागं त्या पंजाबी बाईनं राघवला आय. एफ. एस करणं... त्यांची सोबत सुखावह वाटे ती त्यासाठीच. सतत नवं, वेगळं आणि अचंबित करणारं कानावर पडायचं. त्यांच्या सोबतीनं मी त्यांचं कोकणातलं उपळ्याचं घरही पाहिलं. दुसऱ्यांदा. तिथं त्यांच्यासोबत मुक्कामही केला. खाडीतल्या माशांची चव चाखली. त्या दिवशी रात्रभर गप्पा. 'उपळ्यातले ते दिवस' जणू पिंगे पुन्हा अनुभवत होते तेव्हा. त्यांच्या त्या समाधानी चेहऱ्यावर मला ते सारं दिसत होतं. पिंगेनी माझ्यासमोर त्यांचं बालपण, गरिबीतले ते दिवस उभे केलेले. माझीही काही वेगळी अवस्था नव्हती. दोघांचेही वडील शिक्षक. तोही एक धागा होताच. ते सांगलीत आले की मी त्यांना गाडीवरून सांगली फिरवायचो. 'माझं गाव' दाखवायचो. त्या दिवशी असेच भटकत होतो. पंचमुखी मारुती रस्त्यावरून. वाटेत 'कथाकार' श्रीदांचं घर. ते मी त्यांना दाखवलं. त्यांनी त्या घराकडे पाच मिनिटं पाहिलं. ते घर मागं गेलं तसं त्याच्याकडे बघत पिंगेंनी श्रीदांचे आणि शांताबाईंचे अनेक किस्से सांगितले. त्या दोघातलं जिव्हाळपण आणि पिंगेंचं सांगणं. सगळं दृश्य कसं नजरेसमोर लख्ख उभं. आत्ताही. 'कथासूर्य' श्रीदा आणि 'शब्दव्रती' शांताबाई नव्यानं समजत गेल्या.

त्या सकाळचा पहिला चहा सेना महाराज मंदिराजवळच्या नाना कुंभोजकरांच्याकडे. साहित्य विश्वाची खबरबात घेऊन मग थेट गणपती मंदिर. आज पिंगेंना पाहायचा होता मास्टर दीनानाथांचा 'बलवंत'. दीनानाथ चाळीजवळच्या छत्रे वाड्यातून गणपती मंदिरात आलेला. चौथरा शिल्लक असला तरीही. माझ्या शाळेमागंच 'बलवंत' स्टुडिओ आणि थिएटर. दीनानाथ मंगेशकर आणि विश्राम बेडेकरांची कर्मभूमी. तिथं गणपतराव मोहिते तथा मास्टर अविनाशांचा वावर तर सततचाच. ते तर दीनानाथांची सावलीच. त्यांच्याकडून ते दिवस अनेकदा ऐकलेले, ध्वनिमुद्रित केलेले. बेडेकर आले असताना त्यांनीही त्यांचं मंदिरासमोरचं राहण्याचं ठिकाणही दाखवलेलं आणि तिथून टिळक चौकापर्यंत लताला आपण कशी सायकल शिकवली तेही सांगितलेलं.

लता सायकल चालवत असल्याचं दृश्य आजही तिथून जाताना मला दिसतं. चालणं मंदावतं. हेच सारं सांगत सांगत मी पिंगेंना बलवंतच्या चौथऱ्यावरून फिरवत होतो. स्टुडिओचा फक्त पायाच शिल्लक होता. सगळी पडझड झालेली, कुसळं उगवलेली. पण पिंगेंच्या नजरेत चित्रीकरण चाललेलं. मला ते दिसत होतं. त्यांच्या डोळ्यात निराळीच चमक. बलवंतची एकुलती एक पडकी भिंत कशीबशी उभी. अडीचतीन फूट उंचीची. तिला एक तिकीट खिडकी. तेवढीच कशी बरी राहिली होती कुणास ठाऊक? बाकी सगळी भिंत ढासळलेली. पिंगेंनी त्या खिडकीतून हात आत सरकवला, पुन्हा बाहेर काढला. दोनतीनदा असं केलं. न बोलता. माझी नजर त्यांच्या चेहऱ्यावर. त्यांच्या पापण्यांच्या कडा ओलावलेल्या. मी नि:शब्द तर पिंगे अबोल. कुठं तरी हरवलेले, गतकाळात गेलेले. बहुधा त्यांच्या डोळ्यांसमोर 'बलवंत'मधील लगबग सुरू असावी. मास्टर दीनानाथ, मास्टर अविनाश आणि त्यांच्या हालचाली ते टिपत असावेत. त्यांच्या डोळ्यांतील बाहुल्या तशा हलताना दिसत होत्या मला. रवींद्र रामचंद्र पिंगे नावाचा देह तिथे नव्हताच त्या क्षणी.

भूतकाळात हरवलेल्या त्यांच्या हळव्या मनात त्या क्षणी काय असेल? दीनानाथांचा पल्लेदार जरतारी आवाज, दिग्दर्शन करताना सूचना देत असलेले विश्राम बेडेकर की गणपतराव मोहित्यांचा लाघवी अभिनय? किशोरवयातल्या गानसम्राज्ञीचा अल्लड वावर की आणखी काही? देवाला डोळे. माणसानं काळावर मात करण्याचा, त्याच्या पुढे पाऊल टाकण्याचा कितीही प्रयत्न केला, तरी भूतकाळाची ओढ आणि जुन्या आठवणी त्याला स्वस्थ बसू देत नाहीत. गतकाळातले सुखाचे क्षण त्याला पुन्हापुन्हा अनुभवावेसे वाटतात. याचा तो लखलखीत दाखला होता. माझ्या काळजावर उमटलेला, माझ्यासोबत कायम राहणारा. पिंगे असे कायमचे घर करून राहिलेत माझ्या मनात. कधी काळी पाठ्यपुस्तकात वाचलेला हा लेखक पुढच्या आयुष्यात माझ्यावर सावली धरेल असं वाटलंही नव्हतं मला. पण ते घडून आलं होतं. माझं भाग्य उजळलं होतं. माझं पहिलं पुस्तक निघालं ते त्यांच्यामुळंच. एवढंच नाही तर त्या पुस्तकाचं संपादनही केलं ते त्यांच्याच लिहित्या हातांनी. कुठल्या जन्मीचं भाग्य हे?

त्या काळात महाराष्ट्र शासनाच्या शिक्षण खात्यानं एक परिपत्रक काढलेलं. मूल्यशिक्षणाच्या तासाबाबत. त्याची रूपरेषाही दिलेली. पण त्यासाठीचा मजकूर शिक्षकांकडे नव्हता. म्हणून मी 'आज दिनांक' नावाचं एक सदर सलग दोन वर्षं दैनिक पुढारीत लिहिलेलं. त्याची सुरुवात झाली ती नोव्हेंबर १९९७ मध्ये. दैनिकात असा प्रकार मी प्रथमच सुरू केला. जानेवारी १९९८ पासून तो अनेकांनी उचलला. ते सदर पिंगेंनी वाचलेलं. ते म्हणाले होते, "अरे, हे लवकरच बंद करशील तू. रोज सदर लिहिणं ही खायची गोष्ट नाही. मी आठवड्यातून एकदा लिहितो तर मेंदू

थकतो माझा. तुला हे जमणार नाही. मधेच हे बंद पडणार हे लिहून ठेव.'' मग तर मी ते इर्ष्येनं चालवलं. सलग दोन वर्षं. तर या माणसानं आपली पराभव चक्क मान्य केला माझ्यासमोर. इतकंच नाही तर ते सगळं बाड त्यांनी दिलीप माजगावकरांसमोर नेऊन ठेवलं. त्यावर आपला संपादकीय हात फिरवला आणि माझं पहिलं पुस्तक चक्क 'राजहंस'कडून हाती दिलं माझ्या. नव्या घराची वास्तुशांती झाली १० ऑगस्ट, २००१ रोजी आणि माझं हे पहिलं पुस्तक हाती आलं ते सप्टेंबर २००१ मध्ये. सोबत 'नवी वास्तू तुला लाभली. ती लाभदायकच ठरणार, हा माझा शब्द' असा आशीर्वाद देणारं पिंगे यांचं पत्र. आणखी काय हवं आयुष्यात?

लिहित्या हातांचा तो आशीर्वाद खरा ठरला. त्या पुस्तकाच्या तर अनेक आवृत्त्या निघाल्याच शिवाय या घरानं पुढचीही सारी पुस्तकं बघितली. ती पाहायला पिंगे नव्हते ही खंत मात्र कायम माझ्यासोबत येणारी. एक लेखक आपण शाळेत असताना अभ्यासतो. त्याची ओळख होते. वयाचं अंतर गळून पडत त्याच्याशी मैत्री होते. तो आपल्या आयुष्यात सावलीसारखा येतो. आपल्या पाठीशी उभा राहतो. आपल्याला लिहितं करतो. हे सगळंच अद्भुत वाटावं असंच. पण त्यापेक्षाही त्या माणसानं दिलेलं प्रेम आणि माया, आपुलकी आणि विश्वास याची किंमत कशात करायची? हा माणूस माझ्या आंनदात सहभागी झालाच पण आपल्या आनंदाचे क्षणही त्यानं माझ्यासोबत वाटून घेतले. आपण आजोबा झाल्याचं आणि नातवाचं नाव 'तन्मय' ठेवणार असल्याचं किती आपलेपणानं कळवलं होतं त्यांनी. आयुष्यभर सगळ्यांना आनंद वाटत राहिलेला हा लेखक होता. आजही त्यांची पुस्तकं तोच आनंद वाटत असतात. निखळ आणि निर्भेळ आनंद. आपण गेल्यानंतरही आपल्या शब्दांच्या बळावर अनेकांच्या जीवनात आनंदाची कारंजी फुलवणारा हा कोकणातला माणूस. खरं तर तो केवळ एक 'माणूस' नव्हता, लेखक नव्हता. तर ते होतं एक 'आनंदाचं झाड!' टवटवीत आणि तजेलदार. त्याची सावली मी आजही अनुभवतोय.

जुन्या पुस्तकवाल्यासमोर ठाण मांडून बसण्याची सवय खूप वर्षांपासूनची. साधारण १९९० पासूनची. तिथं अनमोल ऐवज मिळतो हे ती विकणाऱ्या महावीर रांगोळेंनी अनेकदा सिद्ध केलेलं. त्यांना आम्ही 'आप्पा' म्हणतो. ते पुण्याहून किलोवर रद्दी विकत घ्यायचे. पण फक्त पुस्तकांची. त्यातीलच पुस्तकं फुटपाथवर मांडून ते विकत असायचे. खूप वर्षांपासून. आजवर खूप जडावाचे दागिने त्यांनी माझ्या खजिन्यात जमा केलेत. स्वतः लक्ष्मीबाई टिळकांनी स्वहस्ताक्षरात संदेश-स्वाक्षरीसह भेट दिलेल्या 'स्मृतिचित्रे'पासून. चरित्रकार धनंजय कीरांचं चरित्र त्यांच्याच सहीसह

पिंपळपान

दिलं ते आप्पांनीच. त्यांचा माझ्यावर खूप जीव. त्यांची दोन्ही मुलं माझ्यासोबत वाढलेली. तेही कारण असेल कदाचित. पण मला दाखवल्याशिवाय ते पुस्तकं मांडतच नाहीत. मित्र माझा सात्विक हेवा करतात, त्याचं हेही एक कारण. १९९६च्या मार्चमध्ये त्यांनी असंच एक पुस्तक हातावर ठेवलं. घरी येऊन उघडलं तर त्यात एक पोस्टकार्ड. साताऱ्यातल्या ओगलेवाडीतून ९ ऑक्टोबर, १९६१ रोजी कुणा 'प्रिय विशुभाऊ'ला लिहिलेलं. पत्त्याच्या बाजूला कागद लावलेला. त्यामुळं हे विशुभाऊ कोण हे समजत नसलं तरी पत्रलेखक मी ओळखलेला. अक्षरं आणि ओगलेवाडी या शब्दावरून. लेखकांची हस्ताक्षरं जमविण्याचा छंद कामी आला होता. हे अक्षर संग्रहात नसलं, तरी पाहिलेलं होतं. ते पत्र आजही माझ्याकडे. ऐवज.

ते पत्र होतं नियतीला रंध्रारंध्रात टिपणाऱ्या एका हळव्या मनाच्या लेखकाचं. सहीही होतीच त्यांची त्यावर. या लेखकाला मी अनेकदा पाहिलेलं. ऐकलेलं. दर वर्षीच्या मकर संक्रांतीला तर हमखास. औदुंबरला. अगदी १९८० पासून ते आजअखेर. 'सदानंद साहित्य संमेलना'च्या व्यासपीठावरची एक खुर्ची त्यांच्यासाठीच राखून ठेवलेली असायची. संमेलनाचे अध्यक्ष दर वर्षी नवे. सदानंद साहित्य मंडळाच काम तेच बघायचे. दर वर्षीचे पाहुणे तेच आणायचे. मुंबई-पुण्याहून. त्यांच्यामुळंच मराठीतले अनेक नामवंत त्या छोट्याशा गावात आलेले. अशा पाहुण्यांसोबत, कवी सुधांशूंच्या आणि म. भा. भोसलेंच्या बरोबरीनं ते व्यासपीठावर दिसायचे. थोडंफार बोलायचेही. संमेलनाचे दोन दिवस संपले की ते पुन्हा मुंबईत. कामासाठी. तेव्हा ते होते 'मौज'मध्ये. अनेक प्रतिभावंतांच्या शब्दांना कोंदणात बसविण्याचं काम ते करायचे. स्वतःही लिहायचे. अप्रतिम. खिळवून ठेवणारं. त्यांच्या एका पुस्तकाचं नाव घेतल्याशिवाय त्यांचं नाव उच्चारलंच जात नसे तेव्हा. आजही. आपल्याच पुस्तकाचं नाव ज्याला पदवीसारखं कायमचं चिकटलं असा हा लेखक. 'डोह'कार श्रीनिवास विनायक कुलकर्णी.

श्रीनिवास विनायकांचं ते पत्र जपून ठेवण्याची दोन कारणं. एक म्हणजे त्यांचं हस्ताक्षर आणि दुसरं म्हणजे त्यातला मजकूर. 'आपल्या पाठीमागचा रस्ता बदलून गेला आहे. तिथं उभ्या राहणाऱ्या विजेच्या खांबांच्या नशिबात रस्त्याचे पहिले रूप पाहायचे नव्हते.' एका साध्या घटनेलाही केवढं नवं रूप दिलं होतं त्यांनी. जाणवत होतं ते. दुसरं म्हणजे त्या मजकुरात माझं श्रद्धास्थान असलेल्या गोनीदांचा उल्लेख. 'बारा ऑक्टोबरला गो. नी. दांडेकरांसोबत लोहगडला जात आहे. सोबत ती. सौ. नीराताई, पु. ल. देशपांडे, सौ. सुनिता देशपांडे आदी आहेत.' ते पत्र होतं माझ्या जन्माआधी चार वर्षांपूर्वीचं. उशिरा जन्माला आल्याची खंत पहिल्यांदाच वाटली तेव्हा. १२ ऑक्टोबर, १९६१ या दिवशी मी लोहगडी होतो, असं स्वप्न पुढे

कित्येक दिवस मी पाहत होतो. दिवसाही. काय गप्पा झाल्या असतील त्यांच्यात? आप्पांनी यांना काय सांगितलं असेल? पुलं काय म्हणाले असतील? श्रीनिवास विनायक काही बोलले असतील का? का नेहमीप्रमाणे शांतपणे सगळ्यांचं ऐकत बसले असतील? नाना विचार. पत्रातल्या त्या चार ओळींनी मला असं सतावलं होतं. पुढचे कित्येक महिने.

२०००चं औदुंबरातलं साहित्य संमेलन. निसर्गऋषी मारुती चितमपल्ली अध्यक्ष होते. त्यांच्या हस्ते अण्णांच्या 'कोरडी भिक्षा'चं प्रकाशन झालं. 'अण्णा' हे श्रीनिवास विनायकांचं घरातलं, औदुंबरातलं नाव. मी त्या प्रतीवर अण्णांसह चितमपल्ली, अशोक जैन, म. द. हातकणंगलेकर, वासंती मुझुमदार, सखा कलाल, म. भा. भोसले आणि सुधांशूंच्या सह्या घेतलेल्या. एक नवा जडावाचा दागिना संग्रहात आल्याचं सुख. अमाप. श्रीनिवासअण्णांचं नवं पुस्तक. त्या दिवशी मी अंतराळी चालत होतो. पण तिथं औदुंबरात अण्णांशी फारसं बोलणं व्हायचं नाही. मी संमेलनाध्यक्षांचं भाषण ध्वनिमुद्रित करण्यात गुंतून असायचो. दर वर्षीचा माझा उद्योग. तेव्हा मी जिल्ह्यातल्या प्रतिभावंतांच्या घरावर सदर लिहीत होतो. त्यासाठी मी त्यांच्या घरांची छायाचित्रं घेतलेली. २२ डिसेंबर, २००७ला 'स्मरणयात्रा' या सदरांत त्यांच्यावर लिहिलेलं. त्यांना ते आवडलं असल्याचं मला 'रावा'च्या राहुल कुलकर्णीनं फोन करून सांगितलेलं. तो त्यांच्या घरातलाच. पुन्हा मी त्यांच्यावर लिहिलं ते ३० मे, २०१९ रोजी. ते 'पिंपळपान' त्यांना आवडलं असावं. पुढच्याच महिन्यात एका दुपारी अरुण दांडेकरांचा फोन. 'अण्णा एका लग्नाला सांगलीत आले होते. तुझी आठवण काढली. बोलायचंय म्हणालेत. बोल त्यांच्याशी.' मी 'नमस्कार अण्णा' म्हणालो तर कानावर शब्द. 'सदानंद, तुम्ही मला खूपच चांगलं करून ठेवलंत. चढवून ठेवलंत. खूप आभारी आहे मी तुमचा. भेटू या लवकरच.' मी कधी येऊ? असं विचारलं तर उत्तर, 'मी पुण्याला निघालोय. कऱ्हाडात आलो की अंदाज घेऊन या'.

श्रीनिवास विनायकांचं 'बरं लिहितोस' हे वाक्य मला खूप आनंद देऊन गेलं. त्यांचे असे शब्द कानावर पडणं यासारखा सन्मान नाही. त्यात ते 'मौज'चे. तिथली टाळी मिळणं म्हणजे साहित्य अकादमीच. डिसेंबरात ते कऱ्हाडातच आल्याची कुणकुण लागली. सातारच्या माझ्या मित्राला... बाबुराव शिंदेंनाही त्यांना दंडवत घालायचा होता. मग तिकडून ते त्यांच्या मित्रांसह आणि सांगलीहून मी, सोबत धोंडिराम पाटील असे एकत्र आलो. कऱ्हाडात. तारीख होती २४ डिसेंबर, २०१९. दुपारी तीनच्या दरम्यान आम्ही कोयना कॉलनीत. अण्णांच्या दारात. काकूंनी आणि अण्णांनी स्वागत केलं. पुढचे सहा तास केवळ आनंद. भरभरून आनंद. मनसोक्त गप्पा. अनेक आठवणी. कितीतरी प्रतिभावंतांना अण्णांनी त्या बैठकीत उभं केलं

आमच्यासमोर. माझी 'कहाणी शब्दांची' अण्णांच्या हातावर ठेवलं आणि पायावर डोकं. त्या क्षणी जे वाटलं ते शब्दांत मांडता न येणारं. काहीतरी वेगळीच लहर अंगातून सळसळत गेलेली. फक्त अनुभवण्यासारखीच. माझ्या वडलांनाही मी 'अण्णा'च म्हणायचो. 'कहाणी शब्दांची' पाहायला ते नव्हते. श्रीनिवास अण्णांच्या पायावर खाऱ्या पाण्याचे दोन थेंब.

श्रीनिवासअण्णा त्या दिवशी खूप भरभरून बोलले. अनेक विषय, अनेक माणसं. काही स्वत:विषयी, स्वत:च्या लेखनांविषयी. तर बरचंस नव्यानं लिहिणाऱ्या जाणत्यांविषयी. 'सुसरीचे दिवस' वाचून गदिमांनी धाकट्या व्यंकटेशतात्यांना पत्र लिहून कळवलं होतं, 'हा लेखक नदीकाठचा दिसतो. याच्या लेखनावर लक्ष ठेवून राहा.' ही आठवण त्यांनी किती आनंदानं सांगितली आम्हाला. व्यंकटेशतात्यांनीही गदिमांचं ते किती मनावर घेतलेलं. 'आपल्याला 'सत्तांतर' सुचली ते तुमच्या वानरांच्या लेखावरूनच' असं त्यांनी अण्णांना पत्र लिहून कळवलेलं. ज्या कादंबरीवरून पुढे वादळ उठलं, तिचं मूळ श्रीनिवास अण्णांची वानरं होती तर! या दोन माणदेशी रत्नांवरून गप्पांचा ओघ वळला ग्रेसकडे. ग्रेसच्या सुरुवातीच्या काळातल्या अनेक कविता त्यांच्याच अक्षरात अण्णांकडे. त्या बाहेर यायला हव्यात. अण्णा खूप भरभरून बोलले ग्रेसबद्दल. ग्रेस एकदा अण्णांघरी आलेले. अण्णांच्या बागेतले चिकू त्यांना आवडलेले. ''घेऊ का?'' असं विचारलं तर अण्णा म्हणाले, ''ते चिकू, ती बाग बाईंच्या मालकीची. त्यांनाच विचारा. त्या आता इथं नाहीत. परगावी गेल्यात.'' आपल्या सहचरीचा असा आब राखणारे अण्णा नव्या लेखकांचंही तोंडभरून कौतुक करत होते. तेही त्यांच्या मागं. साहित्यप्रांतात तर हे नवलच. असं एखाद्याच्या लेखनाचं कौतुक माघारी करण्याची सवय नाही इथल्या माणसांना. समोर करायचं तरी जीभ जड होते, हा आजवरचा अनुभव.

पन्हाळ्याजवळचे कृष्णात खोत, कृष्णाकाठच्या बुरुंगवाडीचे विजय जाधव यांच्या लेखनाबद्दल बोलणारे अण्णा. त्या दिवशी यशवंतराव चव्हाणसाहेबांच्यातही ते किती गुंतले आहेत हे जाणवत होतं. साहेबांच्या अनेक आठवणी, त्यांनी दिलेलं प्रेम, त्यांची साहित्याची जाण आणि मुख्य म्हणजे त्यांनी दाखवलेलं आपलेपण... जवळपास तासभर साहेबांबद्दलच ते बोलत होते. हे सारंसारं लवकरच कागदावर यायला हवं असं वाटत होतं. आजही त्या गप्पा ऐकताना इतरांचं मोठेपण असं भरभरून सांगणारे अण्णा मला खूपच मोठे वाटू लागतात. औदुंबरातल्या त्या वडाहून मोठे. लेखक म्हणून ते मोठे आहेतच. ते सांगायला आपली गरजच नाही. मराठी सारस्वतानं त्यांच्या लेखनापुढे कधीच हात जोडलेत. पण माणूस म्हणून जाणवलेलं त्यांचं हे मोठेपण नोंदवायलाच हवं. संवेदनशीलताच हरवत चाललेल्या काळात अण्णांचं ते हळवं रूप आत्ताही नजरेसमोर. यशवंतराव बळवंतराव चव्हाण

हा अण्णांच्या मनाचा एक हळवा कोपरा होता आणि आजही आहे. निगुतीनं जपलेला.

अण्णा असे भरभरून बोलत असलेलं पहिल्यांदाच ऐकत होतो मी. एरवी त्यांची प्रतिमा खूपच मोजकं बोलणारे अशीच. कुणाच्याही मनाची पाकळी किंचितही दुखावणार नाही याची ते सतत काळजी घेत असतात. बोलतात तेही अगदी हळू आवाजात. समोरच्याच्या मनावर छोटासाही ओरखडा उठणार नाही याचीच सतत चिंता असावी त्यांना. वेलीवरच्या कळ्याही तोडत नसावेत बहुधा ते. कळीचे देठ दुखतात हीच शंका त्यांना सतावत असणार. प्राणी-पक्षी आणि निसर्गाच्या मनोहरी चित्रणाचा त्यांचा 'डोह' वाचताना याची अनुभूती येतेच. 'सोन्याचा पिंपळ'मध्ये आलेल्या अतींद्रिय अनुभवांचीही त्या दिवशी उजळणी झाली. असे अनेक अनुभव ऐकून आम्ही नजरबंद झालेलो. भरल्यासारखी अवस्था. मंगेश पाडगावकरांच्या ज्योतिषपणाचेही अनेक किस्से अण्णांनी ऐकवले. अगदी निरागसपणे. त्यांचे 'पाण्याचे पंख' लहानांच्यातल्या निरागसपणाला शब्दरूप देतात तर 'कोरडी भिक्षा' साधेपणाआड दडलेल्या वास्तवातल्या मोठ्या माणसांचं दर्शन घडवते. अवघ्या चार पुस्तकांतून आलेलं त्यांचं हे धन वाचताना त्यांना असलेली गूढतेची ओढ पानापानांमधून जाणवत राहते. अलौकिक वास्तवाची जाण आणि शब्दांची नादमयता, नव्याची ओढ आणि संस्कारांची असोशी ही त्यांच्या लेखनाची वैशिष्ट्यं. निसर्गवर्णनातली सहजता आणि कोवळ्या लुसलुशीत पानांसारखी शब्दकळा लाभलेले श्रीनिवास विनायक म्हणजे 'मराठी ललित गद्याचे बालकवीच.'

परवा १७ फेब्रुवारी, २०२१ च्या दुपारी माझ्या भ्रमणध्वनीच्या पडद्यावर अण्णांचं नाव उमटलं. तेही दुपारी. अण्णांचा फोन आणि या वेळी? मी गोंधळून जातच आवाज दिला. तर अण्णा म्हणाले, ''सदानंद, वाढदिवसाच्या खूप शुभेच्छा. राहुलनं मला सांगितलं आज तुमचा वाढदिवस आहे ते.'' माझ्या मनात अनेक भावनांची दाटी झालेली. अण्णा नव्वद किलोमीटरवर असल्याचं जाणवतच नव्हतं. ते तर माझ्या समोर उभे होते. माझ्या पुस्तकाबद्दल बोलत होते. 'कहाणी शब्दांची'बद्दल. ''पुस्तक खूप आवडलं मला तुमचं. शब्दांचा अभ्यास केलाय, त्यांचा शोध घेतलाय हे पानोपानी जाणवलं. खूप चांगलं पुस्तक आहे तुमचं.'' त्यांचं बहुतेक बोलणं मी रेकॉर्ड करत असतो. पुन्हापुन्हा ऐकत असतो. बळ मिळतं त्यानं. पुरस्कार यापेक्षा वेगळा असतो? यापेक्षा मोठा असतो? वाढदिवसाला आजवर अशी भेट मला कधीच मिळाली नव्हती. मिळाली ती अशी. मराठीतल्या एका शिखरावरच्या ललित लेखकाकडून, जाणत्या संपादकाकडून. सोबत पुढच्या लेखनाची चौकशी आणि त्यासाठी उदंड शुभेच्छा. 'भेटायला या' असा आग्रह. अण्णांच्या बोलण्याचा शेवट होतो तो अशा आग्रहानंच.

आपला परिसर आणि आपला भोवताल केंद्रस्थानी ठेवत लिहिणारे अण्णा. त्यांच्या 'डोह'नं तर मराठी ललितगद्यालाच एक वेगळा आयाम दिलेला. अवघ्या चार पुस्तकांवर मराठी साहित्यात अढळ स्थान मिळवणारे अण्णा. पण याचा किंचितसाही गर्व त्यांच्या आसपासही फिरकलेला नव्हता. त्यांचं मन आजही तितकंच हळवं होतं. राहणी आजही तशीच. तितकीच साधी. श्रीनिवास विनायक हा माणूसच वेगळ्या मातीचा घडलेला. माणसांचं कौतुक त्यांच्या पाठीमागंही करणारा. झऱ्यातल्या पाण्यासारखाच निर्मळ. त्या पाण्याइतकाच नितळ, स्वच्छ. पुढची सगळी माणसंही तितकीच साधी-सरळ असतील हा त्यांचा विश्वास. तो आजही कायम. असे अण्णा आयुष्यात असणं आणि त्यांचा हात पाठीवर असणं म्हणजे जग जिंकल्यासारखंच. तो आधार शब्दांत मांडताच येत नाही. तो सांगण्याचा, मांडण्याचा विषयच नाही. तो तर केवळ अनुभवण्याचाच विषय. बळ देणारा.

विदुषी

५ सप्टेंबर, १९९२. शिक्षकदिनाचा कार्यक्रम. इस्लामपूर नगरपालिकेच्या सुधीर पिसे यांनी ठेवलेला. समारंभाचे अध्यक्ष होते जिल्हा परिषदेचे अध्यक्ष शिवाजीराव नाईक. प्रमुख पाहुण्यांना घेऊन मी व गुरुवर्य वैजनाथ महाजन निघालो होतो. सांगलीतून. नगरपालिकेनं पाठवून दिलेल्या ॲम्बेसिडर गाडीमधून. महाजनसरांच्या मागं लागून मी निघालेलो. मला त्या पाहुण्यांना ऐकायचं होतं. त्यांचा सहवासही लाभणार होता. दुहेरी हेतू. आजवर त्यांना दुरूनच पाहिलेलं. सांगलीमधला एकही सांस्कृतिक कार्यक्रम त्यांच्याशिवाय होत नव्हता. त्या दिवशी त्यांना सर्दीही झाली होती. निलगिरीच्या तेलाचं अस्तित्व गाडीत जाणवत होतं. बहुधा त्यांनी ते रुमालावर शिंपडलं असावं. महाजनसरांशी बोलताना मधूनच त्या नाकाला रुमाल लावत होत्या. मी त्या दोघांचा संवाद ऐकत मनात साठवत होतो. त्यासाठीच तर मी त्यांच्यासोबत निघालेलो. शिक्षक होऊन अवघी तीन वर्षं झालेली. शिक्षकांबद्दल

शिक्षकदिनादिवशी त्या काय बोलणार याचीही उत्सुकता होतीच. लेखिका आणि अभ्यासक असल्या, तरी त्या आधी शिक्षक होत्या.

उंची साधारण साडेपाच फूट. मोठ्या चौकड्यांची साडी. लुगड्याची आठवण देणारी. इरकली असावी बहुधा. रंगही चटकन डोळ्यांत भरणारा. डाव्या हातात घड्याळ. उजवा हात रिकामा. कपाळावर ठसठशीत गोल टिकली. तशी मोठीच. लालसर तपकिरी. साठीच्या दिशेनं वाटचाल चाललेली. बोलत होत्या मात्र ऐकत राहवं असंच. आजीनं गोष्टी सांगाव्यात तशा. मधाळ. महाजनसरांनी माझी ओळख करून दिली आणि ते दोघं बोलत राहिले. माझी श्रवणभक्ती. आनंदानं. पुढच्या सीटवर बसून. लोकसाहित्याच्या जाणत्या अभ्यासक म्हणून त्यांचं नाव अनेकदा ऐकलेलं. अधूनमधून नगरवाचनालयात किंवा भावे नाट्यगृहात दिसायच्या त्या. संथ चालत येताना. आमराईशेजारच्या महिला महाविद्यालयात शिकवत असल्याचं कळलेलं. पण ओळख नव्हती. त्यांचे लेख मात्र अनेक दैनिकांतून, रविवार पुरवण्यांमधून वाचलेले. आवडीनं. अत्यंत माहितीपूर्ण आणि मधूनच एखादा नवा विचार मांडणारे. रूढ समजुतींना धक्का देणारे. त्यांचे ते लेख आणि त्यातील विचार वाचून आम्ही मित्रांनी आमच्यापुरतं त्यांचं नाव पाडलेलं... झांशीची राणी! दैनिकात आणि कार्यक्रमात दिसणाऱ्या त्या, आता मी त्यांच्यासोबत. किमान पुढचे चार तास. आनंद यापेक्षा वेगळा असतो?

त्या तारा भवाळकर. मूळच्या नाशिकच्या असल्या तरी आता सांगलीकरच. रोहिणी तुकदेवांच्या तोंडून अनेकदा ऐकलेलं नाव. 'ताराबाई' म्हणून. तुकदेवांच्या स्वयंपाकघरात चहाचे मोठे मग रिचवीत अनेकदा गप्पा. त्या घरात आम्हाला कसलंच बंधन नसायचं. आजही नाही. गप्पांचे फड जमायचे ते तिथंच. विषय साहित्यविश्वातले. तुकदेवबाईंनी अशा अनेक गप्पांमधूनच 'साहित्य साक्षर' केलं मला. त्यांचा थेट विद्यार्थी नसताना. घरचाच समजून. ताराबाईंना ऐकण्याची उत्सुकता वाढीस लागली ती तिथंच. त्या शिक्षकदिनाला ताराबाईंना ऐकलं. ध्वनिमुद्रणाचा प्रयत्न मात्र तितका जमला नाही. त्यांचं भाषण झाल्यावर आम्ही आचार्य शंकरराव जावडेकरांच्या घरी गेलेलो. ताराबाईंचं ते दुसरं घरच. त्यांच्या पत्नी खूप आजारी होत्या तेव्हा. त्यांच्या तब्येतीची विचारपूस करण्यासाठी. त्यांच्याविषयी मला काहीच माहिती नव्हती. असायचं काही कारणही नव्हतं. पण जावडेकरांचा 'आधुनिक भारत' मी वाचलेला. स्पर्धा परीक्षेच्या मुलांना त्याची ओळख करून दिलेली. त्यांचं मोठेपण मला माहीत होतं. त्यांच्या घरी जायला मिळतंय हाच माझ्यासाठी मोठा आनंद होता.

नव्वदीतल्या त्या बाई अंथरुणाला खिळून होत्या. सुशीलाबाई त्यांचं नाव असावं. पलंगाशेजारच्या खुर्चीत बसून ताराबाई त्यांच्या तब्येतीची विचारपूस करत होत्या. त्यांचं बोलणं चाललेलं. माझी नजर घरभर. त्या घरात शंकरराव जावडेकरांना भेटायला आलेले त्या काळचे अनेक मोठे नेते कुठं बसले असतील याचा विचार

डोक्यात सुरू होता माझ्या. त्या वृद्ध बाईंच्या उशाशेजारी अनेक मासिकं. बहुतेक सगळी आर्थिक घडामोडींची माहिती देणारी. इंग्रजी. सहसा शिक्षिताच्या हातीही न दिसणारी. मला उत्सुकता. निघताना मी विचारलंच, "कोण वाचतं ही मासिकं?" ती मासिकं त्याच वाचत होत्या. कारण विचारलं तर म्हणाल्या, "दिवसभर झोपून असते. घरात फारसं कुणी नसतं. सगळे कामावरून येईपर्यंत मी एकटीच. समोरचा टी. व्ही. सुरू असतो. अलीकडे रोजच एक माणूस त्यावर दिसतो. हर्षद मेहता नावाचा. त्यानं म्हणे अर्थविश्वात धुमाकूळ घातलाय. एकटा एवढ्या मोठ्या देशाला वेठीस धरू शकतो? कसा? हे सारं मला समजून घ्यायचंय. म्हणून हे वाचन." अंथरुणाला खिळून असलेल्या बाईची ती जिज्ञासा पाहून मी थक्क. त्या माहितीचा त्यांना काहीही उपयोग होणार नव्हता. त्यांना धड अंथरुणावरून उठताही येत नव्हतं. पण त्यांची ज्ञानलालसा त्यांना गप्प बसू देत नव्हती. ती अनुभवायला मिळाली केवळ ताराबाईंच्यामुळं.

परतल्यावर मी ताराबाईंना पत्रच लिहिलं. १० सप्टेंबर, १९९२ला त्यांचं उत्तरही आलं. आजवर त्यांचं सांगलीतलं एकही भाषण मी सोडलं नव्हतं. यापुढे तर अजिबात चुकवणार नव्हतो. पण फारशी जवळीक मात्र साधली नाही तेव्हा. त्यांच्या जवळ जाता आलं नाही. त्यांना दुरून पाहणं, मनसोक्त ऐकणं हा एक आनंद असायचा, आजही आहे. त्यांना ऐकलं की शुचिर्भूत झाल्यासारखं वाटायचं, आजही वाटतं. आता त्या ऐंशीपार. पण सतत नवं देण्याचा वसा आजही त्यांनी घेतलेला. आता मात्र मी त्यांच्या घरातलाच. हक्काचा माणूस. संजय पाटील या माझ्या मित्रामुळं मला ही जागा मिळाली. आता आम्ही दोघांनी जेवढं त्यांना ऐकलंय तेवढी संधी फारशी कुणाला लाभली असेल असं वाटत नाही. आम्हाला दोघांनाही त्याचा खूप आनंद. नाटक, लोकसाहित्य, लोकसंस्कृती आणि एकूणच त्यातला लोक-नागर संबंध यांचा धांडोळा हाच त्यांचा जन्मभराचा ध्यास. गप्पांमधून सतत जाणवणारा. आमच्या गप्पांना दुसरा विषय नसतोही.

या सगळ्या वाटचालीत बाईंनी पन्नासभर पुस्तकं लिहिली. अनेक संमेलनं, परिषदा गाजविल्या. राज्य नाट्य स्पर्धेतल्या नाटकांतून कामं करत अभिनयाचं रौप्यपदकही मिळवलं. अनेक नाटकं दिग्दर्शितही केली. नाट्यसंस्थाही उभारली. अनेक कलाकार त्यांच्या पुढ्यात रंगमंचावर वावरू लागले. बाईंचा हात सदैव त्यांच्या पाठीवर. पण त्या रमल्या मात्र लोकसाहित्यात आणि लोकसंस्कृतीचा अनुबंध शोधण्यात. आपलं अवघं आयुष्य त्यांनी याच विषयासाठी वाहिलंय. त्याची सुरुवातही विद्यानिधी सिद्धेश्वरशास्त्री चित्राव यांच्या आशीर्वादानं झालेली. त्यांचं बालपण त्याच सिद्धेश्वरशास्त्री चित्रावांच्या वाड्यात गेलेलं. त्यांच्या अनेक आठवणी आजही बाई सांगत असतात. तिथून सुरू झालेल्या त्या वाटचालीत मग अनेक सुहृद त्यांना भेटत गेले. रामचंद्र चिंतामणी ढेरे हे त्यातलंच एक नाव. एखाद्या मैलाच्या

दगडासारखं. टाळता न येणारं. या साऱ्यांचा मागोवा घेत बाईंनी आपली वाट निवडली, तिचा हमरस्ता केला. त्यासाठी उभं आयुष्य खर्ची घातलं. एकट्यानं. आता त्याच हमरस्त्यावरून निघालेल्या अनेकांना त्यांनी आपलं बोट दिलंय. चालवत नेलंय. त्यांना धीर दिलाय आणि नजरही. शेवटी 'शिक्षक' होत्या त्या. जुन्या काळातल्या.

बाईंचं आयुष्यभराचं काम लोकांसाठी संग्रहित व्हायला हवं, समोर यायला हवं ही संजयची मनापासूनची इच्छा. पहिल्या टाळेबंदीच्या काळात बाई तशा खचलेल्या. वयानुसार येणारं मळभही होतंच मनावर. त्यांना त्यातून बाहेर काढण्यासाठी संजयनं त्यांच्या रेकॉर्डिंगचा घाट घातला. त्याला अनेकांनी पाठबळ दिलं. यात अविनाश सप्रे सरांपासून अनेक जण. त्याला हवं तसं झालं. बाईंच्या मेंदूला पुन्हा नवा खुराक मिळाल्यानं त्या पुन्हा कार्यरत झाल्या. पहिल्यासारख्याच. त्यातून एक ओवी : एक कथा : एक प्रथा, सीतायन, जुन्या तरी नव्या कथा, पुन्हा मधुशाला... असा अनेक भागांतला ऐवज संग्रहित झाला. बाईंच्याच आवाजात. कायमसाठी. सगळ्यांसाठी. संजयनं केलेलं हे मोठं काम. मी माझ्या संग्रहासाठी हे सगळं धन गोळा करत होतोच. आता यथावकाश हा सगळा ऐवज ग्रंथरूपानं लोकांसमोर येईल. लोकांना नवी दृष्टी देऊन जाईल. हा सगळा इथल्या लोकसाहित्याचा खजिनाच. मौखिक वाङ्मयाचा पेटाराच बाईंनी आमच्यासमोर रिता केला. काहीही हातचं न ठेवता. या सगळ्याचं साक्षीदार तर होता आलंच पण हे सगळं बाईंच्या तोंडून पहिल्यांदा आम्हालाच ऐकायला मिळालं. आणखी काय हवं?

दरम्यान माझी आई अंत्यवस्थ. सहा महिने तिची आयुष्याची लढाई सुरू होती. त्यामुळं रेकॉर्डिंग थांबलेलं. 'आई ठीक होईपर्यंत आपण थांबू' हे बाईंचे शब्द. बाई अधूनमधून आईची चौकशी करायच्या. आईनं अंथरुणावर पडून असलेल्या अवस्थेतही त्यांच्या ओवींचे, कथांचे भाग ऐकलेले. मी ऐकवलेले. सहा महिन्यात पहिल्यांदाच तिला तिच्या वेदनांमधून सुटका मिळालेली. चेहऱ्यावर एक हलकीशी रेषा उमटलेली. 'ही बाई बोलती लई ग्वाड. ऐकतच राहावंस वाटतं. कवा वाचलं आसलं हे सारं हिनं?' हे माझ्या अनक्षर आईचे शब्द. बाईंना तिनं कधी पाहिलं नाही. त्यांचा फोटो मात्र पाहिला. अनेकदा. त्यांच्या ठसठशीत टिकली लावण्यावरून आई हल्लीच्या मुलींना बोलायचीही. त्यांचं 'सांगणं' ऐकून ती त्यांच्या प्रेमातच पडलेली. 'मला बरं वाटलं की भेटव हिला' हे आईचे शब्द. बाईंनीही संजयजवळ सांगितलेलं, 'मला सदाच्या आईला बघायला जायचंय.' तेही मी आईला सांगितलेलं. पण टाळेबंदी उठली नाही आणि माझी आईही. त्या जीवघेण्या दुखण्यात अंथरुणावरच ती गेली. तिचं सगळंच अंथरुणावर. हात द्यावा लागायचा. पण त्याही अवस्थेत तिनं अखेरच्या दिवसांत ऐकलं ते ताराबाईंनाच. त्यांच्यामुळं तिच्या वेदनांचे काही क्षण आनंदाचे झाले. चेहऱ्यावरच्या सुरकुत्या हलताना दिसल्या मला. बाईंचं हे ऋण कसं आणि कधी फेडायचं?

समग्र ताराबाई संग्रहित करायचं ठरवलेलं. अशात संजयनं पुन्हा नवा प्रस्ताव त्यांच्यासमोर ठेवला. त्या गुंतून राहाव्यात म्हणूनही आणि त्या समग्रपणे लोकांसमोर याव्यात म्हणूनही. त्यांच्या आयुष्याचा सगळा पट उलगडून दाखवणारी, सर्वच क्षेत्रातलं त्यांचं योगदान लोकांसमोर आणणारी दहा-बारा तासांची मुलाखत रेकॉर्ड करायचं ठरलं. अविनाश सप्रेसर त्यांना बोलतं करणार होते. रूपरेषा ठरली. मग सलग दहा-बारा दिवस रोज तीन तासांची बैठक. नाटकांपासून स्त्रीवादापर्यंत आणि लोकसाहित्यापासून विधीविधानांपर्यंत रोज एक विषय. तासादीडतासांचं बाईंचं बोलणं. हातात कागदाचा कपटाही न घेता त्या बोलत राहायच्या. बकुळीची फुलं ओघळत राहावीत तसे शब्द यायचे. सगळे मंत्रमुग्ध. विषय जुने असले तरी मांडणी नवी असायची. नवी नजर देणारी असायची. सलग दहा-बारा दिवसांचा ज्ञानयज्ञच तो. आमची श्रवणभक्ती आणि जुन्या रूढी-परंपरांना नव्यानं समजून घेणं. बाईंचं ते बोलणं ऐकायला रोज काही मित्र-मैत्रिणीही यायच्या. बाईंच्या त्या शब्दफुलांचा सुवास आजही माझ्या आसपास. जाणवणारा. आठदहा तासांचं बाईंचं ते बोलणं आमच्या हाती आलं आणि आम्ही श्रीमंत झालो.

दूरदर्शनच्या उमा दीक्षितांना हे समजलं आणि असंच तेरा भागांचं बाईंचं रेकॉर्डिंग करण्यासाठी आपल्या माणसांसह त्या थेट सांगलीत आल्या. मार्च २०२१ चा पहिला आठवडा. तीन दिवस बाईंसह आम्ही चित्रीकरणासाठी बुरूंगवाडीत. कथाकार विजय जाधवांच्या मळ्यात. त्यांनी तर घर रंगवून भिंतीवर वारली चित्रं काढून घेण्यापासून सगळं केलेलं. केवळ आनंदासाठी. तेरा भागांचं बाईंचं चित्रीकरण झालं. मुकुंद कुळे संवादक. संजय, विजयराव आणि मी व्यवस्थेत. बाईंना सकाळी सहाला सांगलीतून न्यायची जबाबदारी माझ्यावर. बाई वेळेवर तयार असायच्या. ते तीन दिवस सतत त्यांना ऐकणं. त्यांचा सहवास. खूप समृद्ध करून सोडलं बाईंनी. या दिवसांत त्यांना घरातून शेतात नेताना, चित्रीकरणाच्या जागेपर्यंत जाताना-येताना मी त्यांना हात द्यायचो. वय ८२. रानात चालताना पाय अडखळेल म्हणूनही आणि वर्षभरापूर्वी याच वयाचा एक हात माझ्या हातातून कायमचा सुटून गेला होता म्हणूनही. बाईंना तसं हाताला धरून शेतातून फिरवताना आईला हाताला धरून फिरवल्याची आठवण यायची. नजर लपवत मी त्यांना धरून अलगद न्यायचो. आईचा सुटलेला हात त्या तीन दिवसांत पुन्हा माझ्या हाती आला होता. तोच मुलायम, आश्वासक स्पर्श. भरभरून देणारा. जाताना जणू आईनंच बाईंचा हात माझ्या हाती दिलेला. आजही तीच भावना. शेवटपर्यंत सोबत येणारी.

संजय आणि मी घरी गेलो की त्या समोर काहीतरी खायला ठेवतातच. त्याच मायेनं. आग्रह जरा जास्तच. कधी डिंक-खजुराचे लाडू तर कधी चहा बिस्किटं. मग गप्पा सुरू. त्याही सतत काहीतरी शिकवणाऱ्या. एकदा त्यांनी भाचीच्या लग्नाची गोष्ट

सांगितली. 'कन्यादान' प्रथेला धुडकावून लावणारी. कन्यादान ही कल्पनाच त्यांना मान्य नसल्यानं त्यांनी त्या लग्नात दाखवलेला ठामपणा. मुलांकडच्यांचा आग्रह असतानाही कन्या 'दान' न करता केलेलं ते लग्न. परंपरांना नवं रूप देण्याचा त्यांचा ध्यास. असा अनेक घटनांतून जाणवायचा. याही वयात त्या सतत नवंनवं शिकायला उत्सुक. हल्ली टाळेबंदीमुळं त्यांची व्याख्यानं, मुलाखती... सगळं ऑनलाईन चालतं. मोबाईलमधलं हे नवं तंत्रज्ञान माहीत करून घेताना त्यांनी दाखवलेला उत्साह बघण्यासारखाच. ते सारं दाखवताना मलाही हुरूप आलेला. या वयातलं त्यांचं कुतूहल आणि जिज्ञासा बघून बाई मला नव्यानं समजत गेल्या. अजूनही त्या पुरत्या समजल्यात असं म्हणवत नाही. त्यांना पुन्हापुन्हा वाचताना त्या पुन्हापुन्हा नव्यानं उलगडत जातात माझ्या मनात.

बाई लोकपरंपरांचा, संस्कृतीचा डोळस अभ्यास करणाऱ्या. जाणत्या अभ्यासक. अशा अभ्यासानंतर प्रकट होताना 'गहिवर संप्रदाया'ला दूर सारत वैज्ञानिकतेची कास धरणाऱ्या. एकमेव. त्यांचं शिक्षणही सलग झालेलं नाही. नोकरी करत करतच त्या शिकल्या. घडल्या त्या मात्र वाचनामुळं आणि डोळस निरीक्षणामुळं. रंगभूमीच्या आणि लोकसंस्कृतीच्या अभ्यासात त्यांच्या जवळपासही जाणारं आज तरी कुणी नाही. आहेत ते लोकसाहित्याचे संग्राहक, या आहेत विश्लेषक. त्यांच्या विचारांचा प्रवासही असाच थक्क करून सोडणारा. त्यांच्या आग्रही आणि सडेतोड विचारांचं श्रवण करताना सातत्यानं जाणवते ती लोकपरंपरांकडे बघण्याची त्यांची विज्ञानाधिष्ठित दृष्टी. जुन्या परंपराचं मूळ स्वरूप उलगडून दाखवतानाच, त्यावर श्रद्धेची पुटं चढविणाऱ्यांवर ओढलेले कोरडे. परंपरेतली निसर्गपूजा आणि त्याच परंपरेतली नवता शोधण्याचा त्यांचा ध्यास. तो ध्यास अनुभवताना पुनर्जन्म झाल्याची अनुभूती येते. सुधारकांच्या विचारांचा धांडोळा घेताना तर त्यांना ऐकायलाच हवं. अवघ्यांनी डोक्यावर घेतलेल्या एखाद्याला त्या किती सहजतेनं खाली उतरवतात. तेही रोकडा पुरावा आणि संदर्भ देऊन. एखाद्याचं मोठेपण दाखवून देताना त्या केवळ त्याच्या कर्तृत्वाचाच दाखला देतात. त्याच्या समाजाचा नाही की जातीचा नाही. इथंच त्या इतर अभ्यासकांहून निराळ्या ठरतात.

त्यांचा सहवास आणि प्रेम ही तर या जन्मीची अक्षय्य शिदोरीच. बाई आताही टाळेबंदी उठण्याच्या प्रतीक्षेत. पुन्हा नव्या प्रकल्पाला सामोरं जाण्यासाठी. त्यांच्या डोक्यात अनेक विषय एकाच वेळी घोळत असतात. तसं तर आत्ताही त्यांचं 'विष्णुदास भावे चरित्र' सुरूच आहे. दूरदर्शनच्या उमाताई एक माहितीपट काढणार आहेत त्यांच्यावर. त्याचीही त्यांना उत्सुकता. या वयातही. हे सारं बघताना, अनुभवताना एक इच्छा सतत मनात. बाईंच्यामधली ही लोकसंस्कृतीकडे नव्या दृष्टीनं बघण्याची नजर थोडीतरी आमच्यात उतरावी. परंपरा धुडकावून लावा असं सांगणारे आज अनेक. ते अधूनमधून माध्यमांतून झळकतातही. पण त्याच परंपरा नव्यानं उलगडून सांगणाऱ्या बाई एकट्याच. आजतरी.

त्याच्या कथांनी कधीकाळी वेड लावलेलं. काही भयकथा तर काही तपास कथा. आता तो नाही पण त्याच्या कथांनी अनेक दिग्दर्शकांना नाव मिळवून दिलंय. धडपडणाऱ्या नटांची वाटचाल सुरू झालीय. न वाचणाऱ्या पिढीला त्यानं पुन्हा वाचनाकडे वळवलंय. तेही स्वत: या ग्रहावर नसतांना. तो आता नजरेस पडत नाही. कधी पडणारही नाही. पण त्याच्या फॅन्सची संख्या मात्र दिवसेंदिवस वाढतच चाललीय. त्याच्या साहित्यकृतींच्या नव्यानं आवृत्त्या निघताहेत. खोक्यातल्या वाचनालयापासून इमारतीतल्या ग्रंथालयापर्यंत सगळीकडे त्याचा वावर. त्याच्या पुस्तकासाठी वाचक नंबर लावतात. आजही. असं भाग्य आपल्या वीरसेन कदमांशिवाय दुसरं कुणाला लाभलंय? वीरसेन कदम म्हणजे आपले बाबा कदम हो. त्यांच्यानंतर हाच. सगळ्यांचा 'सुशि' ! तोच 'दुनियादारी'वाला.

सुशिच्या अमर विश्वास कथांनी झपाटले गेल्याचे ते दिवस. त्यामानानं फिरोज इराणी आणि इतर पात्रं मला फारशी आवडायची नाहीत. सुशिची 'धुकं धुकं'

वाचल्यानंतर माझी छोटी बहीण दचकून उठत होती अनेक रात्री. वातावरणच तसं रंगवलं होतं त्यानं. तीनसाडेतीनशे रहस्यकथा देणारा हा माणूस. बाबुराव अर्नाळकरांइतकंच यानं मला वेड लावलेलं. बाबुरावांच्या धनंजय आणि काळा पहाडनं असंच वेड लावलेलं. ९० च्या दशकातली तरुणाई सुशिच्या नायकांवर जीव टाकत होती. तरण्या पोरी तर त्याच्यावर फिदाच होत्या. पट्टीची वाचक असलेल्या करवीरातल्या आसावरी शिंदेला तर सगळे 'सुशि' नावानंच हाक मारत. अशाच काही पोरींनी त्याला सांगलीत बोलावलेलं. एकांकिका स्पर्धेत मिळालेल्या यशाच्या पार्टीत. पाहुणा म्हणून. बिरनाळे कॉलेजवरची एक गच्ची. तिथं हा आनंदोत्सव. एका मैत्रिणीनं त्याची गाठ घालून दिली. त्याचा एक भयकथा संग्रह नुकताच वाचलेला. भेटलो आणि त्याच्यावर पोरी फिदा का आहेत तेही लक्षात आलं. तो दिसायचाच एखाद्या हिरोसारखा. 'दुनियादारी' तो गेल्यानंतर आला म्हणून, नाहीतर हाच त्या चित्रपटाचा नायक झाला असता. इतका देखणा होता तो. त्याच्याशी नातं जुळलं ते कायमचं. सतरा वर्षांचं अंतर. पण काही फरक पडला नाही. त्यानं मैत्री जपली ती अखेरपर्यंत. पहिल्या दिवसापासूनच त्यानं मला 'अरे-तुरे' करायला सांगितलेलं.

सुहास शिरवळकर. केसांची झुलपं. बहुतेक वेळा चौकड्यांचा शर्ट. खोचलेला. डोळ्यांवरच्या चष्म्याला दोन्ही बाजूंनी बांधलेल्या दोऱ्या. अधूनमधून चष्मा छातीवर सोडायचा तो. किडकिडीत देहयष्टी. त्या देखण्या देहाला लागायची गाय छापाची काळी सुगंधी तंबाखू. ती इकडे मिळायची नाही म्हणून तो पुण्यातूनच घेऊन यायचा. स्टीलची चपटी डबी खिशातच असायची. त्या डबीत एका बाजूला त्याची ती तंबाखू आणि दुसऱ्या बाजूला कळीदार चुना. ऋषी कपूरच्या बॉबीमधली गाडी तो पुण्यात फिरवायचा. गाडीचं त्याला वेडच. तो माझा झाला आणि नंतर कधीही माझ्याच गावात, माझीच एम. एटी. त्यानं मलाच चालवू दिली नाही. हप्त्यावर घेतलेली स्वत:ची गाडी असूनही मी सतत मागच्या सीटवरच. तो पहिल्यांदा गाडीवर बसला तेव्हा गाडीची सगळी बटणं वापरून बघितली त्यानं. म्हणाला, "सदा, याचं अपर-डीपर कुठंय?" नुकताच मी सायकलवरून त्या गाडीवर आलेलो. मला काही ते माहीत नव्हतं. म्हणजे ते बटण मी वापरत होतो, पण त्यालाच 'अपर-डीपर' म्हणतात हे कुणा लेकाला माहीत होतं? सायकलला कुठं असतं अपर-डीपरचं बटण? मग तो म्हणाला, "अरे लेका, ते लाईट खाली-वर करायचं बटण कुठाय?" मग मी त्याला ते बटण दाखवलं. गडी खदखदून हसला तेव्हा. तेव्हा त्यानं गाडी ताब्यात घेतली ती मग पुढची सगळी वर्षं. शोलेतल्या जोडीसारखं गावातल्या रस्त्यावरून भटकायचो आम्ही. अधूनमधून रिसाला रोडवरच्या प्रकाश कदमच्या 'अशोक वाचनालया'च्या खोक्यावर. तिथं वाचकांशी गप्पा. एक टक्कर चहा.

राष्ट्रीय कीर्तनकाराचा वारस असूनही तंबाखूइतकाच मांसाहार आवडायचा त्याला. पुढची बारा वर्ष कधीही सांगलीत आला, तरी दोन्ही वेळा फक्त मटणच चापायचा. दुपारी आणि रात्रीच्या खानावळी मात्र वेगळ्या. सतत नव्या जागेचा शोध सुरू. टिंबर एरियात एक बांबू हाऊस नुकतंच सुरू झालं होतं. तिथं म्हणे तुपातली कोंबडी मिळायची. मला ते सांगलीत राहून माहीत नव्हतं. या पठ्ठ्यानं ते पुण्यात ऐकलं होतं म्हणे. मग पुढचे दोन तास ते बांबू हाऊस शोधण्यातच गेले होते आमचे. अशोक चौगुले नावाच्या माझ्या मित्राकडे खानावळी शोधण्याचंच काम असायचं. त्याच्या पायावर अनेक शस्त्रक्रिया झालेल्या. सायकलवर टांग टाकून दिवसभर तो हॉटेलं शोधायचा. हाडं फोडतफोडत गप्पांचा फड. विषय अनेक. अशोक चौगुलेच्या कहाण्या ऐकून त्यानं त्याच्यावरच कादंबरी लिहिणार असं जाहीर करून टाकलं एकदा. नळ्या फोडताफोडता. रात्र जागवायचो आम्ही तिघं अशा गप्पांत. त्याला कथा कशा सुचतात इथपासून ते तो त्या कशा रंगवतो इथपर्यंत सगळं विचारायचो त्याला. तोही मग सगळं सांगायचा. नव्या कादंबरीच्या कथानकापासून देव आनंदपर्यंत. अमिताभची रेखाही डोकवायची अधेमधे. अरुणा अंतरकरनं घडविलेली देव आनंदची भेट आणि देवसाहेबांचा मुलायम हात हातात घ्यायची त्याची तीव्र इच्छा. त्या वेळची अनुभूती तो अगदी समरसून सांगायचा. त्याच्या एका कथेवर देवसाहेब चित्रपट काढणार होते म्हणे तेव्हा. त्यासाठी यांची बैठक झालेली. पण ते गाडं काही पुढे सरकलं नाही. निघताना यानं देवसाहेबांचा हात हाती घेतलेला. त्याची आठवण तेव्हाही त्याच्या चेहऱ्यावर दिसत होती. म्हणाला, ''सदा, देवसाहेब माझे आवडते हिरो होते. कॉलेजपासूनचे. त्या चिरतरुण माणसाचा मुलायम हात हातात घ्यायची इच्छा तेव्हापासूनची. तुला सांगतो सदा, रेखापेक्षा मुलायम हात होता रे!'' जणू काही यानं रेखाचा हात धरलाच होता त्याआधी.

सुहासनं असं बरंच काही सांगितलेलं. अनेकदा. एकदा शारदीय व्याख्यानमालेत त्याला बोलावलेलं. पेठ वडगावला. यानं आम्हालाही बोलावलेलं. आम्ही तिथं गेलो तर हा मुलींच्या घोळक्यात. झुलपं उडवत. याचं भाषण होणार होतं अजून. त्यात त्यानं काही कथांची बीजं कशी सुचली ते अगदी रंगवून सांगितलं. अमर विश्वास कथा लिहिण्यासाठी कायकाय करावं लागतं तेही बोलला तो. मुली तर त्याच्या लेखनावर, त्याच्या दिसण्यावर फिदा होत्याच. त्याचं भाषण संपलं आणि मुलींचा घोळका त्याच्याभोवती जमला. त्याची सही घेण्यासाठी. त्या निमशहरी गावातही सह्या देऊन देऊन हात दुखू लागला ही त्याची तक्रार. पण तो आतून सुखावत होता हे नक्की. मी कुणाचीही सही एकदा बघितली की जशीच्या तशी करतो हे त्याला माहीत होतं. त्या मुलींसमोर तो मला म्हणाला, ''सदा, तू सगळ्यांच्या सह्या हुबेहूब करतोस. पण माझी सही तुला जमणं कठीण. कारण माझा 'ह' स्पेशल आहे.'' मी

म्हटलं त्याला, ''त्यात कठीण काय? एकदाच नीट बघू दे मला तुझा हात फिरताना. मग बघ.'' डझनभर मुली समोर. त्याला चेव चढलेला. मी एक क्षण पाहिलं न पाहिलं आणि त्याची ती सही अगदी हुबेहूब करून दाखवली. त्या पोरींचं ''अय्या!'' सुरू झालेलं. याचा चेहरा पाहण्यासारखा झालेला.

त्याच्यासोबत अनेक ठिकाणी बोलण्यासाठी गेलो मी. सगळीकडे तो असाच मुला-मुलींच्या घोळक्यात असायचा. तो दिवस, ती वेळ आणि ती जागा त्याची असायची. जमलेली तरुणाई त्याचीच असायची. त्याच्यासाठीच असायची. पण एवढे प्रचंड वाचक लाभूनही तो समाधानी मात्र नव्हता. रहस्यकथांचा बादशहा असलेल्या 'सुशि'ला कुणी प्रतिभावंत मानत नव्हतं ही त्याची खंत. आपल्या लेखनावर जाणत्या समीक्षकानं लिहायला हवं असं त्याला सतत वाटायचं. अनेकदा तो तसं बोलूनही दाखवायचा. मग आमची फेरी एकदा म. द. सरांकडे. माझी त्यांची अजिबात ओळख नव्हती हे मी त्याला आधीच सांगितलेलं. फक्त घरापर्यंत न्यायाची जबाबदारी माझी होती. ती मी पार पाडली आणि हा सरांच्या पुढ्यात बसला. त्यांनी याचं सारं ऐकून घेतलं. पण फारसे काही बोलले नाहीत. त्यांच्या सवयीप्रमाणं. ते रस दाखवत नाहीत हे याच्या लक्षात आलेलं. तो नाराज झालेला. हे सगळं कुठून तरी वैजनाथ महाजनसरांना समजलेलं. मग वैजनाथ महाजनांनी स्वत:हून तयारी दाखवली. हा खूश. खास त्यासाठी एकदोनदा सांगलीला आला तो. पण तेही काही जमून आलंच नाही. त्याची खंत कायम राहिली. आता 'दुनियादारी'च्या यशानंतर कुणी दखल घेतलीही असेल. माहीत नाही. पण तरुण वाचकांच्या मनातली त्याची जागा मात्र कायम राहिली. इहलोक सोडला तरी तो तिथंच आहे. आजही. 'दुनियादारी'नं पछाडलेले अनेक जण तो गेल्यानंतर त्याचे वाचक झाले. त्याला कधीही न पाहताच त्याचे भक्त झाले. ती संख्या वाढतेच आहे. आजही. पण आता तो नाही.

सुशि आणि मी एकदा कोल्हापूरच्या सैनिक वसाहतीत. 'स्वामी'कारांच्या भेटीला. 'दादांना भेटवच' हा त्याचा लकडा त्या दिवशी थांबला. वर्षभर तो माझ्या मागं लागलेला. त्या दिवशी मी त्याला दादांच्या समोर बसवलं. सहज भेटण्यासाठी आलो आहोत असं सांगून याची ओळख करून दिली. याच्या कथा-कादंबऱ्यांची नावं सांगितली. हा सध्याच्या तरुणांचा लाडका लेखक आहे असंही मी त्यांना सांगितलं. मग गप्पा त्याच्या लेखनावर सुरू झाल्या. ''रहस्यकथा लिहिणं खूप सोपं. त्याला डोकं लागत नाही. ऐतिहासिक कादंबऱ्या उभ्या करताना बखरी धुंडाळाव्या लागतात. अभ्यास करावा लागतो. एवढं सोपं नसतं ते.'' दादांच्या या वाक्यानं याचं टाळकं सटकलं. मला ते जाणवलं. मी त्याला थांबवण्याचा खूप प्रयत्न केला. पण हा बोलून गेलाच, ''एका वर्षात दमदार ऐतिहासिक कादंबरी लिहूनच तुमच्या भेटीला येईन. नाही लिहिली तर हातात पेन धरणार नाही पुन्हा.'' सांगलीला परतताना माझं

टाळकं सटकलेलं. कसं लिहिणार होता हा? पाठलाग, गोळीबार, खून आणि कोर्टातला अमर विश्वास ही याची साधना. मी गप्प. तो शांत. विचारमग्न. वर्ष दीड वर्षं झालं आणि बाजारात आली त्याची 'रूपमती'. त्यानं उभं केलेल्या इतिहासातल्या माळव्यानं आणि बाज बहाद्दरानं अनेकांना चकित केलं. त्यानं शब्द पाळला होता. झपाटून अभ्यास करून तो प्रकटला होता. 'अभ्यासोनी प्रकटावे' या समर्थ वचनाला त्यानं खाली पडू दिलं नव्हतं. शेवटी एका कीर्तनकाराचं रक्त होतं त्याच्यात. त्याची ती 'रूपमती' त्यानं दादांना दिली की नाही ते मात्र मला समजलं नाही.

सुशि जसा अचानक आयुष्यात आला तसाच पाय न वाजवता निघूनही गेला. अवघ्या पंचावन्नाव्या वर्षी. ११ जुलै, २००३. अठरा वर्षं झाली. त्या दिवशी संध्याकाळच्या बातम्यांत त्याची बातमी ऐकली. शेवटची. तेव्हापासून तो माझ्या आयुष्यातून गेला. कायमचा. त्याआधी आठवडाभरच तो माझ्याशी बोलला होता. पुण्यात आम्ही भेटणार होतो. पण तो मला दिसलाच नाही. आता घरातल्या छोट्या पडद्यावर त्याचा 'दुनियादारी' झळकत असतो अधूनमधून. पण माझा 'सुशि' नसतो त्यात. हल्ली माझ्या हातातही तो नसतो. त्याची अनेक पत्रं मात्र माझ्याशी बोलत असतात. अनेकदा. प्रतिभावान लेखक म्हणून तो शिखरावर नसेलही पण त्यानं काळजात बांधलेलं घर अजूनही त्याच्याच मालकीचं आहे. ते कायमच त्याचं राहणार आहे. त्याला होती तशी सगळ्यांनाच काही ना काही खंत असतेच. कुणी ती बोलून दाखवतं तर कुणी आयुष्यभर मनात ठेवतं. त्याच्यासारखंच आपल्यालाही कुणीतरी आव्हान देत असतं, डिवचत असतं. तेवढंच आपल्या मनात असतं, राहतं. कायमचं. पण ते पुसून टाकण्यासाठी कसं पेटून उठावं, त्यासाठी रट्टा मारून अभ्यास कसा करावा... हे दाखवून गेला तो. त्याच्या त्या क्षणांना मी साक्षी होतो याचं मला आजही समाधान वाटतं. त्याच्याकडून खूप काही शिकता आलं मला. हातून काही बरं झालं असेल तर ते त्याच्याच शिकवणुकीमुळं. 'सुशि'... चांगला मित्र होता तो!

त्यांना पहिल्यांदा ऐकलं ते वयाच्या पंधरासोळाव्या वर्षी. सांगलीच्या 'तरुण भारत व्यायाम मंडळा'च्या क्रीडांगणावर. 'विश्वजागृती मंडळा'च्या व्याख्यानमालेत. सलग सात दिवस, रोज रात्री नऊ वाजता. सांगलीकर तुफान गर्दी करायचे ती व्याख्यानं ऐकायला. बसायला खुर्च्या मिळायच्या नाहीत हे आज न पटणारं. पैसे देऊन श्रोते आणायची पद्धत अजून सुरू झाली नव्हती असा तो काळ. मी आठलाच जाऊन बसायचो तिथं. तेव्हा या माणसाचं बोलणं ऐकायला तिकीट काढावं लागत होतं हे आजच्या पिढीला चमत्कार वाटावं असंच. ही व्याख्यानं विश्वजागृती मंडळानं मोफत ठेवलेली. गर्दी होण्याचं तेही एक कारण. एक तर तेव्हा आजच्यासारखी माध्यमांची भाऊगर्दी नव्हती. घराघरात वाहिन्यांनी जाळं विणलेलं नव्हतं. लोकांनाही जाणत्यांचं ऐकायची सवय होती आणि वक्ताही तसा दहा हजारात एक असाच. त्यानं मांडलेलं आख्यानही तशाच एका विश्वयोग्याचं. सलग सात दिवस. एखादी जत्रा बघायला जावं, तशी सांगलीकरांची पावलं संध्याकाळी तिकडे वळायची. त्या गर्दीतला मी एक.

वक्ता दशसहस्रेषु

प्राचार्य शिवाजीराव अनंतराव भोसले नावाचा वक्ता. दिसायला तसा अगदी चारचौघांसारखाच. शुभ्र पांढरी पँट, खोचलेला पांढरा शर्ट. त्यावर काळा कोट. डावा हात अधूनमधून कोटाच्या बटणाशी चाळा करणारा. उजवा हात चुकून कधीतरी माइकला जवळ करणारा. बोलणं एका संथ लयीत. आवाजात चढउतार नाही. कसलाही आक्रस्ताळेपणा नाही. आजच्या वक्त्यांसारखं उगाचंच किंचाळणं नाही की घसा फोडणं नाही. तरीही त्याचं बोलणं श्रोत्यांवर गारूड करणारं. त्यांना खिळवून ठेवणारं. हरीप्रसादांच्या बासरीसारखं. मराठी भाषेचं वैभव, तिची ताकद दाखवून देणारं. शब्दांच्या फुलोऱ्यात न्हाऊ घालणारं. त्या सात दिवसांत नरेंद्र विश्वनाथ दत्त हा माणूस नजरेसमोर साक्षात उभा केला त्यांनी. जग त्यालाच म्हणत होतं स्वामी विवेकानंद! प्राचार्यांच्या ओघवत्या वाणीतून पहिल्यांदा ऐकले ते स्वामी विवेकानंदच. ठरवलं की या माणसाचं एकही भाषण आता चुकवायचं नाही. कुठंही असलं तरी. मी त्यांच्या प्रेमात पडलो ते असा सोळाव्या वर्षी. कायमसाठी.

त्या कार्यक्रमाला त्या वेळच्या सांगलीच्या राणीसाहेब यायच्या. प्राचार्य सांगत होते, ''एका मुलीची गोष्ट. तिच्या बालपणी ती खूप रडत होती म्हणे. तिच्या वडिलांनी एकदा तिला महाबळेश्वरला नेलेलं. तिथं त्यांच्या शेजारीच स्वामी विवेकानंद उतरलेले. मुलीचं रडणं ऐकून त्यांनी तिला जवळ घेतलं. रात्रभर रडणारी ती मुलगी त्यांच्या मांडीवर जाताच शांतपणे झोपलेली. रात्रभर. ती मुलगी आत्ता माझ्यासमोर बसलेली आहे. आता ती सांगली संस्थानची राणी आहे.'' प्राचार्यांचं ते बोलणं ऐकून सगळे सांगलीकर अवाक झालेले. राणीसाहेबांच्या डोळ्यातून अश्रू ओघळत असलेले. त्यांचं बोलणं असायचं तसंच. श्रोत्यांच्या काळजाला भिडणारं, त्याला उजळवून टाकणारं.

कलेढोणच्या या शिवाजीरावांनी आयुष्यभर अध्यापन केलं ते तर्कशास्त्राचं आणि तत्त्वज्ञानाचं. ते कायद्याचेही पदवीधर. पंचवीस वर्षं प्राचार्य. मला त्यांच्या विद्यार्थ्यांचा हेवा वाटायचा तेव्हा. अखेरीस ते एका विद्यापीठाचे कुलगुरूही झाले. राजकारणातल्या एका जाणत्या नेत्यानं देऊ केलेलं मंत्रिपद नाकारून आयुष्यभर बोलण्याचं व्रत घेतलेला हा माणूस. योगी अरविंदांचा परमभक्त. महाविद्यालय आणि बाहेरच्या जगातला तो वैखरीचा स्वामी. त्याच्या प्रेमात पडावं अशाच या सगळ्या गोष्टी. त्यांच्या नादी लागायला एवढं पुरे होतं. मग मी त्यांना ऐकत राहिलो. कुठंही आले तरी छोट्या टेपरेकॉर्डरवर त्यांची भाषणं रेकॉर्ड करत फिरू लागलो. सांगली जिल्ह्यातलं एकही भाषण चुकवलं नाही. त्यांच्याही ते लक्षात आलं आणि आमची ओळख झाली. त्यांची अशी भाषणं सतत ऐकूनऐकून पाठ झालेली. एखादा शब्द जरी कानावर पडला, तरी पुढची वाक्यं घडाघडा बोलायचो मी. आजही मला ती वाक्यं पाठ. दोनतीन महिन्यांतून कुठल्या ना कुठल्या कार्यक्रमासाठी ते यायचेच. त्यांची भाषणं ही मेजवानीच असायची. विषय अनेक. वक्ता एकच. एकमेवाद्वितीय.

प्राचार्यांची अनेक विषयावरची भाषणं ऐकली. समाजसुधारकांपासून आजच्या शिक्षण व्यवस्थेपर्यंत. छत्रपती शिवाजी महाराज, समर्थ रामदास, स्वामी विवेकानंद, योगी अरविंद आणि सावरकर हे तर त्यांचे आवडीचे विषय. 'आई' या विषयावर तर त्यांनी सलग दहा भाषणं दिलेली. २९ मार्च, १९८०ला त्यांना आम्ही व्याख्यानाला बोलावलेलं. ते पहिल्यांदाच छत्रपती संभाजी महाराजांवर बोलणार होते. सांगलीच्या मारुती चौकात. त्या व्याख्यानाच्या निमित्तानं मी त्यांच्या जवळ गेलो. त्यांचा झालो. पुन्हा त्यांना ऐकलं ते सहा वर्षांनी. सलग दोन दिवस. १९ आणि २० ऑक्टोबर, १९८६. सांगलीच्या जनता नाट्यगृहात. झांशी चौकातल्या माने व्यापाऱ्यांनी आपल्या वडिलांच्या स्मृतिदिनानिमित्त दोन दिवस व्याख्यानं ठेवलेली. याही विषयावर ते पहिल्यांदाच बोलणार होते. 'दोन साक्षात्कारी संत : तुकाराम आणि रामकृष्ण परमहंस' हा पहिल्या दिवसाचा विषय. तर दुसऱ्या दिवशी 'दोन ज्ञानयोगी : संत ज्ञानेश्वर आणि स्वामी विवेकानंद'. त्या दिवशी मी त्यांना माझ्या घरी नेलं. तेही आले. कसलेही आढेवेढे न घेता. माझ्याजवळ पुस्तकांशिवाय त्यांना दाखवण्यासारखं काहीच नव्हतं. पण ते रमले त्या पुस्तकांत. माझी विचारपूस करताना त्यांनी घरच्यांनाही आपलंसं केलं. कायमचं. "पुस्तकाचं हे अफाट धन तुला अखेरपर्यंत सांभाळेल. पुस्तकांना कधी अंतर देऊ नकोस. त्यांना वाचत राहा. तसं जगत राहा. सुखी होशील. आंनदी होशील." हे त्यांचे शब्द.

मी त्यांना 'बापू' अशी हाक पहिल्यांदा कधी मारली ते आता आठवत नाही. मी त्यांना अनेक विषयावर बोलताना ऐकलं. पण ते स्वत:विषयी फारसे कुठं बोलले नव्हते. अधूनमधून मी त्यांना काहीबाही विचारायचो. त्यांना जाणून घ्यायचा प्रयत्न करायचो. पण त्यांची जडणघडण कशी झाली याचा उलगडा होता नव्हता मला. मला उत्सुकता होती ती त्याची. तो योग आला त्यांच्या साठाव्या वर्षी. १५ जुलै, १९८७. फलटण. त्यांच्या विद्यार्थ्यांनी साजऱ्या केलेल्या त्या आनंद सोहळ्यात त्यांना जाणून घेता आलं. त्यासाठी मी फलटणला गेलो होतो. 'रुद्रवाणी'च्या जीवन किर्लोस्करांसोबत. तिथं ते पहिल्यांदाच बोलले स्वत:विषयी. स्वत:च्या जडणघडणीविषयी. भाषेवर प्रभुत्व मिळविण्यासाठी त्यांनी केलेले प्रयत्न तेव्हा पहिल्यांदाच समजले मला. प्राचार्य खऱ्या अर्थानं समजले तेव्हा. मी त्यांच्या बोलण्याची नक्कल करत होतो तेव्हा. पण ती केवळ 'नक्कल'च होती. आजही त्यांच्या बोलण्याची नक्कल करणारे अनेक जण. पण विषय मांडण्याची आणि तो फुलवत नेण्याची हातोटी एकातही नाही. पाखरू वेलीवर बसलेलं असावं. हलकासा वारा सुटावा आणि फांदीवरचं ते पाखरू झोके घेत वेल्हाळपणे गात सुटावं तसं प्राचार्यांना ऐकताना वाटायचं. आजचे वक्ते ऐकताना कानात बोटं घालावी लागतात. समोरचा ध्वनिक्षेपक सुरू असतो हे बहुधा त्यांना माहीत नसावं.

प्राचार्यांच्या अशा संथ, सावकाश बोलण्याबद्दल मी एकदा त्यांना विचारलंही.

तेव्हा ते म्हणाले, ''समोरच्यांना सांगण्यासारखं काही नसलं की आवाज वाढवावा लागतो. लक्ष वेधून घ्यावं लागतं. माझ्याकडे तर खूप काही सांगण्यासारखं. मला आवाज चढवण्याची गरज पडत नाही.'' तेव्हा त्यांनी मला श्री.म.माटे यांच्यापासून ते स्वातंत्र्यवीर सावरकर यांच्यापर्यंत अनेकांच्या बोलण्याची पद्धत अगदी सोदाहरण समजावून सांगितली. अगदी वर्गात मुलांना समाजावून सांगावी तशी. तेव्हा ते 'ख्यातनाम वक्ते' होते. एकटे. पण सगळे विषय मांडणारे. आता विषयवार वक्ते, घसा फोडणारे. आता 'व्याख्याते' एवढा परिचय पुरेसा नसतो. त्यामागं काहीतरी जोडावं लागतं. प्राचार्यांचं फक्त नावच पुरेसं असायचं. 'प्राचार्य शिवाजीराव भोसले यांचं व्याख्यान' म्हटलं की लोक विषय विचारायचे नाहीत असे ते दिवस. अनेक मुलं त्यांची अशी व्याख्यानं ऐकून त्यांची भक्त झालेली. एक पत्रकार मित्र होते. विलास चव्हाण नावाचे. त्यांची आठवीतली अर्चना त्यांच्यासारखं बोलण्याचा प्रयत्न करायची. तिला त्यांना भेटायचं होतं. ती या काकाच्या मागं लागलेली. अनेक दिवसांपासून. एके सकाळी 'साईप्रार्थना'त मी तिची भेट घालून दिली. थेट बापूंसमोरच उभं केलं तिला. त्यांनी पाच मिनिटं तिला ऐकलं आणि ''छान बोलतेस, पण स्वत:ची वाट शोध. माझ्यासारखं बोलण्याचा प्रयत्न सोडून दे.'' असा सल्ला दिला. तिनंही तो ऐकला. तिला तिचा मार्ग सापडला.

प्राचार्यांनी असा मार्ग अनेकांना दाखवला. कधी आपल्या बोलण्यातून तर कधी लेखनातून. दीपस्तंभासारखं काम करून गेलेली माणसं ग्रंथातून आणि बोलण्यातून समाजासमोर उभी केली. तसं करणारे ते अखेरचेच. त्या मार्गावरून चालण्याचा प्रयत्न अनेकांनी केला, पण ते 'शिवाजीराव भोसले' होऊ शकले नाहीत. पाठांतराला सहजतेची जागा कशी घेता येणार? यापुढे तर ते शक्यही नाही. व्याख्यानमालाच बंद पडत चालल्या. श्रोते शोधावे लागतात आता. बऱ्याचदा धरून आणावे लागतात. हलकासा चिमटा घेत श्रोत्यांना जागं करणाऱ्या प्राचार्यांना अखेरचं ऐकलं ते २०१०च्या मे महिन्यात. थकले होते. सलग तीस वर्ष मी त्यांना ऐकत होतो, पण त्यांनी आता थांबावं, भीडेखातर बोलू नये असं पहिल्यांदाच वाटलं तेव्हा. महिनाभरातच २९ जूनला तर ते गेलेच. आता त्यांचे शब्द ऐकू येतात ते ध्वनिफितींमधून. मंद सुगंधी बकुलफुलांसारखे ओघळत राहतात माझ्या मनात. जगणं गंधित करून जातात.

पुण्यातल्या शतकोत्तरी वसंत व्याख्यानमालेत सलग पंचवीस वर्ष नमनाचं व्याख्यानं देणारे ते एकमेव वक्ते. आता ती सगळी भाषणं ध्वनिफितीत साठलेली. त्यांची बहुतेक सगळी भाषणं आता सहज उपलब्ध. त्याविषयी त्यांच्याशी बोलत असताना मी त्यांना 'ज्ञानेश्वर आणि विवेकानंद', 'तुकाराम आणि रामकृष्ण' या त्यांच्या दोन व्याख्यानांबद्दल विचारलं. ती बाजारात नव्हती. त्यांनाही ती आठवत नव्हती. १९८६ मध्ये सांगलीच्या त्या वेळच्या जनता नाट्यगृहात दिलेली. माझ्याकडे ती होती, पण गर्दीत बसून ध्वनिमुद्रित केलेली. खरखर फार, आवाज खूपच लहान.

बापू म्हणाले, ''अरे, ती भाषणं माझ्याकडे नाहीत. दुसरीकडे कुठे मी तो विषय मांडल्याचं आठवत नाही मला. जशी असतील तशी मला ती दे उतरवून.'' मी ती दोन्ही व्याख्यानं त्यांना दिली. आयुष्यभर त्यांच्याकडून काही ना काही शिकत होतो. त्यांना त्यांचीच दोन भाषणं देताना खूप आनंद झालेला. गुरुदक्षिणा!

सांगलीत आले की ते गणपती मंदिरात यायचे. मी त्यांच्या मागं बोट धरून असायचोच. मग जवळच असलेल्या माझ्या घरी फेरी व्हायची. जीवन किर्लोस्करांच्या 'रुद्रवाणी'च्या वर्धापन दिनाला त्यांचं व्याख्यान असायचंच. तेव्हाही मी सोबत असायचो. त्यांची भाषणं ध्वनिमुद्रित करायचो. त्या ध्वनिफिती ऐकतऐकत उतरवून काढण्याचाही उद्योग मी केला होता. त्यांनी तो पाहिला तेव्हा हसतहसत पाठीवर थाप देत ते म्हणाले होते, ''वेडा आहेस तू. असला उद्योग तुझ्याशिवाय दुसरं कोण करणार?'' त्यांचं ते वाक्य मला एखाद्या पुरस्कारासारखं वाटतं आजही. जवळपास तीस वर्षांचा त्यांचा सहवास. भाषेची साधना कशी करावी, शब्दांचा वापर कसा करायला हवा हे त्यांना ऐकतऐकतच शिकलो मी. शब्दांना शरण गेल्याशिवाय ते प्रसन्न होत नाहीत हे किती सहजपणे शिकवलं त्यांनी मला. वाचण्यासाठी पुस्तकं सुचवली. पुढच्या भेटीत ती वाचली आहेत याचा पडताळाही घेतला. स्वतः ग्रंथरचनाही केली. ते अक्षरधन पुढे कित्येकांच्या बोलण्याचा आधार झालं. काही संपादक त्यांच्याविषयी लिहून गेले, 'शब्द बापुडे केवळ वारा', तर कुणी म्हटलं, 'त्यांचं भाषण म्हणजे केवळ भाषेचा फुलोरा, ऐकायला छान वाटतं पण हाती काही लागत नाही'. अशा बोलण्याकडे दुर्लक्ष करत प्राचार्य बोलत राहिले. एकही कटू शब्द न उच्चारता. कुणालाही न दुखावता. विठ्ठलपंत कुलकर्ण्यांचा ज्ञानदेव त्यांनी पचवला होता.

त्या काळात ते एका व्याख्यानाला पाच हजार मानधन घ्यायचे. लोकांना त्यांना न्यायचं असायचं पण मानधन परवडायचं नाही कधीकधी. ते लोक नाराज व्हायचे. एकदा मी त्यांना याबद्दल विचारलंही. तर म्हणाले, ''तू सांगशील तिथं मी येईन. तू देशील ते मानधन घेईन. जीवनकडे आणि अशा अनेक ठिकाणी मी एका पैशाचंही मानधन घेत नाही. पण सगळीकडेच तसं करू लागलो तर हे लोक मला बारशालाही बोलावतील.'' खरं होतं त्यांचं म्हणणं. व्याख्यानाच्या मानधनाचे पैसे ते पॉण्डेचरीच्या अरविंद आश्रमाला द्यायचे. असे लाखो रुपये त्यांनी समाजासाठी दिलेले. कुठेही उच्चार न करता. गाजावाजा न करता. पाचपन्नास रुपयांची देणगी देऊन माध्यमात बातमी आणण्यासाठी हजार रुपये खर्च करणाऱ्यांना 'बापू' कसे समजणार? त्या विषयावर न बोलता बापू अखेरपर्यंत बोलत राहिले ते लोकोत्तर महापुरुषांच्या जीवनावर. उगवत्या पिढीची मनं संस्कारित होतील, प्रफुल्लित होतील असेच विषय ते निवडत राहिले. त्यांच्या विरोधात लिहिलेले अग्रलेख आता लोकांना आठवतही नाहीत. पण प्राचार्यांना ऐकत अनेकांचा प्रवास आनंदाचा होतो. आजही. शेवटी जे सकस तेच चिरंतन.

बडबडायची आवड शाळेपासूनचीच. आंतरशालेय वक्तृत्व स्पर्धेत आमच्या प्राथमिक शाळेतून दोनच नावं जायची. एक माझं आणि दुसरं चंद्रकांत जाधवचं. तशा स्पर्धेमधून खूप बक्षिसं मिळवली. बोलता यायला लागलं. पाय लटपटायचे थांबले. कायमचे. पण इतरांना ऐकताना 'चांगलं बोलायचं असेल तर उत्तम ऐकायला हवं' ही जाणीव मात्र झाली. प्रकर्षानं. मग सांगलीत झालेलं एकही भाषण सोडलं नाही. मग ते साहित्यावरचं असो वा राजकीय विषयांवरचं. स्टेशन चौकातली तर एकही सभा सोडली नाही. एकही वक्ता नजरेआड होऊ दिला नाही. राजकारणातलं काहीही समजत नसतानाही. पण समज वाढली ती अशा सभा ऐकण्यामुळंच. अनेक राष्ट्रीय नेते ऐकले ते त्याच स्टेशन चौकात. तेव्हा तिथं आजचं वसंतदादा

रसाळ वक्ता

स्मारक नव्हतं. तर बंद पडलेलं स्टेशन आणि त्याच्या पंचवीस-तीस दगडी पायऱ्या होत्या. भिंतीवर पिवळ्या रंगावर काळ्या रंगानं लिहिलेलं 'सांगली' असं नावही होतं. गावभर फिरणाऱ्या भिकाऱ्यांचं हक्काचं घर होतं ते. त्याच्या बाहेरच एका खोलीच्या वरच्या छतावर उभारलेलं हे कायमस्वरूपी व्यासपीठ. आजही आहे ते. फक्त आता तिथं उभा राहून फारसं कुणी बोलत नाही. तेव्हा देशभरातले अनेक वक्ते, नेते तिथं उभे राहून बोलत असायचे. प्रत्येकाची बोलण्याची रीत न्यारी, ढंग न्यारा. जिल्हा नगर वाचनालय म्हणजे तर दुसरं घरच. तिथं तर असा ज्ञानयज्ञ सतत चालायचा तेव्हा. अनेक नामवंत माणसं ऐकली तिथं. त्यांच्याकडून खूप शिकता आलं. काहींना भेटता आलं तर काही कायमचे आयुष्यात आले. ही भाषणं पुन्हापुन्हा ऐकता यावीत, यासाठी मग ती ध्वनिमुद्रित करणं सुरू केलं. त्या काळात त्यासाठी टेप रेकॉर्डर आणि कॅसेट सोबत न्यावी लागायची. तो सारा खजिना आता नेहमीच सोबतीला. आजही मला शहाणं करत असलेला.

सांगलीत त्या काळात अनेक व्याख्यानमाला चालत. दीनानाथ चौकातल्या 'कैवल्यधाम' मध्येही व्याख्यानं, प्रवचनं होत असत. त्याच कोटणीस महाराजांच्या मठात एक उत्सव होत असे, आजही होतो. त्या निमित्तानं व्याख्यानमाला. आजही होते. अर्थात इथं वक्ते बोलायचे ते पुराणकथांवर, आध्यात्मिक विषयांवर. २ आणि ३ ऑगस्ट, १९९४ रोजी अशाच विषयांवर असाच एक वक्ता बोलणार होता. विषय रामायण-महाभारत आणि ज्ञानेश्वरांशी संबंधित. त्या वयात रामायण आणि महाभारत जसं वाचलं नव्हतं तशीच ज्ञानेश्वरीही. रामायणाशी संबंध आला होता तो रामानंद सागरांच्यामुळं. तेवढाच. बहुतेकांची तीच अवस्था. आजही एवढ्याच भांडवलावर अनेक जण बडबडत असतात. संस्कृतीवर, अस्मितेवर. ही दोन आर्ष महाकाव्यं आणि ज्ञानेश्वरी समजून घेण्याची ही चांगली संधी होती. म्हणून ध्वनिमुद्रणाचं सर्व साहित्य घेऊन मी 'कैवल्यधाम' समोरच्या मंडपात. श्रोते बहुतेक सगळे साठी जवळ करत असलेले पण संख्येनं खूप. वक्त्याचं नाव याआधी कधी ऐकलं नव्हतं. आज पहिल्यांदाच त्यांना ऐकणार होतो. पाहणार होतो. त्यांना पहिल्यांदा पाहिलं ते तिथंच. 'कैवल्यधाम'समोरच्या मांडवात. भक्तांच्या गर्दीत.

साडे पाच फूट उंचीचा आडवा पसरलेला देह. उंची कमी असल्यामुळं त्यांचं असं ऐसपैस पसरलेपण चटकन लक्षात येणारं. जाणवणारं. रंगही तसा जरा काळसरपणाकडे झुकणाराच. विजार, शर्ट घातलेला तो वक्ता एखाद्या कसलेल्या पैलवानासारखाच दिसत होता. चेहराही गोल गरगरीत. देहासारखाच. मुखावर सततचं स्मितहास्य. धवल चांदण्यासारखं पसरलेलं. एखादा मल्ल आखाड्यात रुबाबात पावलं टाकत यावा तसे ते आले. व्यासपीठावर बसले. उत्सुकता वाढलेली. त्यांची नजर चहुकडे भिरभिरणारी. तर माझी त्यांच्यावर. त्या दिवशीचा विषयही

तसाच. उत्सुकता वाढविणारा. रामायण-महाभारतातील नैतिकता. त्यांचं बोलणं सुरू झालं आणि श्रोते त्यात गुंतत गेले. स्वत:ला विसरून. देहभान हरपून. एखाद्या पैलवानासारखा दिसणारा तो वक्ता बोलतच होता तसं. अत्यंत रसाळ आणि प्रासादिक भाषेत. ओघवतं आणि एखादा पाण्याचा प्रवाह कोसळत राहावा तसं. खणखणीत आवाजात. आवेशपूर्ण. शब्दांचा तो धबधबा अनुभवला आणि मी त्यांचा झालो. कायमचा. ते होते प्राचार्य राम शेवाळकर. 'वक्तादशसहस्रेषु' या सदरात मोडणारे. वाणीभूषण! त्या पैलवानी छापाच्या वक्त्यानं मला ओढ लावली ती कायमचीच.

दुसऱ्या दिवशी मी तासभर आधीच मांडवात जागा अडवून धरलेली. त्या दिवशी विषय होता 'ताटी उघडा ज्ञानेश्वरा'. पण मांडवात चर्चा सुरू होती ती त्यांच्या आदल्या दिवशीच्या बोलण्यावर. ते बोललेच होते तसे. आजच्या काळात तसं बोलणं त्यांनाही कठीण गेलं असतं. आजचा काळ अस्मिता गोंजारण्याचा. असलेल्या. नसलेल्याही. रामायणातील नैतिकता सांगताना समस्त देवमंडळींना त्यांनी फोडून काढलं होतं. तेसुद्धा खणखणीत स्वरात आणि ठामपणानं. 'अठरा दिवस चाललेल्या राम-रावण युद्धातील समस्त देव मंडळींचं वर्तन हे क्लास वन भेकड होतं' हे त्यांचं वाक्य आजही माझ्या अंगावर येतं. या धाडसी वक्त्याला भेटायचं ठरवलं ते तेव्हाच. हा माणूस कुणाचीही भीडभाड न ठेवता बोलत होता. पण तो जे बोलत होता ते निर्विवाद सत्य होतं. आपल्या व्याख्यानांमधून भारतीय संस्कृतीचा असा 'खरा' परिचय करून देण्याबरोबरच संस्कार पेरीत जाण्याचा त्यांचा ध्यास जाणवत होता. त्यांच्या मुखातून बाहेर पडणाऱ्या प्रत्येक वाक्यावाक्यांमधून. संस्कृतवरचं त्यांचं प्रभुत्व सहज लक्षात येत होतं. कीर्तनकार वडिलांचा वारसा लाभलेले ते तीच परंपरा पुढे नेत होते हे सांगायला कुणा समीक्षकाची गरज भासत नव्हती. तरीही ते परंपरावादी नव्हते हे सहज ध्यानी येत होतं. हा वक्ता काही वेगळाच होता. त्याचं पाणी निराळं होतं. आपल्या बोलण्याचे घाव टाकून प्रसादात आणि आरतीत गुंतलेल्या भक्तांना तो अगदी अलगद बाहेर काढत होता. त्यांना विवेकानं विचार करायला लावत होता. माझ्यासारख्याला एकाच वेळी तृष्णेची आणि तृप्तीची अनुभूती देत होता. 'ज्ञानेश्वरांचा प्रतिभाविलास' मला समजला तो त्यांच्यामुळंच. अनेक आर्ष काव्यं वाचावीशी वाटली ती केवळ आणि केवळ त्यांच्या बोलण्यामुळंच. त्या वाचनानं किती समृद्ध बनवलं मला. किती नवे शब्द माझ्या आयुष्यात आणले!

'रामायणातील राजकारण' ऐकलं आणि त्यांना जाऊन भेटलोच. अत्यंत जिव्हाळ्यानं चौकशी करत ते म्हणाले, ''तुम्ही शिक्षक आहात. वाचत राहा, ऐकत राहा. आपल्याला जे वाटेल, पटेल ते नि:संकोच बोलत राहा. शिक्षकानं हे करायलाच हवं. मीही तेच करतोय.'' मग मी त्यांच्या अनेक ध्वनिफिती मिळवल्या.

रामायण-महाभारतातील व्यक्तिरेखांवरची त्यांची अनेक भाषणं मिळवली. त्यांचे सावरकर आणि विनोबा मिळवले. ते सारं धन ऐकताना हा माणूस वेगळं काही मांडतोय हे सातत्यानं जाणवत गेलं. वक्ता म्हणून तर ते सर्वदूर पोहोचले होते, गाजत होतेच. आपल्या वाणीनं अवघ्या मऱ्हाटी मुलखाला जिंकलं होतं त्यांनी. पण त्यांच्यातलं माणूसपण अजूनही टिकून होतं, त्यांनी ते जपलं होतं हे सतत जाणवत होतं. माझ्यासारख्या तिशीतल्या शिक्षकाला खूप आत्मीयतेनं वेळ दिला त्यांनी त्या दिवशी. त्यांनी मांडलेले विषय जाणून घेण्याची ओढ रक्तात पेरली ती त्यांनीच. ते जितकं प्रसन्नपणे बोलायचे तितकेच प्रसन्न असायचे. नेहमीच. ती प्रसन्नता त्यांच्या शब्दाशब्दांमधून पाझरत राहायची. ऐकणाऱ्याला जाणवायची. आजही जाणवते.

२६ जानेवारी, १९९७. मथुबाई गरवारे महाविद्यालयातलं सभागृह. वैजनाथ महाजनसरांनी मला आवर्जून बोलावलेलं. प्राचार्य राम शेवाळकरांना ऐकायला मिळणार आणि किमान अर्धा दिवस त्यांच्यासोबत वावरायला मिळणार म्हणून मी खूश. वर महाजनसरांकडे जेवायचंही होतं. महाविद्यालय मुलींचं, व्याख्यान त्यांच्यासाठीच होतं. दरवाजात महाजनसरांसोबत मी उभा. प्राचार्यांची वाट बघत. सरांची गाडी आली. ती त्यांच्यासारखीच मोठी. चालकही गणवेशात आणि लक्षात राहण्यासारखा. गलमिश्या राखलेला. ऐटबाज. पांढऱ्याशुभ्र पोशाखातला. बघतच राहावं असा. त्या दिवशी प्राचार्य बोललेही तसंच. ऐकत राहावं असं. माउलींचं 'पसायदान' किती छान समजावून दिलं त्यांनी. नेहमीच्याच रसाळवाणीत. नेहमीसारखंच प्रसन्नपणानं. तिथून मग प्राचार्यांना घेऊन आम्ही महाजनसरांच्या घरी. जेवणासाठी. पण त्याहीपेक्षा त्यांना आणखी काही वेळ ऐकता येणार याचाच जास्त आनंद झालेला. ते तीन तास माझं अंतरंग उजळवून टाकणारे. मला शुचिर्भूत करणारे.

घरी आल्यावर महाजनसरांनी मानधनाचं पाकीट दिलं. म्हणाले, "सर, मला कल्पना आहे की या पाकिटात तुमच्या मानानं रक्कम फार कमी आहे. पण आमच्या महाविद्यालयानं शक्य तेवढं मानधन दिलंय. गोड मानून घ्या." ते पाकीट न उघडताच खिशात घालत प्राचार्य म्हणाले, "वैजनाथ, पंचवीस वर्षं एका महाविद्यालयाचा प्राचार्य होतो मी. शिक्षण संस्थांना किती मानधन देणं परवडतं याची कल्पना आहे मला. नका काळजी करू. मुलींसमोर बोलणं महत्त्वाचं. ते झालं ना नीट?" मी ऐकतच राहिलो. ज्यांच्या व्याख्यानांसाठी पुढच्या दोन वर्षांच्या तारखा आरक्षित होत्या असा माणूस हे बोलत होता. आपल्या रसाळ वाणीनं ज्यानं अवघ्या मराठी मनावर गारुड केलं होतं असा. जरा बोलता यायला लागलं तर मानधनाची आगाऊ रक्कम खात्यावर आधीच वर्ग करा असं म्हणणारे व्याख्याते मी अलीकडेच पाहिले होते. आजही आहेत असे. त्यापैकी अनेक जण तर केवळ पाठांतर आणि नकला करत सगळं ओढून नेणारे. तिथं हा रसाळ वाणीचा वक्ता आपलं वेगळेपण असं

दाखवून देत होता. कळलं की ते कधीच, कुठेच मानधन ठरवत नाहीत. हाती पडेल ते नाकारत नाहीत. तोंडावाटे बाहेर पडणारी संतांची शिकवण आचरणात आणणारा पहिलाच वक्ता पाहिला मी.

त्या दिवशी प्राचार्य राम शेवाळकरांसोबत प्राचार्य म. द. हातकणंगलेकरही पंगतीला होते. जेवणानंतरच्या गप्पांत प्राथमिक शिक्षणाचा विषय निघाला. मी माझे सगळे अनुभव जसेच्या तसे सांगितले. शाळेतल्या शिक्षकांपासून ते वरिष्ठ अधिकाऱ्यांपर्यंतच्या लोकांची 'दिव्य मराठी' सांगितली. अपवाद वगळता त्यांचे बहुतेकांचे रोजचे जोड उद्योगही. ऐकणारे दोघंही शिक्षणक्षेत्रात पाव शतक काढलेले. तेही प्राचार्य म्हणून. दोघांचाही लौकिक 'विचारवंत वक्ते' असाच. दोघांनीही असे 'नग' चांगलेच अनुभवलेले. त्यांच्या प्रशासकीय कारकिर्दीत. शेवाळकरसर दिलखुलास हसत होते एकेक तऱ्हा ऐकून. म. द. सर नेहमीप्रमाणं शांत, गंभीर. आपला आब राखून. प्राचार्यांना आम्ही गाडीपर्यंत निरोप द्यायला गेलो. ते आत बसले. दार लावून घेतलं. मला म्हणाले, "तू अजूनही नोकरीत आहेस?" मी 'हो' म्हणालो. तसं ते म्हणाले, "तू ज्या परिस्थितीत काम करतोयस, ती ऐकली. एवढं सारं भोवताली घडत असूनही तुझं डोकं अजून फिरलं कसं नाही, याचंच मला आश्चर्य वाटतंय. या स्थितीतही टिकून राहण्याचा ठामपणा कायम ठेव. पुस्तकांची साथ सोडू नको. शेवटपर्यंत बरा राहशील. काहीतरी करत राहशील." गाडी निघून गेली. महाजनसर आणि मी घरात. त्यांच्या प्रतिक्रियेचा विचार करत.

त्या दिवशी प्राचार्य जरा निवांत होते. मग मी नेहमीचं काम करून घेतलं. कोरा कागद आणि पेन त्यांच्या हाती देत म्हणालो, "सर, यावर काहीतरी लिहा आणि आपली स्वाक्षरी करा." पाच मिनिटं कागद हातात धरून, बाळ्यानं दिलेली बडिशेप चघळत सर म्हणाले, "शिक्षक आहेस. पाठ्यक्रम कमी शिकवलास तरी चालेल. पण माणुसकी जपण्याची शिकवण दे मुलांना. ती बाकी काही झाली नाहीत तरी चालतील, पण ती 'माणूस' होतील याकडे जाणीवपूर्वक लक्ष दे.एवढं केलंस तरी रग्गड," असं म्हणत त्यांनी कागदावर शब्द लिहिले, "सारे विश्व आपंगाया, माझे क्षितीजावे मन, दुःख पुसाया घ्यावेत, ओठ रात्रीचे मागून' खाली वाचता न येणारी सही... राम शेवाळकर. दिनांक २६/१/९७. आयुष्यभर माणुसकी जपणाऱ्या एका निर्मळ माणसाचे शब्द होते ते. त्या शब्दांची अनुभूती देणारंच त्यांचं आजवरचं वागणं होतं. वक्ता म्हणून जसे ते एकमेव होते तसेच माणूस म्हणूनही. मांगल्यावर आणि उदात्ततेवर जशी त्यांची श्रद्धा होती, तशीच संतांवर आणि संतसाहित्यावरही. पण ती फक्त श्रद्धाच नव्हती तर तिला जोड होती चिकित्सेची. त्यांच्या परखड बोलण्यातून तिचा प्रत्यय यायचाच. नेहमीच.

प्राचार्यांना अखेरचं ऐकलं ते पुण्यात. २९ ऑगस्ट, १९९८ला. विषय होता

'आचार्य अत्रे.' आजवर वाचलेले आचार्य अत्रे पुन्हा नव्यानं समजले तेव्हा. सरांच्या अनेक ध्वनिफीती ऐकताना त्यांचा व्यासंग आणि तपश्चर्या, दोन्ही उलगडत गेले. 'ध्यासशिखरे' सारख्या पुस्तकांमधूनही ते समजत गेले. त्यांचा सहवास आणि त्यांची ही व्याख्यानं मला आजही नवे धडे देत असतात. आजही कुठून कुठून मी ती मिळवीत असतो. माझा संग्रह समृद्ध करत असतो. त्यातल्याच काही ध्वनिफिती मला रामायण-महाभारतातील व्यक्तिरेखा नव्यानं समजावून सांगत असतात. 'स्वत:च्या विचारावर ठाम राहण्याची' त्यांची शिकवण आजही मला नवं बळ देत असते. भोवताली तिमिर दाटत चालला असला, तरी प्रकाशाचे काही कवडसे दाखवत असते. अशा कवडशांच्या साथीनं वाट चालत असताना कुठं तरी मला प्राचार्य राम शेवाळकर नावाचा 'माणूस' दिसत असतो. पहिल्यांदा दिसला तसाच. एखाद्या कसलेल्या पैलवानासारखा. हसतमुख. मग कानावर पडत राहते त्यांची ती रसाळ अमृतवाणी. आजही. सारा आसमंत बदलवून टाकते ती. नवी नजर देते. मला घडवत राहते.

पंचवीस वर्षं झाली असतील. एका सकाळी ते अचानक माझ्या दारात उभे ठाकले. खादीचा पांढरा शर्ट, खादीचीच पांढरी पँट. जाड काळ्या फ्रेमचा चष्मा. डोक्यावर अगदीच विरळ पांढरट केस. जवळजवळ नसल्यासारखेच. गोरापान चेहरा... लालसरपणाकडे झुकणारा. गाजरासारखा. त्यावर हसू. मिश्किलतेकडे झुकणारं. शर्टच्या खिशाला बॉलपेन. खिशातल्या छोट्या डायरीनंही बाहेर तोंड काढलेलं. खिशात कागदं खच्चून भरली असावीत. दारात पाहिलं तर एक जीप उभी. तिच्यात चालकासह आणखी एक जण. तो खाली उतरला नव्हता. हे एकटेच दारात उभे. माझी दहा बाय दहाची एकच खोली पाहून बहुधा ते गाडीमधून खाली उतरले नसावेत. दारातल्या त्या माणसाला आज मी पहिल्यांदाच बघत होतो. म्हणजे इतक्या जवळून. सत्तरी ओलांडलेला तो खादीधारी गृहस्थ हसतमुखानं दारात उभा.

आधारवड

माझ्या नावाची चौकशी करत, खोलीत डोकावत. खोली एका नजरेत मावणारी. माझ्या नावाचा पुकारा ऐकून मी दारात गेलेलो. मला पाहिलं तसं हात जोडत त्या माणसानं म्हटलं, "मी पांडुरंग गणपती पाटील. काळूबाळूच्या कवलापूरचा." ते शब्द कानावर पडले तशी माझा वाचा बंद. मी त्यांच्याकडे पाहतच राहिलो. दारातच. आत बोलावयाचंही भान राहिलं नव्हतं मला.

बॅरिस्टर पी. जी. पाटलांना असं अचानक दारात पाहून मी गोंधळलो होतो. आज ते सांगलीत एका कार्यक्रमासाठी येणार आहेत हे माहीत होतं. मी तिकडे जाणारच होतो. त्यांना पत्र पाठवून मी त्यांच्या भेटीची वेळही घेतलेली. त्यांचं पोस्टकार्डही आलेलं. भेटणार होते ते मला सकाळी दहा वाजता. तसं त्यांनी उत्तरात लिहिलेलं. समारंभ घरापासून अवघ्या अर्ध्या किलोमीटरवर. पण ते असे एकदम दारातच उभे. सकाळी आठ वाजताच. समारंभ दहा वाजताचा. यशवंत मंगल कार्यालयातला. श्रीकांत अभ्यंकर सरांच्या खासगी क्लासचा. बारावीत अकौंटस विषयात सर्वाधिक गुण मिळवणाऱ्या मुलाला ते एक तोळा सोनं देत असत. दर वर्षी. यंदाचे पाहुणे होते माजी कुलगुरू बॅरिस्टर पी. जी. पाटील आणि तारीख होती २३ जुलै, १९९५. त्या पांडुरंगाला असं साक्षात दारात पाहून तिशीतला मी गोंधळून गेलेलो. त्यांचं स्वागत कसं करावं ... काही सुचत नव्हतं मला. शेवटी तेच म्हणाले, "अरे, येऊ का घरात?" मी त्यांच्या पायावर डोकं ठेवलं. दारातच. आणि ते आत आले.

सर आत आले. दहा बाय दहाच्या त्या खोलीत खाली बसायला जागा नव्हतीच. एकच लाकडी खुर्ची. आई शिलाई काम करायची. तिच्यासाठी आणलेली. लाकडी. अरुंद लाकडी जिन्यावरून मी त्यांना वर घेऊन गेलो. वर पोटमाळा. त्याला दीड बाय दीडची एकच खिडकी. पूर्वेला. एक पलंग. सगळीकडे पुस्तकं पसरलेली. छत डोईची भेट घेणारं. मंगलोरी कौलांचं. त्या कौलाखालच्या वाश्यांनी आजवर अनेकांना धडक दिलेली. त्यांना पलंगावर बसवताना मी संकोचून गेलेलो. काय करावं हेच सुचत नव्हतं मला. त्यांच्या चेहऱ्यावरचं ते हसू मात्र कायम होतं. माझा चेहरा पाहून हसतहसतच ते म्हणाले, "बस रे. अरे मी याच भागातला आणि अशाच घरात मोठा झालेला. माझंही घर असंच. मंगलोरी कौलांचं. एवढंच. तुझा हस्ताक्षर संग्रह काढ बघू. तो बघायचाच म्हणून मी लवकर आलोय. दोन तास आहेत आपल्याकडे." माझ्या चेहऱ्यावरचा ताण त्या बोलण्यानं कुठच्या कुठं निघून गेला. मी मोकळा झालो. ही बॅरिस्टर पांडुरंग गणपती पाटलांची पहिली भेट. एका कुलगुरूंपेक्षा त्यांच्यातल्या माणसाची.

मी हस्ताक्षरांच्या फाइल्स काढेपर्यंत सर पोहे खात आजूबाजूला पसरलेली पुस्तकं चाळत होते. तरी हजार दीड हजार पुस्तकं होती. अस्ताव्यस्त. बहुतेक

सगळे चरित्र ग्रंथ आणि मराठ्यांच्या इतिहासावरच्या बखरी, पत्रसारसंग्रह. ''वयाच्या मानानं वाचन चांगलं आहे की तुझं.'' सरांचं वाक्य कानावर पडलं. ''जिल्हा परिषदेच्या शाळेतल्या शिक्षकाकडे अशी पुस्तकं... खरंच खूप आनंदाची गोष्ट आहे ही. नाहीतरी हल्ली शिक्षण खात्यातल्या लोकांचा आणि पुस्तकांचा संबंध कधीच तुटला आहे.'' खरं तर मलाच केवढा आनंद झाला ते वाक्य ऐकून. आजवर 'पुस्तकातला किडा' असंच ऐकत आलेलो मी माझ्याबद्दल. त्यात कौतुकापेक्षा हेटाळणी जाणवायची मला. तिथं साक्षात एक कुलगुरू माझ्या पुस्तकवेडाचं कौतुक करत होता. हुरळून जायला तेवढं पुरेसं होतं. आता ते माझा हस्ताक्षर संग्रह पाहत होते. क्रांतिकारक, लेखक, कवी, कलावंत, समाजसुधारक... असं करताकरता ते स्वामी विवेकानंदाच्या हस्ताक्षरातील 'काली द मदर' ही कविता वाचू लागले. रामकृष्ण मठातून मी त्याची प्रत मिळवलेली. सर म्हणाले, ''मला याची प्रत मिळेल? मी तुझ्यासाठी अण्णांचं हस्ताक्षर घेऊन आलोय.'' असं म्हणत त्यांनी बॅगेमधून तो कागद काढला. माझ्या हाती दिला. मी त्यांना 'कर्मवीर भाऊराव पाटील यांचं हस्ताक्षर असेल तर घेऊन या' असं पत्रात लिहिलेलं. त्यांनी ते लक्षात ठेवलं होतं तर. कर्मवीरांच्या मानसपुत्रानं दिलेला तो कागद. माझ्यासाठी प्रसादच. अण्णांचीच भेट झाल्याची अनुभूती.

पी. जी. सरांना याआधी पाहिलं होतं. पण खूप लांबून. त्यामुळं त्यांचा चेहरा लक्षात नव्हता माझ्या. त्यालाही पाच वर्षं झालेली. १४ सप्टेंबर, १९९०. सरांचं व्याख्यान होतं. 'महात्मा फुले, छत्रपती शाहू आणि कर्मवीरांचं शैक्षणिक कार्य' या विषयावर. मी ते रेकॉर्ड करून घेतलं होतं. मी त्याची आठवण काढली. सरांनी माझी नीट विचारपूस केली. ''वाचन सोडू नकोस. तेच तुला सोबत करेल. आणि तू शिक्षक. लिहिताना अजिबात चुका होणार नाहीत याकडे काळजीपूर्वक लक्ष देत जा. तुझ्या पत्रात चुका होत्या.'' मी ओशाळून गेलेलो. त्यांना लिहिलेल्या पत्रात माझ्याकडून एक शब्द चुकलेला. 'जिणे' ऐवजी मी 'जीणे' लिहिलेलं. ही चूक त्यांनी पत्रातूनही कळवलेली आणि आताही माझा कान धरलेला. माझ्याकडच्या हस्ताक्षरांच्या कागदाखाली ती अक्षरं कुणाची आहेत ते मी लिहिलेलं. रंगीत स्केचपेननं. त्यातल्या चार चुकांवरही त्यांची नजर पडलेली. त्याही त्यांनी मला दाखवून दिलेल्या. ते शब्द नेमके कसे लिहायचे हे समजावून सांगितलेलं. वर्गात सांगावं तसं. त्यांच्यातला 'शिक्षक' दिसला मला तेव्हा. सतत जागा असलेला. आता कुठलाही शब्द लिहिताना मला शांता शेळकेंच्या जोडीनं पी. जी. सर आठवत असतात ते यामुळंच. ते माझ्यातल्या शिक्षकाला सतत जागं करत असतात. आजही. आता काहीही लिहित बसलो तरी एका हाताला हातात छडी घेतलेल्या शांताबाई आणि दुसऱ्या हाताला चष्म्यातून रोखून पाहणारे पी.जी. सर दिसतातच मला. आत्ताही.

पुन्हा सरांची भेट झाली ती ४ सप्टेंबर, २००० रोजी. त्यांनी माझी चौकशी केली आणि 'नवं काय काय वाचलं?' हेही विचारलं. मग त्या पुस्तकांवर थोडं बोलणं. ते झालं तसे मी त्यांच्यापुढे कागद ठेवला आणि म्हणालो, ''काही तरी लिहा यावर.'' ते काय लिहितात याकडे माझं लक्ष होतं आणि बाजूला जमलेल्या माझ्या मित्राचंही. सरांनी दोन ओळी इंग्रजीतून लिहिल्या. "Do and Dare! Be and Bear!!'' आणि पी. जी. पाटील अशी इंग्रजी सही ठोकली. तारखेसह. दुसऱ्या दिवशी सांगली जिल्हा परिषदेत त्यांचं व्याख्यान होतं. शिक्षक दिनानिमित्त. 'आदर्श शिक्षक पुरस्कार' वितरण सोहळ्याचे ते पाहुणे होते. पुरस्कार प्रदान केल्यानंतर त्यांनी एक झकास भाषणही दिलं. जिल्ह्यातून आलेल्या गुरुजनांना चिमटे घेत, हसवत त्यांनी त्यांच्या जबाबदारीची जाणीव करून दिली. त्यांच्या काळातील गुरुजनांच्या इंग्रजीच्या काही गमती सांगितल्या. वसंतदादा सभागृहानं इतका हास्यकल्लोळ पहिल्यांदाच ऐकला असावा. असेच मजेशीर प्रसंग त्यांनी मला मागच्या भेटीत सांगितलेले. माझं इंग्रजी कच्चं आहे हे ऐकून. बाबासाहेब भोसले, टी. के. शेंडगे आणि सर लंडनमध्ये शिकत असतानाच्या गोष्टी आणि शेंडगे साहेबांचं तेव्हाचं इंग्रजी. त्या तीन बॅरिस्टरांची ती गोष्ट आत्ताच ऐकल्यासारखी.

कवलापूर गावचा हा मुलगा. नवसानं जन्मलेला. विठ्ठलाचा प्रसाद म्हणून आजी आकुबाईनं याचं नाव ठेवलं पांडुरंग. माळकऱ्यांचं घराणं ते. पंढरीच्या वाळवंटात पताका नाचविणारं. स्वतः कर्मवीरांनी याला शिक्षणासाठी नेलेलं. ते सुद्धा खांद्यावरून. या लेकरानं आपल्या कर्तृत्वाची ध्वजा फडकवली ती थेट लंडनमध्ये. इंग्रजीचा फर्डा वक्ता झालेल्या या पांडुरंगानं मुंबई विद्यापीठाच्या शंभर वर्षांच्या इतिहासात नवाच इतिहास घडविला. इंग्रजीत पहिला येत 'एलीस स्कॉलरशीप' तर पटकावलीच, शिवाय 'ह्यूजलिंग्ज प्राइज'ही. मातीत राबणाऱ्या बहुजनांची मान ताठ केली. कर्मवीरांच्या स्वप्नाला सत्यात उतरवलं. तिथून परतल्यानंतर त्यांनी कर्मवीरांसोबत महात्मा गांधींची भेट घेतली. गांधींच्या भेटीनंतर आजन्म शिक्षण सेवा करण्याचा शब्द दिला. आणि आयुष्यभरासाठी खादीव्रत स्वीकारलं. गांधीजींना दिलेला शब्द अखेरपर्यंत निभावला. त्यांची सारी पिढीच दिला शब्द पाळणारी. जन्मभर. आता काल दिलेला शब्द आपल्याला आज आठवत नाही. आजची पिढी रोज नवा शब्द देणारी. कालचा विसरून जाणारी.

पी. जी. सरांना भेटल्यावर हे सगळं मला आठवलेलं. त्यांच्याकडे एक मागणी मी सतत करत होतो. कर्मवीरांच्या आवाजाची. अण्णांना 'पद्मभूषण' दिला गेला तो ते रुगणालयात असताना. तेव्हाची त्यांची एकमेव ध्वनिचित्रफीत होती. तीनचार मिनिटांची. खूप दिवसांपासून मी ती मिळवण्याचा प्रयत्न करत होतो. सरांनी त्याची प्रत मला दिली. नंतर आणखी एक पाच मिनिटांचं चित्रीकरण मला मिळालं. पण

माझ्या दोन्ही मागण्या सरांनी पूर्ण केलेल्या. दिलेला शब्द पाळलेला. आता एखाद्याला शब्द देतांना मला पीजी सर आठवतात. त्यांचं आजन्म शिक्षण व्रत आणि अंगावरची खादी आठवते. ती मला सतत काहीतरी सांगत असते. ते कुलगुरू झाले, लोकसेवा आयोगाचे सदस्य झाले पण मातीची ओढ कायम होती. 'मी काळूबाळूच्या कवलापूरचा' हे त्यांचं वाक्य आपल्या मातीचा किती अभिमान असावा याची शिकवण देत राहतं. आजही. काळूबाळूवरून आठवलं. सर कुलगुरूपदावरून पायउतार झाले तेव्हाची गोष्ट. त्यांचं सगळं सामान कोल्हापूरहून सातारला न्यायचं होतं. आता ते तिथं 'कर्मवीर छाया'त राहणार होते. हे सगळं सामान त्यांनी नेलं ते याच काळूबाळूंच्या ट्रकमधून. तमाशाच्या फडाची ट्रक ती. त्यावर तसं नावंही होतं. पण त्या ट्रकमध्ये बसून आपलं सगळं सामान सातारला नेताना त्यांना जराही कमीपणा वाटला नव्हता. शेवटी ते त्यांच्या मित्राचं वाहन होतं. काळजातल्या मित्राचं. परवा मी काळूबाळूच्या घरी गेलो होतो. तेव्हा तो ट्रक तिथं शेतात उभा असलेला दिसला. त्याची छायाचित्रं मी घेतली ती याच कारणासाठी. शेवटी एका विद्यापीठाचा कुलगुरू बसला होता त्यात आपल्या सामानासह. तोसुद्धा लंडन गाजवून आलेला!

सर गेले त्यालाही आता सतरा वर्षं झाली. कवलापूरच्या पांढरीत आता भाऊबीज साजरी होते ती त्यांची आठवण काढतच. दर भाऊबीजेला सिद्धेश्वराच्या दारात त्यांचा ज्ञानयज्ञ चालायचा. तिथं ते व्याख्यानं द्यायचे. जमलेले पैसे गावातल्या रयतच्या हायस्कूलसाठी द्यायचे. जन्मभराचं व्रत होतं त्यांचं ते. साधी राहणी म्हणजे नेमकं काय आणि कशी असते हे त्यांच्याकडे पाहून कळायचं. निष्कलंक चारित्र्याचा आणि स्वच्छ हाताचा हा माणूस म्हणजे कर्मवीरांची सावलीच होती असं लोक म्हणत असतात. त्याला काही अर्थ होता. साताऱ्यातल्या त्यांच्या घराचं नावंही 'कर्मवीर छाया'च. पण ती तर होती अण्णांसारख्या वटवृक्षानं वाढवलेली एक पारंबी. ती वाढत गेली आणि तिचाच पुन्हा वटवृक्ष झाला. त्यानं कितीतरी पांथस्थांना सावली दिली. अनेकांचा तो आधारवड झाला. त्यांच्या अशा कित्येक आठवणी अनेकांना बळ देत असतात. सगळं काही संपलं आहे असं वाटण्याच्या काळातही नवं बळ देत असतात. त्यांनी कुलगुरू पद सोडलं तेव्हा आपल्याकडे असणारं विद्यापीठाचं सगळं साहित्य जमा केलं. त्याची यादी पाहिली की या माणसाचं वेगळेपण नजरेस पडतं. त्या यादीत आपल्या कारकिर्दीत वापरल्या गेलेल्या शाईच्या रिकाम्या दौती आणि बॉलपेनच्या रिकाम्या नळ्या यांचाही हिशेब दिलेला. पटेल आज कोणाला हे?

त्यांच्या सारखीच त्यांची पत्नी. सुमतीबाई पाटील. त्याही लोकसेवा आयोगावर होत्या. त्यांच्यापुढ्यात बसून मीही मुलाखत दिलेली. परवा कवलापुरातल्या त्यांच्या

घरी गेलो होतो. त्यांच्या पुतण्याशी खूप गप्पा झाल्या. खूप आठवणी निघाल्या. पीजी दादांच्या आणि सुमतीबाईंच्याही. बाईंची काही पत्रंही पाहायला, वाचायला मिळाली. या दांपत्यानं आपली सगळी स्थावरजंगम 'रयत'ला आणि या नातलगांना दिलेली. त्यात ही पत्रं. त्यातलं एक पत्र वाचलं आणि काय बोलावं हे सुचेनाच. बँकेत त्या पुतण्याच्या नावानं पाच हजार रुपये ठेवले होते बाईंनी. ते कशासाठी हे सांगणारं ते पत्र होतं. त्यात लिहिलं होतं, 'मी गेल्यानंतर माझं क्रियाकर्म करायला काही रक्कम लागेल. तो खर्च या पाच हजारामधून करावा'. ती दोन वाक्यं वाचली आणि माझ्या डोळ्यांमधून अश्रू ओघळले. कर्मवीर अण्णांनी नेमकं काय पेरून ठेवलंय याचा तो लखलखीत पुरावा होता. आमच्यासारख्यांसाठी.

१९८५ साल असावं. विशीत होतो मी तेव्हा. त्यापूर्वी त्यांची काही पुस्तकं वाचलेली. त्यांना पत्रही धाडलेलं. पण उत्तर आलं नव्हतं. त्यांच्या व्यापामुळं जमलं नसावं. आणि उत्तर पाठवलंच पाहिजे इतका कुणी नव्हतो मी, आजही नाही. ते होते माजी सनदी अधिकारी. जिल्हाधिकारी ते सचिव पदापर्यंत गेलेले. जाणते इतिहास संशोधक. भाषाकोविद. पन्नासभर ग्रंथ होते त्यांच्या नावावर. त्यांच्या 'जीवनसेतू' या आत्मचरित्रामधला एक पाठ दहावीला होता आम्हाला. तेव्हा त्यावरचं लेखकाचं नाव आणि आडनाव वाचून भर वर्गात हसू फुटलेलं. ती दोन्ही नावं उभ्या जन्मात पहिल्यांदा वाचलेली. ती नावं आम्हा मुलांना नवखी होती त्या वेळी. मराठी मुलुखात पहिल्यांदाच कानावर पडत होती. कदाचित आमच्या गुरुजनांनीही ती पहिल्यांदाच वाचली असावीत. पण माणूस खूप मोठा होता. या माणसानं कामाचा

इतिहास पुरुष

प्रचंड व्याप सांभाळत निर्माण केलेलं, जवळपास दहाबारा हजार पानांचं संशोधनपर लेखन आता आपल्यासमोर आहे. अजूनही त्याच्या जवळपासही कुणी पोहचू शकलं नाही. त्यांच्या नावासारखंच त्यांचं हे कामही इतिहासाच्या क्षेत्रात एकमेव आहे.

सेतुमाधवराव श्रीनिवासराव पगडी आयुष्यात आले ते असे पाठ्यपुस्तकांमधून. इतिहासाचे भाष्यकार, महाराष्ट्र गॅझेटिअर्सचे संपादक, जवळपास आठदहा भाषा अवगत असणारे भाषाकोविद ही ओळख नंतरची. 'तन्वी शामा' आणि 'इतिहास आणि कल्पित' ही त्यांची दोन पुस्तकं पहिल्यांदा हाती आली. 'जीवनसेतू' नंतर. 'इतिहास आणि कल्पित' मधले प्रसंग मी पुढे कितीतरी दिवस मित्रांना सांगत होतो. ही पुस्तकं वाचायला मिळाली ही सांगली जिल्हा नगर वाचनालयाची कृपा. मग मिळेल तसे पगडी वाचायला सुरुवात केली. हळूहळू हा डोंगराएवढा मोठा माणूस मला आपला वाटू लागला. इतिहासाची आवड होतीच. मोडी लिपीही मी शिकून घेतली होती. दरम्यान कऱ्हाडच्या दोन महाविद्यालयांनी मिळून काढलेली 'श्री शिवछत्रपती : एक स्मरण' ही स्मरणिका हाती पडली. रद्दीतून. १९७५ मधल्या त्या स्मरणिकेत पगडींची एक मुलाखत होती. ती वाचून त्यांना एक पत्र पाठवलं. प्रकाशक परचुरे यांच्या पत्त्यावर. त्यांचा पत्ता मिळाला नाही म्हणून. उत्तर आलं नाही. मी माघार घेतली नाही. किल्ला लढवत राहिलो. उत्तर येईपर्यंत.

असं बरेचदा व्हायचं. मी पत्रं पाठवायचो आणि लेखकाचं उत्तरच यायचं नाही. एकतर्फी प्रेम. पण मी थांबायचो नाही. सातवीआठवीपासून वाचनाची सवय. वयाच्या मानानं खूप वाचलं. जमण्यासारखी आणि परवडण्यासारखी तेवढी एकच गोष्ट होती तेव्हा. त्यासाठी सरदार भगतसिंहांचे बंधू सरदार कुलतारसिंगांच्या हातून गुलाबाचं फूल मिळालेलं मला. आठवीत असताना. पुस्तकं वाचतो म्हणून. त्यामुळं वारू जास्तच उधळलेला. पगडींना मी पत्रं पाठवत राहिलो. न थकता. वय वीसएकवीस. पगडी इतिहास संशोधक. मग मी निराळीच युक्ती केली. पत्र मोडीतून आणि पत्ता मराठीतून असं द्वैभाषिक पत्र पाठवलं मी त्यांना. ही मात्रा बरोबर लागू पडली आणि पगडींची पत्रोत्तरं येऊ लागली. मोडीमुळं ते मला प्रसन्न झालेले. पुढे मग मीही उर्दू, बंगाली, गुजराथी, ब्राह्मी लिपी आत्मसात केली. कधी आवड म्हणून तर कधी गरज म्हणून.

पगडीसाहेबांचं पहिलं पत्र हाती पडलं ते १२ सप्टेंबर, १९८८ रोजी. तुटपुंज्या माहितीवर मी त्यांना इतिहासातल्या काही शंका विचारायचो. सतत पत्रांचा मारा. मग ते काही पुस्तकं, काही माणसं सुचवायचे. माझ्या शंकांचं निरसन करणारे ग्रंथ कुठे आणि कुणाकडे मिळतील ते सांगायचे. ते सांगतील ती पुस्तकं वाचण्याचा सपाटाच लावला मी. वाचत गेलो तसं शंका मिटण्याऐवजी जास्तच पडू लागल्या. पुन्हा

शंका, पुन्हा पत्र आणि पुन्हा उत्तर असा आमचा सिलसिला सुरू राहिला. एकदाही न भेटता. माझ्या एकतर्फी प्रेमाला आता निदान प्रतिसाद मिळू लागला होता. मला तेवढं पुरे होतं. भेटीची आवश्यकता वाटत नव्हती. ओढ मात्र कायम होती. त्यांच्या इतिहासावरच्या सगळ्या पुस्तकांची पारायणं करून झाली होती. ती पुस्तकं हवी तेव्हा वाचनालयात मला मिळत होती. दुसरं कुणी त्यांना हात लावत नव्हतं हे त्याचं कारण. उर्दू फार्सी कागदपत्रांचे अनुवाद कोण वाचणार? लोकांना 'खरा' नव्हे 'रंजन करणारा' इतिहास हवा असतो. आजही. लोक संशोधकांची पुस्तकं वाचण्यापेक्षा वाहिन्यांवरील मालिकांत गुंतून पडतात ते त्यामुळंच. त्यात दिसणारा इतिहासच खरा मानत बसतात.

पगडीसाहेबांनी केलेल्या अनुवादांमुळं फार्सी कागदपत्रं वाचायला मिळाली. अदिलशाही आणि मुघल दप्तर, खाफीखान आणि भीमसेन सक्सेना थोडे फार समजू लागले. 'मोगल दरबारची बातमीपत्रे' तीन खंडामधून वाचली आणि माझा पत्रांचा मारा पुन्हा सुरू झाला. त्यांची आलेली उत्तरं एखाद्या ऐतिहासिक दस्तऐवजासारखी आजही माझ्या संग्रहात. सगळी पोस्टकार्डं. मुलुंडहून आलेली. अक्षर तसं बरं. नंतर याच अक्षरांनी लिहिलेले 'समग्र सेतुमाधवराव पगडी' सात खंडांमधून घरी आले. जवळपास दहा हजार पानांचं त्यांचं लेखन आजही मला रोज काही ना काही शिकवत असतं. आंध्र प्रदेशातल्या मराठी साहित्य परिषदेची ही कृपा. त्यापूर्वी पगडीसाहेबांची पुस्तकं मिळायची नाहीत. घरातल्या ग्रंथसंग्रहात त्यांच्यासाठी राखून ठेवलेली ती रिकामी जागा मला सतत सतावत असायची. मग माझी पुन्हा पत्रं... त्यांच्या पुस्तकांची मागणी करणारी. ते सांगतील तिथून पुस्तकं मागवायचो मी. थोडीफार पुस्तकं कपाटात येऊन स्थिरावलीही होती. पण मला हवे होते समग्र सेतुमाधवराव पगडी.

लातूर जिल्ह्यातल्या निलंग्याचा हा माणूस. निजाम राजवटीत शिकलेला. सुवर्णपदक विजेता. उर्दूइतकंच याचं प्रेम गझलेवर आणि शेरोशायरीवर. त्याचा दाखला देणारी त्यांची अनेक पुस्तकं. हा बहुआयामी लेखक समर्थ संप्रदायाचाही अभ्यासक. वाचकांच्या समजुतीवर चढलेली भ्रमाची पुटं ऐतिहासिक सत्यान्वेषण करून दूर सारणारा. कुणाचाही मुलाहिजा न ठेवता. हल्ली अशी माणसं दुर्मीळ आणि वाचकही वाहिन्यांवरील मालिकांतून इतिहास शिकणारे. लाभाच्या पदावर नजर ठेवून असणारे आजचे संशोधक दुखावत नाहीत अशांना. भीती असते त्यांना अशांच्या उपद्रवमूल्याची. त्यांच्या अस्मितांची. त्या केव्हाही आणि कशानंही दुखावतात हल्ली. म्हणूनच आजही आठवतात ते पगडीसाहेब. आजचे बहुतांश लेखक विचारांना बांधलेले तर पगडीसाहेब अस्सल पुराव्यांना. त्या पुराव्याचा कागद हाती आला की कुणाचीही भीडभाड न ठेवता कागदातलं सत्य जगासमोर मांडणारे. हा

उद्योग त्यांनी आयुष्यभर केला.

ऑक्टोंबर १९९४ मध्ये 'पद्मभूषण' सेतुमाधवराव पगडी गेले. वयाच्या ८४ व्या वर्षी. माझी ग्रंथ मागणीची पत्रं त्यांना अखेरपर्यंत जात होती. त्यांच्या काही पुस्तकांच्या नव्या आवृत्या निघाल्या नव्हत्या तेव्हा. ती पुस्तकं मला हवी होती. त्यांच्याकडेही फक्त त्यांच्या वापरातील प्रती होत्या. पण अखेर ते मला प्रसन्न झाले होते. एके दिवशी पोस्टानं घरात आलेली त्यांची पुस्तकं माझी वाट पाहत असलेली. त्यांनी स्वत: हाताळलेली अशी तीन पुस्तकं १९९२ मध्ये माझ्या संग्रहात दाखल झाली. अखेर त्यांनी माझा हट्ट पुरवला होता. मोगल मराठा संघर्ष, मराठ्यांचे स्वातंत्र्ययुद्ध हा खाफीखानाचा साधनग्रंथ आणि मोगल आणि मराठे ही ती तीन पुस्तकं. या ग्रंथांची पानं आता जीर्ण झालेली. उचलली तरी तुकडा पडतो. तरीही माझ्यासाठी ती लाखमोलाची. त्यांना मराठ्यांचा इतिहास लिहिणाऱ्या एका भीष्माचार्याचा स्पर्श झालेला. या भेटीचं मोल खूप. लेखकांनी स्वाक्षरीसह दिलेली अनेक पुस्तकं असली तरीही. सेतुमाधवराव पगडी एकमेव. त्यांच्या नावासारखेच.

पगडीसाहेबांना कधीच भेटता आलं नाही. ही खंत आता कायम सोबत राहणारी. सांगलीतल्या त्यांच्या एका व्याख्यानाची ध्वनिफीत ऐकता आली. जिल्हा नगर वाचनालयात झालेलं त्यांचं ते व्याख्यान. तो आवाज आजही कानात. पण त्यांना न पाहताच खूप काही शिकता आलं मला. अभ्यास किती सखोल असायला हवा हे शिकवून गेलेला हा माणूस. त्यांच्यामुळंच अनेक भाषा शिकण्याची आवड निर्माण झाली. काही शिकल्या, काही शिकण्याची इच्छा आजही. 'मला खूप कामं, वेळच मिळत नाही' असं कधीच म्हणू नये हेही कृतीतून सांगून गेलेला हा माणूस. शासनात उच्च पदावर असूनही आणि सतत कामात व्यग्र असूनही यानं दहा हजारावर पानं लिहिली. तीसुद्धा अत्यंत अभ्यासपूर्ण. वेळ मिळत नसतो, तो काढावा लागतो हे सांगायला दुसरा पुरावा हवा कशाला? त्यांनी सांगितलेल्यापैकी थोडफारं आत्मसात करता आलं. बरंच करायचं राहून गेलं. आजही पगडीसाहेब आठवले की हे सगळं आठवत राहतं आणि प्रज्ञा, प्रतिभा आणि ज्ञानलालसेचा समन्वय असलेल्या पगडीसाहेबांना सलाम ठोकावासा वाटतो. आता हैदराबादच्या मराठी साहित्य परिषदेनं नव्यानं प्रकाशित केलेले त्यांचे सगळे खंड माझ्यासमोर असतात. पण त्यांनी दिलेल्या त्या तीन पुस्तकांची सर काही त्यांना येत नाही. कधी येणारही नाही. एका इतिहासपुरुषानं दिलेला प्रसाद आहे तो.

संशोधक

सांगली मिरज रस्त्यावरचं शेठ रतिलाल विठ्ठलदास गोसलिया अध्यापक महाविद्यालय. दुसऱ्या वर्षाचा वर्ग सुरू होता. गुरुवर्य सतीश आपटे भूगोलाची अध्यापन पद्धती शिकवत होते. इतक्यात फकीरा दारात. फकीरा आमच्या महाविद्यालयाचा कर्मचारी. "कदम, तुम्हाला प्राचार्यांनी बोलवलंय." आपटे सरांना विचारून मी वर्गाबाहेर. त्याच्यामागोमाग प्राचार्यांच्या केबिनबाहेर. जुन्या हिंदी चित्रपटात हॉटेलच्या स्वतंत्र खोलीला असायचा तसला दरवाजा. मुख्य दरवाजा उघडा असला तरी पुन्हा मध्यभागी छोटा दरवाजा. त्याच्यावरून आणि खालून बघता येईल असा. बाहेरूनच मी विचारलं, "सर, आत येऊ का?" आतून होकार आला तसं मी प्राचार्य रा. वा. जोशींच्या समोर. हात बांधून. त्यांच्या समोर दोन पोस्टकार्डं. "हे जयसिंगराव पवार

आणि आप्पा दाण्डेकर कोण?'' प्राचार्य शिस्तीचे भोक्ते. विद्यालयाचं वसतीगृह असल्यानं येणारी सगळी पत्रं स्वत: वाचून मग विद्यार्थ्यांच्या हाती देणारे. मी तसा न दबकणारा. शिवाय फडणीस, आपटे आणि भादुले या तीन गुरुजनांनी खूप लाडावून ठेवलेला. पवार आणि दाण्डेकर कोण याचा अंदाज त्यांना आला होता, पण त्यांना खातरी वाटत नव्हती. त्यांच्या चेहऱ्यावरून तसं सरळसरळ दिसत होतं. मी अवघ्या अठरा वर्षांचा तर पत्रलेखकांपैकी एक इतिहास संशोधक तर दुसरे ख्यातनाम कादंबरीकार. त्यांच्या नजरेत अविश्वास. रास्तच.

त्या दोघांची पत्रं मला महाविद्यालयाच्या पत्त्यावरच यायची तेव्हा. लेखकांना पत्रं पाठवायचं वेड दहावीपासूनचं. आमच्या त्या महाविद्यालयासमोरच कृपामाई हॉस्पिटल. वेड्यांचा दवाखाना! मला येणाऱ्या सगळ्या पत्रांवरही तोच पत्ता असायचा. त्यांचं पहिलं पत्र आलं ती तारीख होती २८ जानेवारी, १९८३. पत्र होतं डॉ. जयसिंगराव पवार यांचं. ते तेव्हा गाजत असलेले इतिहास संशोधक. त्यांचं 'शिवाजी आणि शिवकाल' बी.ए. ला अभ्यासावं लागायचं तेव्हा. बहुतेक सगळ्याच विद्यापीठात. ते पाहिलं पत्र आलं मग तेव्हापासून दर महिन्यात किमान दोन, तीन, चार कितीही. संख्या वाढत गेली तसं कार्डावरून ते मोठ्या कागदावर गेले. पत्रांवरचे पत्तेही बदलत गेले. त्यांच्या अशा पत्रांनी आता अनेक फाइल्स भरलेल्या. गेल्या अडतीस वर्षांतला तो सारा ऐवज म्हणजे आता एक दप्तरच. मोबाइल हाती आला आणि मग ही संख्या रोडावत गेली. तरीही आजही तो प्रवाह खंडित न झालेला. नळावाटे येणारं पाणी कधी बंद होतं कळतही नाही. मूळचा झरा अखंड वाहता असतो. तो प्रेमाचा असला तर त्याला क्षय नसतोच. अक्षय्य. तसाच हा. आजही पत्रं येतातच. अक्षर मात्र संशोधकाला साजेसंच.

कोल्हापूरला जाण्यायेण्याचं भाडं हातात जमू लागलं तसं मग १०८, 'शिवतेज', साने गुरुजी वसाहत, राधानगरी रोड, कोल्हापूर हे घर माझंच झालं. पहिल्या भेटीतच थेट स्वयंपाकघरात प्रवेश. तिथल्या जेवणाच्या टेबलाजवळच्या खुर्चीवर बसून आईशी बोलणं. आजअखेर कधी न जेवता आल्याचं आठवत नाही त्या घरातून. बरोबर कुणीतरी मित्र असायचाच. तरीही. १९८५ मध्ये आम्ही ५० मुलांची सायकल फेरी काढलेली. सांगली ते पन्हाळा. त्या मुलांना पन्हाळा दाखवताना माझ्या बोलण्यात वारंवार त्यांचं नाव आलेलं. शेवटी मुलांनी विचारलं, ''सर, ते इथं कोल्हापुरातच राहतात ना?'' मी हो म्हणताच मुलं म्हणाली, ''मग जाऊ या ना आपण त्यांना भेटायला?'' इतिहास संशोधक दिसतो तरी कसा हे बघण्याची मुलांची उत्सुकता. मग विनायक मधुकर देशपांडे हा वकील मित्र आणि मी या मुलांसह दुपारी 'शिवतेज'मध्ये. बाहेरच्या मोकळ्या जागेत मुलं बसलेली. दरवाजात खुर्ची टाकत सरांनी मुलांसमोर पन्हाळगड उभा केला तर आईंनी सगळ्यांच्या

हातावर पोहे ठेवले. फ्रॉकमधली धाकटी मंजू तेव्हा त्या मुलांच्या त्या गर्दीत हरवून गेलेली. एवढ्या मुलांना तिथं नेताना मला जराही संकोच वाटला नव्हता आणि त्या दोघांच्या कपाळावर एकही आठी उमटली नव्हती. ती आजवरही कधी दिसली नाही मला एवढ्या वर्षांत. 'आपल्या मुलाचे मित्र' या शब्दांमधलं जिव्हाळपण आजवर अनेकदा अनुभवलं मी. ही कुठली पुण्याई?

पुढे दुचाकी हाती आली तसं पंधरा दिवसांनी कोल्हापूर सुरू झालं. अरुंधती, मंजुश्रीचा तर मी दादा होतोच पण त्यांच्या इतर बहिणींचाही झालो. कितीतरी नवी नाती दिली या घरानं मला! त्या दोघी तर माझ्या लग्नात करवलीसारख्याच मिरवत होत्या. अधूनमधून माझ्यासोबत गडावर येत होत्या. 'छत्रपती संभाजी स्मारक ग्रंथा'चं काम सुरू झालं तसं माझं भटकणं वाढलं. त्या ग्रंथासाठी लेख गोळा करण्याचं आणि छायाचित्रं काढण्याचं काम सरांनी माझ्यावर सोपवलेलं. भटकंती खूप झाली तशाच नव्या ओळखीही. अनेक इतिहास संशोधकांच्या घरात थेट प्रवेश मिळाला. काही जिवाभावाचे मित्र झाले. शिवाय त्या एवढ्या मोठ्या प्रकल्पात लेखक म्हणूनही मला संधी मिळालेली. त्या ग्रंथात 'सरसेनापती हंबीरराव मोहिते' लिहिले मी. नावावर एकही पुस्तक नसलेला आणि वयानं सगळ्यांत लहान असा एकमेव लेखक होतो मी त्या ग्रंथातला. ग्रंथ हाती आला आणि मागच्या परिशिष्टातला लेखक परिचय वाचून वडिलांच्या डोळ्यांत पाण्याचा पडदा चमकलेला पाहिला मी. वयाच्या चोविसाव्या वर्षी एका मोठ्या संदर्भ ग्रंथात आलेलं ते माझं पहिलं लेखन. ज्यांची पुस्तकं वाचत मी वाढत गेलो त्या सगळ्या लेखकांच्या सोबतीनं. हातून काहीतरी अचाट घडल्यासारखं वाटत होतं तेव्हा मला. उगाचच चालणं बदललेलं.

माझं पहिलं पुस्तक 'राजहंस'कडून आलं. 'आजचा दिनविशेष'. मी ते सरांनाच अर्पण केलेलं. हात लिहिता केल्याची कृतज्ञता म्हणून. तो हात सदैव लिहिताच राहायला हवा यावर आजवर सतत लक्ष ठेवलं त्यांनी. प्रत्येक पत्रात तशा सूचना आणि अशी पत्रं महिन्यातून किमान दोन. सर सांगली जिल्ह्यातल्या तडसरचे. ग्रामीण भागातले. 'द्रष्टे कुलगुरू आप्पासाहेब पवारांमुळं आपल्यातला संशोधक घडला' हे जाहीरपणे सांगणारे. नव्या तरुणांना लिहितं करून, त्यांच्या पाठीशी खंबीरपणे उभं राहत तोच वसा पुढे नेणारे. माझ्यासारखी कितीतरी मुलं त्यांनी इतिहासाच्या वाटेवर आणून सोडली. कसलाही गाजावाजा न करता. डांगोरा न पिटता. त्यातल्या अनेक मंडळींच्या नावांवरही आता पुस्तकं. सरांची ग्रंथसंख्याही आता शंभरीकडे चाललीय. ती वाचतच ग्रामीण महाराष्ट्रातले अनेक तरुण आज स्पर्धा परीक्षा देताहेत. अनेकांना आज शासनाची गाडी मिळालीय त्यात सरांच्या पुस्तकांचाही वाटा. कर्मवीरांनी सुरू केलेल्या वसतीगृहात राहून 'कमवा आणि शिका' योजनेतून घडलेला हा माणूस आता त्यांचा वारसदार ठरलाय. आपल्या

अशा कामामधून.

गेल्या पस्तीस वर्षांतलं त्यांचं प्रत्येक पुस्तक मी जवळून पाहिलेलं. या काळात त्यांनी कुठला नाटकसिनेमा पाहिल्याचं मला आठवत नाही. फारसे कुठे फिरायला गेलेत असंही पाहिलं नाही. जावं तेव्हा आपल्या अभ्यासिकेत समोर अनेक साधनग्रंथ मांडून बसलेलंच पाहिलंय मी त्यांना. डोळ्यांसमोर सतत त्यांची अशीच बैठक. काही संशोधक शोध घेत फिरणारे, रानोमाळ हिंडणारे. जुन्या वाड्यांमधळा इतिहास शोधणारे तर काही साधनग्रंथातल्या मूळ कागदपत्रांमधून सतत नवं काहीतरी शोधणारे, दप्तरखाने धुंडाळणारे. सर दुसऱ्या प्रकारातले. अभ्यासाची बैठक आणि सातत्य याचा वस्तुपाठ घालून देणारे. थोरल्या महाराजांपासून सुरू झालेला त्यांचा अभ्यास आणि संशोधन आता राजर्षी शाहू महाराजांवर येऊन स्थिरावलंय. मधल्या काळात सगळ्या छत्रपतींची चरित्रं लिहून झाली त्यांची. सेनापती संताजीराव घोरपडेंच्यावरील पहिला संशोधनपर ग्रंथ त्यांचाच. आज वय ऐंशी. पण शाहू संशोधन केंद्राच्या कामात आजही सतत व्यग्र. जगभरातल्या सर्व भाषांत राजर्षी शाहूंची कर्तृत्वगाथा नेणं हेच जीवितकार्य असं मानणारा आणि तसं जगणारा हा संशोधक. शाहू महाराज हाच श्वास असणारा. त्या राजर्षीसोबतच जगणारा.

सरांचं आजवरचं संपूर्ण काम हे पुढच्या पिढीसाठी दिशादर्शक. ते संग्रहित व्हायला हवं ही आकाशवाणीची इच्छा. तसा प्रस्ताव सांगली आकाशवाणीच्या संजय पाटील यांनी त्यांच्यासमोर ठेवला. दहाबारा तासांची ती मुलाखत होणार होती. त्यांच्या आयुष्यभराच्या कामावरची. 'विद्यापीठातल्या एखाद्या जाणकारानं ती घ्यायला हवी, त्यासाठी नाव सुचवा. तुम्ही सुचवाल त्या माणसाला आपण आणू' हा आकाशवाणीचा आग्रह . तर 'मुलाखत झालीच तर ती सदानंद कदमच घेतील' हा सरांचा शब्द. हट्ट. जिल्हा परिषदेच्या शाळेत काम करणाऱ्या एका प्राथमिक शिक्षकाबद्दलचा हा विश्वास हीच माझी आजवरची कमाई. अखेर ती दहा-बारा तासांची मुलाखत मीच घेतली. चार-पाच टप्प्यांत. त्या दीर्घ मुलाखतीतून संपूर्ण जयसिंगराव पवार उलगडत गेले. त्यांचं आयुष्य आणि एका संशोधकाची जडणघडण पुढच्या संशोधकांसाठी संग्रहित झाली. कायमसाठी. याचं सारं श्रेय आकाशवाणी आणि संजय पाटील यांचं. तो ऐवज आता लाखमोलाचा. उगवत्या संशोधकांसाठी. अभ्यासकांसाठी.

सरांच्या अमृत महोत्सवानिमित्त दोन ग्रंथ निघाले. त्यांपैकी एकाचं नाव 'संशोधक'. या ग्रंथाच्या सुरुवातीलाच या मुलाखतीचा फक्त तासाभराचा भाग घेतला आम्ही. तर त्यानंही त्या ग्रंथाची जवळजवळ सव्वाशे पानं व्यापलेली. चारशे पानांपैकी. त्या ग्रंथात सुरुवातीलाच असं नाव लागणं यापेक्षा मोठा सन्मान असू शकतो? तोही एका प्राथमिक शिक्षकाचा? सांगली जिल्ह्यातल्या तडसरच्या एका शेतकऱ्याचा मुलगा,

एक रुपयाची किंमत जाणणारा. कोल्हापूरला शिकला. तडसर ते ताकारी आणि तिथून रेल्वेनं कोल्हापूर गाठायचा. पण तडसर ते ताकारी रेल्वे स्टेशनपर्यंत जायला तेव्हा एक रुपया लागायचा. म्हणून मग तो वडिलांच्या सायकलवरून स्टेशनवर जायचा. तोच तरुण एका कुलगुरूंचं बोट धरून इतिहासाच्या क्षेत्रात जातो आणि कामाचा डोंगर उभा करतो हे काम एवढं सोपं नाही. कामावरची निष्ठा आणि सातत्य या खायच्या गोष्टी नाहीत. त्या रक्तातच असाव्या लागतात. प्रशिक्षणं करून त्या अंगात येत नाहीत. कर्मवीरांचा वारसा जपणं आणि शाहूकार्याचा प्रसार करणं हेच आयुष्याचं ध्येय असं मानणारा, ते सप्रमाण दाखवून देणारा हा माणूस. एखादं पुस्तक नावावर लागलं तरी लोक हल्ली 'संशोधक' म्हणवून घेतात. स्वत:च स्वत:ला. ढीगभर संशोधनात्मक चरित्रं लिहिलेला हा माणूस अजूनही स्वत:ला 'अभ्यासक' म्हणवून घेतो. लोकांच्या लेखी आज ते 'ज्येष्ठ इतिहास संशोधक' असले तरी.

गेली अडतीस वर्षं मी त्यांना अनुभवतोय. त्यांच्या साधेपणात किंचितही फरक पडला नाही. पहिल्या भेटीत ते जसे भेटले होते, तसेच आजही दिसतात ते मला. अजूनही पायजम्यावर बसून भाजलेली मिशरी घासत दिलखुलास गप्पा मारण्यात त्यांना कमीपणा वाटत नाही. अनेकदा आमच्या अशा गप्पा होतात. आजही. गावाकडच्या गप्पांचा त्यांना जराही कंटाळा येत नाही. तडसरशी असलेली नाळ अजूनही जपली आहे त्यांनी. अजूनही मी गेलो की हातातलं काम बाजूला ठेवत तासतासभर गप्पा मारण्यात त्यांना तितकाच आनंद होतो. इतर क्षेत्रातली नवनवी माहिती जाणून घेण्यात त्यांना तितकाच रस असतो. ती उत्सुकता सतत त्यांच्या चेहऱ्यावर दिसत असते मला. डोळ्यांत दिसत असते. तिकडे नजर गेली की सतत नवं काहीतरी जाणून घेण्याचा हा ध्यास माझ्यात कधी उतरणार असा प्रश्न मला नेहमी पडत असतो. साठी ओलांडली की माणसं जगण्याचं सार्थक झाल्याच्या गोष्टी करत असतात तर सर अजूनही नवनवे प्रकल्प अंगावर घेत असतात. ऐंशी उलटल्यावरही. तितक्याच उत्साहाने. ही उत्सुकता, हा उत्साह त्यांच्यात येतो तरी कुठून याचं एकदा संशोधन व्हायला हवं असं मला वाटतं नेहमीच.

परवाच त्यांचा फोन. महाराष्ट्राचं नवं मराठी धोरण... त्याचा मसुदा त्यांनी वाचलेला. आ. ह. साळुंखे समितीचा तो मसुदा. तो वाचून यांना नवे प्रकल्प सुचले. मला सांगत होते, ''सदानंद... अरे महाराष्ट्रातली सर्व प्रकारची पारंपरिक वाद्यं आणि त्यांचे फोटो, माहिती एकत्र कर. त्या सगळ्या वाद्यांच्या प्रतिकृती आपण करून घेऊ. शाहू संशोधन केंद्रात एक दालन उभं करू त्याचं. दुसरं म्हणजे ग्रामीण कृषी संस्कृतीत वापरली जाणारी सर्व साधनं, औजारं यांचंही एक दालन करू. आताच्या मुलांना बावकाडं म्हणजे काय तेही माहीत नसतं. तू काम सुरू कर. नव्या पिढीला

हे सारं माहीत व्हायला हवं. हा वारसा आपणच त्यांना दाखवायला हवा. करूच आपण हे. तू फोटो काढायला, माहिती जमवायला सुरू कर. खर्च कितीही येऊ दे पण हे व्हायलाच हवं.'' हातात नव्या ग्रंथांचे तीन प्रकल्प असताना, वयाच्या ८१व्या वर्षी या माणसात इतका उत्साह येतो तरी कुठून? अजूनही मी त्याच विचारात. आम्हाला, आमच्या पिढीला हे जमेल? कधीतरी?

माझ्या आजवरच्या सगळ्या उद्योगांचे ते साक्षीदार. लोकसेवा आयोगाची परीक्षा पास झाल्यावर आणि निवड झाल्यावर माझ्यापेक्षा त्यांनाच जास्त आनंद झालेला. त्यांच्या पत्रामधूनही तो अनुभवला मी. माझ्या आयुष्यातल्या सगळ्या आनंदाच्या क्षणांचे ते साक्षीदार. घरच्यांइतकंच त्यांनीही तितक्याच आनंदानं ते क्षण साजरे केलेले. त्यांचा नवा ग्रंथ घरी आला की 'चिरंजीव सदानंद यांस आशीर्वादपूर्वक'असं स्वाक्षरीसह लिहून माझी प्रत बाजूला काढून ठेवलेली. नेहमीच. गेली अडतीस वर्षं हे सुख अनुभवतोय मी. त्यांच्या मुलांइतकंच. हक्कानं. आकाशवाणीच्या मुलाखतीच्या वेळी एकदा सुखदेव बागल नावाचे तंत्र साहाय्यक आमच्या सोबत आलेले. आम्ही सगळ्यांनी घरात पाऊल टाकताच आईनं ज्या मायेनं कवटाळत मला उराशी धरलं ते पाहून त्यांचेही डोळे पाणावलेले. त्या एका दृश्यातूनच माझं त्या घराशी असलेलं नातं त्यांना समजलेलं. कितीकिती आणि कायकाय आठवतंय या क्षणी. कुठं आणि कसं शब्दांत उतरवायचं ते?

एखादं काम केलं तरी जग धुंडाळल्याचा आव आणणाऱ्या अभ्यासकांनी शिकावं असं खूप दिलं आजवर त्यांनी. मुख्य म्हणजे इतिहासावरची निष्ठा वाढीस लावली. एखाद्याला कसं सोबत घेऊन जायचं याचा अनुभव दिला. नावाचा डंका सर्वदूर वाजत असतानाही जमिनीवरच कसं वावरावं हे दाखवून दिलं. कामाच्या अफाट पसाऱ्यातही ओलाव्याचं नातं जपलं, जपायला शिकवलं. यांपैकी काय आणि किती आत उतरलं हा संशोधनाचा भाग असला तरी त्यांचं शिकवणं आजही सुरूच असतं. न बोलता. त्यांनी आजवर उभ्या केलेल्या कामाकडे नुसती नजर टाकली तरी छाती दडपून जाते आणि माझ्या कोवळ्या, अपरिपक्व वयात असा प्रेमळ आणि जाणता संशोधक गुरू म्हणून लाभला याचा आनंदही होतो. अशी माणसं आपल्या जगण्यालाच एक नवा अर्थ देत असतात. आपले पाय जमिनीवर ठेवतानाच आपल्याला आनंदयात्री बनवत असतात. आपली वाटचाल सुखाची होते ती त्यामुळंच.

सन १९८८. ‘छत्रपती संभाजी महाराज स्मारक ग्रंथा’चं काम सुरू होतं. छत्रपती संभाजी महाराजांच्या तीनशेव्या बलिदान दिनानिमित्तानं हा ग्रंथ निघणार होता. वर्षभरानं तो प्रसिद्ध होणार होता. डॉ. जयसिंगराव पवारांचं हे मोठं काम, मोठा प्रकल्प. मी त्यांच्या घरातलाच. या ग्रंथासाठी पुण्यातील मंडळींचे लेख गोळा करणं आणि ग्रंथासाठी काही स्थळांची छायाचित्रं घेणं हे काम माझ्यावर पडलेलं. सरांनी सांगितलेल्या संशोधकांना, त्यांनी दिलेल्या पत्त्यावर, पुण्यात जाऊन भेटत होतो. वि. त्र्यं. गुणे, स. मा. गर्गे, भीमराव कुलकर्णी अशी अनेक मोठी माणसं अनुभवता आली त्या दिवसांत. त्याच दरम्यान कधीतरी मी मॉडेल कॉलनीतल्या ‘स्वानंद’मध्ये घुसलो. हे पुण्यातलं मलबार हिलच. उच्चभ्रूंची वसती. मी पहिल्यांदाच तिथं

बुलंद बुरूज

गेलेलो. भांबावून जातच पत्ता शोधत फिरत होतो. 'स्वानंद' मधल्या पाच क्रमांकाच्या सदनिकेत तो शोध संपला आणि हा माणूस सामोरा आला. त्या क्षणी त्यानं जे जवळ केलं ते अखेरपर्यंत. सव्वीस वर्षं त्याच्या मैत्रीत मी न्हाऊन निघत होतो. सुदाम्याला कृष्ण सापडला होता! पुढे समजलं की त्यांचा जन्महीं गोकुळ अष्टमीचाच.

विजार, नेहरू शर्ट. लालसरपणाकडे झुकणाऱ्या चेहऱ्यावरचं धारदार नाक लक्ष वेधून घेणारं. विरळ होत चाललेले केस. आईवडिलांकडून ऐतिहासिक घराण्याचा वारसा मिळालेले 'ते' तेव्हा असतील साधारण चाळीशीचे. मी पंचविशीच्या उंबरठ्यावर. पण हे अंतर उभ्या आयुष्यात कधी जाणवू दिलं नाही त्यांनी. दोघांच्या आर्थिक स्थितीची तर तुलनाच होऊ शकत नव्हती. तशीच ज्ञानाचीही. मी गद्धे पंचविशीतला, तर ते इतिहास संशोधक म्हणून नावारूपाला आलेले. नामवंत वक्ते आणि व्यवसायानं मेकॅनिकल इंजिनिअर. 'कमिन्स'मध्ये होते तेव्हा ते. त्यांच्या नावावर काही पुस्तकं तर माझ्या हातात फक्त शाळेतली पाठ्यपुस्तकं. पण काही फरक पडला नाही. त्यांनी जे जवळ घेतलं ते कायमसाठी. धरलेला हात कधी सोडला नाही. लेखासंबंधी बोलत असतानाच माझी नजर घरभर. भिंती सौंदर्यदृष्टीबरोबरच वैभव दाखविणाऱ्या. तर घरातली माणसं मनाच्या श्रीमंतीचा अनुभव देणारी. पुढचा सगळा काळ ते घर माझं असण्याचा. त्यांच्या 'मां' स्वातंत्र्य सैनिक, पण कसलंही मानधन न घेणाऱ्या. जे केलं ते देशासाठी असं मानणाऱ्या. जीवनराव किर्लोस्करांनी काढलेल्या 'रुद्रवाणी'च्या त्यांच्यावरील खास अंकामधून त्या आणि घरातली माणसं आधीच भेटलेली. आता ती सगळी समोर दिसत होती.

निनादराव बेडेकर आयुष्यात आले ते असे. त्या दिवशी लेखासंबंधी गप्पा झाल्या. त्यांनी माझीही विचारपूस केली. माझे छंद आणि पुस्तकांची ओढ त्याच्या जवळ घेऊन गेली. त्या तासभरात त्यांनी मला कुठूनकुठून फिरवून आणलं. सिंहगडावरच्या राजाराम महाराजांच्या समाधीपासून ते थेट रायगडापर्यंत. मी हे गड पाहिले होतेच. पण ते जे सांगत होते ते सारं मला नवं होतं. अनोखं होतं. मग सुरू झाली त्यांच्यासोबतची गडभ्रमंती. अनेक गड फिरलो त्यांच्यासोबत. त्यांच्या नजरेनं गड पाहायलाही शिकलो. पत्रव्यवहार सुरूच होता. मग मी त्यांना सांगलीमिरजेत व्याख्यानासाठी बोलवू लागलो. आले की सतत त्यांच्यासोबत भटकणं. त्यांना ऐकणं. कुठं कुठं आणि किती फिरलो... मोजदाद नाही. पुण्यात गेलो की दहाव्या मिनिटाला ते नवा विषय समोर मांडायचे. "सदानंदराव, परवाच मंडळात एक नवा कागद सापडला," असं म्हणत आतून त्याची प्रत आणायचे. पुढचे तास दोन तास तो कागद, त्यातला मजकूर आणि त्यात न आलेला पण असलेला मजकूर समजावून सांगायचे. मॉडेल कॉलनीमधली ती खोली मग राजगडाची सदर व्हायची. इतिहासाचा पट उलगडत जायचा. न मागताच मला खजिना मिळायचा. पुढच्या

पंचवीस वर्षांतल्या सगळ्या भेटी अशाच. कृष्णाचं सुदाम्याला देणं थांबलं नाही. सुदाम्याच्या झोळीला ते ओझं पेललं नाही.

निनादरावांसोबत कित्येकदा राजगड-रायगड पालथा घातला तसाच बाणूरगडही. तोही रिक्षानं. प्रतापगड-लोहगड तर कैकदा. त्यांनी गोपाळराव चांदोरकरांप्रमाणेच चंद्रशेखर भेटवले मला. तेही रायगडावरच. तेव्हा त्यांचं काम सुरू होतं ते कविराज भूषणावर. सगळीकडे तोच विषय मांडायचे तेव्हा. भूषणाच्या काव्याच्या काही जुन्या प्रतीही आम्ही मिळवलेल्या. कविराज भूषणाचे छंद तेव्हा मी पाठ करत होतो. त्यांनी मला रायगडावर बोलावलं होतं म्हणून रायगडी गेलो होतो. तिथं गेल्यावर समजलं की ते रायगडावर आले होते ते चंद्रशेखरांना गड दाखवण्यासाठी. जरूरीपुरतं चंद्रशेखरांसोबत भटकत आम्ही दोघं भूषणाचे छंद म्हणत चाललो होतो. असाच एक छंद कानावर पडला तसं चंद्रशेखर आमच्या बाजूला आले आणि त्यांनी आमच्या सुरात सूर मिसळला. दोघंही चकित, तसेच तेही. निनादरावांनी विचारलं तर म्हणाले, ''निनादजी, मैंने भूषण को पढ़ा एम.ए.हिंदी करते समय। पुरा भूषण मुखोद्गत था मुझे। इस राजनीतीमें आकर सब भूल गया था। आज तुमने भूषण की याद दिला दी। मुखपर उन्हीके छंद आ गये, लेकीन आपको इसमें कैसी रुची? वो तो हमारे युपी के थे!'' मग त्या दोघांचं ''कविराज भूषणावर बोलणं. मी श्रोत्याच्या भूमिकेत. भूषण ऐकावा तर तो निनादरावांकडूनच. खरंच तो काळ कविराज भूषणांचा होता. निनादराव भूषणमय झालेले. त्याची ब्रज भाषा नीट समजावी म्हणून त्यांनी थेट त्याचं गाव गाठलेलं. अकबरपूर बिरबलजवळचं टिकमापूर. औंधातलं भूषणाचं छायाचित्र मिळवण्यापासून ते त्याचं हस्ताक्षर मिळवण्यापर्यंत... सतत शोधतच असायचे. अशाच भेटीत मी त्यांना रा. गो. काट्यांचा 'संपूर्ण भूषण' दिलेला. त्यांना तेव्हा तो हवा होता. मिळत नव्हता.

भूषणावरचं त्यांचं हे पुस्तक लवकर यावं म्हणून मी सतत मागं असायचो. पत्रातून सतत छळत असायचो. अखेर २७ एप्रिल, २०११ रोजी 'शिवभूषण'ची प्रत त्यांनी हाती ठेवली त्या दिवशी खूप आनंद झालेला. जणू ते माझंच पुस्तक असल्यासारखा. आज सगळे 'भूषण... भूषण' करतात पण त्याला लोकांपर्यंत नेलं ते याच माणसानं. त्यांच्याच 'शिवभूषण'वर यांची सगळी मदार. आकाशवाणी सांगलीवरचा त्यांचा 'भूषण' तर ऐकण्यासारखाच. तोही अचानक सादर झालेला. निनादराव एकदा घरी होते आणि तेवढ्यात आकाशवाणीच्या संजय पाटलांचा फोन. त्यांना ते इथं आहेत हे समजलेलं. ''घेऊन येतोस का त्यांना? भूषणाचं रेकॉर्डिंग करू'' हे त्यांचे शब्द. यांना विचारलं तर म्हणाले, ''चला सदानंदराव, जाऊ की आपण.'' संजयनं त्यांना सांगितलं, ''तीस मिनिटांचं रेकॉर्डिंग करू.'' अचानक गेल्यानं अर्थातच स्क्रिप्ट लिहिलेलं नव्हतंच. तरीही यांनी आपला 'भूषण' थांबवला

तो बरोबर २९ मिनिटं तीस सेकंदानी. तेही घड्याळ न पाहता. तिथले लोक अगोदरच यांचा 'भूषण' ऐकून भारावलेले. वेळेचं हे गणित पाहून स्तंभितच झाले ते. भूषण निनादरावांच्या रक्तात भिनला होता. त्यांच्या आवाजातला वीररसप्रधान आणि जोशयुक्त भूषण ऐकला की 'शिवकल्याण राजा'मधला आरतीच्या चालीवरचा भूषण बंद करावा वाटतो.

त्यांच्या भाषणांना तरुणाई लोटायची. छ. शिवाजी महाराजांपासून पानिपतपर्यंतचा मराठ्यांचा सगळा इतिहास तोंडपाठ. विषय तेच असले तरी ते नव्या दृष्टीकोनातून मांडायचे. इतिहासाकडे पाहण्याची वेगळी नजर द्यायचे. व्याख्यानाच्या अखेरीस एखादी अपरिचित पण स्फूर्तिदायी कविता म्हणायचे. काय काय आणि किती किती पाठ होतं या माणसाला. सगळं जिभेवर. कुसुमाग्रजांची 'निर्धार' पहिल्यांदा ऐकली ती त्यांच्याच आवाजात. विसावा चौकात. अवघा मावळ मुलूख उभा केला होता त्यांनी आमच्यासमोर. अशाच अनेक कविता ऐकवत त्यांनी मला अनेक गड चढवले. माझ्यात उतरवले. मला सतत काही ना काही शिकवत. शिवाजी महाराजांचं वेगळेपण माझ्या नजरेस आणून देत. असंच एकदा त्रिशुंड्या गणपतीला नेलं त्यांनी मला. कायनेटिक होंडावरून. त्या मंदिराचा इतिहास आणि त्यावरची शिल्पं उलगडून दाखवण्यात दोन तास घालवले. दर्शनाला आलेल्या गणेश भक्तांच्या गराड्यात. पुण्यातल्या अनेक ठिकाणांना असं उराउरी भेटवलं त्यांनी मला. अनेकदा. तेहीं मला दर वेळी नव्यानं भेटत गेले.

नवोदिताला जवळ करणं, त्याला सतत शिकवत राहणं या गोष्टी इतिहास संशोधनाच्या क्षेत्रात तशा दुर्मीळच. इथं स्वयंघोषित संशोधक जास्त, अभ्यासक कमी अशी स्थिती. याला मोजकेच अपवाद, त्यात निनादरावांचं स्थान सगळ्यात वर. बाकी सारे आपल्यासोबतच इतिहास घेऊन जाणारे. दारातल्या झाडाचं वाळलं पानही कुणाच्या हाती लागू नये याची काळजी घेणारे. डोळ्यात तेल घालून गस्त घालत असतात ही मंडळी. जणू शिवकालात तटबंदीवर यासाठीच नेमली होती की काय... असं वाटत राहतं. याउलट या माणसाच्या घराची दारं तरुण अभ्यासकांसाठी सतत उघडी होती. अखेरपर्यंत. मन मोकळं आणि हात सदैव काही ना काही देणारा. सतत नवं काही जाणून घेण्याची जिज्ञासा आणि देत राहण्याची उदारता. याचा अनुभव मी कैकदा घेतला. सांगलीच्या मधु घारगेंचं खासगी संग्रहालय पाहायला आम्ही गेलो होतो. घारगेकाका मला म्हणाले, "सर, यांना किती वेळ आहे?" मी म्हणालो, "एक तास." तर ते म्हणाले, "एका तासात एकच वस्तू दाखवू शकतो मी. काय दाखवू?" यावर निनादराव म्हणाले, "अडकित्ते दाखवा." तर घारगेकाकांनी तीनशे अडकित्ते समोर आणून ठेवले. एकसारखा दुसरा नाही. सगळं अफाटच होतं त्यांच्याकडे. ते संग्रहालय पाहिल्यावर खिशात हात घालून झाडून खिसा रिकामा

केला निनादरावांनी. हाताला लागली ती सारी रक्कम घारगेकाकांच्या हातावर ठेवली आणि आम्ही बाहेर पडलो. मी विचारलं तर म्हणाले, ''सदानंदराव, परिस्थिती नसताना एवढं जमविण्यासाठी हयातभर झिजलाय हा माणूस. मी दिलं ते त्यामानानं खूपच कमी. सरदार असतो तर भरचौकात सोन्याचं कडे घातलं असतं मी त्यांच्या हातात.'' आता घारगे गेले. संग्रहातल्या साऱ्या वस्तू आता दशदिशा धुंडाळताहेत.

सांगलीत आले की एम. एटी. वरून मिरजेत मंगलाराजेंकडे नाहीतर मानसिंगरावांकडे फेरी ठरलेलीच. मानसिंगला सतत सांगणं, 'पुस्तकं कर, दैनिकातल्या लेखात अडकून पडू नकोस, काही लागलं तर हाक दे. मी नेहमीच तुझ्यासोबत'. त्या बहाद्दरानं ते काही मनावर घेतलं नाही अजून. नवे तरुण इतिहासाकडे कसे वळतील हे सतत पाहत राहिला हा माणूस. तरीही काही स्वयंघोषित अभ्यासकांनी त्यांच्यावर तोंडसुख घेतलं. अभ्यासकांनाही त्यांची म्हणून काही विचारधारा असतेच. पण या लोकांनी त्याचाही गवगवा केला. निनादरावांनी इतिहासाचा धांडोळा घेणं सोडलं नाही. निष्ठा ठेवली ती इतिहासावर आणि अस्सल कागदातून समोर येणाऱ्या घटनांवर. अशीच पुस्तकं मी वाचावीत हा त्यांचा आग्रह असायचा. माझ्या तोंडातून नाव बाहेर पडायचा अवकाश, आठ दिवसात ते पुस्तक माझ्या घरी यायचं. मिळत नसेल तर झेरॉक्स प्रत यायची. ती सुद्धा नीट बांधलेली. घरी आले तरी तासन् तास 'मराठ्यांचा इतिहास' या एकाच विषयावर बोलत. त्यांचं बोलणं ऐकताना गडावर घालवलेल्या कैक रात्री आठवायच्या मला. तिथले तटबुरूज नजरेसमोर उभे राहायचे. वेड लावलं या माणसानं इतिहासाचं मला. तो इतिहास अभ्यासण्याची दृष्टीही दिली.

वैयक्तिक आयुष्यातही या माणसानं खूप आधार दिला मला. वीस वर्षांपूर्वी घराचं बांधकाम काढलेलं. तुटपुंजी शिल्लक, तोकडे कर्ज. व्याख्यानाला आलेला हा माणूस मला बांधकामावर घेऊन गेला. नीट चौकशी केली. 'सदानंदराव, एवढ्या पैशात घर बांधून होणार नाही. हे पैसे पुरणार नाहीत' हे त्यांचं वाक्य. व्याख्यान झालं. त्या रात्री साडेअकराच्या गाडीत बसवायला मी स्टँडवर. गाडी सुटताना एक पाकीट हाती देत म्हणाले, ''सदानंदराव, मघाशी तुम्हाला हे द्यायचं राहून गेलं आत्ता आठवलं. आता हे घरी जाऊन उघडा.'' मलाही कळेना, नेमकं काय द्यायचं विसरले ते. पुस्तक म्हणावं तर हा होता लिफाफा. मला उत्सुकता. गाडी सुटली तसं मी लिफाफा उघडला. आत एक चिठ्ठी. 'सोबत चेक आहे. पैशांची गरज पडेल. आकडा लिहून चेक वटवा. सही केली आहे. सवडीनं परत द्या. घाई नाही. तुमचं घर होणं महत्त्वाचं. ते पूर्ण व्हायला हवं'. मी स्तब्ध. नजरेसमोर सगळा ओलसरपणा. खाऱ्या पाण्याचा पडदा. तासभर तिथंच बसून. कुठं फेडायचं हे ऋण? कुठलं हे नातं? दुसऱ्या दिवशी मी फोन केला, ''पैशाची गरज नाही. मी चेक परत पाठवतो.'' असं म्हणालो. तर ''नको, तसं करू नका. कधीही गरज लागेल. नाही लागली तरीही

वास्तुशांती होईपर्यंत चेक तुमच्याकडेच राहू दे. परत पाठवू नका'' असं उत्तर. तो धनादेश मी वर्षभरानं जसाच्या तसा परत केला. वास्तुशांतीच्या दिवशीच. आठवतं इतकंच की, त्या काळात मी पैसे मागेन म्हणून जवळच्या नातलगांनीही बोलणं टाळलेलं. फोनवरूनही संपर्क तोडलेला. बांधकाम पूर्ण होईपर्यंत. मी पैसे मागेन अशी भीती त्यांच्या मनात. हे कुठलं नातं? त्यांचंही आणि निनादरावांचंही.

कितीतरी नात्यांनी या माणसानं मला आजवर जखडून ठेवलंय. पंचवीस वर्षांत सतत काही ना काही शिकवलंय. ज्याला गरज, त्याला हात देण्याची शिकवण दिलीय, स्वत:लाही कळू न देता. तसं करणं कधी जमतं, कधी नाही. प्रश्न पैशांचा नसतोच, आधाराच्या शब्दांचा असतो. हेच ज्यांना आयुष्यभर समजत नाही, त्यांना हा माणूस कसा समजणार? हा माणूस अनेक नात्यांनी माझ्या आयुष्यात आला. आभाळाइतकी माया, प्रेम आणि मैत्री देऊन गेला. संभाजी स्मारक ग्रंथ हे निमित्त ठरलं. हा माझ्या आयुष्यात येणारच होता. जगण्याला अर्थ देऊन जाणार होता. तसा तो गेलाही. पाच वर्षांपासून त्यांची पत्रं येणं बंद झालंय. आता तो आवाजही कानावर पडत नाही. 'आदिशक्ती श्रीतुळजाभवानी' अशी साद आता थांबलीय. मला 'सदानंदराव' म्हणणारा हा एकमेव माणूस आता माझ्या नजरेस पडत नाही. माझी नजर आजही शोधत असते या माणसाला. तो दिसतोही मला. कधी त्याच्या शेदीडशे पत्रांतल्या शब्दाशब्दांमधून तर कधी गडावर भटकताना तिथल्या एखाद्या बुरुजातून. गेली कैक शतकं ते बुरूज ताठपणानं तिथं उभे. इतिहासातली पानं उलगडून दाखविण्यासाठी. हा असतो अशाच एखाद्या बुरुजावर. रायगड-राजगडी अडीचशेवर फेऱ्या झाल्या तरी मी जातोच आहे. लोक विचारतात, 'आता काय राहिलंय तिथं बघण्यासारखं? का जाता अजूनही?' त्यांना काय सांगणार... तिथं मला भेटणाऱ्या या बुरुजाबद्दल. श्रीमंत निनादराव गंगाधरराव बेडेकर या नावाचा हा बुलंद बुरूज!

व्रतस्थ

तसे ते दिसायला चारचौघांसारखेच. थोडासा रापलेला, काळसरपणाकडे झुकणारा चेहरा. पांढरटपणाकडे निघालेले केस. डोळ्यांवर मोठ्या फ्रेमचा चष्मा. साठी ओलांडलेली. सांगली जिल्हा नगर वाचनालयाच्या सभागृहात मी त्यांना पाहत होतो. पहिल्यांदाच. वक्ता म्हणून खिळवून ठेवण्यासारखं त्यांच्या व्यक्तिमत्त्वात काहीच दिसत नव्हतं मला. पण मी त्यांना खूप वाचलं होतं. त्यांच्या 'हिटलर'नं कधीकाळी मनावर गारुड केलेलं. 'नेताजी'नं कायमचं जिंकून घेतलेलं. आता उत्सुकता होती ती त्यांना ऐकण्याची. पण हा माणूस मला 'वक्ता' वाटत नव्हता. कुठल्याच अंगानं. त्यात ते सलग दोन दिवस बोलणार होते. ते आता काय बोलणार? अशी शंका मनात घेऊनच मी तिथं बसलो होतो. थोड्या वेळात त्यांनी बोलायला सुरुवात केली. संथ लयीत सुरू झालेलं त्यांचं ते बोलणं हळूहळू गती घेत गेलं. वक्तृत्वाची शैली जाणवत नसली, तरी श्रोत्यांना गुंतवून ठेवलं होतं

त्यांनी. विषय तसाच होता आणि ते वक्ते होते विनायक सदाशिव वाळिंबे.

तारीख ६ डिसेंबर, १९९७. वि. स. वाळिंबे सांगलीत येणार आणि दोन दिवस 'भारतीय स्वातंत्र्यसंग्रामाची गाथा' उलगडून दाखवणार अशी बातमी चार दिवसांपूर्वीच वाचलेली. तेव्हाच वाचनालयातून त्यांचा पत्ता घेऊन मी त्यांना पत्र पाठवलेलं. मला उत्तर आलं नव्हतं. पण मी त्यांना भेटण्याची वेळ मागितली होती. भारतीय स्वातंत्र्यप्राप्तीचं ते सुवर्ण महोत्सवी वर्ष. त्या निमित्तानं राजहंसनं त्यांचा द्विखंडात्मक ग्रंथ बाजारात आणलेला. गाजत असलेला. नुकताच मी तो खरेदी केला होता. वाचून काढला होता. सलग दोनदा. हजार-बाराशे पानांतून तो धगधगता कालखंड माझ्या डोळ्यांसमोर उभा केला होता वाळिंबेंनी. त्या दिवसांत मी तो नव्वद वर्षांचा काळ साक्षात जगत होतो, अनुभवत होतो. अनेकदा. त्या स्वातंत्र्यपर्वातील अनेक पात्रं माझ्या नजरेसमोरून जात होती. जागेपणीही. तो ग्रंथ होता 'सत्तावन्न ते सत्तेचाळीस'. याच विषयावरचा वसंत पोतदारांचा ऐकलेला एकपात्री प्रयोग डोक्यात घुमत होता तेव्हा. 'वंदे मातरम'. तो एकपात्री प्रयोग वसंत पोतदारांच्या मागं लागून मी ध्वनिमुद्रितही करून घेतलेला. अनेकदा ऐकलेला. मुळातच विषय माझ्या आस्थेचा. या विषयावर उपलब्ध असलेले सगळे ग्रंथ घरात. अगदी लॉर्ड माउंटबॅटनच्या त्या काळातल्या दैनंदिनीपासून. सगळेच वाचलेले. अनेकदा. पण या दोन खंडांनी भारून टाकलं होतं मला. ते लिहिणारा लेखकही आता खिळवून ठेवत होता मला. त्याच्या बोलण्याने. बोलण्याला शैली नसली तरीही.

व्याख्यानाचं दुसरं सत्र सात तारखेला होतं. भाषण संपताच मी त्यांना भेटलो आणि त्यांच्यासोबतच हॉटेल 'शिवनेरी'वर गेलो. तिथं ते उतरले होते. मी भारावून गेलेलो. ते शांतपणे माझी चौकशी करत होते. म्हणाले, "तुला व्याख्यान का आवडलं?" मी म्हटलं, "स्वातंत्र्यलढा तुम्ही डोळ्यांसमोर उभा केलात. तेसुद्धा तारखेनिशी. तुमच्या हातात तर कसलंही टिपण नव्हतं. ना तारखांचं, ना मुद्द्यांचं. तरीही तुम्ही एकही व्यक्ती किंवा तारीख सोडली नाहीत. सगळं कसं अचूक आणि सविस्तर." ते हसले. म्हणाले, "बोलायचं तर संदर्भासह आणि पुराव्यानिशी. ही माझी पद्धत. लिहिण्याची आणि बोलण्याचीही. त्यात मी अनेक वर्षं संपादक म्हणून काम केलेलं. त्यामुळं ती जास्तच अंगात भिनलेली." मग मी त्यांना घरी येण्याचं निमंत्रण दिलं. घर जवळच. तेही लगेच 'येतो' म्हणाले. कसलेही आढेवढे न घेता. दीडदोन तास मनसोक्त गप्पा मारून मी परतलो. ते दुसऱ्या दिवशी सकाळी घरी येणार होते. मूळचे पत्रकार, संपादक असल्यानं त्यांनी माझी सखोल विचारपूस केली त्या दिवशी. जवळजवळ उलटतपासणीच. मी निघताना ते म्हणाले, "उद्या पाचला वाचनालयात जायचंय. त्याआधी... शक्यतो सकाळीच मला तुझ्या घरी ने. मला तुझा ग्रंथसंग्रह बघायचाय. गणपती मंदिरातही जाऊ आपण." याचा अर्थ मी त्यांना

जिंकलं होतं तर. मी त्यांच्या आजच्या बोलण्याचा... उद्या काय करायचं याचा विचार करत घराकडे.

सकाळी आठला आम्ही गणपती मंदिरात. अगदी भक्तिभावानं दर्शन घेतलं त्यांनी. मास्टर दीनानाथांच्या आठवणीही निघाल्या. त्यांच्या स्टुडीओची जागाही पाहिली त्यांनी. अगदी आस्थेनं. तिथून नऊ वाजता घरी. घर अडचणीचं. अवघी एकच खोली. त्या खोलीच्या दहा बाय दहाच्या पोटमाळ्यावर पुढचे तीन तास ते पुस्तकांत गढून गेलेले. तिथल्या अडचणींची कसलीही तक्रार न करता. मी जमवलेली पुस्तकं, ध्वनीफितींचा संग्रह, क्रांतिकारकांची हस्ताक्षरं आणि त्याबद्दलची विचारपूस. नेताजींच्या आवाजातली भाषणंही ऐकली त्यांनी. मग ती कुठून मिळवली याचीही चौकशी. एखाद्या वडिलधाऱ्यानं करावी तशी. माझ्याकडच्या 'सत्तावन्न ते सत्तेचाळीस'च्या दोन्ही खंडावर मी त्यांची स्वाक्षरी घेतली. ती करत करतच ते म्हणाले, "सदानंद, तू प्राथमिक शिक्षक. तोही जिल्हा परिषदेच्या शाळेतला. एका शिक्षकाच्या दृष्टीनं हा संग्रह खरंच खूप मोठा आहे. यातली अनेक पुस्तकं आता दृष्टीसही पडत नाहीत आणि तुझं वाचनही चौफेर आहे. तुझ्याकडे नसलेल्या अनेक क्रांतिकारकांची हस्ताक्षरं मी तुला देईन. काही नेत्यांची भाषणंही देईन." मला लॉटरी लागलेली. त्या आनंदातच आम्ही जेवण केलं आणि चालतच 'शिवनेरी'वर गेलो. जाताना त्यांच्यातला पत्रकार पुन्हा जागा झाला आणि नेताजींच्या आवाजातली भाषणं मला कुठं, कशी मिळाली याची चौकशी पुन्हा सुरू झाली.

या माणसाच्या पुस्तकांनी मला वेड लावलेलं. त्यांचं सगळंच लेखन वाचनीय आणि माहितीपूर्ण. पत्रकार असल्यानं सगळ्या लेखनाला खणखणीत पुरावे, संदर्भ देण्याची सवय. व्होल्गा जेव्हा लाल होते, हिटलर, सावरकर, नेताजी, जय हिंद आझाद हिंद या त्यांच्या पुस्तकांनी मनात घर केलेलं. 'नेताजी'च्या तर मी प्रेमातच होतो. पुस्तकाच्या आणि पुस्तकाच्या नायकाच्याही. पुढच्या काळात नेताजी सुभाषचंद्र बोस यांनी लिहिलेली आणि त्यांच्यावर लिहिलेली सगळी पुस्तकं घरी आली. ती अनेकदा वाचलीही. पण यांच्या 'नेताजी'ची मोहिनी काही उतरली नाही. मुळात त्यांनी माझ्या मनावर गारूड केलं होतं ते त्यांच्या लेखनशैलीमुळं. अत्यंत चित्रदर्शी लेखनशैली. 'बंगलोर ते रायबरेली' आणि 'रायबरेली आणि त्यानंतर' ही त्यांची घरात पहिल्यांदा आलेली पुस्तकं. इंदिराजींचा सगळा राजकीय पट नजरेसमोर उभा करणारी. आता शब्दाशब्दांतून चित्रं उभा करणारा त्या पुस्तकांचा लेखकही घरात आलेला. त्या दिवशीचं दुसरं पुष्प गुंफून ते पुण्याला गेले आणि पाठोपाठ माझं पत्रही. क्रांतिकारकांची हस्ताक्षरं आणि काही भाषणांच्या ध्वनिफितींची आठवण देणारं. आता मी माझ्या चिकाटीचा अनुभव देणार होतो त्यांना.

पण माझं पत्र पोहोचण्याआधीच मला त्यांचं पहिलं पत्र आलं. दिनांक ११

डिसेंबर, १९९७ रोजी लिहिलेलं. ते मला आलेलं त्यांचं पहिलं पत्र. यथावकाश क्रांतिकारकांच्या हस्ताक्षरांच्या छायाप्रतीही मिळाल्या मला. नंतरच्या पुण्याच्या भेटीत काही भाषणंही. 'रुद्रवाणी'च्या जीवन किर्लोस्करांचेही ते मित्र. मग जीवनराव व मी मिळून एकदा त्यांना भेटलो होतो. एकटाही भेटायचो. कधी साहित्य परिषदेत तर कधी बाहेर. मग चहा झाला की ते धूर सोडत झकास गप्पा मारायचे. दोन बोटांच्या शेवटच्या पेरांत तिरकी सिगारेट धरायचे. खेड्यातले लोक बिडी धरतात तशी. अनेक आठवणी सांगायचे. कधी आपल्या लेखनातल्या तर कधी यशवंतराव चव्हाण साहेबांच्या. कधी केसरीतल्या तर कधी काही लेखकांच्या. असं काही ऐकण्यासाठीच तर मी त्यांना भेटायचो. भरभरून ऐकत राहायचो. सगळं नवीन, माहितीपूर्ण आणि रोचकही. 'नेताजी हे तुमचं मला सर्वाधिक आवडलेलं पुस्तक' असं मी एकदा त्यांना म्हणालो. तर म्हणाले, ''वल्लभभाई पटेलही तितकंच आवडेल तुला आणि गांधीही. माझं शेवटचं पुस्तक त्या महात्म्यावरच असेल. दोन्हीही येतील लवकरच. दोन्हींचेही कच्चे खर्डे तयार आहेत.'' पण हे पुस्तक काही आलं नाही. त्याआधीच वि. स. वाळिंबे गेले. दुर्धर आजारानं. सिगारेट नडली होती त्यांना.

जे जे भव्य, दिव्य त्याची त्यांना आस होती. मांगल्याची पूजा करण्यासाठीच त्यांनी आपली लेखणी झिजवली. मग ते शिवछत्रपती असोत किंवा नेताजी. ते उजव्या विचारसरणीचे. असे विषय असले की त्यांच्या लेखणीला बहर यायचा. सत्तावन्न ते सत्तेचाळीस या नव्वद वर्षांचा सशस्त्र क्रांतिकारी लढा त्यांच्या शब्दांत वाचताना भारावून जायला होतं ते त्यामुळंच. त्यांच्या लेखणीचा वारसा चालविणारे अनेक पत्रकार त्यांनी घडविले. संपादक म्हणून. त्यांनीही आपली कारकीर्द गाजवली. म्हणूनच त्या सगळ्यांचे ते 'वाळिंबेसाहेब' होते. या मंडळीची त्यांच्या विषयीची मतं वाचायला मिळाली ती अरुणा ढेरे यांनी संपादित केलेल्या एका पुस्तकातून. 'उमदा लेखक, उमदा माणूस'मधून . या ग्रंथानं मला पुन्हा वि. स. वाळिंबेंच्या सहवासात नेऊन सोडलं. मला माहीत नसलेले वाळिंबे त्यातूनच मला समजत गेले. त्यांनी दिलेलं प्रेम आणि दाखवलेली आपुलकी यांची आठवण करून दिली त्या पुस्तकानं. त्यांच्या-माझ्यात जवळजवळ पस्तीस वर्षांचं अंतर. पण आमच्या भेटीत ते त्यांनी कधीच जाणवू दिलं नाही. ना बोलण्यात, ना वागण्यात. त्या दिवशी गावातून फेरफटका मारताना त्यांनी मला ''नथूरामचं वास्तव्य असलेलं घर माहीत आहे का?'' असं विचारलेलं. मला ते माहीत होतंच. मग त्या घरासमोरूनही आमची फेरी झाली.

'नेताजी'विषयी भरभरून सांगितलं मला त्यांनी त्या दिवशी. तो एकच विषय आमच्या गप्पांचा. नेताजी माझे आवडते तर होतेच, शिवाय त्यादरम्यान मी कर्नल

लक्ष्मी सेहगलांच्या संपर्कात आलेलो. त्यांचं आत्मचरित्र मराठीत आणत होतो. त्यावरही बोलणं झालेलं. मला ते म्हणाले, ‘‘भाग्यवान आहेस म्हणून तुझ्या हातून हे पुस्तक होतंय. त्या तुझ्या पाठीशी उभ्या आहेत हे जास्त महत्त्वाचं. त्या अजून आहेत हेच आपल्या लोकांना माहीत नाही. तिथं तू त्यांना गाठलंस. हे खूप मोठं काम आहे. अगदी मनापासून कर आणि चांगलं कर.’’ मी त्यांना भेटायला कानपूरला जाणार होतो लवकरच. ते ऐकून त्यांनी मला सांगितलं, ‘‘लवकर जा आणि त्यांच्यात नेताजींना शोधण्याचा प्रयत्न कर. त्यांच्या आठवणी काढून घे त्यांच्याकडून. भारतीय स्वातंत्र्यलढ्याला जागतिक स्तरावर नेऊन सोडणारा तो एकमेव नेता होता या देशातला. त्यांच्याशी बोलताना सगळं बोलणं टिपून तर घेच. पण शक्य झालं तर ते रेकॉर्डही कर.’’ किती मोलाचा सल्ला दिला होता त्यांनी मला. वाळिंबेसाहेबांनी आपल्या हाती दिले ते असलेच इतिहासातले नायक. त्यांच्या त्यांच्या क्षेत्रात एकमेवच असलेले. देशाच्या कालपटावर आपला अमीट ठसा उमटवून गेलेले. स्वातंत्र्याच्या यज्ञकुंडात आपली आहुती देऊन गेलेले. अशांच्या धगधगत्या कर्तृत्वाची गाथा उगवत्या पिढीसमोर ठेवणं हेच कर्तव्य असं मानणारा हा लेखक होता. संस्कार पेरीत जाणारा.

वाळिंबेसाहेब माझ्या आयुष्यात आले हा एक भाग्ययोग होता. केवळ त्यांच्या पुस्तकांमुळं ते मला अनुभवता आले. आपल्या लेखनाला आणि बोलण्याला संदर्भ आणि अस्सल पुराव्यांची जोड हवी हे शिकवून गेले मला ते. आज गडकोटांच्या रंगपारदर्शिका दाखवत दोन दोन तास बोलताना, शिवमहिमा गाताना मी एकही तारीख चुकत नाही की एकही प्रसंग विसरत नाही. लोकांना त्याचं कौतुक वाटतं. पण ही त्यांचीच देण. फारच थोडा काळ त्यांच्या सहवासात जाता आलं. पण ते कायमचे मनात घर करून राहिले. त्यांच्या सहवासाचा दरवळ आजही माझ्या आसपास. त्यांचा आशीर्वाद नेहमीच सोबत. ज्यांचे पाय धरावेत अशी माणसं कमी होत असताना आजही वाळिंबेसाहेब मला आठवतात ते त्यामुळंच. पहिल्या भेटीनंतर वर्षभरच भेटता आलं त्यांना. अवघ्या तीन-चार भेटीच. २००० मध्ये तर ते गेलेच. आता सोबत त्यांची पुस्तकं, काही पत्रं आणि अशा काही आठवणी. जाणवणाऱ्या, शिकवणाऱ्या, समृद्ध करणाऱ्या. संस्कार पेरीत जाणारे द्रष्टे लेखक होते ते.

१९८९चा गणेशोत्सव. सांगली साखर कारखान्यावर व्याख्यानासाठी ते आलेले. मी सायकलवरून कारखाना गाठला होता. तिथं बाळासाहेब बेडगे, शिवाजी पवार हे माझ्या वयाच्या दुप्पट वयाचे असलेले माझे मित्र काम करायचे. आमचं 'शिवप्रेमी मंडळ' होतं. गडभ्रमंतीसाठीचं. मी सगळ्यांत लहान सदस्य. वाचनाची, भाषणं ऐकण्याची माझी आवड त्यांना माहिती असल्यानं त्यांनी मला ही खबर दिलेली. त्या व्याख्यानाला जाण्यापूर्वी त्यांची एक कादंबरी मी वाचलेली. मित्र म्हणाले, "चल, तुला ओळख करून देतो." मी गेलो नाही. माझी एक पद्धत होती. मी पत्र पाठवायचो. उत्तर आलं की मग प्रत्यक्ष भेटायचो. हस्ताक्षरं मिळवण्याचा हा माझा मार्ग होता. त्यानुसार मी व्याख्यान ऐकून परत आलो. दणदणीत पत्र लिहिलं.

दादा

त्यांच्या कादंबरीबद्दल, त्या भाषणाबद्दल. त्यांचं उत्तर आलं. ८ सप्टेंबर, १९८९ रोजी लिहिलेलं. मस्त लेटरपॅडवर. मध्यावर होती राजा शंभूछत्रपतींची मुद्रा. त्याच्यावर 'श्रीकृष्ण' अशी अक्षरं. पत्र हिरव्या शाईत लिहिलेलं. खाली सही... शिवाजी सावंत!

'मृत्युंजयकारां'शी जुळलेलं नातं पुढे शेवटपर्यंत टिकलं. आजही माझ्या मनात ते तसंच. ९० नंतर ते माझे 'दादा' कधी झाले हे मलाही समजलं नाही. अखेरपर्यंत त्यांचा मायेचा हात पाठीवर राहिला. ते गेले, त्याच्या आदल्या दिवशी माझ्या घरी होते. त्या बारा वर्षांत माझ्या आयुष्यातल्या प्रत्येक घटनेला ते साक्षी होते. आनंदात सहभागी होते. दु:खात सावली धरून होते. पूर्ण एक तप. या काळात आलेली त्यांची दीड-दोनशे पत्रं. पोस्टकार्डापासून ते दीर्घ चारचार पानी पत्रांपर्यंत. अगदी समासातही कागद आडवा करून लिहिलेली. कधी मला सावरणारी, तर कधी वाट दाखवणारी. कधी हक्कानं काही करायला सांगणारी, तर कधी हक्कानं माझ्याकडून काही करवून घेणारी. किती किती रूपं पाहिली त्यांची मी या पत्रांमधून. मिश्कील, खोडकर, प्रेमळ आणि खट्याळही. प्रत्येक ओळ नवं रूप दाखवणारी. 'मृत्युंजय'बद्दल बोलताना ते एकदा म्हणाले होते, "त्या कादंबरीतला दोन ओळीतल्या मधल्या रिकाम्या जागेतला, न लिहिलेला मजकूर वाचता यायला हवा. तो ज्याला वाचता येईल, त्याला 'मृत्युंजय' जन्मभर सावरत राहील." ही सारी पत्रं आजही सावरतात मला. पायात बळ आहे ते त्यामुळंच. आधार आहेत माझा ती. आजही.

दादा या भागात कुठंही आले की घरी यायचेच. सुरुवातीच्या काळात नारायणराव चौधरी असायचे सोबत. धोतर, शर्टमधले. राजगुरूनगरचे. शेतकरी माणूस. शिक्षण कमीच, पण दादांवरचं त्यांचं प्रेम कशातही तोलता न येणारं. दादांच्या लहरी, सगळी पथ्यं तेच सांभाळायचे. त्यांची सावली बनूनच वावरायचे. गप्पात त्यांच्याइतकेच विरघळून जायचे. ९५ नंतर मात्र दर वेळी वेगळी सोबत असायची. पण माझ्या दहा बाय दहाच्या घराची त्यांची फेरी कधीच चुकली नाही. घरात एकुलती एक लाकडी खुर्ची. आईच्या शिलाईकामासाठीची. त्यावर बसून भरलं वांगं आणि शाळूची भाकरी खायची हे ठरलेलंच. सांगली सोडताना गाडीत डिक्की भरून मळीची वांगी घेऊन जायचे. पुण्यात मित्रांनाही वाटायचे. महाराष्ट्र टाईम्सच्या अशोक जैनांनी 'कानोकानी'त याची फिरकीही घेतलेली. एकदा तर खूप गडबड म्हणून भाकरी-वांगी ताटात ठेवून फडक्यानं बांधून सोबत घेऊन गेले. आईला म्हणाले, "आई, आज खूप गडबड. वाटेत खातो आता." खरं तर आई त्यांच्यापेक्षा लहान. पण माझ्याशी नातं मोठ्या भावाचं. निघताना आई-अण्णांच्या पायावर डोकं ठेवून नमस्कार केला नाही असं घडलं नाही. बारा वर्षांत एकदाही. ते 'मृत्युंजय'कार होते. मराठी साहित्याचा अस्सल कोल्हापुरी साज. आई अनक्षर.

त्यांच्यासोबत अनेक ठिकाणी व्याख्यानाला गेलो. अनेक ठिकाणी व्याख्यानं

ठरवली. ती ध्वनिमुद्रित केली. असेच एकदा एका व्याख्यानासाठी आलेले. घरातला जिना अरुंद. माळ्यावर जाणारा. वर जाणं म्हणजे दिव्यच असं मित्र म्हणायचे. दादा तर वजनदार. तरीही वर येऊन ताणून दिली त्यांनी. 'राजगडाचा बालेकिल्ला सर केला रे सदा' असं म्हणत. 'तरुण भारत'च्या अपर्णा कुलकर्णीला तिथंच मुलाखत दिली. खालून जेवण वर घेऊन येण्याच्या अटीवर. १९ जुलै, १९९५ रोजी ते 'संत नामदेव महाराज पारायण सोहळ्या'त आलेले. दोन दिवस व्याख्यानं. तेव्हा माझी धाकटी बहीण बी. एस. एन. एल. मध्ये अधिकारी झालेली. त्यामुळं शासकीय निवासस्थान मिळालेलं. सिटी पोस्टाला लागून. मुक्काम तिथंच. व्याख्यानं झाली की गप्पांचा फड. दिवसा आणि रात्रीही. अशोक घोरपडे या पत्रकार मित्राला तर झोपूही दिलं नाही त्यांनी. तिसऱ्या दिवशी पहाटे साडेचारच्या खासगी बसचं आरक्षण केलेलं. पुण्याला परतण्यासाठी. ती बस भारती विद्यापीठाच्या दारात लागणार होती. माझ्याकडे सायकल. त्यांच्यासोबत पद्माकर देवधर. बॅग त्याच्याकडे देत म्हणाले, "सदा, मला सायकलवरून सोड." देवधर आणि मी पाहतच राहिलो. देह ऐसपैस पसरलेला. साधारण ऐंशी-पंच्याऐंशी किलो नक्कीच. तो सायकलच्या नळीवर मावणार कसा? मला पेलणार कसा? तर म्हणाले, "मागं बसतो. पण जायचं तर सायकलवरूनच." शेवटी पालखी निघालीच. 'हर्क्युलस'च्या पालखीत 'मृत्युंजय'कार शिवाजीराजे! पुण्यात पोहोचल्यावर याचा उल्लेख करून पत्र. २२ जुलै, १९९५ला लिहिलेलं. ही यात्रा लोकांना सांगून पटत नाही. मग मी अशांना त्यांचं ते पत्रच दाखवतो. पुरावा.

त्या दिवसांत ते 'युगंधर श्रीकृष्णा'वर बोलायचे. तीन-तीन दिवस. हातात कागदाचा कपटाही न घेता. महाभारतातील शेकडो नावं आणि प्रसंग... सगळं मुखोद्गत. बरं दिवसा मुद्दे चाळत असतील म्हणावं तर तसंही काही नाही. मी सावलीसारखा सोबत. दिवसभर फक्त गप्पांचा फड आणि भटकणं. नरसोबावाडी चुकायची नाही कधीच. अंघोळ करून, सूर्यप्रतिमेची आराधना करून बोलायला उभं राहिले की दीड तास फक्त महाभारत. तांब्याची सूर्यप्रतिमा सोबत असायची त्यांच्या. महाराष्ट्रभर माहीत झालेली ती प्रसिद्ध कॅप, कोट, कपाळावर अष्टगंधाची नामाटी आणि मुखात युगंधर श्रीकृष्ण. त्यांचं असं बलदंड रूप अनेक गावांनी पाहिलं त्या काळात. जतच्या श्रीपाद जोशींनी गदिमा व्याख्यानमाला चालवलेली. त्यांचं पंधरावं वर्षं होतं. त्यांनाही दादाच हवे होते. खूप प्रयत्न करूनही जमत नसल्यानं ते माझ्याकडे आलेले. त्या 'साने गुरूजीं'साठी मी दादांना शब्द टाकला. तर म्हणाले, "पुण्यापासून परत पुण्यात येईपर्यंत तू सोबत असशील तरच पक्कं कर." आणि ती व्याख्यानं ठरली.

७ ते ९ नोव्हेंबर, १९९६. मुक्काम 'पांढरा बंगला', जत. संस्थान काळातलं ते विश्रामगृह. व्याख्यानं जत हायस्कूल, जतच्या पटांगणावर. 'तुफान गर्दी' म्हणजे काय असते हे दाखवून देणारी. माझ्यासोबत पांडुरंग जामदार नावाचा मित्र. तीनही

दिवस पांडुरंगकडून अंग रगडून घेतलं दादांनी. हीही त्यांची एक सवय. मग रोज दीड तास 'युगंधर श्रीकृष्ण' आणि उरलेला वेळ गप्पा आणि भटकंती. एक आमदार त्यांना कारखान्यावर बोलवायला आले. सहज भेट म्हणून. यांनी मानधन सांगितलं पाच हजार. गेलोही तिथं आम्ही. दुसऱ्या दिवशी विजापूर दर्शन करायची लहर. तेही झालं. अगदी आजन्म लक्षात राहण्यासारखं. इब्राहिम रोझा पाहून एके ठिकाणी जेवायला थांबलेलो. आमचा वाहन चालक जतचा. त्याला तिथलं फारसं माहीत नव्हतं. त्यानं गाडी चुकीच्या ठिकाणी लावलेली. जेवण करून तिथं गेलो तर वाहतूक पोलीस वाट पाहत उभा. त्यानं कागदपत्रं काढून घेतली. कानडी मुलूख. आम्ही मराठी. पांडुरंग म्हणाला, "चिरीमिरी देऊन मिटवतो." तो दैनिकात काम करायचा. त्याचा हा रोजचा अनुभव. दादा गरजले, "काही गरज नाही. मी बघतो." मला वाटलं 'मृत्युंजय'चा कन्नड अनुवाद झाला आहे, ती ओळख सांगतील. मी निर्धास्त. हे पोलिसासमोर जाऊन म्हणाले, "मी डी. आय. जी. भाल. महाराष्ट्र गुप्तचर विभाग प्रमुख." आम्ही उडालोच ते ऐकून. त्या पोलिसानं आम्हाला स्टेशनवर नेलं. त्याच्या वरिष्ठांनी दादांकडे ओळखपत्र मागितलं. ते नव्हतंच. मग त्यांनी गाडी जप्त केली. आम्ही दुसरी गाडी करून जतला परत. पाचला व्याख्यान. त्या गाडीचं पुढे काय झालं काय माहीत. नंतर कळलं 'डी. आय. जी.भाल' पाच हजाराला पडले होते.

एकदा नरसोबावाडीला गेलेलो. दादा तिथं नेहमीच अभिषेक घालायचे. कोट, टोपी सगळं काढून माझ्या हाती देत त्यांनी सोवळं नेसलं. पंचविशीतला तरुण अभिषेक सांगत होता. तो झाला. दादा भक्तिभावानं हात जोडून बसलेले. तो मुलगा जे सांगत होता ते ते करत होते. अभिषेक संपला आणि दादा म्हणाले, "सदा, कोटाच्या खिशातले हजार रुपये काढ." मी दिले. त्यांनी त्या गुरुजींना पूर्वेकडे तोंड करून उभं राहायला सांगितलं. त्याच्या हाती पैसे ठेवत साष्टांग दंडवत घातला. कपडे चढवत असतानाच ते औरवाडकडे बघत मला सांगत होते. "समोरचं औरवाड. मी अनेकदा कबड्डी संघ घेऊन इथं यायचो. जिल्हा संघाचा प्रमुख होतो. पोहत पलीकडे जायचो. नेहमीच." पंचविशीतला तो गुरुजी कान देऊन ऐकत होता. यांनी कोट-टोपी चढवली तसं तो जास्तच निरखून पाहू लागला. शेवटी त्यानं विचारलंच. "तुम्ही शिवाजी सावंत?" दादा हसले. "कुणी सांगितलं तुला?" तो म्हणाला, परवाच 'मृत्युंजय' वाचली. त्यावर तुमचा फोटो. तुम्ही माझ्या पाया पडलात हे ठीक नाही झालं. मला लाज वाटतेय आता. दादा म्हणाले, "लेका, मघाशी तू गुरूजी होतास. आता मी 'मृत्युंजय'कार आहे. चांगला झोपून दंडवत घाल मला." त्या मुलाच्या आग्रहाखातर आम्ही त्याच्या घरी गेलो. शेणानं सारवलेली दहा बाय दहाची खोली. खुर्चीही नव्हती तिथे. जमिनीवर बसत दादांनी दूध घेतलं. त्याच्या आईला नमस्कार केला. त्याला भरभरून आनंद दिला. आयुष्यभरासाठी एक आठवण

दिली आणि आम्ही बाहेर. हेही त्याच दादांचं रूप. मी पाहिलेलं. काळजात जपलेलं.

माझ्या पहिल्या मुलाच्या वेळी ते सतत चौकशी करायचे. माझी, नंदाची. मी ११ जून, १९९५ रोजी मुलगा झाल्याचं कळवलं. तर लगेच फोन. म्हणाले, "सदा, समज आल्यापासून शिवचरित्र अभ्यासतोयस. नशीबवान आहेस. ११ जूनला तिथीनुसार राज्याभिषेक दिन होता. लेकाचं नाव 'शिवराज' ठेव." आदेशच. घरच्यांनीही तो आनंदानं मान्य केला. ३१ ऑगस्ट, २०००. त्यांचा साठावा वाढदिवस. दादांचं पत्र. "अनेक दिग्गज घरी येणार आहेत. तू सकाळी सहाला कॅमेऱ्यासह इथं हवास मला." मी गेलो. सोबत 'तरुण भारत'चा शिवराज काटकर आणि 'मृत्युंजय'चं मोडी लिप्यंतर करणाऱ्या ज्योती, सरला चव्हाण या बहिणींनी करून दिलेला केक. दिवसभर प्रधान मास्तरांपासून मोहन धारीयाजींपर्यंत रीघ लागलेली. सतत फोन वाजत होता. तसाच दुपारीही वाजला आणि दादांनी तो उचलला. पुढे काही वेळ ते फक्त हुंकार भरत होते. फोन ठेवला आणि माझ्याकडे बघत म्हणाले, "सदा, लेका तुला काही अक्कल? कुणी केलं मास्तर तुला?" मला काहीच कळेना. "अरे, तुझ्या घरून फोन होता. आई बोलली. तुला लेक झाला सकाळी. लेका नंदाला दवाखान्यात सोडून तू इथं? टाळक्यात बटाटे भरलेत का तुझ्या?" त्यांच्या साठाव्या वाढदिवशी माझ्या दुसऱ्या मुलाचा जन्म. त्यांनीच याचंही नाव ठेवलं... श्रीकृष्ण. त्याचं, नंदाचं नाव लिहून हातावर ठेवली 'युगंधर'.

त्या दिवशी दादांची अनेक रूपं नजरेस पडली. दुपारी त्यांची मेव्हणी आली होती. शुभेच्छा द्यायला आणि औक्षण करायला. दादांना तिनं शुभेच्छा दिल्या. पायावर डोकं ठेवलं. माझं फोटो काढणं सुरूच होतं. तिनं पिशवीतून एक हार काढला. आम्ही बघतच राहिलो. मी तरी तसा हार पहिल्यांदाच बघत होतो. दहा दहा रुपयांच्या साठ नोटा त्या हारात गुंफलेल्या होत्या. त्यांनी दादांचं औक्षण केलं आणि तो हार त्यांच्या गळ्यात घातला. गडद लालसर-जांभळ्या रंगाचा शर्ट, गळ्यात टाय, डोईवर ती प्रसिद्ध कॅप आणि शर्टवर पांढऱ्या रंगाचं बिनबाह्यांचं जाकीट. डोळ्यावरचा चष्मा हातात घेत दिलखुलास हसणारे दादा. दोन्ही हात पसरत मला म्हणाले, "बघ लेका सदा, सहा आकडी रॉयल्टी घेणारा मी. आणि आमच्या मेव्हणीनं आमची किंमत केली अवघी सहाशे रुपये." 'राधा-कुंद'मध्ये एकच हास्यकल्लोळ. दादांचं असं मिश्कील रूपही अनेकदा अनुभवलेलं. खूप गमतीजमती करायचे ते. प्रवासात असताना सतत काहीतरी सांगायचे आणि दिलखुलास हसायचे. त्यांच्यातलं खट्याळ मूल उसळून वर यायचं बऱ्याचदा.

त्यानंतर दोनच महिन्यांनी पत्र. ते जयसिंगपूरला एका व्याख्यानासाठी येणार होते. तिथं बरोबर पाचला ये असं सांगणारं. मित्रासह मी साडेतीनलाच तिथं. संयोजक म्हणाले, "अजून यायचे आहेत." त्यांचे सतत फोन सुरू होते. सभागृह

खचाखच भरलेलं. सहा वाजले. यांचा पत्ता नाही. संयोजक हवालदिल. साडे सहाला आले ते थेट व्यासपीठाकडेच. जाताना माझ्याकडे रागानं बघत. मला काहीच कळेना. व्याख्यान संपलं. मी त्यांच्या पाठोपाठ एका घरात. सगळ्यांना बाहेर काढत त्यांनी माझी खरडपट्टी सुरू केलेली. मला तर काहीच समजेना. त्यांनी कळवल्याप्रमाणं मी तर वेळेआधी येऊन थांबलो होतो. मला म्हणाले, "तू वेडा आहेस का रे? मी थेट इथं येईनच कसा? तुझ्या घरी जाऊन आईला, लेकराला भेटून आलोय. तिथं थांबायचं सोडून तू इकडे आला आहेस. तुला अक्कलच कमी." मी शांत. हायवेवरून जयसिंगपूर सरळ असताना ते वाकडी वाट करून सांगलीत जातील असं वाटलं नव्हतं मला. घरी आलो तर आईनं सगळं सांगितलं. ते साडेतीनलाच घरी आलेले. श्रीकृष्णला मांडीवर घेतलेलं. कोटाच्या खिशातून हजाराची नोट काढून त्याच्यावरून ओवाळत, 'सतका' करत त्याला नंदाकडे दिलेलं. आईच्या पायावर डोकं ठेवून ते जयसिंगपूरला आले होते. एवढ्यासाठी ते वाकडी वाट करून सांगलीत गेलेले. कुठं फेडायचं हे ऋण?

माझं पहिलं पुस्तक 'आजचा दिनविशेष'. राजहंसकडून आलेलं. तो करार करून मी दादांकडे. तेव्हा कॅप्टन लक्ष्मींच्या आत्मचरित्राचा अनुवाद करत होतो. त्याची चौकशी. काम झालंय समजताच थेट अनिरुद्ध कुलकर्णींना फोन. पुस्तक काढण्याबाबत. बाड सांगलीत. दुपारी मी 'कॉन्टिनेन्टल'मध्ये. त्यांनी पुस्तक काढणार असं जाहीर करून टाकलं. दादांचा शब्द. पुढे चार-पाच महिने जणू स्वत:चं पुस्तक असल्याप्रमाणे दादांची अनेक सूचनापत्रं. त्यात " 'इन्कलाब झिंदाबाद'ची प्रूफं पाठवू का?" असं प्रकाशकांचं मला पत्र. मला तेव्हा त्यातलं काहीच माहीत नव्हतं. मी तसं दादांना कळवलं. त्यांनी ती प्रूफं स्वत:कडे मागवून घेतली. हिरव्या शाईनं दोन वेळा स्वत: प्रूफं तपासली. मला पाहायलाही पाठवली. हे कुठल्या जन्मीचं भाग्य? तेव्हा ते प्रसिद्धीच्या शिखरावर. सहा आकडी रॉयल्टी घेणारे. मराठीतले एकमेव. मराठी सारस्वतातला 'दादा' माणूस. मी केवळ एक प्राथमिक शिक्षक. दैनिकांतून आलेले फुटकळ लेख नावावर असलेला. दादांचं असंही एक रूप. नवोदितांना आधार देणारं. शेवटपर्यंत माझ्यासोबत येणारं. त्या वेळी गाजत असलेल्या एका लेखकानं त्यांना आपली नवी कादंबरी वाचता का? असं विचारलेलं. त्याच्यावर त्यांचं प्रेमही होतं. पण 'मला कामं आहेत' असं सांगून त्यांनी ते नाकारलेलं. हे मला त्याच लेखकानं पुढे सांगितलं.

दादांच्या अशा कितीतरी आठवणी. औदुंबरच्या संमेलनाला आलेले. सांगलीतून जातायेताना मी सोबत. उद्धव कानडेही आले होते त्यांच्याबरोबर. नेहमीप्रमाणं घरी येऊन आईची भेट घेऊन आम्ही औदुंबरात. तिथला कवी मित्र ज्ञानेश्वर कोळी. त्यानं आग्रह धरलेला. दादांना जेवायला घरी घेऊन येच म्हणून. त्यांनीही ते मान्य केलं.

ज्ञानेश्वरच्या छोट्या खोलीत ते मस्त जेवलेदेखील. आमच्यासोबत एक 'जाणते' तिथं जेवायला आलेले. त्यांनी तीर्थ प्राशन करून जेवणाच्या ताटावर जो धिंगाणा घातला, त्यानं दादा चिडलेले. येताना तो 'जाणता' सोबतच होता. दादांच्या मुखातून अस्सल कोल्हापुरी ऐवज बाहेर पडत होता. तो त्या 'जाणत्या'ला समजत तरी होता का कुणास ठाऊक. त्याचं विमान जागेवर नव्हतंच. दादांनी रुद्रावतार धारण केलेला. हेही त्यांचं एक रूप. माझ्या शब्दाखातर त्यांनी कोरडा दिवस पाळला होता. आजवर कधीही त्यांनी माझा शब्द मोडला नव्हता. माझे सगळे हट्ट पुरवले होते. असेच एकदा सुभाषचंद्र डांगे या मित्राच्या आग्रहासाठी सावळीत जेवायला गेलेलो. रात्री एकला जेवण आवरलं. नामदेव भोसलेनं 'दादांना माझ्या घरी आणच' असा आग्रह धरलेला. दादाही 'हो' म्हणाले. दीडला आम्ही नामदेवाच्या छोट्या घरात. झोपलेल्या आईवडिलांना उठवून नामदेवनं त्यांच्या हस्ते दादांना हार घातला. दहा-बारा वर्षांच्या लेकीला मारूनमारून उठवलं आणि तिला दादांच्याजवळ बसवून फोटो काढून घेतले. असंही वाचकांचं प्रेम दादांनी अनुभवलेलं. घरी यायला तीन वाजलेले. अशाही काही आठवणी.

वयाच्या अवघ्या सव्विसाव्या वर्षी 'मृत्युंजय'सारखी अलौकिक कादंबरी लिहिणारे दादा. आजऱ्यासारख्या छोट्या गावातून आलेले. तीन पिढ्यांवर त्यांच्या शब्दांचं गारूड. अनेकांना त्यांच्या 'मृत्युंजय'नं सावरलेलं. असे अनेक जण तर मला त्यांच्याच घरी भेटलेले. त्यांचे सगळेच नायक तसे उपेक्षित राहिलेले. दादांच्या शब्दांनी त्यांची कर्तृत्वगाथा अजरामर केली. लढत, संघर्ष अशा पुस्तकांतून आलेले नायकही असेच. परिस्थितीशी झुंजत यशोगाथा रचणारे. त्यांच्या कर्णकथेनंही अशीच यशोगाथा रचली. खपाचे सारे उच्चांक मोडले. 'युगंधर' नंतर आली. तिच्या पहिल्या आवृत्तीच्या मनोगतात दादांनी माझंही नाव घातलेलं. एका भेटीत त्यांनी मला विचारलंच. "कशी वाटली तुला युगंधर?" मी म्हणालो, "दादा, खरं सांगू का? खूप तात्त्विक झाली आहे. 'मृत्युंजय'ची सर नाही. कदाचित मला ती समजली नसेल. सांगाल?" यावर त्यांनी जे उत्तर दिलं ते लक्षात घेण्यासारखं. "अरे सदा, 'मृत्युंजय' माझ्या हातून लिहून घेतली गेलीय. 'युगंधर' मी लिहिलीय." मृत्युंजय आपल्या हातून कुठल्या तरी अज्ञात शक्तीनं लिहून घेतलीय हा त्यांचा विश्वास कायम होता. तो खराही होता. त्यांच्या वयाच्या अवघ्या सव्विसाव्या वर्षी ती प्रकाशित झाली. याचा अर्थ त्यापूर्वी तीनचार वर्षं मनात लिहिली जात असणार. आजऱ्यासारख्या छोट्या गावातल्या या तरुणाच्या मनात हे बीज कुणी पेरलं? त्यांची त्या वयातली महाभारताची समज ध्यानात घेतली की त्यांचं म्हणणं पटतं. 'मृत्युंजय' ही दैवी प्रतिभेची देण या त्यांच्या म्हणण्यावर विश्वास ठेवावाच लागतो.

'मृत्युंजय' आणि 'युगंधर' याबाबत तर त्यांनी अगदी सविस्तर लिहूनच कळवलं मला. 'मृत्युंजय' म्हणजे एका वीरानं सर्व प्रतिकूलतेत जीवनादर्श जपून

जीवनयात्रेत मिळवलेलं यश... जय. तर 'युगंधर' म्हणजे अशा जीवनयात्रेकरूंनी युगानुयुगं धारण करावेत असे जीवनादर्श जगून... धारण करून दाखविलेला युगपुरुष. जिथं कर्ण संपल्यासारखा वाटतो नेमका तिथूनच श्रीकृष्ण सुरू होतो. शीर्षकातही मी हे सूचित केलं आहे. 'मृत्युंजय' 'य' वर संपतं तर 'युगंधर' 'य' ने सुरू होतं. कर्ण मृत्यू हे जीवनसत्य व तत्त्व कसं समजून घ्यावं हे सांगतो तर कृष्ण जीवन ही युगानुयुगाचं भान ठेवून जगण्याची सत्यता कशी आहे हे सांगतो. 'मृत्युंजय' आणि 'युगंधर' या एकाच जीवनमुद्रेच्या स्पष्ट दोन बाजू आहेत.'' त्या दीर्घ पत्रात किती हळुवारपणे मला त्यांनी 'युगंधर' समजावून सांगितली होती. त्यांच्या या साहित्यकृतींनी खपाच्या साऱ्या मर्यादा ओलांडल्या. नवे विक्रम केले. भाषांच्याही मर्यादा ओलांडल्या. दादाही तसेच. कुठल्याही सीमेत न मावणारे. माझ्यावर मायेचा वर्षाव करताना कुठलीही मर्यादा आड येऊ दिली नाही त्यांनी. छोट्या भावासारखं सांभाळलं, जपलं. शेवटपर्यंत माझे 'दादा'च राहिले. त्यांचा तो अदृश्य हात आजही माझ्या पाठीवर.

दादा असे अनेक प्रसंगात आठवत राहतात. आजही. सतत. राजगडावर एक समारंभ होत असतो. आग्र्याहून सुटून महाराज ज्या दिवशी राजगडी आले त्या दिवशी. एका वर्षी दादा पाहुणे होते. गड तसा खूप उंचीचा. साडेचार हजार फूट आणि अवघड चढणीचा. यांचा देह तसा पसरलेला. पूर्वी कसून व्यायाम केलेला. कब्बड्डीचे खेळाडू होते ते. ते पाली मार्गानं गडावर आले. त्यांना पद्मावतीच्या दारातल्या कट्ट्यावर बसून ऐकताना आणि गड दाखवताना काही वेगळीच अनुभूती. याच गडावरचं दोन्ही छत्रपतींचं वावरणं त्यांनी 'छावा'मध्ये रंगवलेलं. ते सारे प्रसंग त्यांच्या तोंडून पुन्हा ऐकता आले. संभाजीराजांची कथा अनेकदा वाचलेली. पण खऱ्या अर्थानं आत उतरली ती त्या दिवशीच. आजवर अनेकदा राजगडी गेलो. आजही जातो. पद्मावतीसमोरच्या सईबाईसाहेबांच्या समाधीजवळ बसलो की मला महाराजांच्या बरोबरीनं दोन-तीन माणसं सतत आठवत राहतात. गो.नी.दांडेकर, दादा आणि निनादराव बेडेकर. त्यांच्या समवेत केलेल्या राजगड वाऱ्या डोळ्यापुढून सरकत जातात. सोबत अनेक भटके असताना मी तिथं नसतोच तेव्हा.

त्यांची शेवटची आठवण मात्र काळीज वेधून टाकणारी. काळजात कळ उठवणारी. १७ सप्टेंबर, २००२. साहित्य संमेलनाध्यक्ष पदासाठी ते उभे होते. भेटीगाठीसाठी सांगलीत आलेले. हॉटेल 'पै प्रकाश'वर उतरलेले. सोबत नवीच मंडळी. चौघे जण. माझे वडील चार महिन्यांपासून कोमात असलेले. त्यांच्यासाठी ते माझ्या नव्या घरी येणार होते. मला सकाळी हॉटेलवर बोलावलेलं. मी गेलो. जाताना सहज त्यांच्या गाडीत पाहिलं. मागच्या काचेतून एक मोठं पुष्पचक्र दिसलं. मी विचारलं तर एकाकडे बोट करत म्हणाले, ''कऱ्हाडात याला एक पुष्पचक्र आणायला सांगितलेलं. साहेबांच्या समाधीवर वाहण्यासाठी. या लेकानं दोन आणली.

त्यातलं एक आहे ते. शिल्लक राहिलेलं.'' ते ऐकून काळजात कळच उठली. नियती काही संकेत देत होती का? मी अस्वस्थ. ''ते चक्र जाताना टाका कुठंतरा,'' असं मी दादांना म्हणालो देखील. दादा घरी आले. अण्णांना पाहिलं. ते कोमात. आईला धीर देऊन ते गोव्याच्या दिशेनं गेले. येतांना परत येतो असं सांगून. दुसऱ्या दिवशी 'ती' बातमीच आली. कसा विश्वास ठेवायचा? माझे वडील पुढे दहा दिवसांनी गेले. पण मला पोरकं केलं होतं ते त्या बातमीनंच. १८ सप्टेंबरलाच.

शिवराज काटकरला घेऊन मी आजरा गाठलं. अखेरच्या दर्शनासाठी. अलोट गर्दी उसळलेली. 'मृत्युंजय'कार अखेरच्या प्रवासाला निघाले होते. प्रचंड लौकिक मिळूनही कर्णाला 'ज्येष्ठ कुंतीपुत्रा'चा मान मिळाला नव्हता. 'मृत्युंजया'च्या पायाशी अनेक पुरस्कारांनी लोळण घेतली होती. पण दादांचं 'संमेलनाध्यक्ष'पद नियतीनं असं काढून घेतलं होतं. मी आणि शिवराज त्या गर्दीत मिसळून गेलो होतो. दादांच्या घराच्या आसपास. तिथं मला तीच गाडी परत दिसली. सांगलीत पाहिलेली. पांढऱ्या रंगाची टाटा सुमो. मी सहज आत डोकावून पाहिलं. मागच्या रिकाम्या जागेत ते पुष्पचक्र तसंच होतं. तिथंच होतं. दादांनी माझं ऐकलं नव्हतं... पहिल्यांदाच. आम्ही दोघं त्या गर्दीत हरवून गेलेलो. मन सैरभैर झालेलं. पावलं चालत होती, पण कुठं ते समजत नव्हतं. कुणीतरी माझ्या डोईवरचं आभाळच काढून घेतल्याची भावना. संध्याकाळी काही जणांच्या भेटी. कळलं ते चक्रावून टाकणारंच. सांगलीत येण्याच्या आदल्या दिवशीची रात्र. जेवणानंतरच्या गप्पा सुरू होत्या. तो दोन पुष्पचक्रं घेऊन येणारा पहिल्यांदाच तिथं आलेला. त्याचा आग्रह. दादा ज्या शाळेत शिकले ती शाळा आणि गाव दाखवण्याच्या.

त्याचा हट्ट दादांनी पूर्ण करायचा ठरवला. रात्री दहा वाजता. दादांनी गाडी काढायला सांगितली. ते त्याला शाळा व गाव दाखविणार होते. कुणीतरी त्यांना म्हणालं, ''दादा खूप रात्र झालीय. गोव्याहून तुम्ही परत गावी येणार आहातच. तेव्हा दाखवा ना आपलं गाव. इतक्या रात्री कशाला? विश्रांती घ्या आत्ता.'' दादा म्हणाले म्हणे, ''परवाचं कुणी सांगितलंय. आत्ता वेळ आहे. मी येतो लगेच परत.'' कुणाचंही न ऐकता ते निघालेदेखील. इतकी घाई त्यांनी का केली? नियती त्यांना काही संकेत देत होती का? की ते त्यांना उमगत नव्हते? का त्यांच्या मुखातून बाहेर पडणारे शब्द त्यांनाच समजत नव्हते? त्यांच्याही नकळत ते बाहेर पडत होते का? का ते विधीकाळाचे संकेत होते? दादांनाही न समजणारे? नियतीच्या या संकेताला काय म्हणावं सुचत नाही. आत्ताही डोळे भरून आलेत. लिहायचं तर खूप आहे. पण आता शब्द सुचत नाहीत. मूर्तिमंत दादा उभं करणारे शब्द मराठीत आहेत असं मला वाटत नाही. ओघळणाऱ्या आसवांची जागा घेणारे शब्द कुठल्याच भाषेत नसतात. याची अनुभूती सतत येते. आत्ताही. अशा वेळी शब्द शोधायचेच नसतात.

शिवशाहीर

सन १९७८. राजवाड्यातला हि. हा. राजा चिंतामणराव पटवर्धन हायस्कूलचा नवा 'महादेव केळकर विभाग'. त्या जागेला तेव्हा म्हणत 'शिलेखाना चौक'. तर त्या शिलेखान्याच्या मैदानात सात दिवसांची व्याख्यानमाला. सांगली नगरपालिका शिक्षण मंडळानं त्या व्याख्यानमालेची तिकिटं सगळ्या शिक्षकांच्या गळ्यात मारलेली. वडिलांना ती व्याख्यानमाला ऐकायला जायला जमणार नव्हतं. व्याख्यानमालेची वेळ होती रोज सायंकाळी सहा ते आठ. मला दांडगी हौस. भाषणं ऐकण्याची. त्या वयात स्टेशन चौकातली राजकीय भाषणंही ऐकायचो मी. काही समजत नसतानाही.

'कर्नाटक केसरी' जगन्नाथराव जोशींपासून भाई ताराचंद शहांपर्यंत सगळ्यांना ऐकलं ते तिथंच. समोरच्या रस्त्यावर पोत्यावर बसून. स्टेशन चौकातल्या त्या व्यासपीठावर यशवंतराव चव्हाणसाहेबांना ऐकलं तसं विश्वनाथ प्रताप सिंग यांनाही. इथं तर साक्षात शिवचरित्र ऐकायला मिळणार होतं. मी रोज जायचं ठरवलं. नुकताच आठवीत गेलो होतो मी. रोज वक्ता येण्यापूर्वी मैदानात जाऊन बसायचो. तो वक्ता तर वेळ पाळण्याबद्दल प्रसिद्ध. मिनिटभरही पुढेमागं होणार नाही असा त्यांचा लौकिक होता. आज वयानं नव्व्याण्णव वर्षं पार केली तरीही तो कायम.

हा वक्ता जरा निराळाच दिसत होता. तो जिथं उभा राहून बोलणार होता, त्या जागेजवळ एक फळा लावलेला. शाळेतला. खडूही ठेवलेले. मला वाटलं आता हे रोज शिकवणी घेणार की काय? वक्ता अगदी वेळेवर हजर. विजार, नेहरू शर्ट आणि त्यावर जाकीट. शिवाजी महाराजांना चित्रात असते तशी दाढी. काळीभोर. निमुळती टोकदार होत आलेली. डोळ्यावर चष्मा. काळ्या फ्रेमचा. त्यांना पहिल्यांदा पाहिलं ते इथंच. समोर जवळपास तीन-चार हजार श्रोते जमलेले. आता ते सात दिवस 'शिव आख्यान' लावणार होते. तसं तिकिटावर लिहिलं होतं. पण फळा कशासाठी हे मात्र मला अजूनही कळलेलं नव्हतं. शेजारच्या माणसाला विचारलं तर त्यालाही ते माहीत नव्हतं. माझ्या डोक्यात तो किडा वळवळत होताच. खाकी चड्डी आणि पांढरा शर्ट घालून तिथं बसलेला शाळकरी वयातला मी. आजूबाजूला सगळीच मोठी मंडळी. माझं लक्ष वक्त्याकडे लागलेलं. कुणीतरी त्यांची ओळख करून दिली... शिवशाहीर बाबासाहेब उर्फ बळवंतराव मोरेश्वरराव पुरंदरे! आणखीही बरंच काही बोलले ते. त्यांचं संपलं, मग ते उभे राहिले. समोरच्या गर्दीत झाडाचं पान पडलं असतं तरी समजलं असतं इतकी शांतता.

धीरगंभीर आवाजातले शब्द कानांवर पडू लागले. 'आदिशक्ती श्रीतुळजाभवानी...' त्या शब्दांची मोहिनी आजही माझ्या मनावर. आत्ताही ते शब्द कानात ऐकू येताहेत माझ्या. खणखणीत आवाज. स्पष्ट शब्दोच्चार आणि प्रेमात पडावं अशी मराठी. रसाळ आणि प्रासादिक. उपमा, अलंकारानं नटलेली. खानदानी घराण्यातून कानावर पडते तसली भाषा. अमुकराजे, तमुकराजे. आईसाहेब, आऊसाहेब आणि वहिनीसाहेब! अवघ्या काही मिनिटात त्यांनी आम्हां सगळ्यांना थेट मध्ययुगात नेलं होतं. त्यांच्या शब्दांमधून शिवजन्मापूर्वीचा काळ डोळ्यांसमोर उभा राहू लागला आणि बोलताबोलता त्यांनी खडू हातात घेतला. सुलतान अल्लाउद्दीन खिलजीच्या घोड्यांच्या टापांनी चिरडला गेलेला दखखन देश फळ्यावर दिसू लागला. फळा आणि खडू यासाठीच होते तर, असं मनाशी म्हणत मी त्यांना ऐकू लागलो. ऐकतच राहिलो. कायमचा त्यांचा झालो. देवदुर्लभ देवगिरीच्या यादवांचा दरबार माझ्या नजरेसमोर दिसू लागला. रामचंद्रदेव यादवांच्या ललकाऱ्या ऐकू येऊ लागल्या. 'प्रौढप्रतापपुरंदर महाराजाधिराज

राजा रामचंद्रदेव यादवेंद्र महाराज...' पुढचे सात दिवस असलेच शब्द आणि ललकाऱ्या कानावर पडत होत्या. राजा शिवछत्रपती रक्तात भिनत होते माझ्या. साक्षात समोर दिसत होते मला ते. त्या युगपुरुषाला साक्षात माझ्या पुढ्यात उभं केलं होतं त्या वक्त्यानं. केवळ शब्दांच्या बळावर. भारलेली अवस्था. जणू कुणीतरी गारूड केलेलं असावं तसं झालेलं. मला आणि साऱ्या गर्दीलाही. त्या सात दिवसांत मी सांगलीत नव्हतोच. पुस्तकांत वाचलेले सगळे गडकोट हिंडून आलो होतो मी. 'शिवाजी' ही तीन अक्षरं माझ्या आयुष्यात कायमसाठी रुजवली होती त्या वक्त्यानं. त्याला ऐकलं आणि पटलं... होता... तो 'शिवशाहीर' होता!

मग ते पुन्हा दिसले २१ जून, १९८६ रोजी. घराजवळच असलेल्या गणपतराव आरवाडे हायस्कूलच्या सभागृहात. शिवराज्याभिषेक दिनानिमित्त त्यांचं भाषण एका संघटनेनं ठेवलेलं. दरम्यानच्या काळात मिळतील ती शिवचरित्रं मी वाचून काढलेली. त्यांना पत्रंही पाठवलेली. हे त्या संघटनेमधल्या जाणत्यांना माहीत होतं. म्हणून मग त्यांची ओळख करून देण्याचं काम माझ्याकडे आलं. भाषणाची सवय असली तरी पाय थरथरत होते तेव्हा. कारण मी उभा होतो त्याच्या मागच्या खुर्चीवर 'ते' बसले होते आणि समोर पाच-सहाशे तरणीबांड मुलं 'तुलसी काली कांबली भयो, दुजा न चढे कोई रंग' असं म्हणत ते शिवचरित्रात न्हाऊन निघाले आहेत असं काहीतरी मी म्हणालो. त्यातलं आता काहीच आठवत नाही. ही त्यांच्याशी झालेली माझी पहिली ओळख. त्यांचं ते भाषण आणि माझं ओळख करून देणं आजही ऐकतो कधीकधी मी. तेवढ्या किरकोळ कामामुळं संघटनेत माझा भाव वाढलेला. सहाच महिन्यांत पुन्हा एकदा त्यांचा परिचय करून देण्याची वेळ आली ती थेट रायगडावर. महाराजांच्या दरबारात. डिसेंबर, १९८६. समोर होते आठ-दहा हजार धारकरी. प्रतापगडापासून रायगडापर्यंत चालत आलेले. दऱ्याखोऱ्यातून. त्यांना बाबासाहेबांबद्दल काहीबाही सांगितलं मी आणि मग ते उभे राहिले. महाराजांचा राज्याभिषेक कसा झाला ते सांगू लागले. बाबासाहेब एकामागून एक घटना-प्रसंग सांगत होते. '...आणि महाराज त्या दरवाजातून आले...' असं म्हणत त्यांनी एका दिशेला हात केला तर दहा हजार माना तिकडे वळलेल्या. चित्रदर्शी बोलणं. जणू तो राज्याभिषेक आमच्यासमोर घडत होता आणि आम्ही म्हणत होतो 'प्रौढप्रतापपुरंदर सिंहासनाधीश्वर क्षत्रियकुलावतंस महाराजाधिराज राजा शिवछत्रपती महाराज...' बाबासाहेबांचं घराणं पुरंदर किल्ल्याची जहागिरी असलेलं. ते मूळचे 'वाघ'. 'पुरंदरे' नंतर झाले. त्या दिवशीचा त्यांचा आवेश पाहिला आणि वाटलं जणूकाही शिवकाळातला एखादा 'वाघ'च आमच्या समोर उभा आहे.

बाळासाहेब बेडगे सांगलीत 'शिवप्रेमी मंडळ' चालवायचे. सांगली कारखान्याची जीप घेऊन आम्ही गडकोटांवर जायचो. ते तर बाबासाहेबांचे भक्तच. याच मंडळामार्फत

आम्ही 'जाणता राजा'चे प्रयोग घेतलेले. सांगलीत पहिल्यांदाच. गणेशदुर्ग राजवाड्यात. दरबार हॉलसमोरच्या पटांगणात. त्याची तिकिट विक्रीही करत होतो आम्ही. पहिला प्रयोग होईपर्यंत ती खपत नव्हती आणि तो प्रयोग झाल्यावर आम्ही मित्रांनाही चुकवत होतो. त्यांना द्यायला तिकिटंच शिल्लक नव्हती म्हणून. या प्रयोगापूर्वी 'जाणता राजा कशासाठी?' हे सांगण्यासाठी बाबासाहेब आलेले. तारीख होती २३ डिसेंबर, १९८६. हे महानाट्य लिहिण्याची आणि ते सादर करण्याची प्रेरणा कुठून आणि कशी मिळाली हे त्यांनी अगदी सविस्तरपणे आम्हांला सांगितलेलं. त्या महानाट्याचे प्रयोग सुरू झाले, संपले देखील. पण पुढचे अनेक दिवस सांगलीत 'महाराजां'शिवाय विषय नव्हता. त्या नाट्यात हत्ती, घोडे आणि उंट होतेच शिवाय राज्याभिषेक झाला की लागोपाठ पाच अकरा सलामीही व्हायची. सगळ्या सांगलीला कळायचं महाराजांचा राज्याभिषेक झाला म्हणून. या नाटकांतल्या चारशे कलाकारांना दरबार हॉलच्या शेजारच्या इमारतीत जेवायला वाढायलाही आम्हीच पुढे. बाबासाहेबांच्या मागं लागून मावळ्यांचा पोषाख चढवून लालमहालावरच्या छाप्यात भागही घेतला आम्ही. काम एकच. मोठ्यानं दंगा करत तलवार नाचवत तुटून पडणं. साडेतीनशे वर्षांपूर्वीचा एक दिवस पुन्हा जगता आला. जन्माला आल्याचं सार्थक झाल्याची भावना. आजही.

१४ ऑगस्ट, १९८८. एक चित्रकार मित्र होता सुरेश सन्मुख नावाचा. पंचमुखी मारुती रस्त्यावर त्याचं दुकान. राजवाड्याच्या मागच्या दरवाजासमोर. नितीन शिंदे, सुरेश कोरे, रवी बेंडखळे, दीपक बाणकर असे आम्ही मित्र तिथं पडून असायचो. सुरेश उत्तम चित्रकार पण त्याला काही नाद लागलेले. त्यातून बाहेर काढण्यासाठी आम्ही त्याच्या हातात 'राजा शिवछत्रपती' ठेवलं आणि त्यातली चित्रं काढायला सांगितली. पठ्ठ्यानं सहा बाय चार फुटाच्या आकारात पंचवीस-तीस चित्रं काढली होती. अगदी दीनानाथराव दलालांनीच काढलेली आहेत अशी वाटावीत अशी. त्या दिवसात एका व्याख्यानासाठी बाबासाहेब सांगलीत आलेले. ही चित्रं दाखवायला मी बाबासाहेबांना घेऊन गेलो. श्रीमंत बळवंतराव मोरेश्वरराव पुरंदरे खूशच झाले ती चित्रं बघून. मग तिथूनच आम्ही त्यांना 'वंदे मातरम' व्यायाम शाळेच्या उद्घाटनाला नेलं. नितीननं ही व्यायामशाळा काढली होती. बाबासाहेब कसलेही आढेवेढे न घेता आम्हा मुलांसोबत वावरत होते. आमच्यातलेच एक होऊन. आमच्या पाठीवर हात ठेवत, शिवाजी महाराजांच्या कथा सांगत. त्या शब्दांनीच तर शिवचरित्राची ओढ लावलेली. त्याच दिवशी रोहिणी डांगेंनी 'पुष्प प्रदर्शन' भरवलेलं. बालाजी मंदिराच्या माडीवर. नेताजी सुभाषचंद्र डांगेंच्या आग्रहाखातर तिकडेही घेऊन गेलो बाबासाहेबांना. तलवारींचे वार दाखवणाऱ्या त्या हातांनी फुलांच्या प्रदर्शनाची फीत कापली त्या दिवशी. तो दिवस त्यांनी खास आम्हां

मुलांसाठीच दिलेला.

असेच एकदा व्याख्यानासाठी ते सांगलीत आलेले. मुक्कामाचं ठिकाण नेहमीप्रमाणंच कापड पेठेतला अशोकराव घारपुरेंचा वाडा. तिथून जनता नाट्यगृहात नेण्यासाठी बाळासाहेब बेडगेंनी एक जीप पैदा केलेली. आम्ही आधी गणपती मंदिरात गेलो आणि मग जनता नाट्यगृहाकडे. तुफान गर्दी झाली असावी आत. कारण बाहेरच्या जागेत दुचाकी गाड्या, सायकली खचाखच लावलेल्या. अगदी फाटकापर्यंत. वाकड्यातिकड्या... कशाही. आत शिरायलाही जागा नव्हती. म्हणून ड्रायव्हरनं जीप फाटकाजवळच थांबवली. पटकन खाली उतरत बाबासाहेब एकेक सायकल उचलून कडेला ओळीत लावू लागले. आम्हीही उतरलो. वाट करून झाल्यावर ते पुन्हा जीपमध्ये बसले आणि आम्ही आत गेलो. दोन मिनिटांत व्यासपीठावर. माईकसमोर गेल्यावर त्यांचं पहिलंच वाक्य– ''आपण सारे जमला आहात ते हिंदुस्थानातल्या एका महान राजाला ऐकण्यासाठी. त्या जाणत्या राजाचे पराक्रम ऐकण्यासाठी. पण ते एक उत्तम नागरिकही होते. सगळे नियम पाळणारे. तुम्हांला तर तुमच्या सायकलीही नीट लावता येत नाहीत. लाज वाटली पाहिजे. या भूमीवर नितांत प्रेम करणारा आणि सगळे नियम पाळणारा पहिला नागरिक म्हणजे श्रीमंत शिवाजीराजे शहाजीराजे भोसले!'' आणि मग त्या सभागृहात शिवकाळ उभा राहिला.

एका सकाळी सकाळी घारपुरे वाड्यात मी त्यांच्यासमोर. दंडवत घातला आणि 'बाबासाहेब, मला तुमच्या हस्ताक्षरात काहीतरी लिहून द्या' असा हट्ट करत कागद पुढे केला. पायलटची निळी पेनही उघडून दिली. तर त्यांनी ''अखंडितलक्ष्मीअलंकृत सकलगुणालंकरण श्रीमान राजश्री सदानंदराव रघुनाथराव कदम प्रती बाबासाहेब पुरंदरे, प्रेमपूर्वक नमस्कार, विज्ञापना'' असा सणसणीत मायना घालून लिहिलं, ''श्रीशिवछत्रपती महाराजांचे चरित्र म्हणजे संजीवनी मंत्रच. या चरित्राने आपण दिपून जातो. डोळे मिटून घेतो हे बरे नव्हे. डोळे मिटून घेणे हे भाबड्या भक्तीचे लक्षण. या चरित्राने आपले डोळे उघडले पाहिजेत. आपण जाणते आहातच. बहुत काय लिहिणे? स्वहस्ताक्षर, राजते लेखनावधी.'' खाली मोडीत सही... बळवंतराव मोरेश्वरराव पुरंदरे. त्यांनी लिहिलेला मजकूर किती खरा होता. गेली तीन शतकं आपण सारेच त्या महापुरुषाचा जयजयकार करतोय. फक्त जयजयकारच. पण त्यांच्या चरित्रातून आपण शिकलो काय? याचा विचार करू लागलो की हाती फारसं काही लागत नाही. हार-तुरे आणि फुकाचा जयजयकार. बाकी शून्य. साऱ्या जगानं डोक्यावर घेतलेला तो श्रीमंत योगी आपण कधी समजून घेणार? आपण फक्त त्यांच्या प्रतिमापूजनात गढून गेलोय. त्यांना फोटोत आणि पुतळ्यात अडकवून ठेवलंय.

बाबासाहेब असं रोखठोक बोलतात तशा गंमतीही करतात. जितके गंभीर,

तितकेच मिश्कील. एका ललिता पंचमीला आम्ही प्रतापगडी होतो. सकाळची वेळ. बाळासाहेब बेडगे, मनोहर राबाडे, शिवाजी पवार... पुराणिकांच्या हॉटेलच्या दारात भजी खात बसलो होतो आम्ही. थोड्याच वेळात आम्हाला साबीरभाई शेख येऊन मिळाले. दर वर्षी ललिता पंचमीला प्रतापगडी ते भेटायचेच. मग काय गप्पा आणि हास्यकल्लोळ. इतक्यात वरून बाबासाहेब आले. बेडगेंशी बोलत बसले. तेवढ्यात खाली एक खासगी प्रवासी बस येऊन थांबली. सगळे उतारू टाक्याजवळ उतरले. आमचं लक्ष त्यांच्याकडे होतंच. त्यातलाच एक प्रवासी खाली उतरून ब्रश करत होता. जोरजोरात खाकरत होता. तो आवाज वर आम्ही बसलो होतो तिथपर्यंत येत होता. सकाळच्या शांत आणि प्रसन्न वातावरणात त्या आवाजाचा त्रास जरा जास्तच जाणवत होता. त्या आवाजाच्या दिशेनं बाबासाहेबांनी रोखून पाहिलं काही वेळ आणि म्हणाले, ''सदानंदराव, खाली जा आणि ते कोण महाशय मोरी घासताहेत त्यांना आवरा. ताबडतोब.'' हातातली गरम कांदा भजी हातातच ठेवून आम्ही हसतच होतो बराच वेळ. साबीरभाईंचा देह गदागदा हलत होता.

संपूर्ण शिवचरित्र पहिल्यांदा ऐकलं, वाचलं ते बाबासाहेबांचंच. आमच्या आयुष्यात तो 'जाणता राजा' त्यांनीच आणला. पुढच्या काळात निनादराव बेडेकरांनी त्यांच्या अनेक कथा सांगितल्या. ते तर पंचवीस वर्षं त्यांच्या सहवासात. हुबेहूब त्यांच्यासारखंच बोलत ते. पुढे सगळी शिवचरित्रं, बखरी वाचून झाल्या. मोडी, उर्दू कागदही वाचू लागलो. बाबासाहेबांचे सगळेच मुद्दे पटत होते असं नव्हतंच आणि आजही ते पटतात असं नाहीच. निनादरावांशी माझं बोलणं व्हायचं. तेही सहमत व्हायचे. पण ते वाद मुद्द्यांचे होते. बाबासाहेबांशी नव्हते आणि नाहीतही. मुद्द्यांना धरून वाद घालणं ही तर या भूमीची परंपराच होती. व्यक्तिद्वेष अलीकडे घुसला त्या परंपरेत. आता तर तो अगदी टोकालाच गेलाय. काही न वाचताच वाद घालणारेही आहेत आता. कागदांचे अर्थ लावायला आजही आपल्याला कुणीच अडवलं नाही. ते कागदही सगळ्यांसाठी खुले. पण वाद घालायचा, एखादं मत मांडायचं ते ससंदर्भ आणि रोकडे पुरावे दाखवतच घालायला हवा. अशा सगळ्यांचं स्वागतच. नेहमीच. पण आमच्या आयुष्यात महाराज आणले ते बाबासाहेबांनीच हेही सत्यच. स्वत: बाबासाहेबही 'मी शाहीर आहे' असंच म्हणतात आणि नव्या पुराव्यानं काही समोर आलं तर ते स्वीकारतातही. तेवढा मनाचा मोठेपणा आपण कधी दाखवणार?

समोर कुणीही येवो, एखादा शाळकरी मुलगा किंवा जाणता मनुष्य. त्याच्या नावापुढे 'राव' जोडूनच बोलणारा मी पाहिलेला हा पहिला माणूस. बोलणंही आदरपूर्वकच. ऐकणाराला वाटलं पाहिजे आपण कुणी सरदारच आहोत. अशी सरदारकी आजवर अनेकांनी अनुभवली. मीसुद्धा. दिलेल्या वेळेवरच व्याख्यान सुरू करणारा मी पाहिलेला पहिला माणूसही हाच. वेळ देण्याची आणि ती पाळण्याची

जाण रक्तात रुजली ती त्यांच्यामुळंच. बत्तीस वर्षं साडेनऊच्या ठोक्याला शाळेत जायची सवय लागायला हेही एक कारण. एकाच विषयाचा ध्यास घेऊन, जन्मभरासाठी तो सांभाळणारा माझ्या आयुष्यातला हा पहिलाच माणूस. ज्या काळात त्यांनी हा ध्यास घेतला, त्याकाळात तर अशा छंदांना भविष्यही नव्हतं. घरचं खाऊन लष्कराच्या भाकऱ्या भाजण्याचाच उद्योग होता तो त्या काळात. आज रोख पगार हाती पडत असूनही, ठरावीक वेळेसाठी नेमून दिलेलं कामही आम्ही नीट करत नाही. करताही येत नाही. तिथं जवळपास ऐंशी वर्षं चोवीस तास एकाच विषयाचा ध्यास घेतलेल्या माणसांबद्दल बोलायला मात्र आम्ही सगळ्यांत पुढे असतो. आपल्या आवडीच्या विषयासाठीही आपण चोवीस तास देऊ शकत नाही. इतकी वर्षं ही तर फार लांबची गोष्ट.

न पटणाऱ्या गोष्टींबद्दल वाद जरूर घालावेत. ती तर महाराष्ट्राची परंपराच. पण ते मुद्द्याला धरून आणि मुद्द्यावरूनच असावेत. व्यक्तीला झोडपणारे वाद काय कामाचे? मी त्यांचा गंडाबंद शिष्य कधीच नव्हतो आणि नाहीही. पण श्रीमंत शिवाजीराजे शहाजीराजे भोसले नावाचा युगपुरुष याच माणसामुळं माझ्या आयुष्यात आला आणि त्या श्रीमंत योग्याचं आयुष्य जाणून घेण्याची जिज्ञासा यांच्याच शब्दांमुळं मस्तकात निर्माण झाली हे नाकारण्यात काय अर्थ? 'शिवाजी' या तीन अक्षरांचा तो महामंत्र १९७८ मध्ये माझ्या आयुष्याला स्पर्शून गेला आणि त्यानं माझं आयुष्यच बदललं. त्या मंत्राला समजून घेण्यासाठीच रायगड-राजगडावर आजवर प्रत्येकी २५७ फेऱ्या झाल्या. अजूनही तो तीन अक्षरांचा महामंत्र मला पुरता समजलेला नाहीच. उत्सुकता कायम आहे. दिवसेंदिवस ती वाढतेच आहे. आज ९९व्या वर्षीही त्याच जिज्ञासेनं श्रीमंत बळवंतराव मोरेश्वरराव पुरंदरे तो महामंत्र जाणून घेण्याचा प्रयत्न करताहेत. वाटचाल सुरूच आहे. ते शतायुषी होवोत याच शुभेच्छा!

गडपती

त्यांचं पहिलं पत्र हाती आलं ते दिनांक २२ सप्टेंबर, १९८३ रोजी. त्यांचंच एक पुस्तक वाचून मी त्यांना काही शंका विचारलेल्या. अर्थात त्या पुस्तकातील आशयाबद्दल नव्हत्या. काही गडकोटांबद्दल होत्या. त्या गडावर कसं आणि कुठून जायचं? त्या गडाची अधिक माहिती कुठल्या पुस्तकात मिळेल? असे काही प्रश्न मी त्या पत्रातून त्यांना विचारलेले आणि नावाबद्दल काही शंका. त्या शंकांचं उत्तर म्हणून हे पत्र. तेव्हा मी अध्यापक महाविद्यालयात शिकत होतो. दुसऱ्या वर्षाला. सांगली-मिरज रस्त्यावरचं शेठ रतिलाल विठ्ठलदास गोसलिया अध्यापक विद्यालय. तेही 'कृपामाई' हॉस्पिटलसमोरच. वेड्यांचा दवाखाना तो. वय वर्षं अठरा. समज तशी कमीच. असला वेडेपणाच जास्त करायचो मी तेव्हा. पत्र आधी पडलं प्राचार्य रा. वा. जोशी यांच्या हातात. ते होतं पोस्टकार्ड आणि तेही एका बाजूला अर्धच लिहिलेलं. अर्धं पोस्टकार्ड म्हणजे कुणाच्या तरी

निधनाची वार्ता. तसा संकेतच त्या काळचा. म्हणून प्राचार्य जोशींनी ते न वाचताच मला बोलावून घेतलेलं. मीही तसं पत्र आणि तेही हिरव्या शाईनं लिहिलेलं... पहिल्यांदाच बघत होतो. पत्र हातात घेताना माझेही हात थरथरत होते. मन सैरभैर.

१६ सप्टेंबरला मी लिहिलेल्या पत्राला त्यांनी लिहिलेलं उत्तर होतं ते. मला हव्या असलेल्या माहितीबद्दल मी शिवशाहीर बाबासाहेब पुरंदरे यांच्याशी संपर्क साधावा असं सांगणारं. तेवढंच चार ओळींचं. खाली 'इति... आप्पा दाण्डे... अशी सही. ते वाचून प्राचार्यांना देत म्हणालो, 'तशी काही दु:खद बातमी नाही सर.'' त्यांनीही ते वाचलं आणि विचारलं, ''हे आप्पा दाण्डे... कोण?'' मी म्हणालो, ''अहो सर, ते गोपाल नीलकंठ दांडेकर, कादंबरीकार.'' ऐकून प्राचार्य माझ्याकडे बघतच राहिले. त्यांचा त्यांच्याच कानावर विश्वास बसला नव्हता. पण मजकुरातली 'बाबासाहेब पुरंदरे' ही नऊ अक्षरं वाचून त्यांनी ते पटवून घेतलं असावं. माझ्या अभ्यासाशिवायच्या इतर उद्योगांबद्दल त्यांना तशी थोडी कल्पना होतीच. मग पुढची दहा मिनिटं गोनीदांच्या पुस्तकांबद्दल बोलणं. प्राचार्य रा. वा. जोशींच्या समोरच्या खुर्चीत पहिल्यांदाच बसलो तेव्हा. तेही त्यांनी सांगितलं म्हणून. मग दिवसभर अंतराळी चालणं! पुढचे सगळे दिवस माझ्याकडे बघताना प्राचार्यांची नजर बदललेली. ती बदलायला कारण ठरली ती दोन पत्रं. दुसरं पत्रही तशाच मोठ्या माणसाचं होतं. कोल्हापूरच्या इतिहास संशोधक डॉ. जयसिंगराव पवार यांचं. महाविद्यालयातील माझी किंमत वाढवायला कारणीभूत ठरलेली ती दोन पत्रं आजही मी जपून ठेवलेली. एखाद्या दागिन्यासारखी.

गोपाल नीलकंठ दांडेकर आयुष्यात आले ते असे. त्यांच्या अनेक कादंबऱ्या वाचलेल्या. पण मनात घर करून राहिला तो कादंबरीमय शिवकाल. इतिहासाची आवड असल्यामुळंही असेल कदाचित. पण शिवकालीन इतिहासावरच्या त्या पाच कादंबऱ्यांनी वेड लावलेलं. आजही ते तसूभरही कमी झालेलं नाही. कधी होणारही नाही. इतर ऐतिहासिक कादंबऱ्या वाचताना शिवाजी महाराज समोर उभे राहत. पण यांची गोष्टच वेगळी. या कादंबऱ्या वाचताना शिवकालीन समाज डोळ्यांसमोर अवतरत होता. इथं केवळ सरदारांची आणि मावळ्यांची नावं नव्हती, बारा मावळातलं त्यांचं जगणं होतं. त्यांच्या वाड्या-वस्त्या होत्या. त्यांची गुरं-ढोरं होती. त्यांच्या शेणामुताचा वासही जाणवत होता त्या पानापानांमधून. त्या बारा मावळातल्या मावळ्यांचं भावजीवन होतं त्या लेखनात. त्याला धरून मग शिवाजी महाराज आणि त्यांचं स्वराज्य, त्यांचे गडकोट येत होते. आजवर वाचलं त्यापेक्षा हे अद्भुत होतं. अनोखं होतं. आजवर शिवाजी महाराजांना धरून इतिहासाची मांडणी होती. यात त्या काळाला धरून शिवाजी महाराज येत होते.

गडपायथ्याच्या एखाद्या वस्तीवरच आपण राहतोय अशी अनुभूती येत होती. त्यांनी शब्दांनी उभा केलेला तो मावळा अंगात भिनत होता. गडकोटांवरून धावत होता. आजही तो तिथून हललेला नाही.

त्यांच्या लेखनानं नजरेसमोर उभा केलेला महाराजांचा तो मुलूख पाहण्याची ओढ स्वस्थ बसू देत नव्हती. मग मी दांडेकरांना पत्रं लिहू लागलो. ते सतत गडकोटांवरच राहायचे. अधूनमधून तळेगाव दाभाडे या गावात जाऊन आपलं घर जागेवर आहे का ते पाहून यायचे. तेवढाच त्यांचा गावाशी संबंध. मग ते ज्या गडावर असतील त्या गडावर मी त्यांना गाठायला लागलो. पाठीवर हॅवर सॅक अडकवून. अनेक जण असायचे त्यांच्यासोबत तेव्हा. गडावर जाणाऱ्यांची संख्या फारशी नसायची तेव्हा. पण जे असतील ते दिवसभर त्यांचं बोट धरूनच असायचे. सावलीसारखे. त्यांच्या नजरेतून गड पाहणं हा एक विलक्षण अनुभव असायचा. पुढच्या दहा वर्षांत मी तो अनेकदा घेतला. त्यांना कानात आणि काळजात साठवत राहिलो. रायगड-राजगड खऱ्या अर्थानं समजावून दिला तो आप्पांनीच. अनेकदा. प्रत्येक वेळी नवं रूप. मला पोहता येत नाही म्हणून राजगडाआधी लागणारी 'कानंदी' आणि 'गुंजवणी' ओलांडताना कमरेला कासरा बांधून ओढलंही त्यांनी. तेव्हा 'साखर' पर्यंतच गाडीची सोय होती. राजगडी जाताना वाटेत या दोघी भेटायच्याच. त्यांना डावलून जाताच येत नव्हतं. कॅमेरा नावाच्या वस्तूला पहिला स्पर्श झाला तो त्यांच्या कृपेनंच. गडकोटांच्या स्लाईडस् घ्यायचं वेड मस्तकात भिनवलं ते त्यांनीच. आता जवळ असणाऱ्या चार हजारावर स्लाईडस् आणि त्या दाखवत दिलेली व्याख्यानं याची सुरुवात तर त्यांनीच करून दिलेली. आयुष्याला वेगळ्याच वळणावर आणून सोडलं त्यांनी. ती वाट अजूनही पायाखालीच.

गडकोटांवर भटकलो ते त्यांच्याच सावलीत. त्यांचंच बोट धरून. अशाच एका रायगड फेरीत दरबारात आम्ही सात-आठ जण. रात्रीची वेळ. टिपूर चांदण्यात गड न्हाऊन निघाला होता. आमच्यात काही पुण्याचे, काही सांगलीचे. स्लाईडसचं खूळ त्यांनी तिथंच डोक्यात घातलेलं. त्या राजाचं कवतिक सांगून झाल्यावर ते आम्हाला म्हणाले, "गडे हो, तुम्ही सारे गडकोटांवर हिंडता. पण शाळेतल्या लेकराना हे कोण दाखवणार? हा राजा त्यांना समजायला हवा. हे वेड त्यांच्यात जायला हवं. त्यासाठी स्लाईडस् तयार करा. त्या लेकरांना दाखवा. गडांची महिती सांगा. महाराजांचं थोरपण सांगा. तो जाणता राजा त्यांच्यापर्यंत पोहचवा." मग मी तो उद्योग सुरू केला. सगळ्या ऋतूत गडांच्या स्लाईडस् काढल्या. त्यासाठी एकाच गडावर अनेकदा गेलो. आप्पांच्या पुस्तकांची पारायणं केली. छोटा स्लाईड प्रोजेक्टर खरेदी केला. जिल्ह्यातच नाही तर जिल्ह्याबाहेरही स्लाईडस्‌सह व्याख्यानं द्यायला

सुरुवात केली. प्र. के. घाणेकरसरांनंतर असं करणारा मी पहिलाच होतो. दोन-अडीच तासांची किमान तीन हजार व्याख्यानं दिली आजवर. गड नव्यानं समजू लागले आणि माणसंही. गडकोट माझ्या आयुष्यात आले त्याबरोबर अनेक माणसंही. त्या गडकोटांसारखीच बुलंद आणि बेलाग.

गडकोट आयुष्यात आले आणि माझं जगणं बदललं. जिवाला ध्यास लागला तो भव्यतेचाच. हातात पडणारी पुस्तकं तो ध्यास वाढवू लागली. आप्पांची भेट सतत काही देणारी. देत राहणारी. नवं वेड मस्तकात घालणारी. मार्च १९८७ मध्ये ते कोल्हापुरात आलेले. एका ग्रंथ प्रकाशनासाठी. डॉ. जयसिंगराव पवार यांचा ग्रंथ. सेनापती संताजी घोरपडे. सेनापतींचं हे पहिलंच अधिकृत चरित्र. त्या समारंभात किती अप्रतिम बोलले आप्पा. ती ध्वनिफीत सतत ऐकत राहवी अशी. पण अशा कार्यक्रमात त्यांना खूप कमी ऐकलं. ऐकलं ते गडांच्या तटाबुरुजांवरच. त्यांच्याच साक्षीनं. दरम्यान ते पुण्यात राहायला आलेले. लेकीच्या घरासमोरच. तुळशीबागवाले कॉलनीत. मग 'मृत्युंजय'कर शिवाजीराव सावंतांकडे गेलो की त्यांच्याकडे फेरी व्हायचीच. नीराताई आणि आप्पा मायेनं स्वागत करायचे. हातावर काही ना काही ठेवायचे. नीराताईंच्या चेहऱ्यावरचं ते समाधानाचं हसू पाहून वेगळाच आंनद व्हायचा. शब्दांत मांडता न येणारा. आप्पा दगड, कानस घेऊन काहीतरी करत असायचे. गडकोटांखालच्या प्रवाहात सापडणारे अनेक चमकते दगड... प्रवाळ आप्पांनी ते गोळा केलेले. शेकड्यांनी. त्यांना आकार देऊन अनेक वस्तू त्यांनी तयार केल्या होत्या. त्या देखण्या वस्तू करताना त्यांना बघणं हा अनुभव विलक्षणच. तसेच एकाग्र झालेले आप्पा गडावर लिहीत बसलेले असताना दिसायचे. रायगडावरच्या मनोऱ्यात किंवा राजगडावरच्या बालेकिल्ल्याच्या चढणीवरच्या गुहेत. तेव्हा त्यांच्या नजरेत वेगळंच काहीतरी चमकत असायचं. ते तीनसाडेतीनशे वर्षं मागं गेलेले असायचे. एखादा मावळा झालेले असायचे. मग सगळं त्याच्या नजरेतून कागदावर उतरत जायचं.

आप्पांमुळंच आयुष्यात इथले गडकोट आले. अनेक माणसं आली. त्यातलेच एक विजयसिंह दिनकरराव देशमुख. साताऱ्याचे. पुढे ते सांगलीला आले जिल्हा आणि सत्र न्यायाधीश म्हणून. कायमचे मित्र झाले. दरम्यान आप्पांना अर्धांगवायू झालेला. सांगलीच्या प्रसिद्ध आत्मारामशास्त्री दातार वैद्यांचं औषध सुरू केलेलं. देशमुखसाहेबांनी. आप्पांचे मानसपुत्रच ते. मग त्यांनी दिलेली सारी औषधं घेऊन मी अनेकदा तुळशीबागवाले कॉलनीत. ती देताना आप्पा लवकर बरे व्हावेत, पुन्हा गडकोटांवर यावेत असं सतत वाटायचं तेव्हा. तशात त्यांचं बोलणं हळूहळू कमी होत गेलेलं. त्यांचे शब्द नीट ऐकू यायचे नाहीत, आले तरी समजायचे नाहीत. समोरच्याच बाजूला राहणाऱ्या मृणाल, मधुरा या नाती सतत इकडेतिकडे करत

असायच्या. त्यांनी एक उपाय केला होता यावर. लहान मुलांच्या दोन पाट्या एकमेकांना जोडून ठेवल्या होत्या. त्यांची घडी घालता यायची. जवळ पेन्सिल ठेवलेली असायची. मग आप्पा त्या पेन्सिलीनं पाटीवर लिहून दाखवायचे. खूप गलबलून यायचं तेव्हा. डोळ्यातल्या पाण्यामुळं त्या पाटीवरची त्यांची अक्षरं दिसायचीच नाहीत खूप वेळ.

अशाच एका सकाळी मी औषधं घेऊन आप्पांकडे गेलो होतो. त्यांना आवडतो म्हणून सांगलीचा भडंग सोबत नेलेला. घरात पाऊल टाकलं तर आप्पा समोरच बसलेले. पलंगावर. दोन्ही पाय खाली सोडून. अंगात पातळ पांढरा अर्ध्या बाह्यांचा नेहरू शर्ट. धोतर. डोळ्यांवरच्या चष्म्याच्या दोऱ्या दोन्ही कानावर अडकवलेल्या. गळ्यात तुळशीची माळ. दाढी वाढलेली. हातात कुणाचं तरी पत्र. आंतरदेशीय. त्याचं वाचन चाललेलं. मी अगोदर त्यांचं छायाचित्रं घेतलं मग नमस्कार करून बोलत बसलो. औषधांच्या पुड्या नीराताईंच्या हाती दिली. त्या घेण्याची पद्धत आणि पथ्यं समजावून सांगितली. देशमुखसाहेबांचा निरोप सांगितला आणि जवळच्या शबनममधला भडंगाचा पुडा काढून आप्पांच्या हातावर ठेवला. त्यांच्या डोळ्यांत चमक. हातातला तो पुडा बाजूला ठेवत त्यांनी दोन्ही हातांनी टाळ्या वाजवल्या. जागेवर बसूनच दोन्ही पाय नाचल्यासारखे हलवले. त्यांना झालेला आनंद व्यक्त करत होते ते. माझ्या डोळ्यांत पाणी जमलेलं. ते काहीतरी बोलण्याच्या प्रयत्नात. मला ते समजत नव्हतं. मग त्यांनी पेन्सिल हातात घेत पाटीवर लिहायला सुरुवात केली. 'दात आणि नख्या काढलेल्या वाघासारखी माझी अवस्था झालीय.' ते वाचलं आणि मी नि:शब्द. डोळ्यांतलं पाणी लपवत. बराच वेळ त्यांच्याकडे पाहत राहिलो. डोळ्यात पाण्याचा पडदा. हळूहळू ते धूसर होत गेले. माझे पाय जड झालेले. सांगलीत परत येईपर्यंत गडावर हातात काठी घेऊन झपाझप चालणारे आप्पाच दिसत होते. डोळे वाहत होते. गाडीतही.

१९९८च्या एक जुलैला आप्पा गेले. किती भरभरून प्रेम दिलं होतं या माणसानं. थोरले महाराज तर समजावून दिलेच पण त्यांच्या गडकोटांकडे बघण्याची नजरही दिली. राजियांचे दोन्ही गड समजावून सांगितले. अनेकदा. राजगड-रायगड. एकदा तर राजगडीच्या बालेकिल्ल्यावर आम्ही तिघंचौघंच होतो. साडेचार हजार फुटांवरच्या ब्रह्मेश्वराच्या मंदिरात. नजर फिरवावी तिकडे पसरलेला सह्याद्री. तो समजावून सांगणारे आप्पा. राउळात शिजवलेला भात आणि दूध खाऊन बालेकिल्ल्यावरच ती रात्र काढलेली. बालेकिल्ल्याच्या दरवाज्यावरच्या बुरुजांवर. आप्पा बोलत होते. ऐकायला एखाद्या बुरुजावर महाराजही बसले असावेत. तेव्हाच त्यांना शब्द दिला. 'आप्पा, किमान हजारभर मुलांच्या आयुष्यात तरी हा राजगड नेईनच. त्या थोरल्या राजाचं कीर्तन मला जमेल तसं

गाईन त्यांच्या पुढ्यात.' आजवरच्या वाटचालीत ती संख्या कितीदा तरी ओलांडली. तरीही जाणं सुरूच आहे. एका डोळ्याला दिसत नसलं तरीही. कारण तिथल्या तटाबुरुजांतून भेटत असतात आप्पा आणि निनादराव. एक दुर्गमहर्षी तर एक शिवभूषण. आता जायचं ते त्यांनाच भेटायला. त्यांच्यासाठीच.

आप्पा गेल्याची बातमी पुणे आकाशवाणीनं कानावर घातली आणि मला आठ वर्षांपूर्वीचा तो समारंभ आठवला. डोळ्यांसमोर पुण्याचं लोकमान्य टिळक स्मारक मंदिर उभं राहिलं. तारीख होती ९ जुलै, १९९०. आप्पांच्या अमृत महोत्सवाचा समारंभ सुरू होता. खचाखच भरलेलं सभागृह. खुर्च्या संपल्या म्हणून लोकांनी बाजूच्या रिकाम्या जागेतही बैठक मारलेली. व्यासपीठावर आप्पांसोबत नीराताई, ग. प्र. प्रधान आणि श्री. पु. भागवत. अध्यक्ष होते पंडित महादेवशास्त्री जोशी आणि निवेदन सुरू होतं अरुणाताई ढेरे यांचं. त्या समारंभात आप्पा काही बोलले नाहीत. त्यांचं मनोगत वीणाताईंनी वाचून दाखवलं. पंडित महादेवशास्त्री जोशींनी आप्पांचा सत्कार केला. त्यांच्या गळ्यात हार घातला आणि आप्पांना मिठी मारली. तेही ऐंशी ओलांडलेले. दोघंही महाराष्ट्राची थोरवी गाणारे प्रतिभावंत. मांगल्याची पूजा करणारे. संस्कृतीची आणि संस्कारांची बीजं पेरणारे. त्या दोघांची ती मिठी पाहतांना नजरेसमोर खाऱ्या पाण्याचा पडदा सरकू लागला. हळूहळू ती मिठी अदृश्य होत गेली. पुढचा समारंभ न बघताच मी गर्दीमधून बाहेर पडलो. गडकोटांवर मनसोक्त भटकणाऱ्या आप्पांना कुणीतरी असं हाताला धरून आणणं, उभं करणं मला पाहवलं नव्हतं त्या दिवशी. माझ्या नजरेत मला तेच आप्पा राहायला हवे होते अखेरपर्यंत. हातात काठी घेऊन झपाझप चालणारे. डोंगरदऱ्या तुडवणारे. 'गडे हो...' म्हणून काहीतरी सांगणारे.

आता त्यांची अनेक पुस्तकं सोबत असतात. मोगरा फुलला, तुका आकाशाएवढा, दास डोंगरी राहतो... किती नावं घ्यावीत? गाडगेबाबांच्या सहवासात राहिलेला हा माणूस. त्यांच्या 'गाडगे महाराजा'नं तर पुन्हा आमच्या आयुष्यात गाडगेबाबा आणले. आकाशवाणीच्या संजय पाटलांनी ते सर्वदूर नेले. त्याच्या आवाजात साक्षात बाबाच अवतरल्याचा भास व्हायचा. ते कादंबरी वाचन गाजत होतं तेव्हा. मी आणि संजय खेड्यातल्या एका गाड्यावर भजी खात बसलेलो. 'हाच तो रेडिओवरचा गाडगेबाबा' असं समजताच सत्तरीतल्या पटकेवाल्या म्हाताऱ्यानं चाळीशीतल्या संजयच्या पायावर डोकं ठेवलेलं. त्याच्या डोळ्यात पाणी आलेलं. तो दंडवत जेवढा गाडगेबाबांना होता तेवढाच आप्पांच्या शब्दांनाही होता. आपल्या शब्दांनी अनेकांना असं उभं करणाऱ्या आप्पांच्या तोंडून शब्द बाहेर पडत नाहीत, हे अनुभवलं आणि मी तुळशीबागवाले कॉलनीत जाणं सोडलं. कायमचं. महाराजांचे गडकोट हेच आपलं घर समजून उभा जन्म काढलेल्या वाघाला दात आणि नख्या

काढलेल्या अवस्थेत पाहणं मला मानवणार नव्हतं. कधीच. माझ्या काळजातला तो वाघ एक अस्सल गडकरी होता. मला तो तसाच राहायला हवा होता. अखेरच्या श्वासापर्यंत.

'स्वामी'कार

त्यांच्या अनेक कथांनी मला वेड लावलेलं. त्यांना कधी भेटता येईल असं वाटतही नव्हतं. अशात हातात एक कथासंग्रह आला. कमोदिनी. यातल्या एका कथेनं मला वेगळ्याच विश्वात नेलं. 'अखेर' या शीर्षकाची ती कथा. स्वातंत्र्यवीर विनायक दामोदर सावरकर अंथरुणावर पडून असताना त्यांच्या मनात काय येत असेल, अशी कल्पना करून लिहिलेली. सावरकरांच्या अखेरच्या दिवसातील मन:स्थिती सांगणारी. कथा वाचताना पापण्या ओलावत होत्या. ती कथा मी अनेकदा वाचली. अनेकांना वाचायला लावली. अगदी त्या कथेच्या झेरॉक्स काढूनही वाचायला दिल्या. मुकुंद पटवर्धन या कामात सोबत होता. त्यानं या कथेचं सादरीकरण करायचं ठरवलं होतं तेव्हा. २०२० च्या सावरकर जयंतीला त्यानं ते केलंही. कल्याणी या आपल्या कथक नृत्य करणाऱ्या पत्नीला सोबत घेऊन. त्याचं ते अभिवाचनही त्या कथेसारखंच

गाजलं. रसिकांनी डोक्यावर घेतलं. 'अखेर' वाचल्यावर त्या लेखकाची सगळी पुस्तकं वाचून काढली. काही कादंबऱ्याही वाचल्या. 'स्वामी'कार या नावानं ओळखले जाणारे ते होते रणजित रामचंद्र देसाई. कोवाडचे सरकार.

रणजित देसाई कोल्हापुरातल्या कोवाडचे. धाकले सरकार. त्यांच्या लेखणीनं मराठी साहित्याला अनेक अजरामर कलाकृती दिलेल्या. स्वामी, राजा रविवर्मा, गंधाली, शेकरा, श्रीमानयोगी... अशा अनेक. त्यातल्या अनेकांना अनेक पुरस्कार लाभलेले. साहित्य अकादमीपासून राज्य पुरस्कारापर्यंत. ते स्वत: 'पद्मश्री'. त्यांचे अनेक कथासंग्रह आणि नाटकंही. लोकनेते बाळासाहेब देसाईंच्या शब्दाखातर त्यांनी लिहिलेल्या 'श्रीमानयोगी'ला तर अफाट लोकप्रियता लाभलेली. मराठी मुलखातल्या अनेक तरुणींनी ती आपल्या गरोदरपणात वाचलेली. 'मृत्युंजय' नंतर असं भाग्य लाभलेली बहुधा ही एकमेव कादंबरी. छत्रपती शिवाजी महाराजांचं भव्य जीवन आणि शिवाजीराजे शहाजीराजे भोसले यांचं भावजीवन याच कादंबरीनं मराठी मुलखातल्या घराघरांत पोहोचवलेलं. 'रणजित देसाई' ही मराठी मुलखाची अभिमानमुद्रा झाली असल्याचा तो काळ. त्या काळात त्यांच्या कथांनी मला वेड लावलेलं. आजही ते कमी झालेलं नाही. अजूनही 'गंधाली' मनाला मोहिनी घालतेच. अजूनही त्यांचे शब्द काळजात हात घालतातच.

मग नेहमीचा उद्योग. त्यांना पत्र पाठवण्याचा. पत्र गेलं, पण उत्तर नाही आलं. 'स्वामी' अजूनही गाजत होती. का कुणास ठाऊक पण मला ती फारशी आवडली नव्हती. त्या वेळी मला हवी होती 'श्रीमान योगी'. तिच्यासाठी मी दोन्ही वाचनालयात नंबर लावलेला. महिना झाला तरी ती मला मिळत नव्हती. त्या वेळी मी अध्यापक महाविद्यालयात दुसऱ्या वर्षात शिकत होतो. आमच्याच संस्थेचं एक महिला विद्यालय मिरजेत होतं. अंबाबाई मंदिराजवळ. तिथल्या ग्रंथालयात ती असल्याचं कळलं. मग सतीश आपटेसरांचा वशिला लावून ती आणायला गेलो. तिथल्या ग्रंथपाल म्हणाल्या, "दोन खंड आहेत. सहासातशे पानांचे. तुला देईन पण उद्या याच वेळी जमा केले पाहिजेत. खूप जणांनी नंबर लावलेत. त्यामुळं तुझ्याकडे फार दिवस ठेवता येणार नाही. काय करतोस सांग." मी ते खंड घेऊन आलो. दुसऱ्या दिवशी त्याच वेळी जमा केले. संपूर्ण वाचून. जेवणापुरतीच बैठक सोडली होती मी. रात्रभर झोपलोही नव्हतो. ग्रंथपाल अवाक. मी भारावलेला. कुठल्या कुठल्या गडांवर फिरत असलेला. शिवकाळात गेलेला. ही ताकद त्या लेखकाच्या शब्दांची. आता रणजित देसायांना भेटायलाच हवं असं मनाशी पक्कं करून बसलो ते भारलेल्या अवस्थेतच.

जीवनराव किर्लोस्कर आयुष्यात आले तेव्हापासून सगळं कसं सोपं वाटू लागलं होतं मला. म्हणजे कुठल्याही मोठ्या माणसांना भेटणं, बोलणं. एकदा त्यांनी मला

थेट बी. जी. शिर्केंच्या समोर उभं केलेलं. त्यांनीही आपलं 'उद्योगपर्व' मला स्वाक्षरीसह भेट दिलं. एका पुणे भेटी मी जीवनरावांना रणजित देसाईंना भेटायचंच आहे असं सांगितलं. त्यांचं नेहमीचं उत्तर. ''अगोदर तू पत्र लिही. त्यांचं उत्तर आलं की बघू.'' मी म्हटलं, ''अहो, त्यांना पत्र पाठवलंय मी. पण उत्तर नाही आलं अजून.'' माझा पडलेला चेहरा पाहून जीवनराव म्हणाले, ''रात्री तुला गंमत ऐकवतो. असा चेहरा पाडून बसू नकोस.'' त्या रात्री रास्ते वाड्यातल्या रास्ते राममंदिरावरच्या त्यांच्या कार्यालयात त्यांनी मला रणजित देसाई ऐकवले. अफलातूनच होती ती ध्वनिफीत. रणजित देसाई कोवाडचे सरकार. ख्यातनाम कादंबरीकार. तरीही एकदा त्यांना लहर आलेली. एकटं भटकण्याची. आपला तो सरकारवाडा सोडून कुणाच्याही संपर्कात न येता जगायचं ठरवलं होतं म्हणे त्यांनी. तो अनुभव घेण्यासाठी ते घर सोडून गेलेही. पण हा निर्णय फार दिवस टिकला नाही. चारपाच दिवसांतच ते वाड्यावर परतले. कोवाडला. पण या दिवसांत ते कुठं गेले होते, कसं भटकत होते, काय करत होते याबद्दल ते कुठंही बोलले नव्हते. तो अनुभव त्यांनी कुठं शब्दबद्धही केला नव्हता. कुणाला त्याचा थांगपत्ताही लागू दिला नव्हता. जीवनरावांनी त्यांना बोलतं केलं होतं. त्याची ती ध्वनिफीत होती. तासाभराची.

''चार घरं माधुकरी मागून दिवस काढायचे, त्याचा अनुभव घ्यायचा होता 'स्वामी'कारांना. कदाचित एखाद्या लेखनाचाही तो भाग असावा. अनुभवून लिहिणार असावेत ते. कुणी सांगावं त्यांच्या मनातलं!'' जीवनराव मला सांगत होते. ''पण हे सरकार. एखाद्या घरासमोर जाऊन 'माई, माधुकरी' हे शब्द त्यांच्या तोंडून फुटणार होते थोडेच. ते काही जमलं नाही आणि ते कोवाडला परतले.'' त्या दोन-तीन दिवसातल्या गमती त्यांनी जीवनरावांना सांगितलेल्या. त्याची ती ध्वनिफीत होती ती. ती ऐकली आणि मी सुन्न होऊन गेलो. काही सुचतच नव्हतं मला. त्या क्षणी मला एकदम चारुता सागर आठवले. तेही असाच अनुभव घेत शरच्चंद्रांच्या भूमीत जाऊन आलेले. पायी. सांगली जिल्ह्यातल्या मळणगावपासून थेट शरच्चंद्रांच्या घरापर्यंत. भन्नाटच लेखक होता तो. मला आता रणजित देसाईंना भेटायलाच हवं होतं.

जीवनरावांकडे मी ठेका धरलेला. 'स्वामी'कारांना भेटवच' म्हणून. अखेर त्यांनी एकदा ते मनावर घेतलं. ते कोल्हापूरला आलेले. रवींद्र मेस्त्री यांच्यावरच्या विशेषांकाचं त्यांचं काम चाललेलं. त्यांना भेटण्यासाठी. मला तिथंच बोलावलेलं. मी खूश. 'स्वामी'कारांसोबत 'शिल्प'कार रवींद्र मेस्त्रींचीही भेट होणार होती. त्या दुपारी जीवनरावांसोबत मी कोल्हापुरातल्या सैनिक वसाहतीत. तिथं रणजित देसाईंना भेटायचं ठरलं होतं. त्या दुपारी त्यांना पाहिलं आणि सरळ पायावर डोकं ठेवलं. शिवछत्रपतींचं अवघं आयुष्य त्यांनी माझ्या पुढ्यात उभं केलं होतं. मला महाराजांच्याच आसपास कुठंतरी नेऊन ठेवलं होतं. त्या क्षणी मला त्यांच्यात महाराजांचंच रूप

दिसत होतं. त्यांच्या पावलांवर दोन थेंब ओघळलेले. त्यांनाही जाणवले ते. मला उठवत त्यांनी मला मिठीत घेतलं. दोन वेळा पाठीवर हात थोपटले. तो स्पर्श आत्ताही अंगावर जाणवतोय मला. त्या क्षणी तर ते मला दिसतही नव्हते. डोळ्यांत पाणी साठलं होतं. जीवनराव त्यांना खबर देत होते मी सलग वीस तासात 'श्रीमानयोगी' वाचल्याची. तेव्हा ते बघतच राहिले. नजरेत चमक जाणवली मला. त्या क्षणापासून मी त्यांना 'दादा' म्हणू लागलो. जीवनराव त्याच नावानं त्यांना हाक मारत होते. एक 'दादा' मृत्युंजयकार आयुष्यात होतेच. आता हे दुसरे दादा. मी त्यांना कादंबरी आवडल्याचं सांगितलं. 'स्वामी' आवडली नसल्याचं भीतभीतच सांगितलं. ''स्वामी आणि श्रीमानयोगी यातली त्यांच्या आवडीची कुठली?'' असं विचारलं. माझ्याकडे रोखून पाहत त्यांनी एकाच शब्दात उत्तर दिलं. ''राधेय!''

त्या दिवशी 'राधेय'च्या प्रतीवर मी त्यांची स्वाक्षरी घेतली. रत्नागिरीतल्या वेरवली गावच्या माझ्या एका कवयित्री मैत्रिणीला ती स्वाक्षरीप्रत भेट दिली. सुवर्णा शिवगण असं तिचं नाव. तिचे ते आवडते लेखक होते. त्याच सैनिक वसाहतीत नंतरही एकदा दादांची भेट झाली. या वेळी सोबत होता माझा मित्र सुहास शिरवळकर. दोघांचं बोलणं सुरू होतं. मी कान देऊन ऐकत होतो. आणि खटकाही उडाला. ''रहस्यकथा लिहायला फारशी मेहनत घ्यावी लागत नाही. ऐतिहासिक कादंबरी लिहिताना अनेक बखरी वाचाव्या लागतात. कागदपत्रं धुंडाळावी लागता. जीव आटवावा लागतो,'' असं दादा बोलून गेले. ते बोलणं मनाला लावून घेत सुहास त्यांना म्हणाला, ''रहस्यकथा लिहिणंही काही सोपं काम नाही. त्यालाही जीव आटवावा लागतोच. तुमच्याइतका नसेल पण लागतोच. वर्षभरात मी तुम्हाला पुन्हा भेटेन. तेव्हा एक दणदणीत ऐतिहासिक कादंबरी माझ्या हातात असेल.'' त्या दोन लेखकातला संवाद मी ऐकत होतो. दादांनी चांगलंच डिवचलं होतं सुहासला. त्या पठ्ठ्यानंही ते शब्द खरे करून दाखवले. राणी रूपमती आणि बाज बहाद्दराची माळव्यात फुललेली कथा 'रूपमती' वाचकांच्या हातात पडली. त्या दिवशी दादांशी गप्पा मारून मी व सुहास तिथून बाहेर पडलो. असा खटका उडायला नको होता असं मला राहूनराहून वाटत होतं. पण तसं घडलं होतं. माझा नाईलाज होता. दादा मनात होतेच. त्यांची जागा अढळ होती. तिला कुणीही धक्का लावू शकणार नव्हतं.

दादांनी माझ्या मनात हे जे अढळ स्थान मिळवलं होतं, त्यासाठी अनेक प्रसंग कारणीभूत ठरलेले. ते लेखक म्हणून मोठे होतेच पण त्यापेक्षा मनानं मोठा असणारा माणूस दडला होता त्यांच्यात. त्या काळात 'पानिपत'कार विश्वास पाटलांशी मैत्र जुळलेलं. त्यांच्याच 'झाडाझडती' या कादंबरीचं प्रकाशन कोल्हापुरात होतं. ऑगस्ट १९९१. मी गेलेलो. प्रकाशन होणार होतं दादांच्या हस्ते. तेव्हा ते खूपच थकलेले. न बोलण्याच्या अटीवर येणार असल्याचं समजलेलं. येतील की

नाही अशीही शंका. पण ते आले. समारंभ माडीवर होता. ते पाहिल्यावर ते खालीच थबकले. विश्वासरावांनी वर जमलेल्या सगळ्यांना खाली आणू का असं विचारलं तर म्हणाले, "नको, चल वरच जाऊ." विश्वासरावांनी त्यांना हाताला धरून वर आणलं. त्यांच्या हस्ते 'झाडाझडती'चं प्रकाशन झालं. दोन शब्द बोलण्यासाठी त्यांनी माईक हाती धरला. लेखकाचं अभिनंदन करून अवघी चार-पाचच वाक्यं बोलले ते. आवाजातही थकवा जाणवत असलेला. पण त्या वाक्यांनी साऱ्यांना जिंकलं होतं. रणजित देसाई या माणसाची उंची नव्यानं अनुभवास आली होती. दादा म्हणाले, "स्वामीला मिळालेलं आजवरचं अपूर्व यश. तिचा तो खपाचा विक्रम कुणीही मोडणार नाही, असा माझा भ्रम होता. पण या तरूण लेखकाच्या 'पानीपत'नं 'स्वामी'चे सगळे विक्रम मोडीत काढले. याचा मला अभिमान वाटतो. त्यासाठीच त्याला आशीर्वाद द्यायला मी इथं आलो आहे." अवघी चारच वाक्यं बोलून ते बसले. पण त्यांनी सगळ्यांना जिंकलं होतं. आज कुणी लेखक दुसऱ्या लेखकाचं असं मनापासून कौतुक करताना दिसतोय का कुठे? तोही इतक्या जाहीरपणे? 'स्वामी'कार वेगळे ठरतात ते इथंच. शिवरायांची 'सलगी देणे' कशी असेल याचा अनुभव दिला होता त्यांनी.

त्यांच्यातल्या 'मोठ्या माणसा'चा अनुभव आणखी एकदा आलेला. तेव्हा 'नाच गं घुमा' गाजत होती. नाही म्हटलं तरी ती वाचून मन काहीसं खट्टू झालेलंच. माधवीताईंना मी तसं पत्रही लिहिलेलं आणि त्यांचं उत्तर आजही माझ्या संग्रही. त्यांनी आपली बाजूच खरी असल्याचं लिहिलं होतं मला. त्यानंतरच्या एका भेटीत मी दादांना म्हणालो होतो की "या कादंबरीतल्या तुमच्यावरच्या आक्षेपांना उत्तर देणारं तुमच्याकडून काहीतरी यायला हवं. पुस्तकच असं नाही, पण निदान लेख तरी." त्यांनी मला विचारलं, "ते पुस्तक का वाचलं जातंय?" मी म्हटलं, "तुमच्याविषयी आहे म्हणून." "म्हणजे?" मी म्हटलं, "रणजित देसाईंविषयी आहे म्हणून." ते म्हणाले, "ते वाचून माझ्याविषयीच्या तुझ्या मतात काही फरक पडला का?" मी म्हटलं, "नाही. अजिबात पडला नाही आणि अशी कितीही पुस्तकं वाचली तरी पडणारही नाही." यावरचं त्यांचं उत्तर त्यांच्या मनाचा मोठेपणा दाखवून देणारं. "म्हणजे ते पुस्तक गाजतंय ते माझ्या नावाशी जोडलं गेलयं म्हणून. ते वाचूनही मला ओळखणाऱ्यांच्या माझ्याविषयीच्या मतात काहीच फरक पडत नाही. पडला नाही, असं तूच आत्ता म्हणालास. ज्यांच्या मतात फरक पडतो त्यांना तर मी ओळखतही नाही. मग त्यांच्यासाठी मी का उत्तरं देत बसावं? का माझी लेखणी झिजवावी? मला ओळखणारे तर आजही माझेच आहेत. कायम माझेच राहतील." किती खरं होतं ते. याचा प्रत्यय आजही येतो.

कोल्हापुरात अखिल भारतीय मराठी साहित्य संमेलन भरलेलं. ३१ जानेवारी

आणि १, २ फेब्रुवारी, १९९२. रमेश मंत्री अध्यक्ष होते. दादा तेव्हा खूपच आजारी. एका खासगी दवाखान्यात उपचार घेत असलेले. मी पूर्ण संमेलनात दुसऱ्या दादांसोबत. 'मृत्युंजय'कार शिवाजीराव सावंतांसोबत. एका परिसंवादानंतर आम्ही त्यांची विचारपूस करायला गेलेलो. सोबत पुष्पगुच्छ. रणजितदादा अंथरुणावर. समोर मृत्युंजयकार. ते विचारपूस करत होते. दादांचं बोलणं हळूहळू सुरू होतं. नीटसं ऐकूही येत नव्हतं. त्या स्थितीतही मृत्युंजयकारांनी त्यांच्या हाती हात दिला. 'स्वामी'कारांचा हात थोपटत ते म्हणाले, "लवकर बरे व्हाल. अजून खूप बोलायचंय आपल्याला. खूप गप्पा मारायच्या आहेत." दोघांचं बराच वेळ बोलणं चाललेलं. दोघांच्याही डोळ्यांतून पाणी ओघळत होतं. बराच वेळ. मी नि:शब्द. डोळ्यांच्या कडा ओलावलेल्या. पापण्यात खारं पाणी साठलेलं. मराठी साहित्यात स्वतःच्या नावाची अमीट मुद्रा उमटवून गेलेले ते दोघंही कोल्हापूरच्याच रांगड्या मातीतले. मनानंही तितकेच दिलदार. त्या दोन मैतरांची ती भेट आजही माझ्या डोळ्यांसमोर. डोळे भरून येतात. आजही. आत्ताही.

त्या भेटीनंतर महिनाभरानंच दादा गेले. ६ मार्च, १९९२ला. जीवनराव किर्लोस्करांसह मी दादांना अखेरचं पाहिलं ते त्याच दिवशी. त्या दिवशी कोवाडचे धाकले सरकार गेले. कायमचे. मागे राहिले 'स्वामी'कार रणजित देसाई. कायमसाठी. आजही ते तुमच्यामाझ्यासोबत असतात. त्यांच्या शब्दाशब्दांतून. त्यांचे शब्द आजही अनेकांना धीर देतात. एखाद्याच्या डोईवरची सावली होतात. कुणाला आधार देतात तर कुणाची स्फूर्ती होतात. त्यांचे शब्द... पानापानांवर विसावलेले. मनामनांवर पसरलेले. 'पावनखिंडी'त ते बाजींच्या ओठी असतात तर 'लक्ष्यवेध'मध्ये शिवरायांचे डावपेच होतात. 'गंधाली'सारख्या नक्षत्रकथांतून पानापानांमधून दरवळत असतात. असतात आजही माझ्या आसपास. सतत. खूप काही शिकवत असतात. जे जे उत्तम त्याचं मनापासून कौतुक करायला शिकवतात. एखाद्याच्या थोरपणापुढे आपलं लहानपण मान्य करायला शिकवतात. दुसऱ्याच्या यशाचा अभिमान बाळगायला शिकवतात. दुसऱ्याच्या यशाचं तोंडभरून कौतुक करायलाही शिकवतात. अधूनमधून अनोळखी टीकाकारांच्या नादी लागू नये असंही बजावतात. लोकांना उत्तरं देत बसण्यापेक्षा हातून काही चांगलं करावं असंही सांगत असतात. डोळ्यांतील खाऱ्या पाण्याच्या झरण्यातून मैत्रीचा सन्मान करायला शिकवतात. त्यांचे शब्द सांगत असतात बरंच काही. जाणवत राहतं... शिकायचं राहिलंय बरंच काही. शेवटी कोवाडच्या सरकारांचे शब्द आहेत ते. एका 'दादा'माणसाचे. त्यांच्याइतकेच चिरंतन राहणारे.

स्वातंत्र्यसौदामिनी

१९९६. सहावीच्या वर्गाला शिकवत असताना त्यांना पहिल्यांदा पाहिलं. पाठात दिलेल्या एका चित्रात. ते चित्र होतं 'आझाद हिंद सरकार'च्या मंत्रिमंडळाचं. 'हुकूमत-ए-आझाद हिंद'. नेताजींच्या बाजूलाच त्या उभ्या. एकमेव महिला. लष्करी गणवेशातल्या. डोळ्यांवर काळा गॉगल लावलेल्या. साधारण पंचविशीतल्या. त्या चित्रात दिसणाऱ्या एका माणसाला मी नुकताच भेटून आलो होतो. चिपळूणमधली ती भेट कर्नल जगन्नाथराव भोसले यांची. ते चित्र पहिल्यांदा पाहिलं तेव्हा मी शोधत होतो ते जगन्नाथराव भोसले यांनाच. त्यांची भेट मनात आठवत. पण तरीही माझं

लक्ष चित्रातल्या त्या वाघिणीनं वेधून घेतलेलं. एक तर ती त्या चित्रातली एकमेव महिला होती. शिवाय इतकी तरुण आणि लष्करी गणवेशातली. नेताजी सुभाषचंद्र बोस यांच्याशेजारी उभी असलेली. त्यांच्या मंत्रिमंडळाच्या फोटोत. तिचं नाव १८५७च्या स्वातंत्र्ययुद्धातल्या एका रणरागिणीशी कायमचं जोडलं गेलेलं. एवढीच त्यांच्याविषयीची माहिती त्या धड्यात होती. मग त्यांच्याविषयी जाणून घेण्याची उत्सुकता वाढीस लागली. जिल्हा नगर वाचनालयाची सगळी कपाटं धुंडाळूनही त्यांच्याबद्दल फारसं वाचायला मिळालं नाही. काही पुस्तकांतून त्यांचे उल्लेख होते पण ते आझाद हिंदच्या आणि नेताजींच्या बरोबरीनं आलेले. तेवढेच. त्यामुळं फक्त त्यांचं नाव समजलं. ओढ कायम होती. ती वाढतच होती. जाणकारांना विचारलं तर त्यांनाही माझ्याइतकीच माहिती तिच्याबद्दल.

त्या कधी भेटतील, आयुष्यात येतील असं वाटण्याचा प्रश्नच नव्हता. मुळात त्या हयात आहेत हेच मला माहीत नव्हतं. मलाच काय माझ्यासारख्या सगळ्यांनाच. त्या अजून हयात आहेत ते समजलं ते २००२ मध्ये त्यांनी राष्ट्रपतीपदाची निवडणूक लढविली तेव्हाच. पण ही झाली खूप पुढची गोष्ट. मी सांगतोय आठवण ती त्याआधीची. तेव्हा मी त्यांच्याविषयी भेटेल त्याच्याकडे चौकशी करत असायचो. एकदा त्यांचा विषय मी जीवनराव किर्लोस्करांकडे काढला. मग १९९८च्या एका भेटीत त्यांचं इंग्रजी, हिंदी आत्मचरित्रच त्यांनी माझ्या हातावर ठेवलं. म्हणाले, ‘‘सदा, हे वाचून काढ. तुला त्यांच्याविषयी सगळी माहिती मिळेल यात.’’ त्या दोन्ही पुस्तकांना त्यांचा स्पर्श झालेला, त्यावर त्यांच्या स्वाक्षऱ्यादेखील. त्याही लक्ष वेधून घेणाऱ्या. अगोदर ‘जय हिंद’ असं लिहून मग स्वाक्षरी. त्यांची ती खास पद्धत होती हे नंतर समजलं मला. ती पुस्तकं हाती आली. पुढचे काही दिवस माझा बलून झालेला. सतत तरंगतच. ‘हे पुस्तक मराठीत यायला हवं’ असं जीवनरावांना म्हटलं तर त्यांनी ते मीच करावं असा आदेश दिला. परवानगीसाठी त्यांचा पत्ताच ठेवला हातावर. तेव्हा कळलं, त्या आहेत... कानपूरला असतात. पुस्तक पाठ झालं आणि मी थेट त्यांनाच पत्र लिहिलं. तारीख होती २३ जानेवारी, १९९९. दिवस सुभाष जयंतीचा आणि पत्ता ‘कर्नल लक्ष्मी सेहगल. १५/२४१, सिव्हिल लाईन्स, कानपूर. २०८००१’.

त्यांचं उत्तर येईल असं वाटलं नव्हतं तेव्हा. मी होतो एक प्राथमिक शिक्षक. जिल्हा परिषेदच्या शाळेतला. अवघ्या ३३ वर्षांचा. माझ्या नावावर दैनिकातील काही फुटकळ लेख. लिहिता येतं हे सिद्ध करण्यासाठी लिहिलेले. एवढ्या माहितीवर त्या मला अनुवादाची परवानगी देतील असं स्वप्न पाहणंही मूर्खपणाचं होतं. पण असा मूर्खपणा मी आजवर अनेकदा केला होता. त्यांना पत्र पाठवलं ही गोष्टही मी अनेकांना सांगितलेली. अनेक लेखक मित्रांनाही. ते ऐकून घ्यायचे आणि गप्प

बसायचे. तशात एका मोठ्या लेखकानं मला वेड्यात काढलेलं. चारचौघात तो मला म्हणाला होता, "येडाबिडा आहेस का रे तू? त्या कुठं, तू कुठं? जरा तरी डोकं वापरायचंस लेका!" त्यांचं खरंही होतं. मी पोस्टमनची वाट पाहणं सोडून दिलं होतं. २० फेब्रुवारीला शाळेतून घरी आलो तर एक बंद पाकीट माझी वाट पाहत असलेलं. कानपूरहून प्रवास करून आलेलं. माझ्या पत्त्याच्या खाली डाव्या कोपऱ्यात 'लक्ष्मी सेहगल, कानपूर' हे वाचलं आणि माझं विमान उडालंच. आतला कागद हळुवार हातानं उलगडला तर त्यात अनुवादाची परवानगी! पुढचे आठ दिवस दुसऱ्या शब्दांची आणि डोळ्यांची भेटच झाली नाही. पत्रावर आयएनएची मुद्रा. तिरंगी रंगातली. तिरंग्याची आठवण देणारी. त्यावर नेताजींच्या ध्वजावरील तो झेप घेणारा वाघ. मला काही सुचायचंच बंद झालेलं. पुढचे काही दिवस ते पत्र सोबतच घेऊन फिरायचो मी. भेटेल त्याला दाखवायचो. ही बातमी जीवनरावांना कळवली आणि त्या माझ्या मोठ्या लेखक मित्रालाही! त्याला ती कळवताना उगाचच छातीत हवा भरलेली.

मग अनुवादाच्या मागं लागलो. अगदी झपाटून. मे, २००० ला अनुवाद पूर्ण केला. दरम्यान 'राजहंस'कडून माझं एक पुस्तक येणार होतं. 'आजचा दिनविशेष'. त्यासाठी मी पुण्यात. सोबत होते रवींद्र पिंगे. त्यांच्यासोबत जाऊन 'राजहंस'शी करार केला. त्यांनाही कर्नल लक्ष्मी यांच्या पत्राची खबर दिली आणि थेट मृत्युंजयकारांच्या घरी. त्यांनी 'आजचा दिनविशेष'साठी शुभेच्छा दिल्या आणि अनुवाद कुठवर आलाय याची चौकशी केली. मी तो पूर्ण झाल्याचं सांगताच त्यांनी तो दाखवायला सांगितला. मी तो नेला नव्हता. तसं मी त्याना बोललो तरीही त्यांनी थेट त्यांच्या प्रकाशकांनाच फोन करून ही खबर दिली. आणि वर 'हे पुस्तक तुमच्याकडूनच यायला हवं. मी त्याला आत्ता तुमच्याकडे पाठवतोय' असा दमही. मग त्यांनी मला थेट त्यांच्या प्रकाशकाकडेच पाठवलं. मजकूर सांगलीत आणि मी त्यांच्या पुढ्यात. त्यांनी माझी चौकशी केली. अनुवादाबद्दल आणि कर्नल लक्ष्मी सेहगल यांच्या परवानगीबद्दल विचारलं आणि 'इन्कलाब झिंदाबाद' काढण्याचं थेट जाहीरच केलं. 'लवकरच सगळा मजकूर आणि ते परवानगी पत्र घेऊन भेटायला या' असं सांगून मला निरोप दिला. एकाच दिवशी दोन पुस्तकांची सुरुवात. नशिबानं पालटायचं ठरवलं होतं तर. ही बातमी मृत्युंजयकारांना सांगून मी परतलो.

या पुस्तकात कर्नल लक्ष्मींची छायाचित्रं हवीतच ही प्रकाशकांची आणि मृत्युंजयकारांची मागणी. त्यासाठी कानपूरला जायचा आग्रह. मी त्यासंदर्भात कानपूरला पत्र पाठवून वेळ मागितलेली. काही दिवसांतच त्यांचं उत्तर आलं. '१५ नोव्हेंबरला या. पुढचे दहा दिवस तुमच्यासाठी'. मग मी जीवनराव किर्लोस्करांसह कानपूर गाठलं. बावीस वर्षांचा काटकरांचा वजनदार शिवराज हट्टानं मागं लागून आलेला.

त्याला कर्नल लक्ष्मी यांना पाहायचं होतं. मग १५ नोव्हेंबरच्या सकाळी सकाळी आम्ही तिघं सिव्हिल लाईन्स, कानपूरमध्ये. सरळ त्या वाघिणीच्या पुढ्यात. ती त्यांची पहिली भेट. त्या सत्तरी ओलांडलेल्या. तजेलदार. डोक्यावरचे सगळे केस पांढरे शुभ्र. मुलायम. भुरभुरणारे. बॉयकट होता त्यांचा. अंगात डॉक्टर घालतात तसा ॲप्रन. मग पुढचे काही दिवस फक्त आमचं विचारणं आणि त्यांचं सांगणं. गुरू खिलारेनं दिलेल्या 'टीपीव्हीएस ६१० आयवा'वर त्यांचे शब्द अलगद जाऊन बसत होते. कायमसाठी. या सगळ्या गडबडीत एक लक्षात आलेली गोष्ट म्हणजे त्या कधीही अंगातला तो ॲप्रन काढत नव्हत्या. अगदी फोटो काढतानाही. त्याच्या बाह्याही अगदी कोपरापर्यंत आलेल्या. त्याबद्दल मला विचारायचंच होतं.

दुसऱ्या दिवशी जीवनराव पुण्याला परतले आणि दीदींनी आम्हाला बिठूरला पाठवलं. झांशी राणी लक्ष्मीबाईंचं बालपण जिथं गेलं ती भूमी, दुसऱ्या बाजीरावाची पडझड झालेली वास्तू पाहून येण्यासाठी. अगदी आग्रह करून पाठवलं मला त्यांनी तिथं. त्या अधूनमधून बाहेर पडायच्या. मग आम्हीही एकदा त्यांच्या शेजारी बसून बाहेर पडलो. कुठं जात होतो माहिती नव्हतं. गाडीत पुढच्या सीटवर त्या. ड्रायव्हरशेजारी आणि मागच्या सीटवर आम्ही दोघं. माझी बडबड आणि हातातला कॅमेरा सतत सुरूच. सारखा क्लिकक्लिकाट. या प्रवासात माझं लक्ष सारखं त्यांच्या शुभ्र, मुलायम, भुरभुरत्या केसांकडे. ती शुभ्र मलमल माझं लक्ष वेधून घेत होती. मग मी कॅमेरा शिवराजकडे दिला आणि सरळ त्यांच्या केसांतून बोटं फिरवली... मागून पुढे... शिवराज माझ्याकडे पाहतच राहिला. त्या चकित. दचकून म्हणाल्या, "अरे, क्या कर रहे हो?" मी फक्त हसलो. माझ्याकडे पाहत त्याही हसू लागल्या. दिलखुलासपणे. तो स्पर्श जन्माला आल्याचं सार्थक करणारा. मी चक्क एका वाघिणीच्या केसांमधून हात फिरवलेला! ती वाघीणही नेताजींच्या आझाद हिंदमधली. एकदा हे मी प्रकाशभाऊंना...आमटे, सांगणार होतो की, 'भाऊ, वाघांच्या केसांमधून हात फिरवणारे तुम्ही एकटेच नाहीत आता. असं करणारा मीही आहे'. पुढे मी तसं त्यांना सांगितलंही. जवळपास वीस वर्षांनंतर. ती तारीख होती ३ जानेवारी, २०२० आणि सोबत होते प्रदीप सुतार, सुहास पाटील.

त्या दिवशी ती गाडी कानपूरच्या एका बकाल अशा कामगार वसतीत शिरली. एका छोट्या बोळात. समोरून एक माणूस आडवा आला. तरणाबांड. त्यानं दीदींना नमस्कार केला. दोन्ही हात जोडून. तर यांनी गाडीतूनच त्याला सॅल्यूट ठोकला. मी विचारलं तर म्हणाल्या, "वो फौजी है। देश के लिए मर मिटनेवाला। देश के लिए लड़नेवाला हर कोई मेरे लिए नेताजी है।" आम्ही नि:शब्द. गाडी थांबली. समोर शंभरभर माणसं. एका इमारतीबाहेर कट्ट्यावर, झाडाखाली, जागा मिळेल तिथं बसलेली. दाटीवाटीनं. कपड्यांवरूनच त्यांची परिस्थिती लक्षात येत होती. सगळा

कामगार वर्ग. यांनी आम्हाला कुठं आणलंय काहीच कळत नव्हतं. आम्हाला बाहेरच बसायला सांगून त्या आत गेल्या. माझं लक्ष त्या गेलेल्या खोलीकडे गेलं. त्या इमारतीवर बोर्ड होता. डॉ. लक्ष्मी सेहगल. एम. बी. बी. एस. म्हणजे बाहेर बसलेले सगळे त्यांचे पेशंट होते तर. संध्याकाळी विचारलं तर म्हणाल्या, "नेताजींने आख़री वक्त कहा था। मरते दम तक लोगोंकी मदत करना। मैं डॉक्टर हूँ। मैं और क्या कर सकती हूँ?" आम्ही त्या दिवशी त्यांच्या काही पेशंटना बोलतं केलेलं. यांच्याविषयी विचारलेलं. तर या डॉक्टर आहेत यापेक्षा त्याना यांच्याविषयी काहीही माहिती नव्हतं. यांनी ते माहीत होऊ दिलं नव्हतं. त्यांच्यासाठी त्या फक्त एक डॉक्टर होत्या. त्या दिवशी एका तीन वर्षांच्या मुलीला त्या तपासत होत्या. तो फोटो प्रिंट करून दुसऱ्या दिवशी आम्ही त्या मुलीच्या आईला दिला. त्या लेकीला मोठं झाल्यावर देण्यासाठी. तिच्यावर कर्नल लक्ष्मींनी उपचार केले होते हे तिला कळायलाच हवं होतं म्हणून. गेली ५५ वर्षं तो दवाखाना त्या चालवत होत्या. एक पैसाही न घेता. रुग्णांना आपला भूतकाळ न सांगता.

दीदींचं आत्मचरित्र पहिल्यांदाच मराठीत आलं. 'इन्कलाब झिंदाबाद'. मग एप्रिल, २००१ मध्ये पुन्हा कानपूर. मराठी आवृत्तीच्या प्रती त्यांना देण्यासाठी आणि काही प्रतींवर व फोटोंवर त्यांची स्वाक्षरी घेण्यासाठी. 'किर्लोस्कर'चे प्रसिद्ध चित्रकार ग. ना. जाधव यांनी दीदींचं एक चित्र काढलेलं. सगळ्या महाराष्ट्रानं अनेकदा पाहिलेलं. खूप गाजलं होतं ते चित्र. लष्करी गणवेशातल्या तरुण लक्ष्मी सेहगल. डोळ्यांवर काळा गॉगल. पृथ्वीगोलावर भारताचा नकाशा. त्यावर कर्नल लक्ष्मी सेहगल सॅल्यूट मारत असलेल्या. मार्चिंग पोझमध्ये. मागं आझाद हिंदच्या जवानांची तुकडी आणि तिची पाहणी करणारे नेताजी सुभाषचंद्र बोस आणि कर्नल लक्ष्मी सेहगल. ते चित्र जीवनराव किर्लोस्करांनी आपल्या 'रुद्रवाणी'त अनेकदा छापलेलं. त्याच्या काही रंगीत प्रती त्यांच्याकडे शिल्लक होत्या. त्या सगळ्या मी मिळवलेल्या. त्याही मी सोबत घेतल्या होत्या. आता त्या सगळ्या चित्रांवर राणी झांशी रेजिमेंटच्या त्या जगातल्या पहिल्या महिला कर्नलची स्वाक्षरी! 'जय हिंद' अशी गर्जना लिहून केलेली! ग. ना. जाधवांनी काढलेलं ते चित्र गाजलं होतंच पण आता त्यांचं मूल्य लाखपटींनी वाढलेलं. ती चित्रं आजही माझ्याकडे.

हिंदुस्थानच्या स्वातंत्र्यासाठी प्रत्यक्ष रणमैदान गाजवलेली ती वीरांगना. स्वातंत्र्योत्तर कालखंडात आपल्या सहकाऱ्यांच्या निवृत्तीवेतनासाठी लढत राहिली. स्वत: न घेता. तिच्या बरोबरीनं आझाद हिंदच्या महिला तुकडीतून झुंजलेल्या काही रणरागिणीही हयात होत्या. कष्टानं दिवस काढत होत्या. त्यांचीही भेट घडविली दीदींनी. त्यापैकी काही बालवाडीत मदतनीस म्हणून काम करत होत्या तर काहींनी बड्या घरची धुणीभांडी करून आपला संसार चालवलेला. पण त्या सगळ्यांना सैनिक म्हणून

निवृत्ती वेतन मिळत नव्हतं. का? तर त्यांच्याकडे त्या आझाद हिंद मध्ये असताना लढल्याचा पुरावा नव्हता म्हणे! आता दीदी लढत होत्या त्या त्यांना निवृत्ती वेतन मिळालं पाहिजे म्हणून. पण यश येत नव्हतं. त्याची खंत त्याच्या बोलण्यामधून जाणवत होती. त्या दिवशी दीदींनी त्यांची एक दैनंदिनी माझ्या हातावर ठेवली. त्या काळातली. या सगळ्या काळात त्यांच्याशी पत्रव्यवहार सुरूच होता. त्यांच्या हस्ताक्षरातली अनेक पत्रं. 'इन्कलाब झिंदाबाद'च्या मराठी आवृत्तीत जुनी छायाचित्रं असावीत म्हणून त्यांनी माझ्यासाठी रोहिणी गवाणकर यांनाही पत्र लिहिलेलं. पण ती छायाचित्रं काही पुस्तकात छापता आली नव्हती आम्हाला. ती छायाचित्रं रोहिणी गवाणकर यांनी त्यांच्या एका पुस्तकासाठी आणलेली. पण मला ती मिळू शकली नाहीत. ती देण्यास त्या असमर्थ होत्या ते त्यांनी मला कळवलंदेखील. त्यांची अडचण रास्त होती. ती छायाचित्रं एका बड्या लेखकानं त्यांच्याकडून नेली होती त्याच्या पुस्तकासाठी. त्यानं ती परत दिलीच नव्हती. 'छायाचित्रं हरवलीत' एवढंच त्याचं उत्तर. रोहिणीताईंनी मला लेखी कळवलेलं.

नेताजींसोबत 'आझाद हिंद' गाजवलेली ती रणरागिणी. अनेक बॉम्बस्फोटांतून वाचलेली, अनेक ठिकाणी तिनंही बॉम्ब टाकलेले. उतारवयात ती लढत होती आपल्या सहकारी राण्यांना निवृत्तीवेतन मिळावं म्हणून. इथं सत्तेचाळीसपूर्वी बंदुकीची गोळी पाहिलेले आणि सभा ऐकताना पकडले गेलेले लोकही मिरवत होते स्वातंत्र्यसैनिक म्हणून. त्यांच्या कथा काय सांगाव्यात! आपल्या कथित पराक्रमाच्या कथा ऐकवून जेरीस आणलं होतं यातल्या काही लोकांनी. तिथं जगातल्या पहिल्या महिला पलटणीची जगातली पहिली कर्नल स्वत:च्या 'त्या' काळाविषयी फारच कमी बोलत होती. खूपदा त्यांना मी त्याबद्दल छेडलं पण त्या बोलल्या नाहीत. त्यांच्याशी झालेल्या सगळ्या गप्पांचे विषय होते 'देशाची सद्य:स्थिती आणि आजचं राजकारण'. महिला सक्षमीकरणावरही त्यांचं भाष्य. पूर्वी एकदा त्या इचलकरंजीत आल्या होत्या. ३ जानेवारी, १९९८ला. समाजवादी प्रबोधिनीत. त्या वेळी त्यांनी जागविलेल्या 'नेताजींच्या आठवणी' मला आचार्य शांताराम गरूडांनी दिलेल्या. इन्कलाब झिंदाबादची प्रत मी त्यांच्या हातावर ठेवल्यावर.

आता त्यांच्या अशा अनेक आठवणी सतत सोबतीला. त्यांची भेट बंदिस्त झालेली अनेक छायाचित्रं. त्या जितक्या गंभीर तितक्याच दिलखुलासही. त्यांच्या घराच्या बागेत मी त्यांचा आणि आमच्या शिवराजचा फोटो घेत होतो. दोघंही स्तब्ध उभे पुढे हात बांधून. गंभीर. शिवराजच्या चेहऱ्यावरचं दडपण जाणवत होतं. मलाही आणि दीदींनाही. दीदींच्या अंगावर ॲप्रन आणि गळ्यात आम्ही पुण्यातून नेलेला जरीचा हार. मी लेन्स जुळवत होतो. तर अचानक त्या म्हणाल्या, ''सदानंद, ये छोटा बच्चा बैठता है क्या तुम्हारे कैमेरेमें?'' आणि पाठोपाठ एक खळाळतं हास्य.

तो क्षण मी टिपलेला. त्या क्षणी त्यांच्यातला मिश्कीलपणा असा अचानक सामोरा आलेला. तेव्हा त्या ८६ वर्षांच्या, तर आमचं बाळ फक्त १२० किलो वजनाचं, अवघ्या बावीस वर्षांचं! त्यांच्याशी झालेल्या अशाही काही गप्पा. सतत आठवणाऱ्या.

ॲप्रनवरून आठवलं. मी त्यांना जेव्हा जेव्हा पाहिलं, तेव्हा तेव्हा त्या ॲप्रनसह माझ्या समोर आलेल्या. फोटोसाठीही. पहिल्यांदा पाहिलं तेव्हापासून तो ॲप्रन मला टोचत होता. दुसऱ्यांदा पुस्तकाच्या प्रती हाती ठेवायला गेलो तेव्हा मी त्याबद्दल विचारलंच त्यांना. आता माझी भीड चेपली होती. माझ्याकडे पाहत त्यांनी तो ॲप्रन अंगातून काढला. दंड माझ्यापुढे केला. त्याच्यावर काही टाक्यांचे व्रण. कळलं ते असं की, आझाद हिंदच्या अखेरच्या दिवसात त्या जंगलातून भटकत होत्या. सोबत यल्लाप्पा नावाचे सहकारी. बॉम्ब तयार करणारे. यांच्या अंगावर लष्करी गणवेश. एका ठिकाणी यांना शत्रू सैन्यानं घेरलं. हातातल्या बंदुकीचा पुढचा भाग टोचत. बंदुकीच्या पुढच्या भागावरचा तो चाकू तेव्हा दंडात घुसलेला. त्याच्या जखमेचा व्रण होता तो. तिथंच ते दोघं कैद झाले होते. पकडलेल्या दोन सैनिकांपैकी एक स्त्री असून त्याच कर्नल लक्ष्मी आहेत हे त्यांना नंतर समजलेलं. त्या जखमेचे ते व्रण, ते टाके दिसू नयेत म्हणून त्या तो ॲप्रन अंगातून काढत नव्हत्या. देशाच्या स्वातंत्र्यासाठी अंगावर झेललेल्या जखमांचं भांडवल कधीच केलं नव्हतं त्यांनी. त्या अखेरपर्यंत जगल्या ते देशासाठी आणि नेताजींना दिलेल्या शब्दांसाठी.

२३ जुलै, २०१२ रोजी त्या गेल्या. अखेरपर्यंत दवाखान्यात कार्यरत असलेल्या. 'मरते दम तक लोगोंकी सेवा करना।' हा आपल्या सेनापतींचा आदेश त्यांनी अखेरच्या श्वासापर्यंत पाळला. आपला देह अग्नीच्या स्वाधीन करण्याऐवजी त्यांनी तो वैद्यकीय महाविद्यालयाच्या स्वाधीन केला. उगवत्या पिढीला शिकता यावं म्हणून. आपल्यावर कोणत्याही प्रकारचे अंत्यसंस्कार करू नयेत असं त्यांनी सांगितलेलं. रणांगणावर शिर तळहाती घेऊन कडवी झुंज दिलेल्या त्या वाघिणीनं कधी आपल्या त्यागाचं भांडवल केलं नाही, की त्याचा मोबदला वसूल केला नाही. त्यागाचं आणि कामाचं भांडवल करून मिरवणारे वेगळे आणि ही वाघीण वेगळी. तिची कथाच वेगळी! त्या वाघिणीच्या सहवासात काही दिवस घालवता आले आणि जन्माला आल्याचं सार्थक झालं. देशाच्या स्वातंत्र्यासाठी रणमैदानावर चमकून गेलेली ती स्वातंत्र्य सौदामिनीच होती. आपल्या तेजानं तळपणारी. लखलखती.

तेजाची शलाका

त्यांची आणि माझी कधी दृष्टादृष्ट होईल असं मला कधी वाटलं नव्हतं. तशी शक्यताही नव्हती. कुणी वर्तवली असती तर मीच त्याला वेड्यात काढलं असतं. पण तरीही माझं दैव बलवत्तर. त्यांची भेटच नाही तर त्यांच्या सहवासात चक्क तीन दिवस घालवता आले मला. २४ ते २६ डिसेंबर, १९९८. त्या ७८ वर्षांच्या. त्या मूळच्या गुजरातच्या. वयाच्या बाराव्या वर्षी त्यांचं पाऊल महाराष्ट्रात पडलं आणि त्या इथल्याच झाल्या. कायमच्या. ब्रिटीश इंडिया आणि स्वतंत्र भारत दोन्ही पाहिलेल्या त्या, गांधी विचारानं चालणाऱ्या. गुजरातच्या असल्या तरी गांधी केवळ त्यांच्या मुखात नव्हते, तर त्यांचं उभं आयुष्य गांधी विचारावर पोसलेलं. त्यांच्याकडे पाहिलं तरी ते जाणवत होतं. दिखाऊ गांधीवादी नव्हत्या त्या. अशांचा त्यांना खूप

तिटकारा. स्वातंत्र्यानंतरचं सगळं आयुष्य गांधींचा विचार सर्वदूर नेण्यासाठीच व्यतीत केलं त्यांनी. निखळ गांधीवादी व्यक्तिमत्त्व. म्हणूनच मला त्यांचं अप्रूप. त्या... 'पद्मविभूषण' उषा महेता !

एका न्यायाधीशाची ही मुलगी. वयाच्या पाचव्या वर्षी तिनं मोहनदास करमचंद गांधी पाहिलेले. आठव्या वर्षी 'सायमन विरोधी' चळवळीत त्या सापडल्या. काहीही समजत नसताना. बाराव्या वर्षी मुंबई आणि पुढची ६८ वर्षं गांधींनी दाखविलेल्या मार्गावरून चालत राहणं. याच दरम्यान कधीतरी घेतलेलं खादीव्रत आणि आजन्म ब्रह्मचर्याची शपथ त्यांनी शेवटच्या श्वासापर्यंत पाळली. चळवळीत काम करताना पडेल ते काम करत राहिल्या. गुप्त पत्रकं वाटण्यापासून ते गुप्तपणे निरोप पोहोचविण्यापर्यंत. बेचाळीसच्या लढ्यात तिरंगा फडकविण्यापासून ते गुप्तपणे रेडिओ केंद्र चालविण्यापर्यंत. त्या लढत राहिल्या एखाद्या रणरागिणीसारख्या. स्वत:ला झोकून देऊन. सहावीसातवीत इतिहासाच्या पुस्तकातून त्यांचं नाव आणि त्यांनी चालविलेलं ते भूमिगत रेडिओ केंद्र वाचलेलं. अर्नाळकरांच्या कथा वाचून अशा गुप्त कामांबद्दल एक निराळंच आकर्षण वाटायचं तेव्हा. त्यात हे काम तर देशाच्या स्वातंत्र्यासाठी केलेलं. त्यांच्याविषयी ओढ असण्याचं हेही एक कारण. महत्त्वाचं. आता मी त्यांच्यासोबत होतो. पुस्तकातून वाचलेली त्यांची कामगिरी जाणून घेत होतो. त्यांनाही.

९ ऑगस्ट, १९४२ ला गोवालिया टँकवर तिरंगा फडकविणाऱ्यांपैकी त्या एक. नंतरच्या धरपकडीतून त्या निसटल्या आणि १४ ऑगस्टला त्यांचं भूमिगत रेडिओ केंद्र सुरू झालं. त्यांचं पहिलं वाक्य होतं, 'भारतातील कुठूनतरी ४२.३४ मीटरवर हे काँग्रेस रेडिओ कॉलिंग आहे'. आजही त्यांना ते लख्ख आठवत होतं. त्या सांगत होत्या. मला आणि सोबत असलेल्या शिवदास जानकरला. तेव्हाही ते ऐकू येत होतं आम्हाला. दोघंही त्या काळात फिरत होतो. स्वातंत्र्याची भूमिगत चळवळ ऐकत होतो. तीसुद्धा उषाताईंच्याकडून. त्या चळवळीतल्या त्या प्रमुख कार्यकर्त्या होत्या त्या. आजवर पुस्तकाच्या पानांवर भेटलेली अनेक माणसं आता आमच्यासमोर वावरत होती. विठ्ठलदास झवेरी, राम मनोहर लोहिया, अच्युतराव पटवर्धन अशी कितीतरी. जणू ते सारे आमच्यासमोरच होते. त्यांच्या लढ्याचे आम्ही साक्षीदार होतो. नोव्हेंबर १९४२ ला तुरुंगात गेलेल्या बाई आता माझ्या कॅसेटवर उतरत होत्या. माझ्यासोबत अखेरपर्यंत राहणार होत्या. त्या ध्वनिफितीमधून! म्हणूनच आम्ही दोघं त्यांना बोलतं करत होतो. तो सगळा लढा त्यांच्याच शब्दांतून आणि त्यांच्याच आवाजात हवा होता आम्हाला. त्याही अगदी त्या काळात जाऊन सगळं सविस्तर सांगत होत्या. जणू ते दिवस त्या पुन्हा जगत होत्या.

कसल्या तरी कार्यक्रमासाठी त्या सांगलीत आलेल्या. सोबत अनसूया लिमये.

दोघीही खादीधारी, गांधीवादी. चळवळीतल्या सहकारी. अनसूयाताई आणि नरुभाऊ लिमये यांना मी यापूर्वीच भेटलेलो. त्यांची ओळख होतीच. त्याला तीन वर्षं झाली तरी अनसूयाताईंनी नावासह ओळखलं होतं मला. त्या दोघींसोबत माझ्या गप्पा सुरू होत्या. त्यांच्या बरोबर भटकतच मी त्यांना कानात साठवत होतो. पटेल चौकातलं साने गुरुजी उद्यान, वखार भागातलं महात्मा गांधी वाचनालय... सगळ्या भेटी टिपत होतो. कॅमेऱ्यात आणि कानात. स्वातंत्र्याची आण घेऊन झुंजलेल्या त्या दोघी. त्या स्वातंत्र्य सैनिक होत्या हे सांगावं लागत नव्हतं. त्यासाठी कुठल्या पुराव्याची गरज नव्हती. त्यांचं जगणं, वावरणं हाच पुरावा होता. त्यांच्या सोबत वावरताना माझं शिक्षण होत होतं. त्या दोघी आणि समोरचे... त्यांच्या मागेपुढे करणारे कथित गांधीवादी यांच्यातली तफावत नजरेत भरत होती. समोरच्या गांधीभक्तांच्या अंगावर स्टार्चचे कपडे होते. त्यांच्यातला ताठपणा दाखविणारे. या दोघींच्या अंगावर सुती खादीच्या साड्या. धुतलेल्या आणि स्वच्छ. त्यांच्या इतक्याच. गांधीभक्त असणं आणि गांधी रक्तात असणं यातला फरक सहज जाणवत होता. त्या दोघी जशा समजत होत्या तशीच इथली माणसंही नव्यानं कळत होती मला. शेंदूर न खरवडताच गळून पडत होता. दगड दिसू लागले होते. गुळगुळीत गोटे.

उषाताईंना त्या दोन दिवसांतलं त्यांचं सगळं ध्वनिमुद्रण हवं होतं आणि मला त्यांचा सहवास, त्यांचं हस्ताक्षर. मजकुरासह स्वाक्षरी. अनसूयाबाईंनी ती आधीच दिलेली. आता उषाताई. त्या काय लिहितात याची मला उत्सुकता. तो दिवस नाताळचा. १९९८. स्वातंत्र्यलढ्यात भाग घेतलेल्या भाग्याची उजळणी करतानाच, उगवत्या पिढीबद्दलचा आशावादही त्या व्यक्त करत होत्या. समाज परिवर्तनाची आणि नवनिर्माणाची आव्हानंही सांगत होत्या. संकटांशी दोन हात करण्याचं आवाहन करत होत्या. त्यांचे शब्द झरझर उतरत होते.

'हम स्वातंत्र्यसैनिकोंका यह सौभाग्य हैं हम लोगोंको महात्मा गांधी, सरदार पटेल, नेताजी बोस, जवाहरलालजी आदि नेताओंकी सरदारीमैं स्वातंत्र्यसंग्राममें शरीक होने का मौका मिला! हम लोगोंके सामने एक उद्देश था- स्वराज!

आजके युवा वर्गके सामने भी एक बडा उद्देश्य है जो स्वराज्यप्राप्तीजितना ही या उससे भी ज्यादा महत्त्व का है! वह है देशका नवनिर्माण या समाज परिवर्तन!

हमारे युवक देशके आशादीपक हैं! अपने देश के भविष्यमें तथा अपने आपमें पूरा विश्वास रखके आप अपने अधिकारोंके साथ अपने कर्तव्योंका ख्याल करके देश का पुनर्निमाण कार्य में दिलोजानसे लग जाईये, अपने जीवन को सार्थक बनाइये! कठिनाईयाँ आयेगी परंतु उनसे बिना घबडाये आगे बढीये! याद रखिये यह संदेश

आगे बढो, आगे बढो
रुको नही, झुको नही
हटो नही, डटो वही
बढे चलो, बढे चलो
प्रगतीपथ पर बढे चलो'

एवढं लिहून शेवटी त्यांनी सही ठोकली 'उषा महेता'. तेव्हा कळलं की त्या 'महेता'च. आजवर त्यांना आम्ही सगळेच म्हणत होतो 'उषा मेहता'. आपल्या पाठ्यपुस्तक मंडळानं त्यांना 'मेहता' करून टाकलेलं. इतिहास घडविणाऱ्या बाईंचा नवाच इतिहास मंडळानं लिहिला होता. त्या हसून सांगत होत्या. त्यांचं हे बोलणं आणि त्यांच्या हाती दिलेलं ते 'पायलट पॉईंट फाईव्ह' आजही माझ्याकडे.

ऐंशीव्या वर्षी नवं शतक सुरू झालेलं असतानाच ११ ऑगस्टला उषाताई गेल्या. त्याआधी आणखी एकदा मणिभवनातल्या गांधी केंद्रात त्यांना भेटता आलं. पुन्हा जुनी उजळणी झाली. सांगलीतल्या त्यांच्या भाषणांच्या आणि गप्पांच्या ध्वनिफिती मी त्यांच्या हातावर ठेवल्या. त्यांनी हसून मला आशीर्वाद दिला. जवळ घेतलं. अगदी मायेनं. आजीनं नातवाला घ्यावं तसं. स्वातंत्र्यानंतर गांधी विचार प्रसार हेच जीवितकार्य मानलं होतं त्यांनी. गांधी वाङ्मयाचे काही खंडही त्यांनी मला भेट दिले. त्यांनी हाती धरलेलं पायलट पेन आणि त्यांनी स्वहस्ते दिलेले ते खंड... आजही खूप आनंद देतात, काहीबाही सांगत असतात. त्या खंडातले गांधी हळूहळू आत उतरत जातात माझ्या. तेव्हा उषाताई आठवतात. पुन्हापुन्हा. पुन्हा मला त्या दिसल्या ते घरातल्या छोट्या पडद्यावर. स्वातंत्र्याच्या हीरक महोत्सवात. स्वातंत्र्याच्या हीरक महोत्सवाचा तो सोहळा होत होता त्याच गोवालिया टँकवर... म्हणजे आजच्या ऑगस्ट क्रांती मैदानात. स्थळ तेच. तिरंगाही तोच. पण वातावरणात किती फरक पडलेला. तेव्हा ब्रिटीश राज्य होतं तर आता स्वातंत्र्य. याच मैदानावर तेव्हा उषाताईंनी पोलिसांची नजर चुकवत तिरंगा फडकावला होता. त्यासाठी तुरुंगवासही भोगला होता. आता त्याच मैदानावर त्या अभिमानानं तिरंगा फडकावत होत्या. पोलिसांच्या मानवंदनेसह. आता त्यांच्यासोबत होती आणखी एक वाघीण. कर्नल लक्ष्मी सेहगल. आझाद हिंद सरकारच्या 'राणी झांशी रेजिमेंट'ची कर्नल. जगातली पहिली कर्नल. काय वाटलं असेल त्या क्षणी त्यांना? कोणत्या भावना त्यांच्या मनात उचंबळून आल्या असतील? जाणून घ्यायला त्यांना पुन्हा भेटायचं ठरवलं मी. पण ती भेट काही झालीच नाही. 'पद्मविभूषण'ने सन्मानित झालेल्या त्या ११ ऑगस्ट, २००० ला गेल्याच.

देशापुढे संकटं तेव्हाही होती आणि आजही आहेत. त्यांचा सामना करत देश

घडविणारी पिढी तेव्हाही होती आणि आजही आहे. आता अशी माणसं मोजता येतात इतकंच. पण समस्यांनी गोंधळून न जाता त्यांचा प्रतिकार करत, प्रगतीपथावर चालण्याचं आवाहन करणारी माणसं कुठं आहेत? आजचे नेते कार्यकर्त्यांची संख्या वाढवत आहेत. बोट वर करणाऱ्या, जयघोष करताना न थकणाऱ्या. नवनिर्माणाची शपथ देणाऱ्या उषा महेता आता शोधाव्या लागतात. त्या सापडत नाहीत म्हणून मग पुन्हापुन्हा इतिहासाकडे वळावं लागतं. तिथं भेटतात अशा काही रणरागिणी, काही नरव्याघ्र. पेरून जातात एखादी शलाका तुमच्यामाझ्या रंध्रारंध्रात. तिच्या प्रकाशात मग अवघं आयुष्य उजळून निघतं. भोवतालचा अंधकार नाहीसा होतो आणि पुढची वाट दिसू लागते. न थकता चालण्याचं बळ येतं. पावलं चालत राहतात. माझ्या पावलात असं चालण्याचं बळ भरलं ते याच लोकांनी. उषाताईंचाही त्यात वाटा. त्यांना आठवताना हे जाणवत राहतं. सतत.

सांगलीतल्या प्रतापसिंह उद्यानातले सिंह ही आता इतिहासातली गोष्ट. कधी काळी तिथं चाळीस पंचेचाळीस सिंह होते हे आता शपथेवर सांगूनही कुणाला खरं वाटणार नाही. सर्कशीतही ते आता दिसत नाहीत. उद्यानातल्या त्या सिंहासारखाच एक सिंह या भूमीवर वावरत होता, तोही आता दिसेनासा झाला, काळाच्या पडद्याआड गेला. त्यालाही आठ वर्षं होत आली. या सिंहाला मात्र मी खूप जवळून पाहिलं आणि अनुभवलंही. त्याच्याशी मी चक्क गप्पाही मारल्या. त्याही एकदा नव्हे तर अनेकदा. कधी काळी त्याच्या नुसत्या असण्यानं भल्याभल्यांना धडकी भरत होती. साऱ्या मुलुखात त्याचा दरारा होता. गर्जनेची गरजच भासत नव्हती तेव्हा

त्याला. 'तो' आहे इतकंही पुरे असायचं. त्याच्या नावालाही एक वलय होतं, दरारा होता. तो काळ साधारण ऐंशी वर्षांपूर्वीचा. आज स्वतःला सिंह म्हणवून घेणारे अनेक. पण त्यांना घरचेही घाबरत नाहीत अशी स्थिती. खेळण्यातल्या सिंहाचीही भलावण करणाऱ्यांची गोष्ट वेगळी. तसे सिंह गावोगावच्या जत्रेत. ढिगानं. खरा सिंह त्यांनी कधी पाहिलाच नाही, हा दोष त्यांचा नाही. या सिंहाच्या जन्मालाही आता शंभर वर्षं होतील. त्याचं आपण ठेवलेलं नाव होतं नागनाथ रामचंद्र नायकवडी.

'नागनाथअण्णा' हे त्यांचं सर्वदूर गेलेलं नाव. बेचाळीसचा लढा सुरू झाला, तेव्हा ते होते अवघे वीस वर्षांचे. कोल्हापूरच्या राजाराम हायस्कूलचे विद्यार्थी. तेव्हाचं कोल्हापूर संस्थान. भोवतालचं सगळं वातावरण भारलेलं. त्याचा परिणाम त्यांच्यावरही झाला आणि कोवळ्या मुठींची वज्रमूठ करत ते लढ्यात उतरले. चळवळीचे झाले. पुन्हा कधीही घरात पाऊल न ठेवण्याची शपथ घेऊन. तशा शपथा त्या काळात अनेकांनी घेतल्या होत्या. पण सत्तेचाळीस उजाडलं आणि त्यागाची किंमत वसूल करण्याची संधी गवसली. तसं कधी काळी घेतलेल्या त्या शपथा विसरले लोक. अशांच्या गर्दीत पोरवयात घेतलेली ती शपथ अखेरपर्यंत पाळणारा मी पाहिलेला हा एकमेव माणूस. सत्तेचाळीसनंतर शपथा, प्रतिज्ञा मोडणारांनी गावागावात इमले उभारले. या माणसानं पुढचं सारं आयुष्य वसतीगृहातल्या खोलीत काढलं. सिमेंटच्या पत्र्याचं छत असणारी ती खोली आणि सोबत गोरगरिबांच्या लेकरांची. स्वतःच्या लेकाच्या लग्नातही घराच्या चौकटीआत पाऊल ठेवलं नाही यानं. घेतलेली शपथ आयुष्यभर पाळायची असते हे कृतीतून दाखवून देणारा हा... 'पद्मभूषण' झाला पण वसतीगृहातल्या नळावर स्वतःचे कपडे धुणं सोडलं नव्हतं यानं. अखेरपर्यंत. लातूरच्या भूकंपात घरदार गेलेली शंभरभर पोरकी मुलं या माणसानं वसतीगृहात आणून ठेवलेली. त्यांच्या बरोबरीनं तिथल्या नळावर अनेकदा कपडे धुताना पाहिलं मी याला. सगळं आयुष्य त्यानं असंच काढलं होतं. त्या कशाचंही भांडवल न करता. गाजावाजा न करता.

अण्णांचे कपडे म्हणजे तीन बटणी खाकी शर्ट आणि जाडंभरडं धोतर. लांब बाह्या, कफची बटणं न लावलेल्या. कधी मोकळ्या सोडलेल्या तर कधी दुमडलेल्या. गल्लीतलं पद पाच वर्षाच्या बोलीवर मिळालं, तरी महागड्या वस्त्रांच्या झुलीनं देह झाकतात आजचे सेवक. यानं 'पद्म' पुरस्कारही स्वीकारला अशाच जाड्याभरड्या कपड्यात. आयुष्यभर तत्त्वांशी तडजोड केली नाही यानं. स्वातंत्र्य चळवळीत भाग घेताना प्रति सरकार उभारलं. तेही सगळ्या देशात वेगळं ठरलं. साडेचार वर्षं चाललं. सशस्त्र लढ्यासाठी हत्यारं आवश्यक होती. त्यासाठी पैसा हवा होता. तो इंग्रजांकडे खोऱ्यानं होता. तो लुटण्यासाठी धुळ्यापार्यंत मजल मारली. धुळे

खजिनाही लुटला. सगळ्या नोटा पोत्यात भरल्या आणि खांद्यावरून ती लूट इकडे आणली. सुदैवानं त्या लुटीच्या चारही नायकांना मला भेटता आलं. त्यांच्याशी बोलता आलं. त्यांच्या सहवासात जाता आलं. स्वातंत्र्यानंतर अण्णा समाजकार्यात उतरले. बालवाडी, हायस्कूल, साखर कारखाना, दुष्काळी भागासाठी पाणी परिषद असं बरंच काही केलं त्यांनी. त्याच्या खुणा आजही ठळकपणे दिसणाऱ्या. पिचलेल्या जनतेचा खणखणीत आवाज बनून गर्जत राहिलेला हा क्रांतिवीर! शेवटपर्यंत आपल्या पाठीचा कणा ताठ ठेवून होता.

८८च्या कारखान्याच्या सभेत मी त्यांना पहिल्यांदा पाहिलं. पत्रकार अशोक घोरपडे त्या सभेचं वार्तांकन करायला जाणार असल्याचं कळलं होतं. मी त्यांच्याकडे हट्ट धरला. नंतरच्या सगळ्या भेटींना घोरपडे साक्ष. त्या सभेचं ते रूप मी पाहून चक्रावलोच. अशा सभा म्हणजे उधळपट्टी, डामडौल आणि हाणामाऱ्या. मोठाले मंडप, जेवणावळी. हा आजवरचा अनुभव. दुसऱ्या दिवशीची वर्तमानपत्रं यानंच सजलेली असतात. तिथंलं चित्रं मात्र निराळंच होतं. तिथं होतं तीन बाय तीनचं एक व्यासपीठ. एक खुर्ची आणि एकच माईक. समोर कारखान्याच्या कार्यकारी संचालकांपासून सभासदापर्यंत सगळे सतरंजीवर. तीनची वेळ होती सभेची. दोन पन्नासला अण्णा आले. व्यासपीठाखालीच लोकांशी बोलत उभे राहिले. मी अशोकसोबत त्यांच्या पुढ्यात गेलो. पाय धरले तसं पाठीवर हात टाकत म्हणाले, "पाय धरू नका." खांद्याला धरून उभं करत त्यांनी हात हाती घेऊन दाबला. सिंहाचा पंजाच तो, थेट मस्तकापर्यंत जाणीव झाली. सुरू असलेलं बोलणं अचानक थांबवत ते वर चढले. माईकसमोर उभं राहत उजव्या हाताची मूठ उंचावत गरजले, "हुतात्मा किसन अहिर!" खालून प्रतिध्वनी "झिंदाबाद!" तीनदा हीच घोषणा. अशीच. आणि थेट बोलायला सुरुवात. माझं लक्ष घड्याळाकडे गेलं. घड्याळात दोन वाजून साठ मिनिटं झालेली. त्यांच्या मनगटावर घड्याळ नव्हतं. त्यांनी कुणालाही वेळ विचारली नव्हती.

त्यांचं बोलणं संपलं. त्यांनी विचारलं, "कुणाला काही शंका आहे का?" कुणीच काही बोललं नाही. मग वसतीगृहातली मुलं पुढे आली. त्यांच्या हातात पराती होत्या. त्यात साखर होती. ती मुलं प्रत्येकाच्या हातावर मूठमूठभर साखर ठेवत होती. ती हातावर पडली की माणसं उठून जात होती. मूठभर साखरेवर पार पडलेली सभा आणि किसन अहिर यांचं ते स्मरण कायमचं लक्षात राहिलं माझ्या. अहिर अण्णांचे सहकारी. बेचाळीसच्या लढ्यातले. लढ्यात हुतात्मा झालेले. शिराळ्यातल्या सोनवड्याच्या डोंगरावर तेव्हा यांचा नेमबाजीचा सराव चाललेला. अण्णांनी दिल्लीत जाऊन आणलेले, आझाद हिंदचे नानकसिंग आणि मन्सासिंग हे प्रशिक्षक. ती दोन माणसं यांच्या लोकांना तयार करत होती. इतक्यात इंग्रजांची धाड

पडली. गोळीबार सुरू झाला. नानकसिंग आणि किसन अहिरांनी गोळ्या झेलल्या. अण्णा निसटले, वाचले. त्यांच्या अंगावर येणारी गोळी किसन अहिर यांनी झेलली होती. त्यांच्यामुळंच आपण वाचलो ही भावना त्यांनी उरात जपली. कायमची. त्याच गोळीबाराच्या जागेवर नानकसिंगच्या नावाचं हायस्कूल तर वाळव्यात किसन अहिरांच्या नावाचा कारखाना उभा केला. त्या तीन घोषणा कृतज्ञतेपोटीच्या. ती कृतज्ञता अखेरपर्यंत जपणारे अण्णा. वारसा रक्ताचा सांगता येतो, कृतज्ञतेचा नाही. काळ पुढे सरकतो तसा तो प्रवाह आटत जातो. संपतो. ज्याच्या हौतात्म्यामुळं अण्णा वाचले त्याच्या नावानं त्यांनीच उभारलेल्या कारखान्याचं आता नामांतर झालं आहे. अण्णांच्या माघारी.

स्वातंत्र्यानंतर दोन वेळा आमदार झालेले अण्णा पुढच्या वेळी मात्र पराभूत झाले. तेव्हा त्यांचं चिन्ह होतं सिंह. प्रचारासाठी त्यांनी खरा सिंह आणला. मतदारसंघात सगळीकडे फिरवला. गरज नसताना. ते स्वत:च तर एक सिंह होते. दुसरा सिंह फिरवण्याची गरजच नव्हती. प्रचारादरम्यान मुलाखतीसाठी मी, अशोक गेलेलो. आम्हाला दिलेली वेळ तीनची होती. आमच्यासाठी त्यांनी पाठविलेली गाडी अगदी वेळेत आली होती. पण आम्हालाच जायला थोडा उशीर झाला. थोडा म्हणजे किती तर पाच मिनिटं. आमची गाडी सोनवडे हायस्कूलच्या आवारात शिरली. तेव्हा ते बाहेर पडत होते. माझं लक्ष घड्याळाकडे गेलं. घड्याळात तीन पाच झालेले. ते म्हणाले, ''गाडी पाठवूनही वेळ चुकवलीत. आता जेवण करून ऐतवड्यात या. तिथले लोक माझी वाट पाहताहेत. सभा झाली की निवांत बोलू,'' असं सांगत ते गेलेही. बरोबर पाचला आम्ही ऐतवड्यात. सभा संपत आलेली. आम्ही गर्दीमागे उभे राहिलेलो. त्यांनी आम्हाला पाहिलेलं. एवढ्यात एक कार्यकर्ता जवळ आला. त्यानं अण्णांची चिठ्ठी हातावर ठेवली. 'वाळवे रस्त्यावरच्या वडाखाली जाऊन थांबा. सभा संपवून मी थेट तिथंच येतो'. सभा सोडून आम्ही तिकडे. पाचदहा मिनिटांत त्यांची गाडी आली. आल्याआल्या गाडीच्या चालकानं डिक्कीतले असोले नारळ बाहेर काढले. सीटखालचा कोयता काढला. त्या कोयत्यानं छाटून ते नारळ हातात दिले. 'नारळपाणी' झाल्यावर बोलणं सुरू झालं. मुलाखत संपल्यावर मी त्यांना विचारलं, ''हेच ठिकाण का निवडलंत?'' तर म्हणाले, ''भूमिगत असताना सगळं प्रति सरकार एकमेकांना इथं भेटायचं. आमच्या साऱ्या योजना याच झाडाखाली बसून ठरायच्या म्हणून.''

अण्णांच्या पाणी परिषदेतल्या सभा ध्वनिमुद्रित केल्या. आयुष्यभर हातात घड्याळ न बांधणाऱ्या या माणसानं एकाही सभेची वेळ मिनिटभरानंही चुकवली नव्हती. तेव्हा त्यांचा लढा सुरू होता आपल्याच मायबाप सरकारशी. दुष्काळी भागाला पाणी मिळवून देण्यासाठी. मी आणि अशोक अनेकदा त्यांच्यासोबत गेलो

तिथं. अशाच एका भेटीत त्यांना म्हटलं, ‘‘अण्णा, तुमच्या तोंडून प्रति सरकारचा सगळा लढा ऐकायचा आहे. मला तो रेकॉर्ड करून ठेवायचा आहे.’’ अशोकनंही तसं सांगितलं. खूप वेळानं त्यांनी त्याला होकार दिला. ‘‘लवकरच सुरू करू आपण. मी निरोप दिला की तुम्ही वाळव्यात या. मुक्कामालाच. तिथं करू सगळं.’’ मलाही ते सगळं रेकॉर्ड करायचं होतं. धुळे खजिन्याच्या इतर तीन नायकांना मी बोलतं केलेलं. क्रांतीअग्रणी जी.डी. बापू लाड यांचंही ध्वनिचित्रमुद्रण आम्ही सुरू केलेलं. उत्तमराव पाटलांना तर मी धुळ्यात जाऊन गाठलेलं. धोंडीराम माळी तर जवळच्या कुपवाडचेच. राहिले होते फक्त अण्णा. त्यांचंही ध्वनिमुद्रण करायचं होतं पण राहून गेलं. अखेरच्या काळात त्यांना बोलता येत नव्हतं. मीच थोडी घाई करायला हवी होती असं आता राहूनराहून वाटतं.

‘पद्मभूषण’ जाहीर झाल्यानंतरचा त्यांचा पहिला सत्कार झाला तो कृष्णा व्हॅलीच्या क्रीडांगणावर. वेळ सकाळी सातची. समोर शाळेतली हजारभर मुलं. माझ्यासोबत माझा सात वर्षांचा श्रीकृष्ण. अण्णांना भेटलो. त्यांच्या हाती हात दिला. अभिनंदन केलं. पायावर डोकं ठेवलं. त्यांनी विचारलं, ‘‘हा?’’ मी म्हटलं, ‘‘धाकटा. श्रीकृष्ण.’’ तसं त्यांनी त्याला जवळ घेतलं. त्याच्या पाठीवर थोपटलं. तीच त्यांची अखेरची भेट. आता सिंह सर्कशीतही नाहीत आणि सांगलीच्या उद्यानातही. मुलाला ते कोण हे समजण्याचं वय नव्हतं. तरीही मी त्याला नेलेलं. मला त्याला सिंह दाखवायचा होता. अखेरचा हिंडताफिरता सिंह! न बोलता खूप काही शिकवलं त्यांनी. पाच मिनिटाच्या उशिराबद्दल बोलणीही खाल्ली त्यांची. त्यानंतर आजवर एकदाही, कुणालाही दिलेली वेळ चुकवली नाही. काम असो वा दिलेली वेळ... तासभर आधी जात राहिलो. लोक कौतुक करतात, पण त्याचं सारं श्रेय अण्णांचं. दुर्मीळ होत चाललेल्या कृतज्ञतेचा धडाही घालून दिला तो त्यांनीच. आज या दोन्ही गोष्टी चुकून जरी दिसल्या, तरी भुताटकी समजतात लोक. वर्षारंभी केलेले नवे संकल्प, घेतलेल्या नव्या शपथा यांना दुसऱ्या दिवशीचा सूर्यही पाहू देत नाही आपण. तेव्हा आठवत असतात, घेतलेली शपथ आजन्म कशी पाळावी याचा दाखला देणारे नागनाथ रामचंद्र नायकवडी. हा सिंह मी पाहिला होता! अखेरचा सिंह!

क्रांतिअग्रणी

आमचा सांगली-सातारा जिल्हा हा क्रांतिकारकांचा. नाना पाटलांच्या प्रती सरकारचा लौकिक तर सगळ्या देशभरात पोहोचलेला. त्या क्रांतिकारकांचा समग्र इतिहास जाणून घ्यायची ओढ पहिल्यापासूनची. अगदी शाळेत शिकत असल्यापासूनची. या सगळ्या माणसांबद्दल एक वेगळंच आकर्षण वाटायचं तेव्हा. आजही ते कायम. या आकर्षणापोटीच भारताचा स्वातंत्र्यलढा वाचून काढलेला. त्या विषयावर हाती लागतील ती पुस्तकं नगर वाचनालयातून आणायचो मी. या वाचनातच मग एकदा नाना पाटील, त्यांचे निधड्या छातीचे सहकारी आणि सलग साडेचार वर्षं चाललेलं त्यांचं प्रति सरकार आलं. त्या सरकारच्या मी प्रेमातच पडलो. त्यातल्या सर्वच हयात व्यक्तींना भेटायचं असं मनाशी पक्कं केलं ते त्या काळातच. धुळे खजिना लुटीतले चार वीर तर तेव्हाही हयात होते, कार्यरत होते. क्रांतिवीर नागनाथअण्णा,

क्रांतिअग्रणी जीडी बापू, धोंडिराम माळी आणि 'क्रांतिपर्व' लिहिणारे उत्तमराव पाटील. पुढच्या काळात या चौघांनाही भेटता आलं, त्यांच्याशी संवाद साधता आला. पहिल्या तिघांशी तर अनेकदा. त्यांचं ध्वनिचित्रमुद्रणही करता आलं . माझा खजिना समृद्ध झाला आणि माझं आयुष्यही. यांच्या सहवासात बेचाळीसचा लढा अनुभवता आला. त्या लढ्याचे सेनापतीच होते सगळे. साताराची भूमी दणाणून सोडणारे, देशभर पोहोचलेले. क्रांतिपर्वातले धारकरी. त्यांच्या पराक्रमांच्या कथा ऐकल्या की शिवकाळातल्या मावळ्यांचीच आठवण यायची मला.

या लढवय्यांच्या आयुष्यातल्या साऱ्याच घटना तशाच थरारक. त्या स्वराज्यातल्या मावळ्यांसारखंच यांचं आयुष्य. त्यातल्या काही घटना प्रत्यक्ष त्यांच्याच तोंडून ऐकता आल्या मला. तो थरार पुन्हा अनुभवला मी तेव्हा. यातल्या एकाचं लग्न तर इंग्रजी चित्रपटात शोभून दिसावं असंच. रॉबीनहूडच्या एखाद्या चित्रपटात शोभून दिसलंही असतं ते. नागनाथअण्णांना मी अनेकदा भेटलेलो. पण या माणसाची भेट अजून झाली नव्हती. तसं त्यांना अनेकदा पाहिलेलं. अगदी जवळून. कधी एखाद्या मोर्च्यात तर कधी कष्टकरी कामगारांच्या मेळाव्यात. धोतर आणि शर्टातला तो काळाकरंद देह आणि त्याचं ते झपाझप चालणं पाहिलं की कधी काळी हा माणूस तुफान सेनेचा सेनापती होता हे न सांगताही ध्यानी यायचं. ते नजरेस पडले की माझ्या डोळ्यांसमोर त्यांचं लग्नच यायचं. त्यांचा सगळा इतिहास, आंदोलनातली कामगिरी माहिती असूनसुद्धा. मला त्या लग्नाची गोष्ट आणि प्रति सरकारची सगळी चळवळ त्यांच्या तोंडूनच ऐकायची होती. म्हणून मग मी 'सकाळ'च्या जयसिंग कुंभारच्या मागं लागलो. 'यांची वेळ घे' असा सारखा तगादा. अखेर त्यानं जमवलं सगळं. ध्वनिमुद्रणासाठी त्यांनी मान्यता दिलेली आणि वेळही. तेव्हापासूनच ते सांगणार असलेलं लग्न माझ्या नजरेसमोर दिसू लागलं होतं.

तारीख होती २५ मे, १९४५. आजच्या पलूस तालुक्यातल्या कुंडलमधलं मारुती मंदिर. रात्रीचे साडेअकरा वाजलेले. दहा-बारा हजारांचा समुदाय जमलेला. त्या गर्दीत मध्येच एक चौथरा. त्यावरच यांचं लग्न लागणार होतं. याच वराला पकडण्यासाठी इंग्रज अधिकारी गिल्बर्ट आणि त्याचे शेकडो पोलीस गावाला वेढा घालून बसलेले. बारा वाजता वधूवर चौथऱ्यावर चढले. खरं तर गिल्बर्टला चकवा देण्यासाठी याच चौथऱ्यावर संध्याकाळी सहालाच एक लग्न लावलं होतं. शाहीर शंकरराव निकम यांचं. ते होते प्रति सरकारचे शाहीर. आता वऱ्हाडी मंडळी तीच असणार होती, पण त्या चौथऱ्यावरचे वधूवर बदलणार होते. तेही रात्री बाराच्या ठोक्याला. तसे ते बदलले आणि उत्तमराव पाटील यांनी 'शुभमंगल सावधान' म्हटलं. पाठोपाठ बंदुकीच्या फैरी झडल्या. वरानं आपल्या अंगठ्यावरचा उंचवटा चिरला आणि ते रक्त वधूच्या कपाळी लावलं. पुन्हा बंदुका कडाडल्या आणि त्या

आवाजात नवरा मुलगा पसार झाला. गिल्बर्टच्या पोलिसांना चकवून. काही झालं तरी प्रति सरकारच्या 'तुफान सेने'चा फील्ड मार्शल होता तो. बंदुकीचे बार ऐकून गिल्बर्ट आणि त्याचे पोलीस गावात शिरले. जमलेल्या लोकांना त्यांनी घेराव घातला. पण त्याच्या हाती लागायला नवरदेव होताच कुठं तिथं?

आजही हे सारं वाचताना अंगावर थरार उमटतो. मी तर आता हे सगळं त्यांच्या तोंडूनच ऐकणार होतो. तो नवरा मुलगा म्हणजेच गणपती दादा लाड. आता त्यांची ओळख क्रांतिअग्रणी जी. डी. बापू अशी. कुंडलचा हा माणूस. याचं शिक्षण झालं ते औंधमध्ये. ब्राह्मणी वातावरणात. तिथं त्याचे सहकारी होते शंतनुराव किर्लोस्कर आणि गजानन दिगंबर माडगूळकर. तिथलं शिक्षण संपलं आणि वैद्य होण्यासाठी पुण्याच्या टिळक महाराष्ट्र विद्यापीठाच्या महाविद्यालयात यानं प्रवेश घेतला. वर्षभरातच बेचाळीसचा लढा सुरू झाला. महात्माजींची हाक कानावर पडू लागली आणि यानं शिक्षण सोडलं. कायमचं. तो चळवळीत उतरला. महाविद्यालयात असताना तो मुलांचा पुढारी होता. 'त्या वेळी मुलींचा गराडा असायचा माझ्याभोवती' हे अगदी हसतहसत सांगितलेलं एकदा त्यांनी मला. आता ते पुढारीपण सोडून तो स्वातंत्र्य चळवळीत उतरला होता. पूर्वी कधीतरी गदिमांच्या सहवासात असताना त्यांच्याच 'बलवंत' नाटकात यानं तोंडाला रंगही लावला होता. पण याला पुढच्या आयुष्यात दुसऱ्याच भूमिका वठवायच्या होत्या. रंगभूमी हे त्याचं क्षेत्र नव्हतंच. हा होता रणांगणातला मर्द. पुढच्या काळात हा क्रांतिसिंह नाना पाटलांच्या सहवासात आला आणि नंतर शेणोलीत पगार घेऊन येणारी रेल्वे लुटून फरारही झाला. पुढे मग धुळे खजिन्याची लूट, क्रांतिसिंह नाना पाटलांचा वाढता सहवास, प्रति सरकारची उभारणी असं करत तो त्या सरकारच्या तुफान सेनेचा फील्ड मार्शल झाला. स्वातंत्र्यानंतर मराठवाड्याच्या लढ्यातही तो अग्रभागी होता तसाच गोवा मुक्ती आंदोलन, संयुक्त महाराष्ट्राच्या चळवळीतही. असं सगळं सुरूच होतं. विधानसभा, विधान परिषदही गाजवली यानं तसंच शेतकरी कामगार पक्ष आणि किसान सभाही. सगळीकडे तोच लढवय्येपणा जपला. तत्त्वांशी जराही तडजोड न करता. त्यागाची किंमत वसूल न करता. एकटं राहून.

९ ऑक्टोबर, २०११. कुंडल गावाच्या बाहेर असणाऱ्या त्या बंगल्याच्या दारात मी व जयसिंग. बंगल्यावरचा फायबरचा गोल घुमट लक्ष वेधून घेत होता. दुपारचे दोन वाजलेले. सगळीकडे सामसूम. दारातलं भलंमोठं कुत्रं आम्हाला आत जाऊ देत नव्हतं. आतून कुणीतरी आलं आणि त्याला छोट्या जाळीबंद खोलीत बंद केलं. मग आम्ही आत. बापूंच्या पुढ्यात. ते सोफ्यावर रेलून बसलेले. दुपारची वेळ असूनही अंगात स्वेटर, डोक्यावर कानबंद करणारी लोकरी टोपी. पांढरी. धोतर. उजव्या पायावर डावा पाय टाकलेला. रापलेला काळाकरंद चेहरा. समोरचे दात

पडलेले. दोन खालचे, एक वरचा. गिल्बर्ट आणि त्याच्या शिपायांना चकवा देऊन निसटलेला वाघ आता माझ्या पुढ्यात होता. ऐंशी ओलांडली असावी त्यानं. पण चेहऱ्यावरचा दरारा अजूनही कायम होता. नजरेतली जरब जाणवत होती. बसण्यातली ऐट कायम होती. त्यांनी आम्हाला बसायला सांगितलं आणि आत बघत ते म्हणाले, ''दोन चहा पाठवा हो.'' जयसिंगनं त्यांना माझी ओळख करून दिली तेव्हा त्यांनी माझ्याकडे रोखून बघितलं. त्यांचे ते रोखून पाहणारे डोळे मला जरा जास्तच न्याहाळताहेत असं वाटलं. मास्तर असल्यामुळं कदाचित जरा जास्तच.

जयसिंगनं ओळख करून दिली होतीच. अगोदर बोलणं झाल्यामुळं त्यांना माझ्या कामाचं स्वरूप माहिती होतंच. ''बोला मास्तर!'' म्हणत त्यांनी सुरुवात केली. चहा घेतघेत चौकशी. ''कुठले तुम्ही? हे सगळं का करताय? कशासाठी? नेमकं काय करायचंय?'' मग मी त्यांना सांगितलं, ''बापू, तुमचं सगळं आयुष्य तुमच्याच शब्दांत रेकॉर्ड करायचा विचार आहे. प्रति सरकार आणि त्यामधली तुमची भूमिका जाणून घ्यायची आहे.'' मग त्यांनी दर शनिवारचा दुपारचा वेळ दिला. दोन ते पाच. कितीही दिवस. पुढच्याच शनिवारपासून सुरू करायचं ठरलं. गप्पांच्या ओघात त्यांनी आमच्या किरकोळ देहयष्टीवर भाष्य करत मला पँट वर करायला सांगितली. गुडघ्यापर्यंत. मला काहीच समजेना. नाही म्हणायचं धाडसही नव्हतं माझ्यात. मी ते सांगतील तसं केलं. तर माझ्या पिंडऱ्या दाबत म्हणाले, ''काय मास्तर, किती हे थुलथुलीत! जरा देहाला कष्ट देत जावा. शरीर कसं बाभळीच्या लाकडागत हवं. आता माझंच बघा. या वयातही कसं आहे!'' असं म्हणत त्यांनी आपल्या धोतराचा सोगा वर केला आणि मला त्यांच्या पिंडऱ्या दाबायला लावल्या. त्याही वयात त्यांच्या पिंडऱ्यात माझं एकही बोट रुतलं नाही. मी खजिल. चेहरा ओशाळवाणा. तर त्यांच्या चेहऱ्यावर हास्य. शेवटी त्या पिंडऱ्या एका वाघाच्या होत्या. वय झालं तरी वाघ तो वाघच!

पुढच्याच आठवड्यापासून आमच्या गप्पा... मुलाखत सुरू झाली. वैद्य होताहोता चळवळीत आलेले बापू आपली कहाणी सांगू लागले. अगदी आपल्या घराण्याला 'लाड' हे नाव कसं पडलं तिथपासून. त्यांच्या लहानपणी त्या गावात म्हणे एकच पिठाची गिरणी आणि तेलाचा घाणा होता. त्याचा मालक ब्राह्मण. बापू पाटलाघरचे असले, तरी घरची गरिबीच. त्यांच्या अंगावर जेमतेमच कपडे असायचे तेव्हा. त्यांनाही कुठं तरी खोंबार लागलेला असायचा. अशा स्थितीत ते एकदा दळण आणायला गेलेले. शाळकरी वय. तेलाच्या घाण्याचा आवाज ऐकण्यात गंमत वाटायची त्यांना. त्या घाण्याच्या मेढेला कान लावून ते तो आवाज ऐकत होते. नेहमीच ते तसं करायचे. पण त्या दिवशी त्या मालकाचं लक्ष गेलं त्यांच्याकडे. मालकाला वाटलं एखादं बाहेरच्या वस्तीतलंच पोरगं आहे. त्यानं आपला घाणा

बाटवला म्हणून लाकडाचा ओंडकाच हाणला यांच्या टाळक्यात. उच्चवर्णीय पाटील असूनही खावा लागलेला हा मार बापूंच्या डोक्यातून गेला नव्हता. आयुष्यभर. फाटके कपडे अंगात असल्यानंच हे घडलं, म्हणजे दारिद्र्य हेच अस्पृश्यतेचं मूळ आहे हे त्यांच्या लक्षात आलं. 'दारिद्र्य नष्ट केल्याखेरीज सामाजिक प्रतिष्ठा नाही' हा विचार त्यांच्या डोक्यात पक्का झाला तो कायमसाठी. पुढची सगळी वाटचाल तोच धागा पकडून. अखेरपर्यंत.

शिक्षणाचे दरवाजे तेव्हा नुकतेच किलकिले झालेले. बहुजन समाजातल्या महात्मा फुल्यांची शिकवण कानावर पडलेली. गिरणीवाल्यानं हाणलेल्या दांडक्यानं डोक्यावर टेंगूळ उठवलेलं. काही काळानं ते गेलं तरी मनावरचा घाव वर्मी बसला होता त्यांच्या. त्या एका घावानं मला शिक्षणाकडे वळवलं असं सांगताना त्या वयात गेलेले बापू. पुढे डाव्या चळवळीत अग्रभागी राहिलेले हेच बापू औंधात शिकत असताना संघाच्या शाखेतही जात होते म्हणे. तिथंही अशी सापत्नभावाची वागणूक मिळाल्यानं ते शाखेबाहेर पडले ते कायमचेच. नंतर त्यांचं लक्ष गेलं ते गरिबांची बाजू घेणाऱ्या महात्माजींकडे. मग त्यांच्याच हाकेला 'ओ' देत ते उतरले स्वातंत्र्य चळवळीत. तेव्हा ते पुण्यात होते. वैद्यकीय शिक्षणासाठी. 'पुण्यात महाविद्यालयात आयुर्वेदाचं शिक्षण घेत असताना वर्गातल्या मुलींचा मी हिरो होतो' हे सांगताना त्या वाघाच्या चेहऱ्यावर एक दिलखुलास हास्य पसरलेलं. त्याही वयात. तुफान सेनचा हा ढाण्या वाघ हसतही होता तर! ते सगळं रेकॉर्ड करताना मला वेगळीच गंमत वाटत होती. बापूंची अनेक रूपं अशी नजरेसमोर येत होती.

ते पाच आठवडे जयसिंग आणि मी त्या क्रांतिपर्वातच वावरत होतो. तुफान सेनेतली आणि प्रति सरकारमधली सारी माणसं आमच्या सभोवती वावरत होती तेव्हा. या सरकारबद्दल चर्चा करताना एक प्रश्न नेहमी उपस्थित केला जायचा. धुळे खजिना लुटीतील पैशाचा. त्यावर उलटसुलट चर्चाही व्हायची. तो पैसा नक्की कुठं मुरला याची नोंद कुठंच वाचायला मिळत नव्हती. त्यावर या लोकांनीच बोलायला हवं होतं असं मला राहूनराहून वाटायचं. शेवटी मी विचारलंच, "बापू, धुळे खजिना लुटीच्या त्या पैशाचं काय झालं? कुठं गेला तो सगळा खजिना? लोक काहीबाही बोलत असतात त्याबद्दल." बापू म्हणाले, "हे बघा मास्तर, त्याचे चार हिस्से झाले. एक भूमिगत चळवळ चालविणाऱ्या मध्यवर्ती शाखेला, एक हिस्सा प्रति सरकारला, एक हिस्सा आंदोलनात शहीद झालेल्या कुटुंबियांच्या मदतीसाठी आणि एक हिस्सा शस्त्र खरेदीसाठी वापरला गेला. आम्ही ते सगळे पैसे त्यासाठीच वापरले. मध्यवर्ती शाखेनं त्याचं काय केलं ते आम्हाला माहीत नाही." मग मी "प्रति सरकारकडे आलेल्या पैशांबद्दलही अनेक बातम्या ऐकायला मिळतात. अफवाही आणि गैरसमजही. त्या पैशांचं नेमकं काय केलं? तुम्ही सरकारच्या संस्थापकांपैकी एक होतात. फील्ड

मार्शल होतात. तुम्हाला तर ते माहिती असेलच ना.'' असा प्रश्न केला. तर बापू म्हणाले, ''मला त्याबद्दल काहीही माहीत नाही.''

त्या दिवशी आमच्या बोलण्यात नागनाथअण्णांचा विषय निघाला. कारण ते खूप आजारी होते. त्यांच्या तब्येतीबद्दल आम्ही बोलू लागलो आणि हा विषय मागं पडला. पुढच्या बैठकीत हा प्रश्न पुन्हा काढायचाच हे मी मनाशी ठरवलेलं. बापू नुकतीच अण्णांची विचारपूस करून आले होते. आपल्या या मित्राबद्दल खूप जिव्हाळ्यानं बोलत होते. 'लवकर बरे व्हाल.' असा धीर देऊन आल्याचं सांगत होते. ते सारं ऐकून पुढच्या शनिवारी भेटायचं ठरवून आम्ही दोघं परतलो. दुसऱ्या रात्री जयसिंगचा फोन. ''मास्तर, बापूंना दवाखान्यात दाखल केलंय. आत्ताच पुण्याला जहाँगीरमध्ये हलवलंय.'' त्याचं ते बोलणं मला खरं वाटत नव्हतं. बापूंची तब्येत तशी खणखणीत. मी म्हणालो, ''येतील लवकरच घरी. फारसं काही गंभीर नसेल. परवाच तर बोलून आलो आपण. ठणठणीत होते की. आपण जाऊ पुढच्या आठवड्यात.'' पण तसं झालं नाही. ध्यानीमनी नसताना बापू गेले. अचानक. बैठक अर्ध्यावर सोडून. चटका लावून. मेंदूत रक्तस्राव होऊन. त्यांच्याशी बोलायचं राहूनच गेलं. मैफिल अर्धीच राहिली.

अर्ध्या मैफिलीतून बापू उठून गेले. त्या आठ-दहा तासांत बापूंनी आमच्या समोर त्यांचं सगळं आयुष्य उभं केलंच, शिवाय प्रति सरकारची जडणघडणही. तो काळच भारावलेला. त्याच्या छायेत बापू तेव्हाही भारावलेले होते आणि अजूनही. म्हणूनच तेवढ्याच तडफेनं ते अन्यायाविरुद्ध पेटून उठत होते. अखेरपर्यंत. आपली सारी कहाणी बापूंनीही नोंदवून ठेवलेली. 'पेटलेले पारतंत्र्य व धुमसते स्वातंत्र्य' हे त्यांचं पुस्तक. बापूंच्या मुलाखतींवर आधारित त्यांचं आत्मकथनही हाती आलं. 'एक संघर्ष यात्रा'. त्यांच्याच एका सहकाऱ्यांनं ... कॅप्टन राम लाड यांनी ते शब्दांकित केलेलं. आजची समाजस्थिती पाहून तडफडणारं त्यांचं मन मला त्या दोन्ही पुस्तकांमधून दिसलं तसंच त्यांच्या भेटीतही. त्यांना वाटत असलेला एकटेपणा जाणवायचा मला. 'हेच काय फल मम तपाला' अशी त्यांची अवस्था झालेली. खरं तर त्या पिढीतल्या सगळ्याच 'खऱ्या' स्वातंत्र्यसैनिकांची. त्यांच्या देशभक्तीला आणि राष्ट्रनिष्ठेला तोडच नव्हती. आजच्या परिस्थितीवर भाष्य करताना त्यांच्या डोळ्यांत अंगार फुलताना मी पाहिला होता. वय झालं तरी शेवटी तो वाघ होता! नख्या शाबूत असलेला! त्या वाघाच्या सहवासात काही काळ घालवला होता मी.

उद्योगमहर्षी

पुण्यातल्या शिवाजीनगरातला 'लकाकी' बंगला. तिथली हिरवळ पायाला लागण्याची शक्यता कमीच. तसं स्वप्न बाळगणंही वेडेपणाचं लक्षण. पण मला तिथं घुसता आलं ते जीवन किर्लोस्करांमुळं. त्याच्या काकांचं हे घर. उत्सुकता, दडपण, संकोच, भीती सगळं मिळून जो काही भाव होईल तो माझ्या चेहऱ्यावर पसरला असावा. मी जीवनरावांसोबत तिथं बसलेलो. सकाळची वेळ. दोन खुर्च्यांवर दोघंही प्रतीक्षेत. दोन खुर्च्या रिकाम्या. थोड्या वेळात त्यातली एक खुर्ची जीवनरावांच्या काकूंनी पकडली. एक खुर्ची रिकामी. थोड्या वेळात आमच्या समोर उपमा आला. आम्ही खायला सुरुवात केली आणि 'ते' आले. जसे पुस्तकात, चित्रात दिसायचे अगदी तसेच. थ्री पीस सूट आणि बो यांसह. तो हसतमुख चेहरा पाहताच मी थोडा

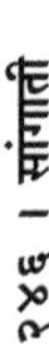

मोकळा झालो. शाळेत असताना पुस्तकात वाचलेला 'जेट युगातील मराठी माणूस' आता माझ्या पुढ्यात होता. माझ्याच डोळ्यांवर माझा विश्वास नव्हता. हातपाय गार पडत चाललेले. कंठातून शब्द फुटत नव्हता. डोळ्यातल्या बाहुल्याही मोठ्या होऊन एका जागी स्थिर. आम्ही खाणं थांबवलं तसं ते म्हणाले, ''कॅरी ऑन.'' मी काका-पुतण्याचा संवाद ऐकत. त्यांच्यासमोर असं खात बसणं बरं दिसत नव्हतं. एवढ्यात त्यांच्या पुढ्यातही त्यांची न्याहारी आली. ती पाहिली आणि मी बघतच राहिलो. नाचणीची भाकरी असावी. आणि दही. त्या ऐंशीपार केलेल्या तरुणाला पाहात होतो. या वयातही तो तरुण का कार्यरत होता याचा रहस्य मला उलगडत होतं. ती तारीख होती ११ मे, १९८९ आणि तो तरुण होता शंतनुराव किर्लोस्कर!

त्यांना यापूर्वीही एकदोनदा पाहिलेलं. 'रुद्रवाणी'च्या कार्यक्रमात. पण अंतरावरून. अत्यंत देखणं व्यक्तिमत्त्व. अगदी नीटनेटकं. थ्री पीस सुटातलं आणि हसतमुख. गळ्याजवळ बो होताच. नेहमीच. 'रुद्रवाणी'च्या वर्धापन दिनाला ते आले होते. त्यांच्या हस्ते ज्योत्स्ना भोळे यांचा सत्कारही झालेला. मी त्याचे फोटोही घेतले होते. 'कुलवधू'ची ती नायिका मी तेव्हा प्रथमच पाहत होतो. तेही इतक्या जवळून. त्यांच्याशी गप्पाही मारल्या तेव्हा मी. पण आता ते अवघ्या तीन फुटांवर. इतक्या जवळून त्यांना पाहता येत होतं ते केवळ जीवनरावांमुळं. आज त्यांचंच काकांकडे काम होतं. तेव्हा त्यांच्या या काकांच्या आत्मवृत्ताचा मराठी अनुवाद 'रुद्रवाणी'तून येत होता. क्रमशः. 'निवडुंगावरील गुलाब'. त्याचं पुस्तक करायचा जीवनरावांचा विचार. त्यासाठीची त्यांची मान्यता आणि मुखपृष्ठावर काय असावं याबाबत दोघांची चर्चा सुरू होती. श्रोता एकटा मी. हस्ताक्षराच्या आणि स्वाक्षरीच्या आशेनं आलेला. मिळेलच याची खातरी नसलेला. सगळी मदार जीवनरावांवरच. त्यांचं बोलणं संपलं, तशी जीवनरावांनी माझी ओळख करून दिली. मला त्यांचं हस्ताक्षर हवं आहे असंही सांगितलं. मग मी माझ्याकडच्या हस्ताक्षर संग्रहाबद्दल सांगत कागद पुढे सरकवला. बोलतबोलतच त्यांनी काही ओळी लिहिल्या. मराठी, मोडी आणि इंग्रजीत सही ठोकली. मला मोडी येतं हे ऐकल्याचा परिणाम असावा. पण नंतर जीवनराव मला म्हणाले, ''काका अशी नेहमीच सही करतात. तीन लिपीत.'' अशी तीन लिपींतून सही असलेला माझ्या संग्रहातला तो एकमेव कागद. तो माणूसही मराठी मुलुखातच नव्हे तर उद्योग विश्वातही एकमेव असलेला! स्वतःच्या नावाची ठसठशीत मुद्रा जगभर मिरवत असलेला!

त्यांच्या हस्ताक्षरातला तो कागद हातात पडला. मजकूर वाचण्याचंही भान नव्हतं मला. 'साधी राहणी हे बेकारीचं मूळ आहे' असं लिहून देणारा तो माणूस 'जेट युगातला' होता पण विमान माझं उडालं होतं. माझा देह कधीच वाऱ्यावर स्वार झालेला. वय अवघं चोवीस. अडनिडं. कशातलंच काहीही कळत नसताना सगळ्यातलंच

सगळं कळतं असं दाखविण्याचं. आता त्यांची चर्चा पुस्तकाच्या मुखपृष्ठाबाबत चाललेली. त्यांनी एक नॉर्वे ताव मागवलेला. साध्या शिसपेन्सिलनं ते काहीतरी रेखाटत होते. पण मी तिथं नव्हतो. माझं विमान अजूनही गिरक्या घेत होतं. ते चित्र घेऊन आम्ही दोघं बाहेर पडलो. पुस्तकाला परवानगी आणि मुखपृष्ठ मिळाल्यानं जीवनराव खूश. त्यांचे विचार आणि बोलणं आठवत, हातातला मजकुराचा कागद घट्ट धरत मी हवेवर स्वार. आपल्याला अंतराळीही चालता येतं याचा शोध मला नव्यानं लागलेला. पंचविशीतला वारू अवखळपणे उधळलेला! त्याला ठाणबंद करणं आता शक्य नव्हतं. मी त्यांच्याशी काय बोललो हेही आता मला आठवत नव्हतं. भारलेली अवस्था. मग बाहेर पडताच जीवनरावांच्या निळ्या रंगाच्या बजाज स्कूटरवरून रास्ते वाड्याकडे परतताना त्याची उजळणी. 'लकाकी'च्या हिरवळीवरचं बोलणं माझ्यासमोर जसंच्या तसं दिसू लागलं होतं. या क्षणीही तो प्रसंग माझ्या डोळ्यांसमोर.

शिक्षक होऊन अवघे तीन महिने झालेले. वाचनामुळं औंधपासूनचे किर्लोस्कर माहीत असलेले. त्यांच्याबद्दल आणि त्यांच्या घराण्याबद्दल मी बरंच वाचलेलं. औंधाच्या शाळेतल्या एका फलकावर मी त्यांचं नावंही वाचलेलं. गदिमांच्या जोडीनं. तिथपासूनची त्यांची जडणघडण मला आठवत होती. शाळेत असताना वाचलेला 'जेट युगातील मराठी माणूस' हा धडा आठवत होता. तेवढ्या भांडवलावर मी त्यांना काहीबाही विचारत होतो. तेही अगदी सहजपणे उत्तरं देत होते. अस्खलित मराठीत. मी त्यांना विचारलं होतं, "या वयात तुम्ही बाराबारा तास कसं काम करता? कसं जमतं तुम्हांला ते?" चष्म्याच्या काचेतून माझ्याकडे तिरकं बघत त्यांनी मला विचारलं, "तुम्हाला इंग्रजी येतं का?" मला तर ते तेव्हाही येत नव्हतं आणि आजही येत नाही. चेहरा ओशाळवाणा करत मी म्हणालो, "समजतं. पण मला बोलता येत नाही." ते हसले आणि बोलू लागले. "मी एक उद्योगपती आहे. मी जो मजकूर तुम्हाला लिहून दिलाय, तो एक कारखानदार म्हणून. आताही तुमच्या प्रश्नाचं मी जे उत्तर देईन ते त्याच भूमिकेतून. माझ्यातला उद्योगपती सतत जागा असतो." ते काय सांगतात हे ऐकायला मी उत्सुक. स्वत:च्या देहाकडे बोट दाखवत ते म्हणाले, "इट इज किर्लोस्कर्स प्रॉडक्शन!" आपला देह आणि आपलं उत्पादन ही किर्लोस्करांची निर्मिती आहे तिचा दर्जा आणि क्षमता वादातीतच असणार, हे किती सहज सांगितलं होतं त्यांनी मला. तेही अवघ्या चार शब्दांत! स्वत:वर आणि स्वत:च्या कामावर केवढा विश्वास! अवघ्या चार शब्दांमधून त्यांनी तो दाखवून दिला होता मला.

जीवनरावांच्या कार्यालयात आल्यावर मी हातातला तो कागद उघडून पाहिला. पुन्हापुन्हा वाचला. साऱ्या जगाला गवसणी घालण्याचं ध्येय उराशी बाळगलेल्या आणि ते सत्यात उतरवलेल्या त्या उद्योगपतींनं मला लिहून दिलं होतं, 'साधी राहणी

हे बेकारीचं मूळ कारण आहे. रोजगारीतून झालेली निर्मिती ही कोणी तरी वापरल्याशिवाय रोजगारीला सुरुवातच होत नाही. उत्तम बंगला, उत्तम संगीत, उत्तम साडी जर कोणी वापरलीच नाही, तर निर्मात्याची कला मारली जाईल. त्यामुळे देशात बेकारीचे व गरीबीचे प्रमाण खात्रीने वाढेल. गरिबी व बेकारी कमी करावयाची असेल, तर प्रत्येकाने आपली निरनिराळी गरज वाढविली पाहिजे. लोकांना चांगल्या कामास लावणारा लोकांचे रक्त शोषित नसून तो लोकांना गरिबीतून बाहेरच काढतो, असे नव्हे तर त्यास सुस्थितीत आणून देशाचे भलेच करतो'. खाली मोडी, इंग्रजी आणि मराठीतून सही... शंतनुराव किर्लोस्कर. तारीख ११ मे, १९८९. एका उद्योगपतीच्या ठायी असणारा दांडगा आत्मविश्वास त्या मजकुरातून जाणवत होता मला. आजवर मी वाचत आलो होतो. साधी राहणी, उच्च विचारसरणी. यांनी जणू सांगितलं होतं 'उच्च राहणी, उच्च विचारसरणी.'

शंतनुरावांचा हाच विश्वास सार्थ ठरवत 'किर्लोस्कर' आज जगभरात गेलेले दिसतात. त्यांच्या कर्तृत्वानं औंधच्या राजानं दिलेल्या बरड माळरानावर आज एक उद्योगनगरी नांदते आहे. तिच्यामुळं अनेकांच्या घरात दिवेलागण झाली आहे. ती उजळून निघाली आहेत. आजही त्यांच्या नावाची ही वाडी जगाच्या नकाशावर आपलं स्थान टिकवून आहे. तिनं केवळ औद्योगिक क्रांती करून त्या परिसराचा कायापालटच केला नाही तर तिथं वावरणाऱ्या लोकांचं सांस्कृतिक भरणपोषणही केलं. किर्लोस्कर, स्त्री, मनोहर या मासिकांनी एक नवी पिढीही घडवली. लिहिती केली. म्हणूनच त्या बरड माळरानावरच्या निवडुंगावर आता गुलाब फुलले आहेत. 'कॅक्टस अँड रोझेस'च्या मराठी अनुवादासाठी त्यांनी रेखाटलेलं चित्रही तसंच. हा सगळा बदल दाखविणारं. निवडुंगाच्या फड्यावर गुलाब फुललेले आणि शेजारी 'निवडुंगावरील गुलाब' ही त्यांची अक्षरं. त्यांच्या सहीसह. चित्रांचे ब्लॉक करून छापले जाण्याचा तो काळ. मी वाट बघत होतो, जीवनराव या चित्राचा ब्लॉक कधी तयार करतात ते. माझं सगळं लक्ष तिकडे. ते चित्र मला हवं होतं. माझ्या संग्रहासाठी. एकदाचा तो ब्लॉक तयार होऊन आला आणि शंतनुरावांनी साध्या शिसपेन्सिलनं रेखाटलेलं ते चित्र त्यांच्या सहीसह माझ्या घरात आलं. कायमचं!

आजही ते चित्र माझ्या संग्रहात आहे. पाच रुपयांच्या एका साध्या नॉर्वे तावाला केवढं मोल मिळवून दिलं आहे त्यांनी. त्याला शंतनुरावांचा स्पर्श झाला आणि त्याचं मोल कितीतरी पटीनं वाढलं. आफ्टर ऑल इटस् अ किर्लोस्कर प्रॉडक्शन. त्या चित्राकडे नजर गेली की आजही मला शंतनुराव दिसतात. तसेच थ्री पीस सूट घातलेले. बो लावलेले. त्यांना मी जेव्हा जेव्हा पाहिलं, तेव्हा तेव्हा ते असेच दिसले मला. त्यांची अशी अनेक छायाचित्रं मला त्या दिवसाची आठवण देत असतात. त्यावरच्या त्यांच्या सह्याही माझ्याशी बोलत राहतात. आपलं काम हे उत्कृष्टच

असलं पाहिजे आणि त्याचा आपल्याला अभिमान असला पाहिजे हे किती सहजपणे सांगत असतात त्या मला. त्यांचा धनी आजच्याच दिवशी १९९४ मध्ये या आठवणी मागं ठेवून कायमचा निघून गेला. दोनचार भेटींतच खूप काही शिकवून गेला. कधी काळी पाठ्यपुस्तकात भेटलेला हा माणूस. आजही मला सांगत असतो, ''ध्यास उत्तमाचा घ्यावा!''

शंतनुरावांची पुन्हा आठवण आली ती क्रांतिअग्रणी जी.डी.बापूंची मुलाखत चित्रित करताना. बापू सांगत होते बेचाळीसच्या काही आठवणी. मी त्यांना विचारलं होतं, ''बापू, तुमच्या चळवळीला पैसे कुठून मिळायचे? इंग्रजांचं धरणं आलं की तुम्ही भूमिगत होत होता. पण नेमकं कुठं जात होता तेव्हा?'' बापू हसतहसत म्हणाले होते, ''मास्तर, आम्ही इंग्रजांचा खजिना लुटायचो हे खरं आहे. पण बऱ्याचदा आम्हांला पैसे मिळायचे ते किर्लोस्करांकडून. ते चळवळीला आर्थिक मदत करायचे. शिवाय त्यांचा उद्योग होता औंध संस्थानच्या हद्दीत. तिथं इंग्रज पोलिसांचा अधिकार चालायचा नाही. आम्ही निवांत राहायचो तिथे. स्वातंत्र्य चळवळीला किर्लोस्करांचं योगदान खूप मोठं. आर्थिक आणि मानसिकही.'' प्रति सरकारच्या एका सेनानीच्या त्या उद्गारांनी मला शंतनूरावांची ही बाजूही दाखवून दिली होती. त्यांच्याबद्दलचं आकर्षण पुन्हा वाढीस लागलं होतं.

त्यांच्या त्या भेटीनंतर मी त्यांना वाचत राहिलो. पुस्तकांमधून. बातम्यांमधून. सविता भावे यांचं 'काळापुढती चार पावले' अनेकदा वाचलं. एका मुलाखतीत त्यांना ऐकलं. त्यातली काही वाक्यं आजही मला पाठ आहेत. ते म्हणाले होते, ''मला ध्यास आहे तो उत्तमातल्या उत्तम गोष्टींचा. औंधातल्या माझ्या चर्मकार बांधवानं बांधलेली चप्पल इतकी दर्जेदार असते की ती वर्षानुवर्ष टिकते. माझ्या कारखान्यात तयार होणाऱ्या इंजिनाइतकाच मला त्याचा अभिमान वाटतो.'' आता काळ बदलला. आता उत्तमाचा ध्यास चालत नाही. काम कुठलंही असो, ते ओढून ताणून करण्यातच सगळे प्रवीण. सगळीकडे फक्त घाईच. घाईत केलेलं कुठलंही काम सुमारच असणार हे सांगायला ज्योतिषाची गरज काय? आपल्या कामावर जशी आपली निष्ठा हवी तसाच त्याचा अभिमानही. सुमार कामांचा कसला आलाय अभिमान? पण उत्तमाचा आग्रह धरला की लोक टाळू लागतात. दूर पळतात. हा अनुभव मी रोजच घेतो. अनेकदा. मग आपलं काही चुकतं का असा विचार करू लागतो. अशा वेळी शंतनूराव माझ्या मदतीला येतात. आठवत राहतात. निदान स्वत:ला तरी अभिमान वाटावा असं उत्तम काम करण्याची प्रेरणा देत राहतात. हे जग सोडताना आपल्याला तशा दोनचार गोष्टी तरी सांगता यायला हव्यात. असं सांगून गेलेल्या शंतनूराव लक्ष्मणराव किर्लोस्करांच्या या काही आठवणी.

निष्कलंक

''कुठंही गेलो तरी मी अखेरपर्यंत शिक्षकच होतो, समाजशिक्षक.'' ही त्यांची वाक्यं. वीस वर्षं फर्ग्युसन महाविद्यालयात इंग्रजीचं अध्यापन केलेल्या माणसाचे हे उद्गार. त्यांच्याच ग्रंथामधले. त्या वाक्याप्रमाणंच आजवरचं त्यांचं वर्तन होतं आणि ते सगळ्यांसमोर होतं. मुखवटा चढवून उपदेश करत समाजात वावरणारे ते नव्हतेच. 'मेरा जीवन ही मेरा संदेश है' म्हणणाऱ्या मोहनदास करमचंद गांधींचे ते शिष्य होते. त्यांनीच दाखवलेल्या वाटेवरून जन्मभर चालण्याचा प्रयत्न करणारे. पण स्वतःच्या पेशाविषयी इतकी आत्मीयता आणि अभिमान मी अन्य कुणाच्या ठायी अनुभवले नाही. शिक्षकांमध्ये तर अशी माणसं खूपच कमी. मोजायला एका

हाताची बोटंच नव्हे तर पेरंही पुरतील इतकी. बहुतेक जण मिळाली आहे नोकरी म्हणून शिकविणारे. एक तारखेची वाट पाहणारे. आपली पदवी ज्या विषयातली, तोही नीट न शिकविणारे. याची खंत न वाटता समर्थन करणारे. अशांची मांदियाळी असण्याच्या काळात या माणसाची 'साता उत्तराची कहाणी' हातात पडली. ती वाचली आणि त्यांना भेटायचं ठरवलं. तेव्हा माझ्यातला 'शिक्षक' नुकताच कुठे आकार घेत होता. अध्यापक महाविद्यालयानं डोळ्यात पेरलेली स्वप्नं आणि प्रत्याक्षातलं भयाण वास्तव नुकतंच कुठे नजरेला पडू लागलं होतं. त्या काळात हे पुस्तक हातात पडलं. सावरलं त्यानं मला.

मग मी त्यांना वाचू लागलो.त्यांनी लिहिलेल्या ग्रंथांमधून त्यांच्यामधला शिक्षक मला समजत गेला. अधूनमधून हा माणूस मला वृत्तपत्रामधूनही दिसायचा. वाहिन्यांचा सुळसुळाट नसण्याचा तो काळ. जिल्हा माहिती कार्यालयात आणि नगर वाचनालयात रोज फेरी मारून सगळी मराठी वृत्तपत्रं वाचायची सवय सातवीपासूनची. वाचनालयाच्या माडीवरच मुक्काम असायचा तेव्हा. समजलं की हा माणूस राजकारणातही आहे. अठरा वर्षं विधान परिषदेचे सदस्य होते ते. त्यातली तीन वर्षं तर विरोधी पक्ष नेतेपदाची. हा कालखंडही काही थोडाथोडका नव्हे. पण त्या दिवसांतही यांच्यात कसालाही फरक पडला नव्हता. ना बोलण्यात, ना वागण्यात. पाच वर्षांचं नगरसेवकपद तुम्हाला करोडपती करतं. हा माणूस त्याला अपवाद होता. आजही हा अपवाद एकमेव आहे. तो मूळचा हाडाचा आणि सच्चा शिक्षक होता, हेच त्याचं कारण होतं. म्हणूनच 'समाजशिक्षक' असल्याचा त्यांचा अभिमान सार्थ होता. स्वत:च्या उत्कर्षासाठी कार्यकर्त्यांचे बळी देणारा हा आमदार नव्हताच.

गणेश प्रभाकर प्रधान नावाच्या या माणसाला भेटायची ओढ दिवसेंदिवस वाढत चाललेली. त्या दिवसांत कळलं की ते शिवाजी विद्यापीठात येत आहेत एका व्याख्यानासाठी. ही संधी सोडायची नाही असं ठरवून मी विद्यापीठात. तारीख होती १ ऑक्टोबर, १९९६. शिक्षक म्हणून मला अवघी सात वर्षं झालेली. त्यांच्या व्याख्यानाचा विषय होता 'स्वातंत्र्य : स्वप्न, वास्तव आणि भविष्य'. हा विषय मांडण्याचा त्यांचा अधिकार वादातीत. ते स्वातंत्र्य चळवळीतले कार्यकर्ते तर होतेच, शिवाय आचरणानं आजन्म गांधीवादी. बेचाळीसच्या लढ्यावेळी ते अवघ्या वीस वर्षांचे. भूमिगत राहून चळवळ चालवताना पकडले गेले. थेट तुरुंगवास. हा कारावास त्यांच्यासाठी फायद्याचा ठरला. त्यांच्या आयुष्याला कलाटणी देणारा. पांडुरंग सदाशिव साने नावाचा माणूस त्यांना तिथं भेटला आणि पुढचं सगळं आयुष्यच त्याला अर्पण केलं त्यांनी. गांधी आणि साने गुरुजी ही त्यांची दैवतं झाली. पुढची सगळी वाटचाल त्यांना स्मरून आणि त्यांनी दाखवलेल्या वाटेवरूनच झाली त्यांची. ती करत असताना आपण पाहिलेली स्वतंत्र भारताची स्वप्नं आणि प्रत्यक्षातलं

वास्तव यातली तफावत, त्यानं मनाला होत असलेल्या वेदना किती तळमळून मांडल्या त्यांनी त्या व्याख्यानात.

स्वातंत्र्य मिळाल्यानंतरचा त्यांचा पुढचा सारा प्रवास सगळ्यांनाच माहीत असलेला. त्यांनी केलेलं अध्यापन, लेखन, राजकारण आणि दीर्घ काळ 'साधने'चं संपादन आपल्यासमोर आहे. त्या दिवशी विद्यापीठात त्यांचं मला झालेलं पहिलं दर्शन. खादीचा शर्ट, विजार. चेहऱ्यावर अत्यंत निरागस असं बालसुलभ हास्य. एखाद्या लहान मुलासारखं. त्यांच्या वयाशी अजिबात मेळ न खाणारं. आणि मुखातून माहितीचा धबधबा. बेचाळीसचा सगळा काळ श्रोत्यांसमोर उभा केला त्यांनी. वर्तमानाची खरडपट्टी करतानाच उज्ज्वल भविष्याची स्वप्नं तरुणांच्या मनात पेरायला ते विसरले नाहीत. शेवटी ते 'शिक्षक' होते. कायमच. त्यांचं व्याख्यान संपलं. तसं मी त्यांना सामोरं गेलो आणि सरळ लोटांगणच घातलं. तसं मला उठवत त्यांनी माझी चौकशी केली. मी काय करतो? कुठल्या शाळेत शिकवतो? कोणते विषय शिकवतो? जिल्हा परिषदेच्या शाळांची आजची स्थिती कशी आहे? अनेक प्रश्न. ते करताना चेहऱ्यावर अगदी बालसुलभ उत्सुकता. वयाच्या ७४व्या वर्षीही. त्यांच्या डोळ्यांच्या बाहुल्यांतही ती अखेरपर्यंत टिकून होती. पुढच्या सगळ्या भेटीत ती मला पहायला मिळाली. साऱ्या जगाकडे त्याच निरागस उत्सुकतेनं पाहिलं त्यांनी. वाढत्या वयाबरोबर कोडगे होत जाणारे आपण, यांच्या ठिकाणी एवढी निरागसता आली तरी कुठून? आणि ती अखेरपर्यंत टिकली तरी कशी? सगळंच कसं अविश्वसनीय. तरीही सत्य. अनेकांनी अनुभवलेलं.

"कदम, शिक्षक आहात तुम्ही हे कधीही विसरू नका. सतत वाचत राहा आणि जे वाचाल ते मुलांत कसं उतरेल याकडे जाणीवपूर्वक पाहा. उद्याचा भारत तुमच्यासारख्या शिक्षकांच्या हाती सोपवला आहे समाजानं, त्याचं सतत भान ठेवा." हे त्यांचे शब्द. त्यांचे ते शब्द मनात घोळवतच माझा परतीचा प्रवास. मग त्यांना पत्रं लिहीत राहिलो. तर १८ सप्टेंबर, १९९८ रोजी पाठवलेल्या पत्रात त्यांनी हेच ग्रंथमहात्म्य मला पुन्हा सांगितलेलं. त्यांनी लिहिलं होतं, 'आयुष्याच्या वाटचालीत ग्रंथ हे आपले अक्षय टिकणारे मित्र असतात. या ग्रंथांमधून थोर पुरुषांच्या असामान्य कर्तृत्वाचा परिचय होतो आणि सामान्यांच्या असामान्य कार्याचीही माहिती होते. ग्रंथांच्या सहवासात आपली बुद्धी प्रखर आणि मन विशाल होते'. त्यांच्या या शब्दांचा अनुभव अनुभव त्यांची पुस्तकं मला देत होतीच. 'माझी वाटचाल', 'साता उत्तरांची कहाणी' आणि संपादक म्हणून 'साधने'मधून त्यांनी केलेलं विपुल लेखन आजही नवी दिशा, नवा विचार देत असतं. त्यांच्या पुनर्भेटीची ओढ कायमच असायची. तशात ते एका व्याख्यानासाठी सांगलीत येत असल्याचं समजलं. मी त्यांना पत्रं लिहिलं आणि भेटण्यासाठी वेळ मागितला. तिसऱ्या दिवशी पोस्टकार्ड. 'जरूर भेटू. व्याख्यानाच्या

ठिकाणी या तुम्ही. व्याख्यान झालं की मी मोकळाच आहे.' आणखी काय हवं? आता प्रतीक्षा त्यांच्या भेटीची.

'राजमती भवन'मध्ये व्याख्यान. ते वेळेवर आलेले. व्यासपीठावरच्या एका खुर्चीवर बसलेले. त्याच पांढऱ्या शुभ्र विजार, नेहरू शर्ट या वेषात. डाव्या पायावर उजवा पाय टाकून, उजव्या हाताचं कोपर डाव्या गुडघ्यावर ठेवून, उजव्या हाताची मूठ हनुवटीला टेकवून. थोडसं पुढे झुकून. एखाद्या लहान मुलासारखं. जत्रेत फिरणारं मूल ज्या कुतूहलानं जगाकडे बघतं तेच कुतूहल घेऊन त्यांच्या डोळ्यांतल्या बाहुल्या नाचत होत्या. सहज दिसत होत्या त्या. या माणसाच्या डोळ्यातली ती उत्सुकता अजूनही कमी झालेली नव्हती तर. व्याख्यान झालं आणि चहासाठी ते खाली असलेल्या कार्यालयात आले. संयोजकांनी त्यांच्या हातावर मानधनाचं पाकीट ठेवलं. ते पाकीट उघडून न बघताच त्यांनी संयोजकांना परत दिलं. काहीही न बोलता. संयोजकांनी पुढे केलेल्या वहीत त्यांनी अभिप्राय लिहिला आणि ते उठले. मी त्यांच्या मागोमाग. काही दिवसांपूर्वी त्याच व्यासपीठावर त्यांचा एक कविमित्र बोलून गेलेला. घसघशीत मानधन घेऊन आणि वर प्रवास खर्चासाठी तंडून. बाहेर आल्यावर मी त्यांना ते सांगितलं. तर म्हणाले, "हा... सगळीकडे लाज आणतो. स्वातंत्र्य सैनिक म्हणून फुकट प्रवास करतो. त्याला प्रवास खर्च हवाच कशाला? त्याच्याकडे स्वातंत्र्य सैनिकाचा मोफत पास आहे प्रवासाचा." मी त्यावर काहीच बोललो नाही. तो कवी तसा मोठाच. गणेश प्रभाकर प्रधान मात्र अशा सगळ्या लोभापासून अंतरावर राहिले. जन्मभर. स्वत:मधलं स्वत्त्व जपत. या वेळी मी त्यांचं एक छायाचित्र घेतलं. नंतर ३१ ऑगस्ट, २००० रोजी पुण्यात त्यांची भेट झाली. 'मृत्युंजयकारां'च्या घरी. त्यांच्या साठाव्या वाढदिवसादिवशी. त्या फोटोवर सही करतच त्यांनी माझं अभिनंदन केलं आणि 'मृत्युंजयकारां'ना उदंड शुभेच्छा दिल्या. माझं अभिनंदन अशासाठी की त्याच दिवशी मला दुसरा पुत्र झाल्याची बातमी 'मृत्युंजयकारां'नी त्यांच्या कानावर घातली होती. त्या दिवशीच्या त्या दोघांतल्या गप्पा खूप रंगलेल्या.

राजकारण, समाजकारण करत असताना प्रधानसरांनी जसं स्वत:मधलं मूल जपलं तसंच त्या मुलाची निरागसताही. त्यांचं अवघं आयुष्य हा पुढील पिढ्यांसाठी आदर्श होता हे ओळखून समीर शिपूरकरांनी त्यांच्यावर एक माहितीपट काढला. प्रधान चरित्र आणि प्रधान विचार अशा दोन भागांमधला. समीरदादाकडून मी तो मिळवलेला. आता हा माहितीपट पाहिल्यानंतर या महाराष्ट्रात असा माणूस होऊन गेला हे उगवत्या पिढीला पटेल तरी. अन्यथा सभोवतालच्या वातावरणाकडे आणि राजकारणातल्या माणसांकडे पाहून 'प्रधान सर' ही एक दंतकथाच वाटेल त्यांना. अठरा वर्षं आमदार राहिलेला माणूस इतका साधा आणि निर्लोभी राहू शकतो,

आपल्या संपूर्ण मिळकतीचा त्याग करू शकतो हे आजच्या पिढीला न पटणारं आणि धक्का देणारं. पण प्रधानसरांनी तसं करून दाखवलंय. पुण्यातला सदाशिव पेठेतला तीन मजली वाडा 'साधने'च्या नावावर करून हडपसरच्या रुग्णालयात, तेही आगाऊ भाडं भरून कुणी राहील? असा विचार तरी ... स्वप्नात तरी कुणी करेल? पण प्रधानसरांनी तसं केलंय. विशेष म्हणजे अखेरच्या काळात ते ज्या रुग्णालयात जाऊन राहिले, ते चालविणाऱ्या ट्रस्टचे ते संचालक होते. तरीही त्यांनी आपल्या तिथल्या वास्तव्याचे आगाऊ पैसे भरलेले. आजचे राजकारणी शिकतील का यातून काही?

गणेश प्रभाकर प्रधानांचं हेच तर वेगळेपण होतं. त्यांना कसलाही मोह नव्हता. होता तो फक्त उगवत्या पिढीबद्दलचा दुर्दम्य आशावाद. तोच आशावाद मागं ठेवून वयाच्या ८८व्या वर्षी प्रधानसर गेले. त्याच हडपसरच्याच रुग्णालयात त्यांनी अखेरचा श्वास घेतला. कधी काळी ते या राज्याचे विरोधी पक्षनेते होते. ते विरोधी पक्षनेते होते त्या काळातली एक घटना मला माझ्या मैत्रिणीनं सांगितलेली. ती मैत्रीण त्यांच्या मित्राची मुलगी. ते मित्र सर्वोदयी कार्यकर्ते. त्या दोघी बहिणी. हे विरोधी पक्ष नेते असताना त्यांच्या जवळपासच राहायच्या. विरोधी पक्ष नेत्याचा स्वतंत्र बंगला. त्यासाठी स्वतंत्र सुरक्षा व्यवस्था. त्या बंगल्यात हे आणि यांच्या डॉक्टर पत्नी मालविका राहायच्या. त्या दिवसांत या दोघी बहिणी त्यांच्याकडेच मुक्कामाला असायच्या. शाळकरी वयातल्या या दोघी. त्या भल्यामोठ्या शासकीय बंगल्यात रात्री निजताना मुलींना एकटं झोपायला भीती वाटेल, त्यांना एकटं वाटेल म्हणून त्यांच्या पलंगावर गादीवर झोपवायचे. स्वत: सर व वहिनी जमिनीवर गादी घालून झोपायचे. आज खरं वाटेल कुणाला हे? आजच्या नेत्यांकडे पाहिलं तर ही दंतकथाच वाटेल. पण असं घडलं होतं कारण ते होतेच तसे. संवेदनशील आणि हळवे. ही माझी मैत्रीण म्हणजे आजची दूरदर्शनच्या सह्याद्री वाहिनीवरची निर्माती उमा दीक्षित. या आठवणी सांगताना आजही ती तितकीच हळवी होते. प्रधानसरांच्या अशा किती आठवणी किती लोकांनी आपल्या उरात जपल्या असतील!

प्रधानसर आजही अनेकांच्या काळजात आहेत त्याचं कारण त्यांचं असं जगणं. त्यांचं धवल चारित्र्य आणि निष्कलंक समाजकारण. फर्ग्युसनसारख्या महाविद्यालयातले ते इंग्रजीचे प्राध्यापक. पण चळवळीतले लोक या माणसाला ओळखत होते ते 'प्रधान मास्तर' म्हणूनच. हल्ली कुणाला 'मास्तर' म्हटलं की कपाळावर आठी दिसते त्यांच्या. शाळेतल्या शिक्षकांच्याही. इतकी त्या शब्दाची रया घालवली आहे आपण. तीसुद्धा आपल्याच कर्तृत्वानं. स्वत:च्या वागण्यानं. मराठीत पदव्युत्तर पदवी मिळवलेल्या शिक्षकाला पाचवी-सहावीचं मराठी लिहिता न येणं हे कशाचं लक्षण आहे? हे परखडपणे सांगितलं तरी राग येतो लोकांना. माझ्या नोकरीच्या सातव्या

वर्षी हा माणूस मला भेटला आणि आपण 'मास्तर' असल्याचा मला अभिमान वाटला. आजही वाटतो. निळू दामले आणि जयसिंग कुंभार हे माझे मित्र आज जेव्हा मला 'मास्तर' म्हणून हाक देतात तेव्हा माझ्या नजरेसमोर प्रधान मास्तरच येतात आणि माझ्या चालण्यात उगीचच एक ऐट येते. 'मास्तर' या शब्दाला केवढी प्रतिष्ठा मिळवून दिली होती या माणसानं! त्यांच्यातलं काहीही आत उतरलं नसलं, तरी उगाचंच बरं वाटतं कुणी असं 'मास्तर' म्हटलं की. मन सुखावतं.

जननायक

पुण्याचा तेव्हाचा लकडी पूल. डेक्कनच्या चौकात छत्रपती संभाजी महाराजांचा पुतळा उभारण्यात आला होता. त्याचा अनावरण समारंभ होता. 'छत्रपती संभाजी महाराज बलिदान स्मृती समिती'त असल्यानं महापौरांनी मला पत्रिका धाडलेली. सुरेश नाशिककरांचाही आग्रह. ते 'हिंदू एकता आंदोलना'चे कार्यकर्ते. हिंदू एकताचे संस्थापक सांगलीचेच. नारायणराव कदम. ते तर घरचेच. मलाही प्रमुख पाहुण्यांचं ध्वनिमुद्रण करायचंच होतं. पाहुणा होताही तसाच. उत्तम वक्ता. अभ्यासू नेता. उजव्या विचारांचा असला तरी डाव्यांच्याही पचनी पडणारा. सर्वसमावेशक वृत्तीचा. पंडित जवाहरलाल नेहरूंपासून हयातभर संसद गाजविणारा. पंडितजींचा तर तो लाडका होताच, पण त्यालाही त्यांचा आदर होता. त्यांचं मोठेपण तो जाणून होता. जनता पक्षाच्या राजवटीत परराष्ट्र मंत्री झाला, तरी हयातभर तो या देशाचा अघोषित

परराष्ट्र मंत्रीच होता. खऱ्या अर्थानं या देशाचा जननायक होता. विरोधकांच्या मतांचा आदर करणारा. विरोधक म्हणजे कोणी देशद्रोही नसतात यावर श्रद्धा असणारा. म्हणूनच त्याचे भक्तगण विरोधी पक्षात पसरलेले. तेव्हाही आणि आजही.

डेक्कन चौकातल्या त्या व्यासपीठावर शिवशाहीर बाबासाहेब पुरंदरे, बिंदुमाधव जोशी यांच्या शेजारी बसलेल्या त्या पाहुण्याला मी पहिल्यांदाच पाहत होतो. त्यांच्या वक्तृत्वाविषयी खूप ऐकलेलं. पण प्रत्यक्ष त्यांना ऐकण्याचा योग आज आलेला. नेहरू शर्टातले, धोतर नेसलेले ते अगदी शांत बसलेले. गर्दीकडे नजर टाकत. जमलेले लोकही त्यांनाच ऐकायला आलेले. गर्दीची नजर त्यांच्यावरच खिळून राहिलेली. ते कधी उठतात इकडेच सगळ्यांचं लक्ष. आणि एका क्षणी ते उठले. मग फक्त टाळ्यांचा कडकडाटच. पुढची तीस-पस्तीस मिनिटं मी वक्तृत्वाचा धबधबा काय असतो याचा अनुभव घेत होतो. ऐकत राहावं अशी हिंदी पहिल्यांदाच कानावर पडत होती. वक्ता अधूनमधून त्याचा तो प्रसिद्ध 'पॉज' घेत होता. श्रोते आपल्या ताब्यात आले आहेत याचा अंदाज घेत मधूनच पापण्यांची उघडझाप करत होता. हा वक्ता जेवढा श्रवणीय होता, तेवढाच दर्शनीय वाटत होता ते त्याच्या अशा लकबींमुळं. अधूनमधून होणाऱ्या त्याच्या हातांच्या आवेशपूर्ण हालचालींमुळं. 'विजयासाठी आपण छत्रपती शिवाजी महाराजांची याद करू या आणि बलिदानासाठी छत्रपती संभाजी महाराजांचे स्मरण करू या' असं सांगणाऱ्या त्या माणसानं सगळी सभा जिंकली होती हे काय सांगायला हवं?

अटल बिहारी वाजपेयींना मी ऐकलं ते त्या दिवशी. छत्रपती संभाजी महाराजांच्या कर्तृत्वाला मानवंदना देण्यासाठीच ते आलेले. त्यांच्या वाणीतून संभाजी महाराज ऐकणं हा एक विलक्षण अनुभव होता. अंगावर रोमांच उभं करणारा. '...संभाजी महाराज के प्रती न्याय करने का कार्य आज से प्रारंभ हो रहा है, आज से शुरुवात होती है। यह संदेश केवल महाराष्ट्र तक मर्यादित नही रहना चाहिए, इसे सारे देश में ले जाना होगा। संभाजी महाराजा का जीवन, उनका बलिदान नई पीढी के लिए प्रेरणा का विषय होना चाहिए। छत्रपती शिवाजी महाराज याद किए जाए विजय के लिए, छत्रपती संभाजी महाराज का स्मरण किया जाए, बलिदान के लिए।' त्यांचे ते शब्द आजही कानात ऐकू येतात मला. त्या दिवशी इच्छा असूनही त्याना भेटता आलं नाही. मनाला चुटपूट लागून राहिली तरी पुढचे अनेक दिवस ते मला संभाजी महाराज ऐकवत राहिले. आमचं संभाजी स्मारक ग्रंथाचं काम सुरू झालं आणि त्याच्या कामाच्या निमित्तानं पुण्याच्या फेऱ्या वाढल्या. तेव्हा आणि निनादराव बेडेकरांसोबत त्या चौकातून चाललो की हे सगळं आठवत राहायचं मला. निनादरावांच्या कायनेटिक होंडावर बसलेलो असलो तरी अटलजींचे शब्द कानावर पडत असायचे. एकदा त्याच चौकात ही सगळी कथा मी मृत्युंजयकारांना ऐकविलेली. संभाजी

महाराजांच्या साक्षीनं. अटलजींनी उच्चारलेल्या सगळ्या वाक्यांसह. दादा बघतच राहिलेले माझ्याकडे. स्तब्ध.

छत्रपती संभाजी महाराज स्मारक ग्रंथात अटलजींचं ते भाषण घ्यायचं ठरलं होतं. मध्ये बराच काळ गेलेला. भाषण छापायचं तर वाजपेयीजींची मान्यता हवी. मग ते भाषण उतरवून काढलं गेलं. डॉ. जयसिंगराव पवारांनी ते टाईप करून दिल्लीला धाडलं. यात प्रत्यक्ष भाषणावेळची समारोपाची तात्कालिक वाक्यं वगळली होती. भाषणाचा समारोप सलग वाटावा म्हणून दोन वाक्यं नव्यानं लिहिली होती आम्ही. यथावकाश त्यांचं मान्यतेचं पत्र आलं. त्यातली काही वाक्यं वाचून आम्ही अवाक. भाषणाला चारपाच वर्षं झालेली. तरीही अटलजींनी त्या टंकलिखित भाषणातील वाढवलेल्या त्या दोन वाक्यांना अधोरेखित केलं होतं. लिहिलं होतं, ''शायद यह आख़री दो पंक्तियाँ मेरी नहीं हैं। कृपया इसे निकाल दे। स्मारक ग्रंथमें शामील न करे।'' स्मरणशक्तीचा तो थक्क करणारा प्रत्यय आणि ते कळविण्याची ती सौजन्यशील भाषा याच्यापुढे माथा झुकविण्याशिवाय काय करू शकतो आपण? त्यांचं ते पत्र आणि ते भाषण आजही संग्रही. खूप काही शिकवत असतं ते मला. आजही.

अटलजींना भेटण्याची इच्छा पूर्ण झाली ती १४ नोव्हेंबर, १९९५ रोजी. त्यांचे ज्येष्ठ मित्र सांगलीस्थित प्र. शं. ठाकूर यांच्या अमृत महोत्सवी समारंभाला ते येणार होते. प्रमुख पाहुणे म्हणून. 'तरुण भारत व्यायाम मंडळा'च्या सभागृहातला तो समारंभ होता संध्याकाळी पाच वाजता. तेव्हा ते होते विरोधी पक्षनेते. त्यांना भेटून त्यांचं हस्ताक्षर घ्यायचंच हा माझा निश्चय. अशा महनीय नेत्यांच्या दौऱ्यावेळी पोलीस अधीक्षकांकडून परवाने दिले जातात. खूप प्रयत्न करूनही मी 'अधिकृत पत्रकार' नसल्यानं तो परवाना मिळू शकला नाही मला. मग मी त्यांच्या पक्षाच्या स्थानिक नेत्यांच्या मागं लागलो. तर ते अटलजी म्हणजे त्यांची खासगी मालमत्ताच असल्याचा तोरा दाखवू लागले. त्यातली एक म्हणालीच मला, ''तुम्हाला काय अटलजी म्हणजे रिकामा माणूस वाटला काय असं हस्ताक्षर आणि सह्या देत बसायला? त्यांना काय दुसरी कामं नाहीत काय?'' मी त्या बयेचा नाद सोडून दिला. मग मी गाठलं शहर पोलीस निरीक्षक असलेल्या माझ्या मित्राला. नेताजी सुभाषचंद्र डांगे. सद्दाम हुसेनसारखा दिसणारा हा माझा मित्र माझ्यावर जिवापाड प्रेम करणारा. ते म्हणाले, ''सदानंद, तू विश्रामगृहावर ये. मी करतो काहीतरी. मी आहे तिथं बंदोबस्ताला.'' मी खूश. पुढे काय वाढून ठेवलंय याची कल्पना नसल्यानं.

१३ तारखेला अटलजी पुण्यात होते. टिळक स्मारक मंदिरात त्यांनी 'संसदेतील तीन तपे' या आपल्याच भाषणांच्या पुस्तकाचं प्रकाशन केलं. ती बातमी दूरदर्शनवर झळकली आणि माझं डोकं वेगळ्याच दिशेनं काम करू लागलं. मी 'अक्षरधारा'त

फोन करून ते पुस्तक रात्री साडेअकराच्या 'पुणे-सांगली' एशियाडच्या ड्रायव्हरकडे द्यायला सांगितलं. अक्षरधारा मित्राचंच. मित्रानं ते काम अगदी चोख केलं. पहाटे साडेचारला मी सांगली बस स्थानकावर जाऊन ते पुस्तक ताब्यात घेतलं. आता ते पुस्तक माझ्या हातात होतं. मी दोन वाजता अटलजींची स्वाक्षरी आणि संदेश घेणार होतो तो त्याच पुस्तकावर. बरोबर दीडला मी विश्रामगृहावर. ते आल्यानंतर वर जायचा विचार. डांगेसाहेब बंदोबस्ताला होतेच. अटलजी आल्यावर त्यांनी मला वर सोडलं. पण वर असलेल्या दिल्लीतून आलेल्या सुरक्षा रक्षकांनी मला हाकलून लावलं. योग्य ते परवानगी पत्र जवळ नसल्यानं. चेहरा पाडून मी परत. आता नवी युक्ती. डांगे साहेबांकडून एक कागद घेऊन मी चार ओळी लिहिल्या. 'आदरणीय अटलजी, मी सदानंद कदम. प्राथमिक शिक्षक. सोबतच्या पुस्तकावर आपली स्वाक्षरी आणि संदेश हवाय. विनंती.' त्यांना मराठी येतं हे मला माहीत होतं. वर पत्रकार परिषद होणार होती. तीन वाजता. सगळे पत्रकार मित्र घरचेच. त्यापैकी काही जण आलेले. मग मी ती चिठ्ठी आणि ते पुस्तक अशोक घोरपडेंसोबत वर पाठवून दिलं. मी विश्रामगृहाखाली येरझारा घालत. घालमेल आणि उत्सुकता. वर अटलजींच्या सोबत प्रदेशाध्यक्ष सूर्यभानजी वहाडणे, अण्णा डांगे आणि ज्यांनी माझ्या हातावर वाटाण्याच्या अक्षता ठेवल्या होत्या ते पक्षाचे स्थानिक नेते. त्यात ती बयाही होतीच. घोरपडेंनी चिठ्ठी अटलजींकडे दिली. त्यांनी त्या चार ओळी वाचल्या आणि दोन्ही हात हवेत उंचावत त्यांनी अशोकला विचारलं, "कहाँ है ये आदमी? उसको उपर बुलाव।" मला बोलावायला एक पोलीस खाली आला आणि मी धावतच वर गेलो. काही क्षणांत मी त्या जननायकासमोर. स्थानिक नेत्यांचे मुखडे निवडणुकीत सपाटून मार खाल्ल्याप्रमाणे.

अटलजींच्या पायाला स्पर्श करून मी त्यांच्या पुढ्यात उभा राहिलो. हात बांधून. त्यांनी जवळ बोलावून विचारलं, "तुम क्यूँ नही आए उपर?" मग मी सगळी हकीकत सांगत सुरक्षा रक्षकांनी हाकलल्याचंही सांगितलं. तसं ते म्हणाले, "दो बातें हैं। पहली बात, तुम्हारे हस्ताक्षरने मुझे मेरे शिक्षकोंकी याद दिला दी। दुसरी बात, इस किताब का विमोचन मैंने कल रात को किया, पूना में. आज तुम्हे यह कैसी मिली?" मी सगळं सविस्तर सांगत माझ्या ग्रंथसंग्रहाबद्दलही सांगितलं. ते म्हणाले, "तुम शिक्षक हो। शिक्षक यदी पुलीस से डर जाए तो देश मजबूत कैसा बनेगा? यही लिखूँगा मैं इस किताब पर। और दुसरी बात, तुम सुबह मिलते तो शायद मैं तुम्हारे घर आ जाता, तुम्हारा ग्रंथसंग्रह देखने के लिए।" असं म्हणत त्यांनी त्या पुस्तकावर लिहिलं, "हमें ऐसा भारत बनाना है जिसमे किसी को किसी से मिलने में भय न हो। शुभकामनायें, अटलबिहारी वाजपेयी. १४.११.९५" त्यांच्या त्या पुस्तकाचं मोल आता कितीतरी पटींनी वाढलेलं.

आमचं हे सुरू असताना त्यांनी माझी चिठ्ठी समोरच्या तिपाईवर ठेवलेली. शेजारीच सूर्यभान वहाडणे. असं काय लिहिलंय त्या चिठ्ठीत की ज्यामुळं अटलजींनी या मुलाला बोलावलं हे जाणून घ्यायची त्यांना उत्सुकता. त्यांनी हात लांब करत चिठ्ठी उचलण्याचा प्रयत्न केला. माझ्याशी बोलत असलेल्या अटलजींनी तिकडे न बघताच एक हात लांब केला, ती चिठ्ठी उचलली आणि आपल्या जाकिटाच्या खिशात सरकवली. प्रदेशाध्यक्षांकडे नजरही न टाकता. त्यांचा चेहरा बघण्यासारखा झालेला. अटलजी शांतपणे माझ्याशी बोलत असलेले. त्यांच्या चेहऱ्यावर त्यातलं काहीही दिसत नव्हतं. दिगंत कीर्ती उगाच लाभत नसते. सतत दक्ष असणारा जननायक होता शेवटी तो. सतत सावध होता तो. हे सुरू असतानाच निरोप आला की पत्रकार परिषदेची वेळ झालीय आणि सगळे पत्रकार हॉलमध्ये आलेत. अटलजी उठले तसे सगळे पदाधिकारीही. त्यांनी माझी पाठ थोपटली आणि मी तिथून निघालो. त्यांच्यावर मालकी हक्क दाखविणाऱ्या स्थानिक नेत्यांनी नंतर माझ्याकडचं ते पुस्तक मागितलं. अटलजींनी नेमकं काय लिहिलंय ते वाचण्यासाठी. मी पुस्तक काखेत मारून, अटलजींना वंदन करून सरळ खाली. ती बयाही त्यात होतीच. सगळे माझ्याकडे पाहत असलेले. त्यांना टाळून मी जिना उतरलो. अटलजी पत्रकारांना सामोरं जाण्यासाठी विश्रामगृहातल्या हॉलकडे गेले.

जतच्या व्याख्यानमालेत 'युगंधर श्रीकृष्णा'वर तीन दिवस बोलण्यासाठी मृत्युंजयकार आलेले. तिथल्या 'पांढऱ्या बंगल्या'वर त्यांच्यासोबत मी, अशोक घोरपडे आणि पांडुरंग जामदार. तिथं मी आणि अशोकनं दादांना ही 'अटलजी भेट' सविस्तर सांगितलेली. त्या तीन रात्री चौघांच्या फक्त आणि फक्त दिलखुलास गप्पा. त्यानंतर चार महिन्यांनी मृत्युंजयकार दिल्लीच्या 'फिकी हाऊस'मध्ये. मूर्तिदेवी पुरस्कार स्वीकारण्यासाठी. तारीख होती ६ फेब्रुवारी, १९९६ आणि पाहुणे होते अटलबिहारी वाजपेयी. सोबत वसंतराव साठे आणि मोहन धारीयाजी. तिथं व्यासपीठावरच दादांनी त्यांना माझ्या भेटीची आठवण द्यायला सुरू केलं. प्रकाशनाच्या दुसऱ्याच दिवशी पुस्तकावर घेतलेल्या सहीची आठवण. ती सांगत असतानाच अटलजींनी त्यांना हात करत थांबवलं. म्हणाले, "हां, याद है। वह शिक्षक था। उसका नाम था सदानंद कदम। बहुत सुंदर हस्ताक्षरवाला।" ऐकून शिवाजी सावंत चाटच पडले. कारण त्या भेटीला आता वर्ष झालं होतं आणि आवर्जून नाव लक्षात ठेवायला मी काही त्यांच्या पक्षाचा कार्यकर्ताही नव्हतो. त्यांच्या स्मरणशक्तीची प्रचिती येण्याची ही दुसरी वेळ.

दिल्लीहून परतताच मृत्युंजयकारांनी ही गोष्ट मला पत्र लिहून कळवली. ते पत्र दिनांक २७ फेब्रुवारी, १९९६चं. त्या पत्रात हे सारं लिहिलेलं. अटलजींना आणि त्यांच्या स्मरणशक्तीला मृत्युंजयकारांनी दिलेली ती मानवंदनाच. ते पत्र आजही माझ्या संग्रहात. नंतरच्या भेटीत त्यांनी तो किस्सा अगदी रंगवून सांगितला. त्यांच्या

पद्धतीनं. दिलखुलासपणे. अटलजींनी त्यांना दिलेल्या त्यांच्या स्मरणशक्तीच्या धक्क्यातून ते अजून सावरले नव्हते. मग मी त्यांना संभाजी महाराजांच्या पुतळ्याच्या अनावरणावेळच्या भाषणाची गंमत सांगितली. ते उडालेच. ''या माणसाच्या स्मरणशक्तीला मुजराच घालायला हवा सदा.'' हे मृत्युंजयकारांचे शब्द. पुन्हा अटलजी भेटले ते 'पद्मश्री' पद्मजा फेणाणींच्या आवाजात. पद्मजादीदीनं त्यांच्या कवितांची ध्वनिफीत आवर्जून मला पाठवून दिलेली. 'गीत नया गाता हूँ'. अटलजींचे शब्द आणि दीदीचा सुरेल आवाज... आणखी काय हवं? अटलजी मग त्या ध्वनिफितीतून भेटू लागले. सारंग दर्शनेचं 'अटलजी' नंतर हाती आलं आणि या माणसाची जडणघडण समजली. वेगळेपण समजलं. जाणवलं.

गल्लीबोळात भक्तांकरवी जयजयकार करून घेऊन कुणी मोठं होत नसतं. माणूस मोठा होतो तो अशा गुणांमुळं. अमोघ वक्तृत्व, अचाट स्मरणशक्ती आणि अंगभूत सौजन्यशीलता ही अटलजींची बलस्थानं होती. त्या बळावर त्यांनी तमाम भारतीयांच्या मनावर राज्य केलं. गटतटच नव्हे तर पक्षापेक्षा आणि पक्षाच्या विचारधारेपेक्षाही ते मोठे झाले. संपूर्ण देशाचे झाले. आजही त्यांचं नाव कानावर पडलं की त्यांचा पक्ष आठवत नाही. कधीच. आठवतं ते एक संयमी आणि विवेकवादी असं व्यक्तिमत्त्व. सच्चा राष्ट्रभक्त. प्रत्येक भारतीयाच्या मनात आजही असलेला, कायम राहणारा. विरोधी पक्षनेता असतानाही युनोत देशाचं प्रतिनिधित्व करायला गेलेले अटलजी हे एकमेव. त्यांच्या सहवासातले हे काही क्षण. माझ्या जगण्याला अर्थ देणारे. त्याचं सोनं करणारे.

त्या माणसाला कधी भेटता येईल, मोडक्यातोडक्या हिंदीत त्याच्याशी बोलता येईल असं मला स्वप्नातही वाटलं नव्हतं. तसं स्वप्न जरी कुणाजवळ बोललो असतो, तरी त्यानं मला वेड्यात काढलं असतं. तो देशाच्या एका घटनात्मक पदावरचा सर्वांत वरिष्ठ माणूस तर मी एक प्राथमिक शिक्षक. त्याला तर देशभरातले सगळे राजकीय पक्ष आणि त्यांचे नेते पाण्यात पाहायचे तेव्हा. तो माणूस होताच तसा. नियमांवर बोट ठेवून चालण्याची त्याची सवय. आपल्याकडच्या प्रशासकीय यंत्रणेत अशी माणसं तशी अभावानंच दिसणारी. असला माणूस जसा जनतेला चालत नसतो तसाच पदाधिकाऱ्यांनाही. प्रशासकीय यंत्रणा तर त्याच्या बदलीसाठी देव पाण्यात घालून बसते. अशी माणसं एका बोटाच्या पेरांवर मोजता येतात. दुर्मीळ असतात ती. पण असतात आणि आजही आहेत. भांगेत तुळस असावी तसं आपलं अस्तित्व दाखविणारी. तोही तसाच होता. अखेरपर्यंत. अशांना भेटण्याची, जाणून घेण्याची मला दांडगी हौस. काही भेटले, काहींना वाचता आलं. यालाही वाचलेलं. हा भेटण्याची शक्यता तशी नव्हतीच. पण तरीही मला त्याच्यासमोर

पाच मिनिटांसाठी उभं राहता आलं. डोळे भरून पाहता आलं. त्याच्याशी बोलता आलं. ते क्षण आयुष्यभर जगता आले मला.

'साप्ताहिक सकाळ'च्या कार्यक्रमासाठी ते पुण्यनगरीत येणार होते. २ऑक्टोबर, १९९३ रोजी.त्या समारंभात त्यांचं भाषणंही होणार होतं. त्यासाठी तरी जायलाच हवं होतं. ती बातमी वाचली आणि त्यांना कसं गाठता येईल याचे मनसुबे माझ्या डोक्यात घोळू लागले. मी 'रुद्रवाणी'च्या जीवन किर्लोस्करांकडे हट्ट धरलेला. ते पत्रकार-संपादक. काहीतरी करून माझी भेट घडवून आणतील अशी वेडी आशा. 'काहीही करून जमवाच' हा माझा आग्रह. पण त्यांनाही हे जमेल असं वाटत नव्हतं. मग मी अन्य मार्गही शोधू लागलो. प्रशासनातला एक जण अलीकडच माझा मित्र झालेला. त्याचा माझ्यावर जीवही जडलेला. त्याच्या मागंही लकडा लावला. काहीही करून मला त्या माणसाला जवळून बघायचं होतं. बोलायला नाही मिळालं तरी चालेल पण निदान बघायचं होतं. त्यासाठी काहीही करायची माझी तयारी होती. कुणासमोरही हात जोडायला मी तयार होतो. पाय धरायलाही माझी काहीच हरकत नव्हती. मला त्या माणसाला भेटायचंच होतं. तो होताच तसा. आपल्या काही निर्णयानं त्यानं अवघ्या देशाला हलवून सोडलं होतं. त्याच फक्त नाव ऐकलं तरी राजकीय पक्षांच्या नेत्यांना घाम फुटत होता. त्याची वक्रदृष्टी आपल्यावर पडू नये यासाठी ही सगळी माणसं देव पाण्यात घालून बसत होती त्या काळात. काही दिवसांतच त्याचं नाव तळागाळापर्यंत पोहोचलं होतं. मुघल सैन्याच्या अश्वांना जसं पाण्यातही संताजी-धनाजी दिसत होते, अगदी तस्साच हा माणूस इथल्या नेत्यांना दिसत होता. निवडणूक लढवणारांना यानं नीट झोपूही दिलं नव्हतं. ही सारी मंडळी त्याच्या नावानं खडे फोडत असायची तेव्हा. आज तो नाही, तरीही आजची नेतेमंडळी त्याची आठवण काढतातच. तो होताच तसा. आचारसंहितेचा बडगा उगारणारा. त्याचं नाव तिरुनेल्लाई नारायण अय्यर शेषन.

त्यानं कामंच तसं करून ठेवलेलं. जोपर्यंत या देशात निवडणुका होत राहतील, तोपर्यंत त्यांची आठवण कुणी ना कुणी काढणारच. देशात एक 'निवडणूक आयोग' असतो हे त्यांच्यामुळंच माहीत झालेलं मला. मलाच का... माझ्या वयाच्या सगळ्या पिढीलाच. त्यापूर्वी या देशात निवडणुका होत होत्या, पण कशा ते लढवणारांनाही फारसं माहीत नसायचं. त्या आयोगाचं प्रमुखपद यांनी स्वीकारलं आणि त्या पदावरून पायउतार होईपर्यंत या माणसाचं नाव देशातल्या प्रत्येक मतदाराच्या तोंडी गेलं होतं. गरीब बिचारे मतदार याचं नाव सांगून, याचा धाक दाखवून भल्याभल्यांना घाईला आणत होते. 'मतदार राजा असतो' या वाक्यातलं राजेपण देशातल्या मतदारांनी अनुभवलं ते याच्याच काळात. तेव्हापासूनच. तेच हे तिरुनेल्लाई नारायण अय्यर शेषन. आयोगाला पाठीचा कणा असतो हे तमाम

दुनियेला दाखवून देणारे. यांची नेमणूक त्या पदावर करणाऱ्या नेत्यालाही नंतर या निर्णयाचा पश्चात्ताप झाला असावा. याचा धाकच तसा होता.

त्यांना पहिल्यांदा ऐकलं ते त्याच दिवशी. गांधी जयंतीचा दिवस. महात्माजींचं स्मरण करत त्यांनी भाषण सुरू केलेलं. ज्यासाठी आपण स्वातंत्र्य मिळवलं त्यामागचा उद्देश तर त्यांनी सांगितलाच पण त्या साऱ्याला आपण कसा हरताळ फासला आहे हेही ठणकावून सांगितलं. खणखणीत आवाजात. अगदी ठासून. त्यांचंच वाक्य सांगायचं तर 'सारेको मिट्टी में मिला दिया।' नेतेपण म्हणजे स्वत:चा फायदा करून घेण्याचा परवाना नव्हे हे सांगतानाच त्यांनी आपल्या आदर्श नायकांचंही स्मरण केलं. अबुल कलाम आझाद, डॉ. राजेंद्र प्रसाद, डॉ. आंबेडकर, कृष्णस्वामी अय्यर... आणखी कितीतरी लोक. तेव्हा ते होते मुख्य निवडणूक आयुक्त. जमलेल्या लोकांना त्यांची ती कारकीर्द ऐकायची होती. त्यांनी तिथं केलेले बदल जाणून घ्यायचे होते. गाडी तिथं आलीच शेवटी. आपल्या देशातल्या निवडणुका कशा होतात किंवा आजवर कशा होत होत्या हे सांगताना ते म्हणाले, "वडलांना दारू, आईला साडी आणि मुलाला जेवण." बऱ्याच अंशी ते खरंही होतं. आजही बहुतेक वेळा हीच त्रिसूत्री वापरली जाते. सगळ्यांनाच ते माहीत असतं. पण माध्यमांपासून सगळेच डोळे असून आंधळे असतात. कान असून बहिरे असतात. तोंड असून मुके असतात. हा माणूस हे सगळं ठामपणानं आणि ठासून मांडत होता. तेही अगदी जाहीर सभेत. महात्माजींचं स्मरण करत. त्याच्या हिमतीला दाद द्यायलाच हवी.

त्या गांधीजयंतीदिवशी मला त्यांच्या पुढ्यात जाता आलं. एखादा असोला नारळ असावा, तसं गोल गरगरीत डोकं. फक्त दोन्ही बाजूलाच केस... तुरळक. टाळूवरून तिथल्या लाईट्सचा प्रकाश परावर्तीत होत असलेला. अंगात सफारी. देह डोक्यासारखाच गरगरीत. आडवा सुटलेला. सोफ्यात न मावणारा. साधारण सव्वापाच फूट उंची. त्यामुळं देहाची गोलाई जाणवत होती. चेहऱ्यावर जाणवणारं अधिकारपद. काहीशी घमेंडही. आवाजात एक हुकूमत. अवघ्या चारपाच मिनिटांचीच भेट. पण लक्षात राहिली ती त्यांच्या त्या मोजक्या वाक्यांमुळं. त्यांनी मला विचारलं होतं, "क्यूँ मिलना था मुझसे?" "तुम्ही करत असलेलं काम यंत्रणा बदलवून टाकणारं आहे" अशा अर्थाचं काहीतरी मी बोललो. फार बोलावं तर मनात जुळवलेली हिंदी वाक्यं चुकण्याची मला भीती. जीवनरावांनी त्यांना सांगितलं की मी किरण बेदींनाही भेटून आलोय. तेव्हा ते म्हणाले, "किरणजी बहोत बढ़िया काम कर रही है। उसके सामने मैं कुछ भी नही। क्यूँकी मैं अभी सिस्टीम के बाहर आया हूँ। सिस्टीम में रहकर उसीसे लड़ना यह बहुत बडी बात होती है। और वह लड़ रही है।" दुसऱ्या अधिकाऱ्याच्या कामाचं कौतुक करत स्वत:कडे लहानपण घेणारा प्रशासनातला

माणूस मी पहिल्यांदाच पाहत होतो. अशीही माणसं प्रशासनात आहेत, असतात हे अनुभवत होतो. काळीज मोठं असावं लागतं त्यासाठी. असे शब्द त्याशिवाय मुखातून बाहेर पडत नाहीत सहसा.

घरात प्रशासकीय सेवेचा वारसा असणारा हा माणूस. पहिल्यांदा दिंडीगुलचा उपजिल्हाधिकारी झाला. 'काश्मीर सिंह' म्हणून ओळखलं जाणाऱ्या शेख अब्दुल्लांना नजरकैदेत असताना ठेवून घ्यायला देशातला कुठलाच अधिकारी तयार नव्हता तेव्हा. सगळ्या जिल्हाधिकाऱ्यांनी आणि तुरुंग अधिकाऱ्यांनी त्यांच्या उचापतींपुढे हात टेकलेले. असं असताना 'शेषन' नावाच्या या माणसानं त्यांना जेरीस आणलेलं. वैतागलेल्या अब्दुल्लांनी थेट नेहरूंना साकडे घातलेलं. याच्या तावडीतून सोडवा म्हणून. हा पट्टीचा ज्योतिषी. देशातल्या बहुतेक सर्व राजकारण्यांनी याच्या पुढे हात पसरलेले. आपला भावी काळ जाणून घेतलेला. लोकांना भविष्य सांगणाऱ्या या माणसाला स्वत:चंही नशीब माहिती होतं. आपल्याला मूल होणारच नाही हे स्वत:चं भविष्य पचवलेलाच नव्हे तर तसंच भाग्य असलेल्या मुलीशीच लग्न करण्याचा हट्ट धरून, तो प्रत्यक्षात आणणारा हा सजग मनाचा माणूस. देशभरातल्या मतदारांना ओळखपत्र दिलं ते त्यांनीच. के. गोविंदन कुट्टी यांनी लिहिलेलं त्यांचं चरित्र. अशोक जैन यांनी मराठीत आणलेलं. ते वाचलं आणि थेट त्यांना पत्रच लिहिलं. त्यात पुण्यातल्या भेटीची आठवणही दिलेली. पण उत्तर आलं नाही. तोपर्यंत त्यांची काही गाजलेली भाषणंही वाचायला मिळाली. 'द हार्ट फुल ऑफ बर्डन' हा त्यांच्या भाषणांचा संग्रह. यातल्या एका भाषणातली काही वाक्यं वाचली आणि सटपटलोच. हा माणूस बोललाच होता तसं. '...भारतातली मुलकी सेवा ही आज व्यवसायनिपुण वेश्येच्या पातळीला येऊन पोहोचली आहे.' किती विदारक सत्य. ते वाचलं आणि पुन्हा पत्र. उत्तराची वाट पाहणं. पण शेषन मला दाद देत नव्हते. त्यांचं उत्तर काही येत नव्हतं. मी थकत नव्हतो.

दरम्यान इचलकरंजीच्या एका पुरस्कार सोहळ्याला ते आलेले. फाय फौंडेशनच्या पुरस्कार वितरण सोहळ्याचे ते प्रमुख पाहुणे होते. तिथं त्यांना पुन्हा ऐकलं. त्या भाषणाची ध्वनिचित्रफीतही मिळवली. पुन्हा पत्र. उत्तर नाहीच. पण पत्राची दखल त्यांनी घेतली होती हे काही वर्षांनी कळलं. नंतर त्यांनी निवडणुकही लढवली आणि अशा माणसांना विजयी करण्याची आपली परंपरा नसल्यानं ते ती निवडणूक हरलेही. रेमन मॅगसेसे पुरस्कार लाभलेल्या या माणसानं मग 'देशभक्त ट्रस्ट' स्थापन केला. १९९६ मध्ये. देशभरातल्या तरुणाईला नवी दिशा देण्यासाठी. त्यांची बांधणी करण्यासाठी. एका दुपारी या देशभक्त ट्रस्टकडून आलेलं एक बंद पाकीट घरात माझी वाट पाहत होतं. त्यात तिरुनेल्लाई नारायण अय्यर शेषन यांचं २८ मार्च, १९९७चं पत्र. देशभक्त ट्रस्टची नियमावली, त्याची घटना. सोबत

आणखी एक पत्र... देशभक्त ट्रस्टच्या बैठकीला येण्याचं आमंत्रण देणारं. त्यात निवास, भोजन व्यवस्थेचे सगळे तपशील. त्यांच्या स्वीय साहाय्यकाचं स्वतंत्र पत्र. येण्यापूर्वी अगोदर सूचना द्या असं सांगणारं. व्यवस्थेसाठी ते आवश्यक. मी काही गेलो नाही. पण सोबतच्या कागदपत्रात देशभरातल्या प्रत्येक जिल्हाप्रमुखांची नावं. देशभक्त ट्रस्टचं काम पाहण्यासाठी. सांगलीसाठी नाव होतं सदानंद कदम! सगळंच अनाकलनीय, अविश्वसनीय. त्या ट्रस्टचं पुढे काय झालं माहीत नाही, पण हे सगळे कागद त्यांच्या स्वाक्षरीसह आजही माझ्याकडे. मी त्या बैठकीला गेलो नाही. तसं त्यांना कळवलंही.

या खमक्या माणसाला पुढे स्मृतिभ्रंश झाला. ते वृद्धाश्रमात राहायला गेल्याच्या बातम्याही माध्यमांमधून झळकल्या. हळूहळू ते माध्यमातून बाहेर फेकले गेले. थोड्याच दिवसांनी त्यांनी हे जगही सोडलं. एके काळी त्यांच्या नावाशिवाय देशभरातल्या दैनिकांचे मथळे सजत नव्हते पण ते गेले तेव्हा याच दैनिकांमधून ती बातमी शोधावी लागली मला. कुठेतरी कोपऱ्यात कॉलमभर आलेली ती बातमी. लोक उगवत्या सूर्याला नमस्कार करतात हे दाखवून देणारी. त्यांच्यालेखी शेषन यांचं महत्त्व संपलं होतं. आता शेषन नसले तरी निवडणूक आयोग म्हटलं की त्यांचंच नाव आठवतं. त्यांच्या आधीचे आणि नंतरचे आयुक्त आठवायला डोकं खाजवावं लागतं. त्यांनी कामच तसं डोंगराएवढं करून ठेवलंय. मुख्य म्हणजे निवडणूक आयोगाचं अस्तित्व सिद्ध करून दाखवलंय. इतकं करूनही हा माणूस मला किरण बेदींचा मोठेपणा सांगत होता. त्यांच्यासारख्यांची संख्या वाढायला हवी असं म्हणत होता. तेसुद्धा स्वत:कडे कमीपणा घेत. असं दुसऱ्याचं कौतुक करणं वाटतं तितकं सोपं नसतं. जीभ जड होते तेव्हा अनेकांची. खुर्चीतल्या माणसाची तर जास्तच. आज हा गुण अधिकाऱ्यांच्यात अभावानंही दिसत नाही. जनलोकांतही दिसत नाही सहसा. 'सगळं काही माझ्यामुळंच' हे आजचं ब्रीदवाक्य असण्याच्या काळात मला तिरुनेल्लाई नारायण अय्यर शेषन आठवतात ते त्यामुळंच. दुसऱ्याच्या चांगल्या कामाचा आदर कसा करावा, हे शिकवून गेलेला हा माणूस. एकदाच भेटला पण कायमचा मनात बसला. त्यांच्या हेकेखोरपणाचेही अनेक किस्से वाचले नंतर. त्यात थोडंफार तथ्य असेलही. पण एखादा माणूस जेव्हा आपल्याला हवा तसा वागत नाही, तेव्हा तो बिघडलेला असतो, असं लोक म्हणत असतात. मला आजही तिरुनेल्लाई नारायण अय्यर शेषन आवडतात. वाद आणि शेषन यांचं अतूट नातं असलं तरीही! त्यांना मी विसरूच शकत नाही. देशालाही त्यांना अधूनमधून आठवावंच लागेल. ते होतेच तसे. हट्टी आणि कणखर. त्याशिवाय का इथली मुर्दाड यंत्रणा चळचळा कापत होती त्यांच्यासमोर. आता 'शेषन' ही दंतकथा वाटते.

निडर

तो काळ पुरुषी वर्चस्वाचा आणि ते खातंही. तेच का त्या काळातील सगळ्याच सरकारी खात्यात महिला अभावानंच दिसायच्या तेव्हा. हिचं खात तर खास पुरुषांची मक्तेदारी असलेलं. तिथले सगळेच स्वत:च्या हक्कांविषयी कमालीचे जागृत असलेले. तेव्हाही आणि आजही. त्या खात्यात कधी काळी महिला येतील असं तिथल्या कुणालाच वाटलं नव्हतं. अगदी स्वप्नातही. 'अबला' महिलावर्गाचं तिथं काय काम? असा सार्वत्रिक समज होता तेव्हा. पण ती आली त्या खात्यात. आणि तिनं हा समज बदलून तर टाकलाच शिवाय महिलावर्गाचे हक्कही प्रस्थापित केले. यंत्रणेतील पुरुष मंडळी मग कधी जुलमानं तर कधी आनंदानं तिच्या हाताखाली

काम करू लागली. बहुतेक वेळा आनंदानं कमीच. 'अबला' म्हणवल्या जाणाऱ्या स्त्रीवर्गाकडे 'सबल' असलेल्यांचंही रक्षण करण्याची धमक आहे हे देशाला दाखवून देणारी ती पहिलीच. त्या खात्यात थेट वरिष्ठ पदी जाणारीही ती पहिलीच आणि देशभरात आपल्या समकक्ष अनेक अधिकारी असतानाही आपलं वेगळेपण सिद्ध करणारीही ती पहिलीच. 'आय डेअर' म्हणत खात्यातल्या वरिष्ठांनाच नव्हे तर लोकनियुक्त पदाधिकाऱ्यांनाही आपल्या कामाची दखल घ्यायला लावणारीही ती पहिलीच. तिच्यानंतर अनेक जणींनी त्या खात्यात प्रवेश केला. आजही करताहेत. पण त्या ओळखल्या जातात ते 'आजच्या किरण बेदी' म्हणूनच. इतका तिच्या नावाचा डंका आजमितीलाही वाजत असलेला. ती होती पंजाबची किरण पेशावरिया!

पेशावरिया! स्वत:चा पेशा स्वत:च निवडला होता तिनं. अगदी हट्टानं. वडील तिच्या पाठीशी होतेच. खंबीरपणे. एखाद्या पहाडासारखे. आणखी तीन मुली असूनही. तिनंही आपल्याला भाऊ नसल्याचं कधी भांडवल केलं नाही. तिची स्वत:ची म्हणून काही स्वप्नं होती. ती त्यांचा पाठलाग करत राहिली. तिला तिच्या वडिलांसारखं व्हायचं होतं आणि ती तशी झालीही. केवळ जिद्द, चिकाटी आणि दुर्दम्य आकांक्षा हेच तिचं भांडवल होतं. अपार कष्ट करण्याची तयारी होती. त्याचं फळ तिच्या पदरात पडलं. वयाच्या अवघ्या तेविसाव्या वर्षी ती आय. पी. एस. झाली. देशातली पहिली महिला आय. पी. एस. पण गुणवत्तेच्या आधारावर हे पद मिळवूनही तिला हे पद सोडण्यासाठी अनेकांनी तिच्यावर दबाब आणला. तिला दुसरं तितकंच सन्मानाचं आणि अधिकाराचं पदही देऊ करण्यात आलं. पण तिनं आपला हट्ट सोडला नाही. ती त्या खात्यात आलीच. त्या क्षणांपासून अनेक प्रश्नांची वादळं उठली. तिला हे पुरुषी काम झेपेल काय? इथंपासून ते तिच्या हाताखालचे 'पुरुष' तिचा आदेश मानतील काय? आपला समाज तिला स्वीकारेल काय? इथंपर्यंत. पण अशा वादळांची तिला अपेक्षा होतीच. त्यांच्याशी टक्कर घेण्यासाठी ती तयारच होती. या साऱ्या वादळांना ती पुरून उरली. वादळांशी टक्कर घेण्याची तिची सवय तेव्हापासूनची. आज सत्तरी ओलांडली असली तरी त्याच जिद्दीनं ती वादळांना सामोरी जाते. इतरांची पर्वा न करता. झुंजणं तिच्या रक्तातच भिनलेलं.

'ती' किरण बेदी. त्यांच्या आजच्या अनेक भूमिका न पटणाऱ्या असल्या तरीही त्या आपला मार्ग न बदलणाऱ्या. त्यांच्या आजच्या कामांवर, भूमिकांवर वादळं उठत असली, तरी कधी काळी आपल्या देदीप्यमान कामानं त्यांनी देशभर वादळं उठवलेली. आपल्या कामानं नवे आदर्श निर्माण करून ठेवलेले. आजही ते जगासमोर तितक्याच दिमाखानं उभे. गरोदर असतानाही रोज तेरा किलोमीटर चालण्याचा सराव करून त्यांनी प्रजासत्ताक दिनाच्या संचलनाचं नेतृत्व केलेलं. अनेकांचा आणि खात्याचा विरोध डावलून आपला अधिकार सिद्ध केलेला. त्यासाठी थेट देशाच्या गृहमंत्र्यांपर्यंत

आपली बाजू लावून धरलेली त्यांनी. असं करणाऱ्याही त्या पहिल्याच. ते वर्ष होतं १९७५. त्या घटनेनं त्यांनी अवघ्या देशवासियांचं लक्ष आपल्याकडे वेधून घेतलं. पण ती तर केवळ सुरुवात होती. मग पुढे सततच असं होऊ लागलं. रस्त्यावर नियम मोडून उभ्या केलेल्या गाड्या त्यांनी क्रेननं उचलल्या. यातून पणजी विधानसभेसमोरचं आवारही सुटलं नाही आणि तिथल्या मंत्रिमंडळासह लोकप्रतिनिधींच्या गाड्याही. या एका कृतीनं त्या किरणच्या 'क्रेन बेदी' झाल्या. देशभरातल्या वृत्तपत्रांनी त्यांचं ते नाव सर्वांमुखी केलं. 'एशियाड'च्या वेळी तर त्यांनी इतिहासच घडवला. अपुरे पोलीस असताना त्यांनी महाविद्यालयाच्या तरुण-तरुणींना मदतीला घेतलं. सगळी वाहतूक व्यवस्था सांभाळली ती याच मुलांच्या बळावर. तिहारच्या तुरुंगाचा समावेश पर्यटन स्थळांत करणाऱ्या त्याच. त्या होत्याच तशा. जिद्दी, हट्टी आणि तितक्याच महत्त्वाकांक्षी देखील. त्यांच्या कर्तृत्वापुढे मग सारेच झुकले. खात्यातलेही आणि खात्याबाहेरचेही. जगानं त्यांना 'मॅगसेसे'नं सन्मानित केलं.

मग त्यांची कहाणी लिहायला माध्यमं पुढे सरसावली. ही तीच माध्यमं होती, ज्यांनी कधी काळी त्यांच्या नियुक्तीवर बोटं उचलली होती. पुरुषांची मक्तेदारी असलेल्या खात्यात त्यांनी नियुक्ती करायला विरोध केला होता त्यांनी. आता तीच मंडळी त्यांच्यावर अग्रलेख लिहू लागली होती. त्यांच्या कामाची दखल घेणारी ती वार्तापत्रं वाचायला मिळत होती. ती आपल्यापर्यंत पोहचत होती. अशातच परमेश डंगवाल यांनी त्यांची कथा शब्दबद्ध केली. त्या कहाणीच्या मराठी अनुवादाच्या प्रकाशनासाठी त्या कोल्हापुरात येणार होत्या. बातमी वाचली आणि थेट त्यांनाच पत्र लिहून मोकळा झालो. एक फेब्रुवारी, १९९६ रोजी त्यांच्या कार्यालयाच्या पत्त्यावर पत्र टाकलं आणि उत्तराची वाट बघत बसलो. ते आलं नाही पण मला तर त्यांना भेटायचंच होतं. त्यांचं बोलणं ध्वनिमुद्रित करायचं होतं. वाट पाहण्यात काही अर्थ नव्हता. त्या आल्या की त्यांना गाठायलाच हवं होतं. त्यांनी माझ्या मनात घर केलं होतं. त्यांची भेट घ्यायलाच हवी होती. त्यांना जाणून घेण्यासाठी. मग मी दुसरी काही व्यवस्था होते का हे पाहू लागलो. असे उद्योग नेहमीच चालायचे माझे.

त्यांची कहाणी मनात घर करून होतीच. खूप आधीपासून. १९९० च्या सप्टेंबरात जन्मलेल्या पुतणीचं नावही मी त्यांच्या नावावरून ठेवलं होतं. किरण. तिनंही त्यांच्यासारखंच व्हावं, असं वाटायचं मला. मलाच काय देशातल्या अनेक जणींनी त्यांच्यासारखं होण्याची स्वप्नं उराशी बाळगली होती तेव्हा. त्यांपैकी काही झाल्यादेखील. त्यांच्याकडे पाहताना आजही मला त्यांच्यात त्याच दिसतात. आजही अनेक तरुणींच्या नजरेत ती तरळत असतेच. पण तेव्हा मला त्यांनाच बघायचं होतं. भेटायचं होतं. काही बोलायचंही होतं. मग गाठलं शाहू स्मारक भवन, कोल्हापूर. तारीख होती २४ फेब्रुवारी, १९९६. खचाखच भरलेल्या सभागृहात त्यांनी पाऊल

ठेवलं आणि शिळणाधार पावसासारख्या टाळ्या वाजत राहिल्या. कितीतरी वेळ. सभागृहात तरुणाईची झुंबड उडालेली. बाजूच्या रिकाम्या जागेत मुलीही उभारलेल्या. त्यांच्या ठिकाणी स्वत:ला पाहत. त्यांच्या डोळ्यांतील ती स्वप्नं त्यांच्या चेहऱ्यांवर दिसत होती. समोर होत्या किरण बेदी. त्यांनी पाऊल टाकता क्षणीच साऱ्यांना जिंकलं होतं. आजवर हेच तर करत आल्या होत्या. फिकट निळसर रंगाचा फुल शर्ट. त्यावर गडद निळ्या रंगाचं जाकेट. नक्षीदार. केसांचा बॉयकट. थोडेसे विस्कटलेलेच केस. त्या येताहेत याची खबर त्यांच्या पावलांनी आधीच दिलेली. पायातले सर्व्हिस बूट त्यासाठीच तर होते.

त्या दिवशीच्या आपल्या बोलण्यानं त्यांनी अवघ्यांना जिंकलंच. जवळपास तासभर बोलत होत्या त्या. अगदी खणखणीत आवाजात. ठामपणे. प्रत्येक शब्दावर जोर देत. कामात आणि आपल्या निर्णयावर ठाम असणाऱ्या त्या बोलण्यातही तितक्याच ठाम होत्या. त्यांचं भाषण संपलं आणि त्या तरुणाईच्या गराड्यात सापडल्या. त्यांची स्वाक्षरी घेण्यासाठी झुंबड उडालेली. ती पाहिली आणि त्यांच्यातला 'पोलीस अधिकारी' जागा झाला. त्यानं त्या सगळ्यांना अगदी रांगेत उभं राहायला सांगितलं. रांगेतून आलात तरच स्वाक्षरी मिळेल असा दमही दिला. त्या तरुणाईनं तो आदेश मानलाही. त्या खात्यात असं आणि इतकं प्रेम लाभलेल्याही त्या पहिल्याच. प्रशासनातला माझा एक मित्र तिथं होता. त्याच्यामुळं नंतर त्यांना भेटता आलं. अगदी निवांत. मी पत्राची आठवण करून दिली. तर त्यांनी माझ्या हातावर सरळ आपलं पुस्तकच ठेवलं. पहिल्याच पानावर 'To, Mr. Sadanand Kadam... Regards... Kiran Bedi. 24.2.96, त्या दिवशीचं त्यांचं बोलणं आणि ते भाषण अजूनही ऐकू येतं मला. त्यांच्या प्रत्येक शब्दांतून आणि हालचालींतून त्यांचा ठामपणा जसा दिसत होता, तसाच पदाचा रुबाबही. त्या रूबाबानंच तर अनेक जणींना भुरळ घातली होती. अनेक जणींच्या मनात निश्चयांची आणि महत्त्वाकांक्षांची बीजं पेरली होती. नजरेत एक स्वप्नं आणि पंखात उडण्याचं बळ दिलं होतं. त्या काळात त्यांच्या जीवनावरची एक मालिकाही सुरू होती दूरदर्शनवर. उडान! त्या आता घराघरात पोहचल्या होत्या.

त्यांच्याशी बोलता आलं ते माझ्या त्याच प्रशासनातल्या मित्रामुळं. त्यांना त्यांच्या वर्दीचा सार्थ अभिमान असला तरी गर्व नव्हता. गणवेश मग तो कुठलाही असो, तो समोरच्यावर खेकसण्यासाठीच असतो, असं त्या मानत नव्हत्या. आपल्याकडचा साधा शिपाईही हा हक्क गाजवत असतो. कुठल्याही कार्यालयात जाऊन बघा. अनुभव येईलच. मी शिक्षक असल्याचं कळताच त्या म्हणाल्या, "बच्चों को मां बापकी इज्जत करना सिखाओ। उनकी मेहनत का सम्मान करना सिखाओ। और तिसरी बात सही समय पे सही बात करना सिखाओ। मैंने वही किया और मैं यहाँ तक आयी।" त्यांनी आजवर जे जे केलं त्यामुळं त्यांना आजवर अनेक सन्मान

मिळालेले. त्यांची अनेक पुस्तकं आलेली. मी वाचलेली. अशक्य ते शक्य करून दाखवलं होतं त्यांनी आजवर. निवृत्तीनंतरची त्यांची वाटचाल वेगळ्याच दिशेनं गेली असली, तरी त्यांनी केलेलं आजवरचं काम आणि सेवेत असतानाही आपल्याच यंत्रणेशी दिलेली झुंज सगळ्यांसमोर होती. अनेकांना लढण्याचं बळ दिलं होतं त्यांनी. त्यांनी यंत्रणेत राहून काम करताना दाखवलेला बेडरपणा तर खुद्द तिरूनेल्लाई नारायण अय्यर शेषन यांनी नावाजलेला. मी पामर काय त्यांचं कौतुक करणार? त्या स्वतःच म्हणाल्या होत्या, ''मैंने कुछ नया नहीं किया। सिर्फ नियमोंका पालन किया और मुझे उसका फल मिल गया।''

किरण बेदी नंतर समाजकारणात आणि मग पुढे राजकारणात उतरल्या. त्या दलदलीत कर्तृत्ववान माणसाचं जे होतं तेच त्यांचंही झालं. त्याही थोडं भरकटत गेल्या हेही खरंच. पण म्हणून त्यांनी घालून दिलेले आदर्श आणि त्यांची ती गाजलेली प्रशासकीय कारकीर्द झाकली जाते थोडीच? आता त्या खात्याच्या कारकिर्दीत त्यांच्या कामगिरीची नोंद कायमची. तीही अभिमानानं घेतली गेलेली. सुवर्णाक्षरांनी नोंदवलेली. काही झालं, तरी त्यांनी त्या खात्यातच नव्हे तर देशात आपलं वेगळेपण सिद्ध केलेलं. मागून येणाऱ्यांसाठी एक पायवाट तयार केलेली. पुढच्या काळात अनेक जणींनी त्यांनी निर्माण केलेल्या पायवाटेचा हमरस्ता केलेला. त्यांच्या नावाची आठवण सतत जागती ठेवलेली. आजही अनेक जणी त्या रस्त्याकडे डोळे लावून बसलेल्या. ही सगळी स्वप्नं आजच्या लेकींच्यात पेरली ती त्यांनीच. आजही एखाद्या कर्तबगार महिला पोलीस अधिकाऱ्याचा गौरव केला जातो तो त्यांच्याच नावानं. त्यांना 'किरण बेदी' म्हटलं जातं. स्वत:च्या नावाला असं पदवीचं ऐश्वर्य मिळवून देणाऱ्या त्या. एकमेव.

असं एकमेवत्व दाखवून देणाऱ्यांच्या सावलीची ओढ शिक्षकांनी रक्तात रुजवली ती प्राथमिक शाळेतच. पुस्तकांनी ती अधिकच घट्ट केली. आजवरची वाटचाल अशांच्या सावलीमुळंच आनंदाची झाली. किरण बेदींचा तासाभराचाच सहवास. पण खूप काही दिलं त्यानं. नियमांशी बांधिलकी राखायला शिकवली आणि स्वत:चं वेगळेपण जपायलाही शिकवलं. कितीही वादळं आली तरी ठाम राहायला शिकवलं आणि परिस्थितीवर स्वार व्हायलाही. 'योग्य वेळी योग्य गोष्ट' करायची हिंमत मिळाली ती त्यांच्याच बोलण्यातून. असं खूप काही मिळत असतं त्यांना ऐकताना. वाचताना. आजही. त्यासाठी सतत भेटायला हवं असं काही नसतं. आयुष्यात एकदाच भेटणारा माणूसही आयुष्यभरासाठी काही तरी देऊन जातो आपल्याला. एखाद्या सामान्य माणसाची भेटही काळजाच्या कुपीत कायमची राहते. 'ती' तर या देशातली पहिली 'किरण बेदी' होती आणि आहे. त्यांना कसं विसरणार? इतिहासानंही आता त्यांची नोंद घेऊन ठेवली आहे. कायमसाठी.

एखादं पुस्तक वाचलं की लेखकाला पत्र पाठवण्याचं वेड खूप आधीपासूनचं. उत्तर येवो न येवो, उद्योग सुरूच असायचा. रोज पोस्टमन घरी येण्याचे ते दिवस. पुस्तकं आयुष्यात आली ती सातवी-आठवीतच. त्यांनी मला झपाटूनच टाकलं. हळूहळू ती माझा श्वासच झाली. रिकाम्या वेळेत सोडाच, अगदी जेवतानाही मांडीवर पुस्तक. आईच्या ओरडण्याकडं दुर्लक्ष करत मी माझं वाचन सुरूच ठेवायचो. वय वाढत गेलं तसं हातातली पुस्तकंही बदलत गेली. वाचनासाठीचा वेळही. गावात तेव्हा दोन वाचनालयं. दोन्हीकडं एकेकच पुस्तक मिळायचं म्हणून तिथल्या कर्मचाऱ्यांशी भांडायचो मी. रोज दोन पुस्तकं वाचायचीच हा शिरस्ताच. त्यातलं किती आत उतरायचं माहीत नाही. पण शब्द कसे वापरावेत हे समजत गेलं हे नक्की. ते लिहिणाऱ्या जमातीविषयी आकर्षण वाटू लागलं ते तेव्हापासूनच. शब्दांनीच वेड

लावलं त्या वयात.

हायस्कुलात मराठीची गोडी लावली ती विजया पाटीलबाईंनी. वयाच्या मानानं खूपच वाचायचो मी तेव्हा. म्हणून बाईंचं खूप प्रेम. माझ्या पत्रलेखनाला गती दिली ती त्यांनीच. अनेक प्रतिभावंतांची अक्षरं आणि त्यांच्या शब्दांतली पत्रं घरात, माझ्या नावानं येऊ लागली. ती ठेवण्यासाठी मग अशोक ताम्हनकरच्या दुकानातून फाईल खरेदी केली. आयुष्यात खरेदी केलेली ती पहिली फाईल. ती भरू लागली तसं घरात आणि मित्रांत माझी दखल घेतली जाऊ लागली. आठवीत होतो तेव्हा क्रांतिसिंह नाना पाटील गेले. त्यांचं पार्थिव सांगलीत आणलेलं. शाळांना सुटी दिलेली. शाळेपासून जवळच असलेल्या तेव्हाच्या इंदिरा भुवनच्या पटांगणात जाऊन त्यांचं दर्शन घेतलेलं. पुढं त्याच नाना पाटलांवरील एक कादंबरी हाती आली. क्रांतिसूर्य. ती लिहिणारा लेखक मिरजेत प्रांताधिकारी म्हणून आल्याचं समजलं. फेब्रुवारी, १९९० मध्ये त्यांना पत्र लिहिलं. त्यांचं उत्तर आलं ते २८ मार्चला. त्यात त्यांनी भेटायला बोलावलेलं. आपल्या नव्या पुस्तकाबद्दल लिहिलेलं. हीच 'पानिपत'कार विश्वास पाटील यांची पहिली ओळख.

मिरजेच्या प्रांताधिकाऱ्यांचं कार्यालय आणि घर पाहिलं ते तेव्हाच. आयुष्यात पहिल्यांदाच. आत पाऊल टाकताना दबकत दबकत आत शिरलेला मी बाहेर येताना आपल्याच घरामधून बाहेर पडतोय अशा अविर्भावात बाहेर. मैत्र जुळणार असं मनात म्हणत. पाटीलसाहेब स्वभावानं आणि बोलण्यातही 'गावच्या पाटलां'सारखेच मोकळेढाकळे. तेव्हा मी बेडगच्या शाळेत. रोज जाणं-येणं एम. एटी. वरून. मग पाटलांचं घर हे जाता-येता थांबण्याचं ठिकाण झालं. असाच एकदा शाळा सुटल्यावर येताना त्यांच्याकडं गेलेलो. तर ते फोनवर बोलत असलेले. भ्रमणध्वनी नव्हते तेव्हा. मला हातानंच खूण करत त्यांनी बसायला सांगितलं. माझं लक्ष त्यांच्या बोलण्याकडं. जाणवलं की ते शिवाजी सावंतांशी बोलताहेत. मी तसं विचारलं तर त्यांनी खुणेनंच 'हो' म्हणून सांगितलं. मी खूश. 'मृत्युंजय'कार माझे दादाच. मग मी फोन मागून घेऊन त्यांच्याशी बोललो. ते म्हणाले, 'तू तिथं कसा? तुला विश्वास कधीपासून ओळखतो?' मी नुकतीच ओळख झाल्याचं सांगताच दादा म्हणाले, 'त्याला फोन दे'. मी दिला. नंतर विश्वासराव फक्त 'हो...हो...' म्हणत होते. दादा काय सांगत होते कुणास ठाऊक. पण त्यानंतर आमची गाठ पक्की झाली एवढं मात्र खरं. दादाही मग नंतरच्या प्रत्येक पत्रात 'गावभर पाटलां'चं काय चाललंय? असं विचारायचे.

विश्वासराव तेव्हा 'पानिपत'कार झालेले. त्या कादंबरीनं खपाचे उच्चांक मोडलेच, शिवाय पाटलांचं नाव गावभर केलं. म्हणून दादा गमतीनं तसं म्हणायचे. 'पानिपत'नं नंतर सगळ्या सीमा ओलांडल्या. पण तेव्हा 'मृत्युंजय' जगभरात गेलेली. तरीही शिवाजी सावंतांना पाटलांचं मनापासून कौतुक. दुसऱ्या लेखकाचं यश इतक्या

मोकळेपणानं मान्य करणारी माणसं आता दुर्बीण घेऊन फिरलं तरी नजरेस पडत नाहीत. असाच दुसरा अनुभव 'स्वामी'कारांचा. ऑगस्ट १९९१ मध्ये त्यांच्या हस्ते 'झाडाझडती'चं प्रकाशन झालं. कोल्हापुरात. त्या जाहीर कार्यक्रमात त्यांनी लेखकाचं कौतुक केलेलं. तेही 'पानिपत'नं 'स्वामी'चं रेकॉर्ड मोडलं म्हणून. या समारंभाला 'स्वामी'कार आलेले. खूप थकलेले. काही न बोलण्याच्या अटीवर ते आलेले. त्यांना जीना चढणं जमणार नाही हे लक्षात येताच विश्वासरावांनी समारंभ खाली करायचं ठरवलं. पण ते ऐकताच दादा म्हणाले, 'चल, जावू वरच'. ते वर आलेच शिवाय मनापासून बोललेही. कुठं गेली ती माणसं? आता असा माणूस शोधूनही सापडत नाही. त्या काळात मी 'पानिपत'कारांना सोडत नव्हतो. 'महानायक' तर त्यांच्या डोक्यात घोळत होता तो बालपणापासूनच. माझं नेतांजींचं वेड जुनंच.

त्यांच्यासोबत मी रत्नागिरीच्या संमेलनातही होतो. सिंधुताई सपकाळांना घेऊन गेलेलो. त्या वेळी त्यांची 'पानिपत' गाजत असलेली. चहुकडं डंका. आम्ही ग्रंथ प्रदर्शन पहात फिरत होतो. 'राजहंस'च्या दालनात गेलो तर तिथं त्यांनी 'चलो दिल्ली' हे पुस्तकं माझ्या हातावर ठेवलं. नेताजींच्या भाषणांचा तो मराठी अनुवाद होता. मी म्हणालो असाच एक अनुवाद माझ्याकडे आहे. प्रकाशन १९४५ मधलं. तर त्यांना ते पटलं नाही. मग सांगलीत आल्यावर मी ते पुस्तकं त्याना दाखवलं. पाटील खुश झाले. पण रत्नागिरीच्या साहित्य संमेलनात ते आनंदी नव्हते. कारण संमेलनातल्या दुढ्ढाचार्यांनी त्यांची दखल घेतली नव्हती. ते नाराज होते त्यावेळी. पण ही कसर त्यांनी १९९२च्या कोल्हापूरच्या संमेलनात भरून काढली. परिसंवाद गाजवला. पुढं सातारच्या साहित्य संमेलनातही त्यांची मुलाखत गाजली. संवादक होते वि. शं. चौघुले आणि रवींद्र पिंगे. पानिपतातली एक छोटीशी चूक, तीही एका आठवीतल्या मुलीनं काढलेली. ती त्यांनी सांगितली आणि मुलाखत गाजवली. प्रसिद्धीच्या शिखरांवर असताना आपली छोटीशी चूकही जाहीरपणानं कबूल करणारे आज कितीजण सापडतील? मुळात आपलं काही चुकतं हेच मान्य नसणाऱ्या सुमारांची सद्दी असण्याचा आजचा काळ. चूक मान्य करायची असते हेच कुणाला मान्य नसतं हल्ली.

त्या काळात पाटलांच्या डोक्यात फक्त नेताजी होते. 'महानायक' खूप उशिरा आली त्यामानानं. दरम्यान 'झाडाझडती'बद्दल त्यांच्या वडिलांची एक मुलाखत कोल्हापूर सकाळमध्ये आलेली. त्या कादंबरीत आलेली धरणग्रस्तांची ससेहोलपट अनुभवलेल्या त्यांच्या वडिलांनी केवढं कौतुक केलेलं लेकाचं त्या मुलाखतीत. आईविषयी तितकंच प्रेम होतं त्यांना. मिरजेच्या घरात त्यांना अनेकदा भेटलो. अगदी पहाटेपासून ते लिहित बसत. दहानंतर त्यांचं कोर्ट चाले. मग दिवसभर कार्यालयीन काम. हे सगळं सुरू असतानाच नव्या लेखनाचे विषय त्यांच्या मस्तकात घोळत

असायचे. त्यांचं ते सतत कामात राहणं मला खूप काही शिकवून जायचं. त्या दरम्यान ते 'महानायक'नं झपाटलेले. मी नेताजींच्या प्रेमात. कॅप्टन लक्ष्मींचं आत्मचरित्र नुकतचं हाती पडलेलं. ते मराठीत आणण्याचा माझा विचार सुरू होता. जीवनराव किर्लोस्करांनी डोक्यात भरवलेलं. नेताजींच्या भाषणाची एक रेकॉर्ड विश्वासरावांकडं होती. तेव्हा रेकॉर्ड प्लेट वाजविण्याची यंत्रणा बंद होत आलेली. त्या रेकॉर्डची कॅसेट करून हवी होती त्यांना. हे काम मी अंगावर घेतलं. मलाही नेताजींचा आवाज हवाच होता. नळभागातल्या विठ्ठल मंदिराजवळच्या 'भोसले रेकॉर्डिंग'मधून मी ते काम करून घेतलं. नेताजी माझ्या घरी आले. कायमचे. शासकीय काम पाहत नेताजींचा अभ्यास करणं हे सोपं काम नव्हतं. विश्वासरावांचं झपाटलेपण मी डोळ्यांनी पाहिलंय तेव्हा. पहाटे तीनलाच त्यांचा दिवस सुरू झालेला असायचा. महानायक साकारताना त्यांनी इंफाळचं रणमैदानही पालथं घातलेलं. ९८मध्ये आलेली 'महानायक' माझ्या हाती आली ती विश्वासरावांच्या हस्ताक्षरात. त्यांच्या स्वाक्षरीसह. त्यांनी लिहिलं होतं, 'प्रिय मित्रवर्य सदानंद कदम... तुझ्या आभाळउड्या आणि भराऱ्या अशाच चालू राहोत.' ही, 'महानायक' आवडली पण वि. स. वाळिंबे यांचा 'नेताजी' कधीच पुसला गेला नाही मनातून.

एका विदुषीनं त्यांच्या लेखनावर आक्षेप घेतले. दिवाळी अंकात दीर्घ लेखच लिहिला. विश्वासरावांनी त्याला उत्तर द्यावं असं मला मनापासून वाटत होतं. मी पत्र लिहून तसं कळवलेलंही. गेली आठ-दहा वर्षं महानायकसाठी खपताना मी पाहत होतो. त्यांची चिकाटी आणि त्यांचा अभ्यास, त्यांनी घेतलेले कष्ट आणि त्या महानायकाविषयी असलेली त्यांची भक्ती याचा मी साक्षीदार होतो. माझ्या पत्राला त्यांनी दिलेलं उत्तर आजही माझ्याकडे. पण त्यांनी जाहीरपणे लिहायला हवं होतं असं मला आजही वाटतं. अपार कष्टांतून उभं राहिलेल्या 'महानायक'नं उत्तुंग यश मिळवलं. इंग्रजीबरोबरच ती अन्य भाषांतही गेली. वाचकांनी ती डोक्यावर घेतली. त्यांच्या कष्टाचं चीज झालं. पण तरीही वाटतं त्या बाईंनी घेतलेल्या आक्षेपावर पाटलांनी लिहायला हवं होतं. अगदी जाहीरपणे. त्यांची बाजू म्हणून. पण त्यांनी अखेरपर्यंत ते का लिहिलं नाही ते मला माहीत नाही. लिहिलं नाही हे मात्र खरंच.

विश्वासराव मग चित्रनगरीत जाऊन आले. सिनेमाचं वेड होतंच. 'पाटील' होते. लावण्याही गुणगुणायचे. चित्रपट काढायचं, दिग्दर्शनाचं वेड डोक्यात घेतलेलं. नावही ठरलेलं. जन्मठेप. कामही सुरू झालेलं. वैजनाथ महाजनांच्या अंगावर खाकी वर्दी चढवलेली. पुढं पवळा आणि पठ्ठे बापूरावांवरही चित्रपट काढायचा विचार. शासकीय बैठका आणि कामात खंड नव्हता. एक-दोनदा ते जिल्हाधिकारी कार्यालयात बैठकीला जाताना मी गाडीत. भूपाल चौगुले जीप चालवत. विश्वासराव बैठकीत. आम्ही बाहेर. पण आतून आले, पुढं बसले तसं कानाला हेडफोन. लावण्या चालू.

आतल्या बैठकीचा ताण विसरून. लावण्यांचा अभ्यास. चित्रपटात लावण्या तेच लिहिणार होते. ऐकणं त्यासाठीच. एका कामातून दुसऱ्या कामात असं सहज जाताना त्यांना अनेकदा पाहिलंय. दिवसभरात एकुलतं एक कामही धड न करता आम्ही किती बाऊ करतो. त्यांचा झपाटा दांडगा. सर्वच बाबतीत. 'जन्मठेप'ला म्हणावं तसं यश लाभलं नाही. त्याचाच कित्ता 'रज्जो'नं गिरवला. पण आमच्या या मित्राचं चित्रपटाचं वेड आजही कायम. शेवटी ते पाटील... माघार घेणं माहीत नसलेले.

पाटलांची 'झाडाझडती' गाजत होती तेव्हा. सांगली आकाशवाणीवर कार्यक्रम अधिकारी असलेल्या संजय पाटील या माझ्या मित्रानं तर ती सर्वदूर नेली. तेरा भागातून. त्यानंतर विश्वासरावांची फारशी गाठ पडत नव्हती. ते अन्यत्र बदलून गेलेले. एका ग्रंथप्रदर्शनाच्या उद्घाटनासाठी सांगलीत येणार होते. 'संभाजी' बाजारात आलेली. ती वाचून एक आठ पानी पत्र मी त्यांना लिहिलेलं. पण त्यांचं उत्तर आलं नव्हतं. मी प्रदर्शनाच्या दारात. मित्रासह. विश्वासराव आले. त्यांनी फीत कापली आणि चाहत्यांचा गराडा सोडून थेट माझ्याकडं. प्रदर्शन पाहून, मुलाखत देऊन आमची गाडी मिरजेकडं. त्यांच्या एका मित्राघरी जेवायला. तिकडं जाताना गाडीत त्यांच्यातलं खोडकर मूल उसळी मारून वर आलेलं. अनेक गमतीजमती. अनेकांचे किस्से. पाटलांनी चंची उघडलेली. गाडीत हास्यकल्लोळ. जेवताना, नंतर मी पत्राचा विषय काढला. पत्र मिळाल्याचं कळलं. बोलणंही झालं त्यावर. पण आजअखेर उत्तर मात्र नाहीच. त्या कादंबरीबाबतच्या माझ्या शंका आणि काही आक्षेप आजही अनुत्तरीत.

कॅप्टन लक्ष्मींचं आत्मवृत्त मी अनुवादित करत असल्याचं मृत्युंजयकारांनी त्यांना सांगितलेलं. मीही बोललेलो. त्या मराठी अनुवादाला विश्वासरावांची प्रस्तावना घ्यायची कल्पना मृत्युंजयकारांची. विश्वासरावांनीही ते मान्य केलेलं. पण प्रकाशकांकडून त्यांना पुस्तक पाठवायचंच राहून गेलं. विश्वासरावांचं नंतर तसं पत्रही आलं मला. एक चांगली गोष्ट घडायची राहून गेली. त्याची खंत आजही. पुन्हा दर्शन झालं ते २०२०च्या संक्रांतीला. औदुंबरच्या साहित्य संमेलनाचे ते अध्यक्ष होते तेव्हा. माझं 'वैभव सांगली'चं सदर सुरू होते. ते वाचतही होते. सर्कसवाले छत्रे लिहितांना माझ्याकडून एक संदर्भ, एक नाव चुकीचं गेलेलं. तर लगेच फोन करून विश्वासरावांनी दुरुस्ती सुचवली. योग्य नावही कळवलं. मला खूप बरं वाटलं. आपल्यावर, आपल्या लिहिण्यावर असं लक्ष ठेवून असणारं कुणीतरी हवंच ना.

'पानिपत'चं नाट्य रुपांतर केलं त्यांनी. 'रणांगण' नावानं. ते खूप गाजलं. पण ते रूपांतर दिग्दर्शकाला हवं तसं होण्यासाठी विश्वासरावांनी अनेकदा त्याचं पुनर्लेखन केलं. कारण त्यांना ते नाटक याच दिग्दर्शकाकडून यायला हवं होतं. तसा पाटलांचा

हट्टच होता. तो त्यांनी पूर्ण करून घेतलाही आणि ते नाटक अजरामर झालं. 'पानिपत'कारांच्या अशा अनेक आठवणी. रायगडी महाराजांच्या समाधीवर वीज पडली होती तेव्हा ते त्या जिल्ह्यातच कार्यरत होते. त्या दिवशी मला त्यांचा फोन. गडावर जाऊन समाधीची दुरुस्ती करायची आहे. येणार का म्हणून. मी शाळेमुळे जाऊ शकलो नाही. पण ऐन मध्यरात्री गडावर जाऊन त्यांनी केलेलं दुरुस्तीचं काम नंतर मला कळलेलं. ते जे करतात ते अगदी झपाटून जाऊन. मग ते लिहिणं असो वा मैत्र सांभाळणं की आणखीन काही. मध्यंतरी त्यांचा असाच फोन. मी फेसबुकवर त्यांच्या 'आंबी' या पहिल्या कादंबरीची प्रत माझ्याकडे असल्याचं लिहिलं होतं. ती त्याच्याकडे नव्हती. त्याना मुखपृष्ठासह हवी होती. मग मी ती झेरॉक्स करून पाठवली.

'मृत्युंजय'कार म्हणाले तसं पाटील आता गावभर फिरत असतात. कधी पन्हाळगड ते विशाळगड चालत जातात. आजच्या मावळ्यांना सोबत घेऊन. अगदी महाराज त्या वाटेवरून गेले त्याच तिथीला. तर कधी कळसुबाईवर जाऊन आपल्या वाचकांना नव्या कादंबरीचं कथानक सांगत असतात. मधूनच 'गाभूळलेल्या चंद्रबनात' सारखा ऐवज हातात देतात. नवेनवे संकल्प सोडत असतात. परवाच त्यांनी मला त्यांच्यावरचा एक माहितीपट दिला. साहित्य अकादमीनं काढलेला. अधूनमधून ते माध्यमातून दिसतात. तर कधीमधी माझ्या भ्रमणध्वनीवर त्यांचं नाव उमटतं. चौकशी होते. नवं काही ऐकायला मिळतं. जुन्या आठवणी निघतात. महाजनांच्या बाळ्यापासून संजय पाटलांपर्यंत सगळ्यांची चौकशी होते. स्वतःच्या लेखनापासून माझं काय चाललंय इथपर्यंत अनेक विषय निघतात. मधला काळ झरझर सरकत राहतो नजरेसमोरून. पाटील नव्यानं भेटत राहतात. पहिल्यासारखेच. मोकळेढाकळे... गावरान आणि दिलखुलास.

◆

www.ingramcontent.com/pod-product-compliance
Ingram Content Group UK Ltd.
Pitfield, Milton Keynes, MK11 3LW, UK
UKHW041842190726
13854UKWH00002B/669

9 789392 482120